AF758593

മനീഷ് മുഴക്കുന്ന്

കണ്ണൂർ മുഴക്കുന്നിൽ ജനനം. അച്ഛൻ : ബാലകൃഷ്ണൻ അമ്മ : യമുന
മുഴക്കുന്ന് ഗവൺമെന്റ് യു.പി. സ്കൂൾ, മുഴക്കുന്ന് പി.പി.ആർ.എം. യു.പി. സ്കൂൾ, സി.എച്ച്.എം.എച്ച്.എസ്. കാവുംപടി ഹൈസ്കൂൾ എന്നിവിടങ്ങളിൽ വിദ്യാഭ്യാസം.

തൊഴിൽ : ആശാരിപ്പണി

വിലാസം : പള്ളത്തുപറമ്പിൽ ഹൗസ്
മുഴക്കുന്ന് പി.ഒ.
പേരാവൂർ വഴി, പിൻ - 670673

ഫോൺ : 8943630161

ഇ-മെയിൽ : maneeshirpc@gmail.com

Malayalam Language
Mizhavukunnu
(Novel)
by
Maneesh Muzhakkunnu
♦
Published in September 2022
by Kairali Books Private Limited
Thalikkavu Road, Kannur.
Ph : 0497-2761200
E-Mail : kairalibooksknr@gmail.com
♦
Cover Design
Prasanth Mangad
♦

37/22-23/Sl.No.1342/500/NS 18.6
ISBN 978-93-49727-90-8

മിഴാവ്കുന്ന്

മനീഷ് മുഴക്കുന്ന്

കൈരളി ബുക്സ്

പടിയിറങ്ങാത്ത ഓർമ്മകൾക്ക്...

ആമുഖം

ഒരു നാടിന്റെ പ്രാദേശിക ചരിത്രങ്ങളെ തിരഞ്ഞിറങ്ങിയാൽ നമ്മുടെ ആദ്യ സങ്കല്പം ഒരു ക്രിക്കറ്റ് പന്തിനോളമേ വരൂ, പിന്നീട് ഓരോ ചുവട് നാം മുന്നോട്ട് വയ്ക്കുമ്പോഴും അത് കാല്പന്തിനോളം വളർന്ന് ഒടുക്കം ഈ ഭൂമിയോളം തന്നെ നമുക്ക് മുന്നിൽ ഉയർന്ന് നില്ക്കുന്നതായും അനുഭവപ്പെടും.

എന്റെ ഗ്രാമത്തിൽ ഒരു ചായപ്പീടികയുണ്ട്. വൈകുന്നേരങ്ങളിൽ അധികവും പ്രായം ചെന്ന മനുഷ്യർ അവിടെ കൂടിയിരിക്കും. അവർക്ക് പറയാൻ ഒരുപാട് കഥകളുണ്ട്. ആ കഥകളൊക്കെയും ഈ നാടിനെ കുറിച്ചാണ്, കടന്നു വന്ന ഇന്നലകളിലെ തീഷ്ണമായ അനുഭവങ്ങളാണ്.

കഥകളങ്ങനെ പെരുകി പെരുകി വന്നപ്പോൾ അതൊക്കെയും ചേർത്തു വെയ്ക്കണമെന്ന ആഗ്രഹത്തിൽ നിന്നാണ് 'മിഴാവ്കുന്നി'ന്റെ തുടക്കം.

അറിഞ്ഞ കഥകളെ വീണ്ടും അറിയാനും, അറിഞ്ഞതിനെ ഒന്നുകൂടി തെളിച്ചമുള്ളതാക്കാനും പലരെയും തേടിച്ചെലുക എന്നത് ഒരാനന്ദമായിരുന്നു. കേട്ടതിനെക്കാൾ എത്രയോ കേൾക്കാനിരിക്കുന്നു എന്ന ബോധ്യത്തിൽ തന്നെയാണ് എഴുത്താരംഭിച്ചതും. ചെറുതും വലുതുമായ കഥകളുടെ എണ്ണം കൂടിക്കൂടി വരുന്നതിനനുസരിച്ച് കഥാപാത്രങ്ങളും ജന്മം കൊണ്ടു. അങ്ങനെ ഏതാണ്ടൊരു രണ്ടര വർഷത്തെ പരിശ്രമം എഴുത്തിനെ ഈ രൂപത്തിലേക്ക് മാറ്റി.

ഇതൊരു ചരിത്ര നോവലല്ല, പക്ഷെ മിഴാവ്കുന്നിൽ ജീവിച്ചിരുന്ന അനേകം മനുഷ്യരെ, അവരുടെ ജീവിതാനുഭവങ്ങളെ, വിശ്വാസരീതികളെ, ഈ നാടിന്റെ കാർഷിക സംസ്ക്കാരത്തെ, ചരിത്രയിടങ്ങളെ, വാമൊഴിയായി കൈമാറി വരുന്ന ഐതിഹ്യകഥകളെ, സാമൂഹ്യ സാഹചര്യങ്ങളെ ഈ നോവലിൽ തീർച്ചയായും വായനക്കാർക്ക് തൊട്ടറിയാൻ കഴിയും.

ഐതിഹ്യകഥകളെ നിറയെ കായ്ഫലമുള്ള ഒരു വൃക്ഷത്തോട് നമുക്ക് ഉപമിക്കാം. ആ വൃക്ഷത്തിലുള്ള ഫലത്തെ കുറിച്ചാവുമല്ലോ നമ്മൾ ആത്യന്തികമായി സംസാരിക്കുക. എല്ലാ കായ്ഫലത്തിനും ഒരേ രുചിയും ഒരേ മണവുമായിരിക്കും. എന്നാൽ തായ്ത്തടിയിൽ നിന്ന്

തുടങ്ങി വിവിധ ശിഖരങ്ങളായി മാറുമ്പോൾ ഓരോ ശിഖരങ്ങൾക്കും പല വലിപ്പവും നീളവും ആകൃതിയുമായിരിക്കും. അതുപോലെ പല ഐതിഹ്യ കഥകൾക്കും ഉണ്ട് വ്യത്യസ്തങ്ങളായ വഴികൾ. ആ വ്യത്യസ്തയുള്ള ശിഖരങ്ങളെ അല്ലെങ്കിൽ ആ വഴികളെ ഈ നോവലിൽ ഞാൻ പരിചയപ്പെടുത്തുന്നില്ല, തായ്ത്തടിയും കായ്ഫലവും മാത്രാണ് ഈ നോവലിന്റെ ഭാഗം.

എഴുത്തിൽ ഒരു തുടക്കക്കാരനാണ് ഇപ്പോഴും. അതിനാൽ നിങ്ങളുടെ വായനാ വഴികളിൽ എവിടെയെങ്കിലും തടസം നേരിട്ടാൽ ഈ എഴുത്തുകാരന്റെ പരിചയ കുറവായി കണ്ട് ആ തടസങ്ങളെ നീക്കി ഞാൻ എവിടേക്കാണോ നിങ്ങളെ കൊണ്ടു പോകുന്നത് അതുവരെ കൂടെ വരിക.

ഈ എഴുത്ത് പുസ്തകമായി മാറുമ്പോൾ ഓർത്തെടുക്കാൻ ഒപ്പം നിന്ന അനേകം മുഖങ്ങളുണ്ട്. അവതാരിക തന്ന പ്രിയ എഴുത്തുകാരൻ വി.ആർ. സുധീഷ് മാഷ്, കവർ പ്രകാശനം നിർവ്വഹിച്ച പ്രിയപ്പെട്ട അംബികാസുതൻ മാങ്ങാട് മാഷ്, പുസ്തക പ്രസിദ്ധീകരണം ഏറ്റെടുത്ത കൈരളി ബുക്സ്, മിഴാവ്കുന്നിന്റെ കാണാക്കഥകൾ പറഞ്ഞു തന്നവർ, അഭിപ്രായങ്ങളും നിർദ്ദേശങ്ങളും പങ്കുവെച്ചവർ, അങ്ങനെ കൂടെ നിന്ന ഓരോരുത്തരോടും ഹൃദയത്തോട് ചേർത്ത് സ്നേഹം...

'മിഴാവ്കുന്ന്' വായനയ്ക്കായി നിങ്ങളുടെ കൈകളിലേക്ക് തരുന്നു.

മനീഷ് മുഴക്കുന്ന്

വീണ്ടും ഒരു ദേശത്തിന്റെ കഥ
വി. ആർ. സുധീഷ്

ചരിത്രവും ഐതിഹ്യവും ഏറെ ഖനനം ചെയ്തെടുക്കാവുന്ന മിഴാവ്കുന്ന് ഞാൻ കണ്ടിട്ടുണ്ട്. ക്ഷേത്രവും അതിന്റെ ഭൂമിയും ആകാശവുമെല്ലാം ആരെയും വശീകരിക്കും. മുത്തപ്പൻ തട്ടിയെറിഞ്ഞ മിഴാവുകളിലൊന്ന് വീണയിടമാണ് മിഴാവ്കുന്നെന്ന് പഴമക്കാർ പറഞ്ഞു പോന്നു. ആ ദേശവും അവിടുത്തെ നാനാജാതി മനുഷ്യരും ഇപ്പോഴിതാ ഒരു നോവലിന്റെ ഫ്രെയിമിൽ നിന്നും നമ്മെ അഭിമുഖീകരിക്കുന്നു. ദേശത്തെ അതിന്റെ വിസ്തൃതിയിലും ആഴത്തിലും വരച്ചെടുക്കാൻ മനീഷ് മുഴക്കുന്ന് കണ്ടതും കേട്ടതുമായ മനുഷ്യരുടെ കഥ പറയുന്നു. തേയ്മാനം വന്ന നാട്ടുഭാഷയെ ചിന്തേരിട്ട് വിളക്കുന്നു. മാഞ്ഞുപോയ വാമൊഴികൾ നിവർത്തിയെടുക്കുന്നു. കർഷകർ, ആശാരിമാർ, ഈർച്ചക്കാർ, മീൻ കച്ചവടക്കാർ, പാട്ടക്കാർ, വണ്ണാത്തികൾ, ഏറ്റുകാർ, തെയ്യക്കാർ, വിപ്ലവകാരികൾ, സാംസ്കാരിക പ്രവർത്തകർ, എന്നിങ്ങനെ ഒരു നിമഗ്ന ജനത മിഴാവ്കുന്നിലുണ്ട്. അവരുടെ ജീവിതവും സമ്പദ്വ്യവസ്ഥയും സാംസ്കാരിക വിനിമയവും ഈ നോവലിനെ ക്രമപ്പെടുത്തുന്നു.

അനേകം കഥാപാത്രങ്ങൾ വന്നു പോകുന്നുണ്ട് മിഴാവ്കുന്നിൽ. പ്രധാനമായും ഗോപാലൻകുട്ടിയെയും സുലോചനയെയുമാണ് വായനക്കാർ പിന്തുടരുക. അവരുടെ സ്നേഹ ബന്ധത്തിന് തീവ്രതയുണ്ട്. മറ്റുള്ളവരുടെ കണ്ണീരൊപ്പാൻ ഇറങ്ങിപ്പോയ മനുഷ്യൻ എന്നാണ് ഗോപാലൻകുട്ടിക്ക് വിശേഷണം. അങ്ങനെയുള്ള മനുഷ്യൻമാർ ഈ ഭൂമിയിൽ അധികമുണ്ടാവില്ലെന്ന് മിഴാവ്കുന്നുകാർ വിശ്വസിക്കുന്നു.

വടക്കെ മലബാറിലെ അപരിഷ്കൃതമായ ഒരു നാട്ടിൻ പുറത്തിന്റെ സമഗ്ര ധാതുക്കളും ഈ നോവലിൽ സംഭരിക്കപ്പെട്ടിട്ടുണ്ട്. മനീഷ് പറയുന്നത് ദേശത്തിന്റെയും മനുഷ്യരുടെയും കഥയാണ്. അതിനിടയിലെവിടെയോ വജ്രദീപ്തിയുള്ള പ്രണയത്തിന്റെയും മരണത്തിന്റെയും വിപ്ലവത്തിന്റെയും സാന്ധ്യ ശോഭയുണ്ട്. പുത്തരിവെള്ളാട്ടവും, പൈങ്കുറ്റിയും, പൊരപുതയ്ക്കലും, കശുമാങ്ങാവാറ്റും, വെള്ളരിനാടകവും, നെല്ല് മൂർച്ചയും, കരിയാപോതിയും,പോതിക്കുണ്ടും, പുനം കൃഷിയും രാവെഴുത്തും, തിരണ്ടു കല്യാണവും, അരേക്കെട്ടും, പനമുകളിലെ ദൈവവും

ഇക്കാലത്തെ ഒരു തുടക്കക്കാരന്റെ ആദ്യ നോവലിലേക്ക് സമൃദ്ധിയിൽ ഇറങ്ങി വരുന്നത് അത്ഭുതത്തോടെയാണ് ഞാൻ കാണുന്നത്. ഓലച്ചൂട്ടിന്റെ വെളിച്ചത്തിൽ അരിച്ചൽ മുറ്റത്തെത്തുന്ന മാതുവിന്റെയും ജാനുവിന്റെയും മറ്റ് പെണ്ണുങ്ങളുടെയും ആണുങ്ങളുടെയും കഥകൾ ആവോളം കാതോരം കേൾക്കുക.....

1. ഒരു പകലിൽ

പുരളിമലയുടെ ഉയരങ്ങളിൽ നിന്ന് പകലിന്റെ നേർത്ത കണികകൾ മിഴാവ്കുന്നിലേക്ക് പതിയെ അരിച്ചിറങ്ങി.

മുള ചീന്തിക്കെട്ടിയ കൂട്ടിൽ തൂവലുകളൊന്നിളക്കി കഴുത്തല്പം മുന്നിലേക്ക് നീട്ടി കുഞ്ഞാണന്റെ പൂവൻ സർവ്വശക്തിയും സംഭരിച്ചു. നേർത്ത തണുപ്പിനെയും ഇളം കാറ്റിനെയും തലയുയർത്തി നില്ക്കുന്ന വൻ മരങ്ങളെയും തൊട്ട്, ആ ശബ്ദം മിഴാവ്കുന്നിനെയാകെ ഉണർത്താൻ തുടങ്ങി.

കുഞ്ഞാണൻ അല്പനേരം ഇരുട്ടിലേക്ക് തന്നെ നോക്കി കിടന്നു. ശരീരത്തിലൂടെ ചുറ്റിപ്പിണഞ്ഞ കെട്ട്യോളുടെ കൈയിൽ അയാൾ വിരലുകൾക്കൊണ്ട് മൃദുവായൊന്ന് തഴുകി. പിന്നെ ചെവിയിലേക്ക് ചുണ്ട് ചേർത്തു.

'കാർത്തൂ'.

തലയണക്കടിയിൽ കൈ നീട്ടി തീപ്പെട്ടിക്കൊള്ളിയുരച്ച് നീല വെളിച്ചം ചിമ്മിണിക്കൂടിലേക്ക് പകർന്ന് ഉറക്കച്ചടവോടെ തന്നെ കാർത്ത്യായനി കുഞ്ഞാണന്റെ മുഖത്ത് നോക്കി.

'അടുപ്പില് തീ പറ്റിക്ക് പെണ്ണേ, ഇന്ന് കാട് *വയക്കാൻ എറങ്ങണ്ടയാ'

കുഞ്ഞാണൻ കെട്ട്യോളുടെ മൂക്കിൻ തുമ്പ് വിരലുകൊണ്ട് ഒന്ന് വിറപ്പിച്ചു.

കാർത്ത്യായനിയുടെ മുഖം തുടുത്ത് ചുണ്ടുകൾ വിടർന്നു.

കവുങ്ങ് ചീന്തി കുത്തി നിർത്തി ഇരുഭാഗത്തും ചളി കുഴച്ച് തേച്ചൊരുക്കിയ ഒറ്റമുറിച്ചുമരിനകത്ത് അലസമായി ഉറങ്ങുന്ന കുട്ടികളിൽ നിന്ന് തെന്നിമാറിയ പുതപ്പിനെ നേരെയാക്കി മുടി ചുറ്റിക്കെട്ടി കാർത്ത്യായനി ചായ്പ്പിലേക്ക് ഇറങ്ങി.

പൂവൻ പിന്നെയും ശബ്ദമുണ്ടാക്കിക്കൊണ്ടിരുന്നു. രാമൂട്ടിയുടെ പുരയുടെ പിന്നാമ്പുറത്തെ മൺകട്ട കൊണ്ട് തീർത്ത കൂട്ടിലേക്കും അതിന്റെ അലയൊലികളെത്തി. രാമൂട്ടിയുടെ പൂവന്റെ ഗാംഭീര്യത്തിനു നേരെ പിടക്കോഴികളുടെ കൂട്ടം ശക്തമായൊരു നോട്ടം പായിച്ച് ചിറകുകൾക്കുള്ളിലേക്ക് കൊക്കും തലയും ഒന്നു കൂടി ആഴത്തിൽ പൂഴ്ത്തി വെച്ചു.

* കാട് തെളിക്കുക

'ദേവൂ എണീക്ക്ന്ന് '

പറഞ്ഞു കൊണ്ട് രാമൂട്ടി ആലസ്യത്തെ ദീർഘമായൊരു കോട്ടുവായിലൂടെ പുറത്തേക്ക് വിട്ടു. തോർത്തുമുണ്ട് അരയോട് ചേർത്ത് ചുറ്റി അയാൾ മുളവാതിൽ പതുക്കെ നീക്കി.

മങ്ങിയ നിലാവെളിച്ചം കണ്ണെത്താവുന്ന ദൂരത്തോളം അപ്പോഴും വീണു കിടന്നിരുന്നു. മഞ്ഞുതുള്ളികളാൽ മുറ്റത്തിനരികിലെ ചെമ്പരത്തിക്കാടാകെ നനവ് തൊട്ടു. പുരയുടെ മേലേക്കു ചാഞ്ഞ വപ്പായ് മാവിന്റെ കൊമ്പിൽ നിന്ന് അടർന്നു വീണൊരു മഞ്ഞച്ച ഇല രാമൂട്ടിയെ നോക്കി. മടക്കി ചുരുട്ടിയ മാവില പല്ലിലിട്ടുരച്ച് പാനിയിലെ വെള്ളമല്പം ഓട്ടുമൊന്തയിലേക്കു മാറ്റി അയാൾ പറമ്പിന്റെ ഒഴിഞ്ഞ മൂലയിലേക്ക് നടന്നു.

അടുപ്പിലെ കനലൊന്നിളക്കി ചെമ്പുപാത്രത്തിലെ തിളച്ച വെള്ളത്തിൽ ശേഷിച്ച കാപ്പിപ്പൊടി കൂടി ചേർക്കുകയായിരുന്നു മാതു. വെള്ളമൊന്ന് നിറം മാറിയതും കോപ്പയിലേക്ക് പകർന്ന് ഗോപാലൻകുട്ടിക്ക് നീട്ടി.

ചക്കര കഷ്ണം വായിലിട്ട് ഗോപാലൻകുട്ടി അമ്മ കൊണ്ടുവന്ന കാപ്പി നുണഞ്ഞു. പിന്നാലെ ഓട്ടു കിണ്ണത്തിൽ പഴങ്കഞ്ഞിയും, പിഞ്ഞാണ കോപ്പയിൽ തൈരുമെത്തി. തൈരിന് മുകളിൽ രണ്ട് കാന്താരി വീറോടെ ഉയർന്നു നിന്നു.

അരനാഴിക തികഞ്ഞില്ല, കുഞ്ഞാണന്റെ പുരയിൽ നിന്ന് കൊളുത്തിയ ഓലച്ചൂട്ട് രാമൂട്ടിയുടെ പുരയിലൂടെ കടന്ന് ഗോപാലൻകുട്ടിയുടെ നേർക്ക് വന്നു. ഇടവഴി താഴെ ഓലച്ചൂട്ടിനൊപ്പം കാൽപ്പെരുമാറ്റം കേട്ടതും വായും മുഖവും കഴുകി അണച്ച കത്തിയാൾ ഗോപാലൻകുട്ടി കൈയ്യിലേന്തി അകത്തേക്ക് നോക്കി.

'അമ്മേ ഞാൻ എറങ്ങലാന്ന് '.

മുറ്റത്തെ തുളസിയിൽ നിന്ന് ഒരു തളിരില നുള്ളി പല്ലുകൾക്കിടയിലിട്ടമർത്തി ഗോപാലൻകുട്ടി കുഞ്ഞാണനും രാമൂട്ടിക്കുമൊപ്പം ചേർന്നു.

'കൊല്ലൻ രാഘവന്റെ കത്തികാച്ചല് ഇത്തോണ അത്ര ഏലായിറ്റില്ലാ ഗോപാലൂട്ടി അരനായിക അണപ്പലേമല് നെരങ്ങീറ്റും അറ്റം കാണാം.'

രാമൂട്ടി കത്തിയാളിന്റെ വായ്ത്തലയിൽ വിരലു തൊട്ടു.

കുഞ്ഞാണൻ ഏറ്റവും പുറകിലായി ചൂട്ട് വീശി. മൂവരും ഓരോ ചുവടു വയ്ക്കുമ്പോഴും പുരളിമലയോടൊപ്പം മിഴാവ്കുന്നും കൂടുതൽ കൂടുതൽ തെളിഞ്ഞു വന്നു.

പടിഞ്ഞാറൻ ചെരുവിലൂടെ നീങ്ങുന്ന മറ്റൊരു ചൂട്ടു വെളിച്ചം കണ്ട് കുഞ്ഞാണൻ ചോദിച്ചു.

'മൊങ്ങലോട്ടെ പറമ്പില് വയക്ക് എന്തായി രാമൂട്ടി '

'ഇന്ന് തീരുന്നാ കേട്ടെ'

'ഉം'

കുഞ്ഞാണൻ മൂളി.

നടത്തം പിടിയൊതുങ്ങാത്ത ഒരു കൂറ്റൻ വരിക്കപ്ലാവിന്റെ ചുവട്ടിൽ എത്തിയ നേരം രാമൂട്ടി തല തിരിച്ചു.

'ബെളിച്ചായി കുഞ്ഞാണാ. ഇനിയാ ചൂട്ട് കെട്ത്തിയേക്ക് '.

കുഞ്ഞാണൻ ചൂട്ടിൽ നിന്ന് ഒരു ബീഡിക്ക് കൂടി തീ പിടിപ്പിച്ച് ചൂട്ട് പാറയിൽ കുത്തിക്കെടുത്തി.

മൂവരും നമ്പൂതിരിപ്പാടിന്റെ മൂന്നരയേക്കറിൽ എത്തുമ്പോഴേക്കും സൂര്യൻ മുഴുവനായും പുറത്ത് ചാടി. നേർത്ത തണുപ്പ് അപ്പോഴും ആ ശരീരങ്ങളെ ചുറ്റി നിന്നു.

നിറയെ ചീങ്കുമുള്ളുകളും അരിപ്പൂക്കാടുകളും, വട്ടച്ചപ്പുകളും പടർന്നു നില്ക്കുന്ന മൂന്നരയേക്കറിലേക്ക് നോട്ടം പായിച്ച് കുഞ്ഞാണൻ സ്വരം താഴ്ത്തി.

'നല്ല മൂത്ത മണ്ണാന്ന്, പാട്ടം കൊടുത്ത് കയിഞ്ഞാലും കൊറച്ച് കാലം പൈപ്പൊടുങ്ങാൻ ഒക്കും'

പിന്നാലെ രാമൂട്ടി തലയാട്ടി.

'വയക്കി തെളിയാൻ ആയിച്ച ഒന്ന് ബേണ്ടിയേരും'

'ഉം.' കുഞ്ഞാണൻ ശെരിവെച്ചു.

ഗോപാലൻകുട്ടി ഒന്നും പ്രതികരിച്ചില്ല.

കുഞ്ഞാണനും രാമൂട്ടിയും കാടുകൾക്കിടയിലൂടെ ഇറങ്ങിയപ്പോൾ ഗോപാലൻകുട്ടിയും ചേർന്നു.

'അടിയോടെ പൊയ്ക്കോട്ടെ, ഇല്ലേൽ വയക്ക് മോളിലെത്തുമ്പോഴേക്കും തായെ കാട് പൊന്തീറ്റ്ണ്ടാവും'

അതും പറഞ്ഞ് മുന്നിലെ വട്ടച്ചപ്പിന്റെ ചുവട്ടിലേക്ക് രാമൂട്ടി കത്തിയാള് വീശി.

മുന്നിലെ പച്ചപ്പടർപ്പുകൾ മൂന്നു പേരും മത്സരിച്ച് അരിഞ്ഞ് മാറ്റിക്കൊണ്ടിരുന്നു.

ചീങ്കമുള്ളുകൾ ഗോപാലൻകുട്ടിയുടെ വെളുത്ത കാലിൽ ചുവന്ന വരയിട്ടു.

വെയിലിന് ചൂടേറിയ നേരം മാതുവിന് പിന്നാലെ രണ്ടു ഭാര്യമാരും

ഊരയ്ക്ക് കൈ കൊടുത്ത് കുന്നു കയറി വന്നു.

'ഇത് *ബെയിച്ചോ കുട്ട്യോളെ എന്നിറ്റാവാം ഇനി '

മാതു കിതപ്പ് മാറ്റാൻ ഒരു പാറയിലേക്ക് ശരീരം താങ്ങി.

ചീന്തിയെടുത്ത വാഴയിലയിൽ പുഴുങ്ങിയ കപ്പയും കാന്താരിയരച്ച തും കാർത്ത്യായനിയും ദേവുവുമാണ് വിളമ്പിയത്.

ചെരപ്പയിലെ വെള്ളം കൊണ്ട് ആണുങ്ങൾ കൈ നനച്ചു. കാന്താരി യുടെ എരിവ് രാമൂട്ടിയുടെ നെറുകയിൽ ചെന്നു. വാഴയിലയിലെ അവ സാന നനവും തൊട്ടെടുത്ത് രണ്ടു കോപ്പ ഇളം ചൂട് കാപ്പി കൂടി അക ത്താക്കി തെറുപ്പ് ബീഡിയുടെ നൂലിനറ്റം വിരലുകൊണ്ട് പിരിച്ച് കുഞ്ഞാ ണൻ കനലെരിച്ചു. ആകാശത്തിലെ പഞ്ഞിക്കെട്ടിലേക്ക് ചേരാൻ പുക ച്ചുരുളുകൾ ഉയർന്നു പോകുന്നത് ഗോപാലൻകുട്ടി ആനന്ദത്തോടെ നോക്കി.

കരിപിടിച്ച തോർത്തുമുണ്ടിനാൽ ദേഹത്തെ വിയർപ്പൊപ്പി രാമൂട്ടി വലിയൊരു ആഞ്ഞിലിമരത്തിന്റെ ചുവട്ടിൽ തല ചായ്ച്ചു.

ആണുങ്ങളുടെ വിശ്രമത്തിനിടയിൽ മൂന്ന് പെണ്ണുങ്ങളും കോങ്കത്തി യുമായി മൂന്നരയേക്കറിലേക്കിറങ്ങി. ആ സമയം വെളുത്ത മേഘങ്ങൾ ക്കിടയിൽ പതുക്കെ കറുപ്പ് പടർന്നു.

'കാട് ഒന്നൊണങ്ങി തീപ്പറ്റിക്കാൻ പാകായി കയിഞ്ഞ് പെയ്താ മ തിയേനു.'

കുഞ്ഞാണൻ മുകളിലേക്ക് കണ്ണു പായിച്ചു.

'ഇതൊന്നും പെയ്യൂല്ലെടോ കുഞ്ഞാണാ'.

രാമൂട്ടി അയാളുടെ ശരീരത്ത് പെയ്യുന്ന മഴയൊപ്പി.

അല്പനേരത്തെ വിശ്രമം കഴിഞ്ഞ് ആണുങ്ങളും കൂടി ചേർന്നതോ ടെ മൂന്നരയേക്കറിൽ കാടുവയക്കൽ തകൃതിയായി മുന്നേറി.

പടിഞ്ഞാറൻ ചെരുവിൽ ചുവന്നഗോളം പതുക്കെ പതുക്കെ താഴ് ന്നു തുടങ്ങിയപ്പോഴാണ് അവരൊന്നായി തിരികെ കുന്നിറങ്ങിയത്.

2. കാനത്തെ തോട്ടുവരമ്പ്.

കുഞ്ഞാണനും കാർത്ത്യായനിയും ഒന്നായതിന്റെ പിറ്റേ മാസമാണ് രാമൂട്ടി ദേവൂന്റെ കൈ പിടിച്ചത്. അതോടെ മിഴാവ്കുന്നിൽ മാതുവിനെ അമ്മേന്ന് വിളിക്കുന്നവരുടെ എണ്ണം ആറായി.

ഏതാണ്ട് ഒരു ഇരുപത് കൊല്ലക്കാലം മുന്നെ പുരളിമല അപ്രതീ ക്ഷിതമായി പൊട്ടിയൊലിച്ചു. കൂറ്റൻ മരങ്ങൾ കടപുഴകിയും പാറക്കെ ട്ടുകൾ നിരങ്ങിയിറങ്ങിയും താഴ്ഭാഗത്ത് മാഞ്ഞുപോയത് ആറേഴ് കു

*കഴിച്ചോ

ടുംബങ്ങളാണ്. അതിൽ രണ്ടെണ്ണം മാതുവിന്റെ കൂടപ്പിറപ്പുകളുടേതാ യിരുന്നു. മിഴാവ്കുന്നാകെ നടുങ്ങിപ്പോയ ആ മണ്ണിടിച്ചലിന്റെ രാത്രി യിൽ മാതുവിന്റെ പുരയിൽ ഗോപാലൻകുട്ടിയോടൊപ്പം രാമൂട്ടിയും കു ഞ്ഞാണനും മയക്കത്തിലായിരുന്നു.

അതോടെ മാതുവിന് മക്കള് മൂന്നായി. രാമൂട്ടിയും കുഞ്ഞാണനും അമ്മായി എന്നതിന് പകരം അമ്മേ എന്ന് തന്നെ വിളിച്ചു.

പറക്കാൻ ചിറക് വിരിക്കുന്ന നാളുവരെ മാതു അവരെ നോക്കി.

കാലങ്ങൾ കഴിഞ്ഞപ്പോൾ മലവെള്ളം അടയാളമിട്ട പറമ്പിൽ തന്നെ യാണ് കുഞ്ഞാണനും രാമൂട്ടിയും പുര കെട്ടിയത്. വൈകാതെ കൂടെ പ്പൊറുക്കാൻ ഓരോ പെണ്ണിനെയും ഇടനിലക്കാരൻ ശ്രീധരന്റെ സഹാ യത്താൽ ഇരുവരും കണ്ടെത്തി.

കുഞ്ഞാണന്റെയും, രാമൂട്ടിയുടെയും പുരയിൽ കുഞ്ഞിന്റെ കരച്ചിൽ പൊന്തിയപ്പോൾ മാതു ഗോപാലാൻകുട്ടിയുടെ മുടിയിൽ വിരലോടിച്ചു.

'എപ്പാ നീ ഓളെ പൊരേലേക്ക് കൊണ്ടേര്ന്ന് '

അയാൾ അമ്മയുടെ അരികിലേക്ക് അല്പം കൂടി ചേർന്നിരുന്നു.

'കൊറച്ചൂടി ഒരുങ്ങാന്ണ്ട്,'

എന്ന് പറഞ്ഞു കൊണ്ട് ഗോപാലൻകുട്ടി മാതുവിന്റെ മടിയിലേക്ക് തല ചായ്ച്ചു കിടന്ന് സുലോചനയെ ഉള്ളിൽ നിറച്ചു.

പുരളിമലയുടെ പാറയിടുക്കുകളിൽ നിന്ന് പുറപ്പെടുന്ന ചെറു നീർ ച്ചാലുകളെല്ലാം ഒത്തു ചേർന്ന് ഒരു തോടായി ഒഴുകിയിറങ്ങുന്നുണ്ട്. കു ട്ടങ്ങാടിൽ നിന്ന് തുടങ്ങി കരിമ്പിലോടിന്റെ അതിരിലൂടെ ചെന്ന് കാന ത്തെയും പറപ്പള്ളിയെയും രണ്ടായി പകുത്താണ് അതിന്റെ യാത്ര.

തുലാവർഷത്തിലെ ആദ്യ ഒന്നു രണ്ടു മഴയിൽ മയിഞ്ഞലും മുഷു വും വാളയും ആരലും മത്സരിച്ച് മുകളിലേക്ക് കയറുക ആ വഴിയാണ്. കവിഞ്ഞൊഴുകുന്ന കരയിലൂടെയും വിളവൊഴിഞ്ഞ പാടങ്ങളിലൂടെയും ചിറകുകൾ വിരിച്ച്, പുറത്തെ മുള്ളുകൾ ഉയർത്തി ലക്ഷ്യസ്ഥാനം ക ണ്ടെത്താൻ അവറ്റകൾ ധൃതിയിൽ നീങ്ങും. മുനയുള്ള കത്തിയുമായി രാമൂട്ടിയും കുഞ്ഞാണനും, കൊല്ലൻ രാഘവനും, വട്ടദാമുവും, ചക്കര നാണുവും, ഉടുമ്പ് രാജനും, വീരവാദം ഗംഗനും, കാതിയൻ കുഞ്ഞാമ നും കോടാലി ചന്തുവുമൊക്കെ വയലിലൂടെ കുതിച്ച് പാഞ്ഞ് കൈയി ലുള്ള കത്തി വെള്ളത്തിലേക്ക് ആഞ്ഞ് വീശും. ഗോപാലൻകുട്ടി ആ സമയമൊക്കെ മൂടി പുതച്ചുറങ്ങും. തോട്ടുവക്കിലും വയലുകളിലും ആ രവങ്ങളൊഴിയുന്ന നേരം തന്റെ ചൂണ്ടലിനറ്റത്ത് ഇരയെ കോർത്ത് ക ല്ലിടുക്കുകളിൽ വിശപ്പറിഞ്ഞിരിക്കുന്ന മീനുകളുടെ മുന്നിലേക്ക് നീക്കി

വയ്ക്കും.

പിന്നെ ക്ഷമയാണ് മണിക്കൂറുകൾ നീളുന്ന കാത്തിരിപ്പ്. നങ്കീസിനറ്റം വെള്ളത്തിനുള്ളിലൂടെ പതുക്കെ വലിഞ്ഞ് തുടങ്ങുമ്പോൾ കാത്തിരിപ്പിന് വിരാമമായെന്ന് ഗോപാലൻകുട്ടി അറിയും.

അങ്ങനെയുള്ളൊരു കാത്തിരിപ്പിനിടയിലാണ് സുലോചന ഗോപാലൻകുട്ടിയുടെ ഉള്ളിൽ കുടിയിരുത്തപ്പെടുന്നത്.

മഴയൊഴിഞ്ഞ് കലക്കുവെള്ളം നന്നായി തെളിഞ്ഞ നേരം. വിശപ്പിന്റെ കാഠിന്യത്തിൽ മുൻപിൽ വന്നു വീണ ഇരയെ ഏതോ ഒരുവൻ വേഗത്തിൽ അകത്താക്കിയെന്ന് ഉൾവലിഞ്ഞു പോകുന്ന നങ്കീസിനറ്റം കണ്ട് ഗോപാലൻകുട്ടി മനസ്സിലാക്കി. നങ്കീസിനറ്റത്തെ ചലനം നിലച്ചതും കൈ പുറകിലേക്ക് വലിച്ചു. ചൂണ്ടലിനറ്റത്തെ ബലം പിടുത്തത്തിൽ കുടുങ്ങിയത് ചില്ലറക്കാരനല്ലെന്ന് ഉറപ്പായി. നങ്കീസ് ഉള്ളിലേക്കയച്ചും പുറത്തേക്ക് വലിച്ചും അയാൾ മീനിനെ പരീക്ഷിച്ചു. അരനാഴികനേരം അത് തുടർന്നു. ഒടുക്കം മീൻ തളർന്നു എന്ന് തോന്നിയ സമയം നങ്കീസ് പൂർണ്ണമായും ഗോപാലൻകുട്ടി പുറത്തേക്കെടുത്തു.

കൈയോളം നീളമുള്ള ഒരു ആരൽ ചൂണ്ടലിനറ്റത്ത് കിടന്ന് പുളയുമ്പോൾ എതിർ ഭാഗത്ത് വന്നു നിന്ന ഒരു പെൺരൂപത്തിലേക്കാണ് ഗോപാലൻകുട്ടിയുടെ കാഴ്ച്ച ചെന്നു തൊട്ടത്.

വെള്ളത്തിലൂടെ കുതിച്ചു പായുന്ന പരൽ മീനിന്റേതെന്ന് തോന്നിപ്പിക്കുന്ന കണ്ണുകൾ. തോർത്തുമുണ്ടിനൊപ്പം ചുറ്റിക്കെട്ടിയ മുടിയിഴകളിൽ നനവ് ബാക്കിയുണ്ട്. മാറോട് ചേർത്ത് പിടിച്ച തുണികൾക്കിടയിൽ നിന്ന് വെള്ളത്തുള്ളികൾ താഴേക്ക് ഇറ്റു വീഴുന്നു. ഗോപാലൻകുട്ടിക്ക് ചിരി സമ്മാനിക്കുമ്പോൾ സുലോചനയുടെ കവിളിൽ നുണക്കുഴികൾ തെളിഞ്ഞു. ഇളം ചുവപ്പാർന്ന ചുണ്ടുകൾ എന്തോ പറയാനെന്നവണ്ണം വെമ്പുന്നതായി തോന്നി. ഒരു നിമിഷം ചൂണ്ടലിനറ്റത്തു പുളയുന്ന ആരലിനെ പോലെ അയാളുടെ ഹൃദയം പിടഞ്ഞു.

അന്നുവരെ ഗോപാലൻകുട്ടി സുലോചനയെയോ സുലോചന ഗോപാലൻ കുട്ടിയേയോ അങ്ങനെ നോക്കി നിന്നിട്ടില്ല.

ഗോപാലൻകുട്ടി അഞ്ചാം ക്ലാസിൽ പഠിപ്പ് അവസാനിപ്പിക്കുമ്പോൾ സുലോചന രണ്ടിലായിരുന്നു. ഒരുമിച്ചുള്ള വരവിലോ പോക്കിലോ സുലോചന പഠിത്തം നിർത്തി പുരയിലിരിപ്പായ സമയം ദാമുവിനെ തിരഞ്ഞ് ചെല്ലുന്ന കാലത്തോ ഗോപാലൻകുട്ടിയുടെ ഉള്ളിൽ ഇങ്ങനെയൊരു അനുരാഗം പൊട്ടി വിടർന്നിട്ടില്ല. അത്തരമൊരു പൂവമ്പ് സുലോചന ഗോപാലൻകുട്ടിക്ക് നേരെ തൊടുത്തിട്ടുമില്ല.

ഏറെ നേരം കാനത്തെ തോടിന്റെ ഇരുപുറം നാലു കണ്ണുകൾ ആകർഷണ സ്വഭാവത്തോടെ ഉടക്കി നിന്നു.

ആരലിന്റെ ചലനം നിലച്ചതും ഗോപാലൻകുട്ടി ചൂണ്ടലിളക്കി.

'ബേണോ'?

സുലോചന വേണ്ടാന്ന് തല ചലിപ്പിച്ചു.

'കൊണ്ടു പോയ്ക്കോ, മൊളകരച്ച് വറ്റിച്ചെടുത്താൽ ഒരു നാഴി അരീടെ ചോറുണ്ണാം'

'അയിന് പൊരേല് ഏടെയാ ചോറ് '?

സുലോചനയുടെ കവിളിൽ നുണക്കുഴി വീണ്ടും തെളിഞ്ഞു.

'ഒരു നേരം ചോറാക്കാൻ പറയ് അമ്മയോട് '.

ഗോപാലൻകുട്ടി ചൂണ്ടൽ ഒന്നു കൂടെയിളക്കി.

'അപ്പോ, ഗോപാലൂട്ടിയാട്ടന് ബേണ്ടേ?'

'ന്റെ കൈയിൽ ഇനിയും എരേണ്ട് '.

ഗോപാലൻകുട്ടി ആരലിന്റെ വായിൽ നിന്ന് ചൂണ്ടയഴിച്ചു. അരയിലെ കത്തി കൊണ്ട് നാക്കില മുറിച്ച് ആരലിനെ പൊതിഞ്ഞ് സുലോചനയ്ക്ക് കൈമാറി. തുണിക്കെട്ട് മാറോട് ചേർത്ത് വലതു കൈയിൽ വാഴയിലയുടെ പൊതിയുമായി അല്പദൂരം നടന്ന് സുലോചന നിന്നു.

ആദ്യമായി കാണുന്നത് പോൽ ഗോപാലൻകുട്ടി സുലോചനയെ കണ്ണിൽ നിറച്ചു.

'പോട്ടെ'. സുലോചന പതുക്കെ ചുണ്ടനക്കി

ഗോപാലൻകുട്ടി തലയാട്ടി.

മറ്റൊരു ഇരയെ കൊരുക്കാൻ ഗോപാലൻകുട്ടിക്ക് മനസ്സു വന്നില്ല. സുലോചനയുടെ വിവിധ രൂപങ്ങൾ അയാളുടെ ഉള്ളിനെ നിറം പിടിപ്പിച്ചു.

മുളകരച്ച് കൈ കഴുകി നിവരുമ്പോൾ വെറും കൈയോടെ വരുന്ന മകനെയാണ് മാതു കണ്ടത്.

'ഇന്ന് ഒന്നും ഒത്തില്ല'.

അതും പറഞ്ഞ് ചൂണ്ട കാട്ടുകഴുക്കോലിനുള്ളിൽ തിരുകി ഗോപാലൻകുട്ടി അകത്തേക്ക് കയറി.

മാതു കഞ്ഞിവെള്ളത്തിൽ കയിലിട്ട് ഇളക്കിയ ശേഷം അടുപ്പിലെ തീക്കനലിലേക്ക് വെള്ളം തളിച്ചു.

സന്ധ്യയോട് അടുത്ത നേരം സുലോചന മാതുവിന്റെ മുറ്റത്തേക്ക് കയറി വന്നു. കൈയിലെ മൺപാത്രത്തിൽ നിന്ന് മുളകിട്ട ആരലിന്റെ വെന്തമണം പൊങ്ങി.

'ഇതേട്ന്നാ മോളേ ?'.

മാതു ചോദ്യത്തിൽ സ്നേഹത്തിന്റെ എല്ലാ നിറങ്ങളും ചാർത്തി.

'ഗോപാലൂട്ടിയേട്ടൻ തന്നതേനു. അമ്മ പറഞ്ഞ് പകുതി ഈടേക്ക് തരാൻ.'

മൺപാത്രം കൈമാറുന്നതിനിടയിൽ സുലോചന ചുറ്റിലും തിരഞ്ഞു.

'ഗോപാലൂട്ടി'.

മാതു അകത്തേക്ക് കണ്ണുനീട്ടി.

സ്വപ്നത്തിന്റെ ഒഴുക്ക് തടഞ്ഞതിന്റെ നീരസത്തോടെ ഗോപാലൻകുട്ടി എറയത്തേക്ക് വന്നു. സുലോചനയുടെ മുഖത്തേക്കും അമ്മയുടെ കൈയിലെ പാത്രത്തിലേക്കും നോട്ടം പാഞ്ഞു.

ഒരുനിമിഷം സുലോചനയിലും ഗോപാലൻകുട്ടിയിലും വിരിഞ്ഞ അതേ നിലാവ് മാതുവിന്റെയുള്ളിലും പരന്നൊഴുകി.

പിന്നീട് എത്രയോ ദിനങ്ങൾ ആരുടെയും കണ്ണിൽ പെടാതെ ഗോപാലൻകുട്ടിയും സുലോചനയും പുരളിമലയുടെ താഴ്‌വാരത്തെ മാവിൻതോപ്പിൽ ഒന്നുചേർന്നു.

നിരത്തിയിട്ട പാറക്കല്ലുകളാണ് നിറയെ, ഒഴിവിൽ പിടിയൊതുങ്ങാത്ത കൂറ്റൻ നാട്ടുമാവുകൾ, ഒത്ത നടുവിലായി ശംഖിന്റെ രൂപം പോലെ തോന്നിക്കുന്ന മുകൾ ഭാഗം പരന്നു കിടക്കുന്ന പാറയുണ്ട്, എറെ സന്തോഷവും അതിലേറേ ദു:ഖവും നേരിടുന്ന രണ്ട് സന്ദർഭങ്ങളിലാണ് മിഴാവ്കുന്നിലെ മനുഷ്യർ ശംഖുപാറയിൽ ഇരിപ്പുറപ്പിക്കുക. എപ്പോഴും അവിടമാകെ തണുത്ത കാറ്റ് വട്ടംചുറ്റി നില്ക്കും. മരക്കൊമ്പിൽ ഇണപ്പക്ഷികൾ കൊക്കുരുമ്മും, അണ്ണാറക്കണ്ണൻമാർ കലപില കൂട്ടും. പല വൈകുന്നേരങ്ങളിലും ശംഖുപാറയുടെ പരപ്പിലിടം തേടി സുലോചനയുടെ മടിത്തട്ടിൽ അയാൾ തലചായ്ച്ചു.

'ഗോപാലൂട്ടിയേട്ടാ'

സുലോചന മധുരമായി വിളിക്കും.

'ഓ'

'എന്നെ എപ്പാ പൊരേലേക്ക് കൊണ്ടോന്ന്?'

'ഇനി അധികം വൈകൂല പെണ്ണേ'.

സുലോചനയുടെയും ഗോപാലൻകുട്ടിയുടെയും മുഖത്ത് വീണ്ടും നിലാവ് പെയ്യും. അവ പരസ്പരം ഒന്നുചേർന്ന് ഒറ്റ വെളിച്ചമാവും.

3. പുനം കൃഷി

ഏഴാംനാൾ നമ്പൂതിരിപ്പാടിന്റെ മൂന്നരയേക്കറിലെ കാട് പൂർണ്ണമായും നീങ്ങി. മഴ മാറിനിന്നു. കാടിന് തീ കൊടുക്കാനുള്ള ഒരുക്കത്തി

നായി മൂന്ന് പെണ്ണുങ്ങൾക്കും പുറമെ ലതയും മാലതിയും മീനാക്ഷിയും ചേർന്നു.

'മൊങ്ങലേട്ടേ പറമ്പില് നാളെ വിത്തിടീലാ'.

കരിയിലകൾ അടിച്ചുകൂട്ടുന്നതിനിടയിൽ മാതു നടുനിവർത്തി.

'ന്റെ പുരുവനിന്ന് ആടെയാ'.

ലതയുടെ ഓർമ്മ ഉടുമ്പുരാജനിലേക്ക് പോയി.

'കുഞ്ഞിമാതൂന് എപ്പാണേ കുളിയായയേ '?

ചോദ്യം വന്ന മീനാക്ഷിയുടെ നേരെ മാലതി മുഖം തിരിച്ചു.

'മെഞ്ഞാന്ന്'.

'അപ്പം ഓളെയിനി തീക്കൊടുക്കുന്നീസം നോക്ക്യാ മതീല്ലേ '

'ഉം.' മാലതി മൂളി.

പെണ്ണുങ്ങൾക്കിടയിൽ വർത്തമാനം പകലുപോലെ പരന്നു. അതിൽ അരിച്ചൽ മുറ്റത്തെ ആണ്ടുത്സവമെത്തി. ഏത് നിമിഷവും ശ്വാസം നിലച്ച് പോകാവുന്ന ഇല്ലത്തെ വെല്യനമ്പൂതിരി വന്നു. മൂത്തേടത്ത് കുമാരന്റെ വെളുമ്പിപ്പശു ഇരട്ടകുട്ടികളെ പ്രസവിച്ച കഥ വന്നു. കുട്ടങ്ങാട്ടിലെ വരിക്കപ്ലാവ് കഴിഞ്ഞ തവണയെക്കാൾ മൂന്നിരട്ടി കായ്ച്ചതായി പറഞ്ഞു. ഉമ്മറ്ഹാജിയുടെ രണ്ടാമത്തെ ബീവിക്ക് ഇത് ഒമ്പതാം മാസമാണെന്ന കാര്യം മലയി രഹസ്യമായി ഓതിയത് രഹസ്യമായി തന്നെ അവർക്കിടയിൽ പങ്കുവെയ്ക്കപ്പെട്ടു. അങ്ങനെയങ്ങനെ മിഴാവുകുന്നിലെ ഓരോ അരികും മൂലയിലൂടെയും പെണ്ണുങ്ങൾ വാക്കുകൾ കൊണ്ട് യാത്ര പോയി.

മൂന്ന് ദിവസം കൊണ്ടാണ് ആറുപേര് ചേർന്ന് മൂന്നരയേക്കറിന്റെ ചുറ്റിലും 'തൊടക്കാര'മടിച്ചു തീർത്തത്. നാലാംനാൾ ഉണങ്ങി തുടങ്ങിയതും പച്ചപ്പ് വിട്ട് മാറാത്തതുമായ കാടുകൾക്ക് മേൽ പടിഞ്ഞാറ് ഭാഗത്ത് കുഞ്ഞാണൻ ഓലച്ചൂട്ടിൽ നിന്ന് തീ പിടിപ്പിച്ചു. രാമൂട്ടിയും ഗോപാലൻകുട്ടിയും താഴ്ഭാഗത്തേക്ക് നീങ്ങി. സഹായവുമായി എത്തിയ കുഞ്ഞനന്തനും, ശ്രീനിവാസനും, സുഗതനും മുകളിലും നിലയുറപ്പിച്ചു.

നാലാളുയരത്തിൽ തീനാളങ്ങൾ പൊന്തി. പുകച്ചുരുളുകൾ ആകാശം തൊട്ടു. മൂന്നരയേക്കറിലെ ഉരുളൻ കല്ലുകൾ തെളിഞ്ഞ് ചാരം മണ്ണിലാകമാനം പരന്ന് കിടന്നു.

പിറ്റേന്ന് ആണുങ്ങളും പെണ്ണുങ്ങളും ചേർന്ന് കത്തിത്തീരാത്ത കൊള്ളിയും മരക്കുട്ടകളും തറച്ച് കൂട്ടി.

മാതുവും ദേവുവും ഉണ്ണിക്കുണ്ടിലെത്തി ചെരപ്പയിൽ വെള്ളവുമായി വന്നു. പനയോലയും മുളയും കൊണ്ട് തീർത്ത ചാപ്പയിൽ അടുപ്പ് കൂട്ടി

വാട്ട്കപ്പ വേവിച്ചു. ഒരു നേരം കഞ്ഞിയുണ്ടാക്കി പുഴുക്കും ചേർത്ത് വിളമ്പി.

മുണ്ടോൻ നെല്ലിന്റെ വറ്റും കൊഴുത്തവെള്ളോം കുടിച്ച് കാടു പൊന്തുന്നയിടങ്ങളെ മൂന്ന് നാലുപേർ *മമ്മട്ടി കൊണ്ടിളക്കി. ഒഴിഞ്ഞ ഇടങ്ങളിലേക്കും വെണ്ണീര് നിരത്തി.

കറുത്തടുക്കൻ നെൽവിത്ത് വീശിയെറിഞ്ഞതിന് പിന്നാലെ തെനപാകി. അതിരുകളിലൂടെ മുത്താറിയും ചാമയും കൂടി വിതറിയ ശേഷം എല്ലാവരും നിരന്ന് നിന്ന് *വരൂല് കൊണ്ട് പുറകോട്ട് പുറകോട്ട് മണ്ണിനെ ഇളക്കാൻ തുടങ്ങിയതും കരിപ്പായി മന്ദന്റെ പാട്ട് പുരളിമലയിൽ മുഴങ്ങി.

'ഇടത്തെ കാല് ബെക്കടോ
മാന്തെടോ കൊക്കക്ക്..
ബലത്തെ കാല് ബെക്കടോ
മാന്തിവാടോ വേഗം..
കൊക്കപ്പുറം മാന്തണം
മാന്തി നടക്കേണം..
ചെരിച്ച് മാന്തല്ല
നേരെ മാന്തെടോ..
എന്തീറ്റാ മോനേ കീറി ബെരാത്തെ..
മണ്ണ് മുറിയണം മണ്ണ് മുറിയണം...
എടത്തെ കാല് നോക്കണം..
ബലത്തെ കാല് നോക്കണം...
കാലിന് തട്ടി പോകല്ലേ മോനേ....
മുറിയണം മോനെ മണ്ണ് മുറിയണം...
കള്ളാ കള്ളാ മണ്ണ് മുറിയണം..
കോണോത്തും വാല് മുറുക്കി കെട്ടെടോ..
പിന്നെയും മാന്തെടോ മാന്തി വാടോ വേഗം...'

പാട്ട് ഏറ്റുപാടി നിരന്ന് നിന്നവരൊക്കെ വരൂലുമായി മണ്ണിനെയും വിത്തിനെയും ഇളക്കി. പൊടിയും ചാരവും മുകളിലേക്ക് ഉയർന്നു.

അവസാന ദിവസം കരിപ്പായി മന്ദന്റെ നേതൃത്വത്തിൽ തന്നെ 'കള്ളനെ കൈക്കലും' നടത്തി.

'കാളിയും കൂളിയും ദൂരെ പോ, ശീപോതി വന്ന് വിളയാട് '

എന്ന് ഉച്ചത്തിൽ എല്ലാവരും ഒന്ന് ചേർന്ന് പാടി. പിന്നാലെ കൈയി

*മമ്മട്ടി - കൈക്കോട്ട്
* വരൂല് - പ്രത്യേക പണിയായുധം

ലുള്ള വരൂല് ഇടത്തോട്ടും വലത്തോട്ടും പുറകിലേക്കും വലിച്ചെറിഞ്ഞ് കൂക്കി വിളിച്ചു.

അടുത്ത ദിവസങ്ങളിൽ പാറയുടെ ഒഴിഞ്ഞ ഇടങ്ങളിൽ കുതിരു കൂട്ടി കുമ്പളവും പയറും പൊനവെള്ളരിയും മണ്ണിലേക്ക് ആഴ്ന്നിറങ്ങി.

താനി മരത്തിന്റെ താഴത്തെ കൊമ്പിനോട് ചേർത്തു കെട്ടിയ ഏറുമാടത്തിൽ പിന്നീടുള്ള രാത്രികളിലെല്ലാം ഗോപാലൻകുട്ടി കാവലിരുന്നു. രാമൂട്ടിയും കുഞ്ഞാണനും ഒന്നിടവെട്ടി കൂട്ടുചേർന്നു.

വൈകുന്നേരങ്ങളിൽ മാതുവും കാർത്ത്യായനിയും ദേവുവും ചേർന്ന് വാഴയില മുറിച്ച് കനലിൽ വാട്ടി ചോറു പൊതിഞ്ഞ്, നാക്കില പിഞ്ഞാണക്കോപ്പയിലേക്ക് താഴ്ത്തി കറിയൊഴിച്ച് കൂട്ടിക്കെട്ടി, ചെരപ്പയിൽ വെള്ളം നിറച്ച് രാത്രി മല കയറുന്നവരിൽ കൊടുത്തു വിട്ടു. ചായ്പ്പിനും ഏറുമാടത്തിനും ഇടയിലായി മരക്കുട്ടകൾ കൂട്ടി തീയ്യിട്ട് അവർ കാട്ടുമൃഗങ്ങളെയകറ്റി.

ഇടവിട്ട് പെയ്ത മഴയിൽ അതിരുകളിലെ മുത്താറിയും ചാമയും വേലികൾ പോലെ ഉയർന്നു.

നെല്ലിന് കതിര് വീണതോടെ മൂന്നരയേക്കറിന്റെ ഒത്ത നടുവിൽ മൺതിട്ട കുത്തനെ തറച്ച് കളമൊരുക്കി. മണ്ണ് അടിച്ചമർത്തി വരമ്പ് തീർത്തു.

മൂന്നാം മാസം വിളവെടുപ്പിന് തലേന്ന് പുലർച്ചെ രാമൂട്ടിയും, കുഞ്ഞാണനും മൺപാത്രത്തിൽ കള്ളും, തോർത്തുകെട്ടിൽ അവിലും, തേങ്ങയും ഉണക്ക് മീനുമായി അരിച്ചൽ മുത്തപ്പന് *പൈങ്കുറ്റി അർപ്പിക്കാൻ കേളനെ തിരഞ്ഞ് കഴകപ്പുരയ്ക്കരികിലേക്ക് ചെന്നു.

ഇരുവരെയും കണ്ടതും നേർത്തൊരു ചിരി സമ്മാനിച്ച് കഴകപ്പുരയോട് ചേർന്ന കുളത്തിന്റെ കരയിൽ തോർത്തുകെട്ടിലെ സാധനങ്ങൾ നിരത്തിവെയ്ക്കാൻ കേളൻ നിർദ്ദേശിച്ചു. ശേഷം അവിലും ഉണക്ക് മീനും തേങ്ങയും കൈയിലെടുത്ത് അയാൾ കുളത്തിൽ മൂന്ന് തവണ മുങ്ങി നിവർന്നു. പിന്നാലെ നനവോടെ തന്നെ കഴകപ്പുരയിലേക്ക് കയറി അടുപ്പിന് മുകളിലെ ചെരിഞ്ഞിയിൽ നനഞ്ഞ അവിലും ഉണക്കമീനും നിരത്തി.

സന്ധ്യയോടെ കുഞ്ഞാണനും രാമൂട്ടിക്കും പുറമെ മാതുവും കാർത്ത്യായനിയും ദേവുവും അരിച്ചൽ മുറ്റത്തേക്ക് വന്നു. ചെരിഞ്ഞിയിൽ നിന്നിറക്കിയ അവിലും ഉണക്കമീനും തേങ്ങയും മൺപാത്രത്തിൽ കള്ളുമായി കേളനും എത്തി.

മുറ്റത്തിന്റെ ഒരു കോണിൽ ഓലച്ചൂട്ടിന് തീ കൊടുത്ത് രാമൂട്ടി ഉണ

*പൈങ്കുറ്റി - മുത്തപ്പന് നിവേദ്യം അർപ്പിക്കൽ

ക്കമുള്ളൻ ചുട്ടെടുത്തു.

മടപ്പുരയുടെ ഇരുഭാഗത്തും കേളൻ തിരി തെളിച്ചു. പീഠത്തറയോട് ചേർന്ന് മൂന്ന് നാക്കിലയിൽ അവില് നിരത്തി, തേങ്ങയുടച്ച വെള്ളം തീർത്ഥമായി നല്കി. തേങ്ങാക്കൊത്ത് ഇലയിലേക്കിട്ട് ഉണക്ക് മുള്ളനും വെച്ചു. മൂന്ന് *മുട്ടിയയിൽ കള്ളും നിറച്ച് മുത്തപ്പന് സമർപ്പിച്ചു.

പിറ്റേന്ന് മൂന്നരയേക്കറിലെ നെല്ല് മൂർന്ന് പെണ്ണുങ്ങളെല്ലാം ചേർന്ന് കളത്തിൽ കൂട്ടി. ഉണക്ക് വീണപ്പോൾ പരന്ന കല്ലിൽ രാമൂട്ടിയും ഗോപാലൻകുട്ടിയും കറ്റയടിച്ചു.

അടിച്ചുകൂട്ടിയ നെല്ലിൽ ഒരു വീതം മാതു അരിച്ചൽ മുറ്റത്തേക്ക് നീക്കി. വെണ്ണനാരും നെല്ലിന്റെ പുല്ലും ചേർത്ത് 'തൊള്ള് 'കെട്ടി നെല്ല് നിറച്ച് ഓരോരുത്തരും അവരവരുടെ വീതവും കൊണ്ട് പുരയിലേക്ക് നടന്നു. ചാമയും തെനയും പിന്നാലെയെത്തി.

ആഴ്ച്ച ഒന്ന് കഴിയുമ്പോഴേക്കും കളത്തിന്റെ ഒരു മൂലയിൽ ആണുങ്ങൾ വലിയ കുഴി തീർത്ത് കല്ലുവാഴയുടെ ഇല നിരത്തി. പെണ്ണുങ്ങൾ മുത്താറി തണ്ടോടെ അരിഞ്ഞ് മൊറത്തിൽ കൊണ്ടുവന്ന് കുഴിയിൽ നിറച്ചു. അവസാന ദിവസത്തെ വിളവ് അവർ കൂലിയായി വാങ്ങി.

കുഞ്ഞാണനും രാമൂട്ടിയും ചേർന്നാണ് പൊനവെള്ളരിയും മുത്താറിയും ചാമയും കെട്ടാക്കി ഇല്ലത്തെ വെല്ല്യ നമ്പൂതിരിയെ കാണാൻ പോയത്.

ചെറിയ മുറ്റത്ത് അകലം പാലിച്ച് നിന്ന് കുഞ്ഞാണൻ ഒച്ച താഴ്ത്തി.

'ബെരും കൊല്ലം ആടെ തന്നെ പൊനം പാളണംന്നാ. തമ്പ്രാന് മനസ്സ് ഇണ്ടാവണം'

വല്യനമ്പൂതിരി കാര്യസ്ഥൻ പരമുനായർക്ക് നേരെ തിരിഞ്ഞു. അയാൾ ഗൗരവത്തോടെ തലകുലുക്കി.

4. ചാത്തുക്കുട്ടി മാസ്റ്ററുടെ ഡയറി.

പുസ്തകവും തോളിലിറുക്കി ഗോപാലൻകുട്ടി കാട്ടുവഴിയിലൂടെയാണ് നടന്നത്. കൂറ്റൻ പുളിമരവും ആഞ്ഞിലിയും ആകാശം തൊട്ട് നില്ക്കുന്ന ഇടമാണത്. അടുത്തെങ്ങും ഒറ്റപ്പുരയും ഇല്ല, നിരത്തിൻമേലേക്ക് അല്പം വളഞ്ഞ വഴിയുമാണ്.

കുന്നു കയറി നിരപ്പ് കഴിഞ്ഞിറങ്ങുമ്പോൾ ഉമ്മറ്ഹാജിയുടെ പറമ്പിൽ തള്ളയാടിനെയും കൂട്ടത്തിൽ തുള്ളിച്ചാടി നടക്കുന്ന രണ്ട് ആട്ടിൻ കുട്ടികളെയും കണ്ട് ഗോപാലൻകുട്ടി ചുറ്റിലും കണ്ണു പായിച്ചു.

തോടിന്റെ കരയോട് ചേർന്ന ഇലപ്പടർപ്പുകളുടെ മറവിലെ നിഴലനക്കം

*മുട്ടിയ - മുളങ്കുറ്റി

ശ്രദ്ധയിൽപ്പെട്ടതും അയാൾ വിളിച്ചു.

'സുലു'

നിഴലനക്കം ഇലപടർപ്പുകൾക്കിടയിൽ ഒന്നുകൂടി ഒതുങ്ങി. ഗോപാലൻകുട്ടി അരികിലേക്ക് ചെന്നതും സുലോചന മുഖം തിരിച്ചു.

ഇല്ലിമുളകളുടെ മുകളിലൂടെ പടർന്ന പച്ചിലവള്ളികൾ സുലോചന നിന്നയിടത്തെ ഒരു കൂടാരമാക്കി തീർത്തിരുന്നു. അതിനുള്ളിലേക്ക് കയറി ഗോപാലൻകുട്ടി സുലോചനയുടെ വലതുതോളിൽ മെല്ലെയൊന്നു തൊട്ടു.

സുലോചന ആ കൈ തട്ടിമാറ്റി അല്പം മുന്നോട്ട് നീങ്ങി.

'എന്ത് പറ്റി' ?

'എന്നോട് മിണ്ടണ്ട'

'കാര്യം പറയ് പെണ്ണേ'

ഗോപാലൻകുട്ടി സുലോചനയോട് ചേർന്ന് നില്ക്കാൻ ശ്രമിച്ചു. അവളുടെ കറുത്തിരുണ്ട മുടിയിഴകളിൽ നിന്നൊഴുകുന്ന ചെമ്പരത്തിത്താളിയുടെ ഗന്ധം അയാളുടെ ഉള്ളറിഞ്ഞു

'ഗോപാലുട്ടിയാട്ടന് ഒരു സ്നേഹോല്ല, എത്ര നേരായി ഞായൻ കാത്ത് നിക്ക്ന്ന്, ഒന്ന് കാണാലോന്ന് ബെച്ചിറ്റ് വന്നയല്ലേ'

സുലോചന പരിഭവത്തോടെ പച്ചിലവള്ളിയിൽ നിന്ന് ഒരു ഇലയെ അടർത്തി.

'ഓ, വൈകിയേനാ ഈ പെണക്കം ',

ചോദ്യത്തോടെ സുലോചനയുടെ ഇരു തോളിലും പിടിച്ച് ഗോപാലൻകുട്ടി പതുക്കെ തനിക്ക് അഭിമുഖമായി കൊണ്ടുവന്നു.

'നാളെ കുഞ്ഞാണന്റെ പൊരമേയലാ പെണ്ണേ, അയിന്റെ ഒരുക്കം കയ്യുമ്പോഴേക്കും നേരം പോയതല്ലേ'

അത് കേട്ട് സുലോചന മിഴികളുയർത്തി. ഗോപാലൻകുട്ടിയുടെ മിഴികളിലേക്ക് അത് കൊരുത്തു കിടന്നു.

'ദാമുവേട്ടൻ നെരത്തിന് പോയേരം എറങ്ങീതാ ഞായൻ, ബെരുമ്പം കണ്ടിറ്റില്ലേൽ പിന്നെ അത് മതി, അറിയാലോ?'.

സുലോചന ഗോപാലൻകുട്ടിയിലേക്ക് ഒന്നുകൂടി അടുത്തു. ആട്ടിൻകുട്ടികൾ കൂടാരത്തിനരികിൽ വന്ന് എത്തി നോക്കി അതേ വേഗത്തിൽ തിരിച്ചു പോയി. ഇല്ലിമുളകളിൽ കാറ്റിന്റെ തലോടലേറ്റ് സീൽക്കാരമുണ്ടായി.

ഏറെക്കഴിഞ്ഞ് സുലോചന പറഞ്ഞു.

'കാണാൻ പറ്റീലോ. ഇനി പോകാം, *മയിമ്പാകാനായി'

*മയിമ്പ് - സന്ധ്യാസമയം

'ഉം'. ഗോപാലൻകുട്ടി മൂളി.

സുലോചന ആടിനെ കെട്ടിയ കയറിനറ്റം കൈയിലെടുത്ത് മുന്നിൽ നടന്നു. ആട്ടിൻകുട്ടികൾ തുള്ളിച്ചാടി സുലോചനയ്ക്ക് അരികിലെത്തി.

വയൽ വരമ്പിലൂടെ ഇറങ്ങുമ്പോൾ സുലോചന വിളിച്ചു.

'ഗോപാലൂട്ടിയാട്ടാ'

'ഓ'

'ആണ്ടുത്സവത്തിന് ബെരൂലേ'

'പിന്നെ വെരാണ്ട്, സുലൂനെ കണ്ണ് നെറച്ച് കാണാൻ കിട്ടുന്ന ഒരു ദെവസല്ലേ'

സുലോചനയുടെ കവിളിൽ നുണക്കുഴി തെളിഞ്ഞു.

'അപ്പോ ഗോപാലൂട്ടിയാട്ടന് ദൈവത്തിനെ കാണണ്ടേ?

'ആദ്യം സുലു, പിന്നെ ദൈവം'.

മുത്ത് കിലുങ്ങുന്നത് പോലെ സുലോചനയിൽ ചിരിയുണ്ടായി. തെങ്ങിൻ തോപ്പിലേക്ക് കയറുമ്പോൾ അവളുടെ പാവാട തുമ്പ് മണ്ണിലുരഞ്ഞു. വഴി രണ്ടായി പിരിയുന്നിടത്ത് സുലോചന നിന്നു.

'പോട്ടെ'

ഗോപാലൻകുട്ടി തലയനക്കി.

'ഇനി എപ്പാ കാണ്വാ'?

'ഉത്സവത്തിന്, അയിന്റെ എടേൽ ഭാഗ്യം ഇണ്ടേൽ'

'ഉം'

ഗോപാലൻകുട്ടി മൂളലോടെ പുസ്തകം ഇടത് തോളിലേക്ക് ചേർത്തു.

സുലോചന വേഗത്തിൽ ഗോപാലൻകുട്ടിയുടെ കൈയിൽ മൃദുവായൊന്ന് തൊട്ട് പതുക്കെ നടന്നു. തൊട്ടാവാടിയില ചവച്ചരച്ചു കൊണ്ടിരുന്ന തള്ളയാടും പിന്നാലെ നീങ്ങി. ആട്ടിൻ കുട്ടികൾ രണ്ടും അല്പം ദൂരെ നിന്ന് ഇരുവരെയും നോക്കുന്നുണ്ടായിരുന്നു..

സുലോചന കാഴ്ച്ചയിൽ നിന്നും മറഞ്ഞതും ഗോപാലൻകുട്ടി കാലുകൾ നീട്ടി.

നിരത്തിൻമേൽ പൊമ്മാണ്ടൻ മാപ്പിളയുടെ ഓടിട്ട രണ്ടാം നില കെട്ടിടത്തിന്റെ മുകളിലെ വായനശാലയിലാണ് അത് ചെന്നു നിന്നത്. ഒറ്റ മുറിക്കുള്ളിൽ പുസ്തകത്തിനപ്പുറം ഒരാൾക്ക് കഷ്ടിച്ചു കടക്കാനുള്ള ഇടമേ ഉണ്ടായിരുന്നുള്ളുവെങ്കിലും അവിടെ നിന്നും മിഴാവ്കുന്നിലാകമാനം നേരിയ വെളിച്ചം പരന്നിരുന്നു. വായനശാലയുടെ നടത്തിപ്പും കാര്യങ്ങളുമെല്ലാം മുടക്കോഴി സ്കൂളിലെ പ്രധാനാധ്യാപകനായിരുന്ന ചാത്തുക്കുട്ടിമാസ്റ്ററുടെ നേതൃത്വത്തിലാണ് മുന്നോട്ട് പോയിക്കൊണ്ടിരുന്നത്.

നാല്പ്പത്തിയെട്ടിൽ എംഎസ്പിക്കാർ കത്തിച്ചു ചാമ്പലാക്കിയ സ്കൂൾ നാലാണ്ടുകൾക്ക് ശേഷം മുടക്കോഴി പ്രദേശത്ത് ആരംഭിച്ചപ്പോൾ തലശ്ശേരിയിൽ നിന്ന് വന്നതാണ് ചരിത്രാധ്യാപകൻ കൂടിയായ ചാത്തുക്കുട്ടി മാസ്റ്റർ. തുടർന്നുള്ള പന്ത്രണ്ട് ആണ്ട് മാസ്റ്റർ ശരിക്കും ഒരു മിഴാവ്കുന്നുകാരനായി ജീവിച്ചു.

മൂത്തേടത്ത് കുമാരന്റെ പുരയിൽ മാസ്റ്റർക്ക് തങ്ങാനുള്ള ഇടമൊക്കെ ഒരുക്കിയത് കിട്ടനായിരുന്നു.

ആദ്യകാലങ്ങളിൽ എല്ലാ വെള്ളിയാഴ്ച്ചയും നാട്ടിലേക്ക് മടങ്ങി തിങ്കളാഴ്ച്ച ക്ലാസ് തുടങ്ങും മുൻപേ തിരിച്ചെത്തുകയായിരുന്നു മാസ്റ്ററുടെ രീതി. പതുക്കെ മിഴാവ്കുന്നിലെ സാംസ്കാരിക പ്രവർത്തനങ്ങളിലേക്ക് മാസ്റ്റർ തിരിഞ്ഞതോടെ വെള്ളിയാഴ്ച്ചകളിലെ യാത്ര ഒന്നോ രണ്ടോ മാസം കൂടുമ്പോൾ എന്ന മട്ടിലേക്കെത്തി.

മിഴാവ്കുന്നിനെ കുറിച്ച് അറിഞ്ഞു തുടങ്ങിയതെല്ലാം തന്റെ ഡയറിയിലേക്ക് പകർത്താനുള്ള ശ്രമവും മാസ്റ്റർ ഏറ്റെടുത്തു. മിഴാവിന്റെ ഭൂപ്രദേശത്തെ അടയാളപ്പെടുത്തിക്കൊണ്ടാണ് മാസ്റ്റർ അതിന് തുടക്കമിട്ടതും.

തലശ്ശേരിയിൽ നിന്ന് ഏകദേശം നാല്പ്പത്തിനാല് കിലോമീറ്റർ മാറി കിഴക്ക് പടിഞ്ഞാറ് ഭാഗത്തായാണ് മിഴാവ്കുന്ന്. ചരിത്രവും ഐതിഹ്യവും കാട്ടുവള്ളികൾ പോലെ കെട്ടുപിണഞ്ഞു കിടക്കുന്നയൊരിടം.

പുരളിമലയുടെ വടക്കേ ചെരിവിലെ താഴ്ഭാഗത്തായി ഏതാണ്ട് ഒത്ത നടുവിലാണ് ഈ പ്രദേശം. ഒരറ്റം തില്ലങ്കേരിയിലും മറ്റൊരറ്റം മുരിങ്ങോടിയിലുമായി അതിരുകൾ തീർക്കും.

പുരളിമലയിലെ ഹരിശ്ചന്ദ്രകോട്ടയിൽ തപസ്സികൾ പ്രാർത്ഥനയിൽ കഴിഞ്ഞു വന്നൊരു കാലമുണ്ടായിരുന്നെന്നും അന്നവർ ഉപേക്ഷിച്ചു പോയ മിഴാവുകളിലൊന്ന് മുത്തപ്പൻ തന്റെ പര്യടനകാലത്ത് തട്ടിയെറിഞ്ഞ്, അത് വന്നു വീണയിടം മിഴാവ്കുന്നായെന്നും പതിറ്റാണ്ടുകൾക്കുമുന്നേ ചാത്തനും, അതിനുശേഷം ചാത്തന്റെ മോൻ കുഞ്ഞിചാത്തനും പിന്നീട് പൊക്കൻ മൂപ്പനും ഒടുക്കം ജീവനുള്ള അടിയാൻ കേളനും ചായകിട്ടനും, കരിപ്പായി മന്ദനും തുടങ്ങി പലരും പറഞ്ഞു പോരുന്നു.

മുരിങ്ങോടിയിൽ നിന്നുള്ള തുടക്കം ആനക്കുഴി എന്നാണറിയപ്പെടുന്നത്. ആനകൾക്ക് വേണ്ടി കുഴിയൊരുക്കുന്നയിടമായിരുന്നു അതെന്ന് തലമൂത്തവർക്ക് അറിയാം. അവിടെ നിന്ന് തിരികെ നടന്നാൽ ആദ്യം മേലെ അരിച്ചലും പിന്നെ താഴെ അരിച്ചലുമായി. മുത്തപ്പന്റെ ആരൂഢസ്ഥാനങ്ങളിലൊന്നാണ് അരിച്ചൽ പ്രദേശം. മലയുടെ അടിവാരത്തോട്

ചേർന്ന് മടപ്പുരയുണ്ട്. പടർന്നു പന്തലിച്ച മരങ്ങളും കാട്ടുവള്ളികളും അതിനു മുകളിൽ ഒരു പച്ചയാകാശമായി നില്ക്കുന്നു. മടപ്പുരയിൽ നിത്യവും തിരി തെളിയുകയും മിഴാവ്കുന്നുകാർ രക്ഷനേടി സന്ധ്യാനേരങ്ങളിൽ വന്ന് തൊഴുകയും ചെയ്യും. മുത്തപ്പന്റെ ഐതിഹ്യം പറയുന്ന പട്ടോല വായനയിൽ അരിച്ചൽ മുറ്റമെന്നാണ് ആ സ്ഥാനത്തിനെ ചൊല്ലി വിളിക്കുക.

അരിച്ചലും കടന്നാൽ പിടിയൊതുങ്ങാത്ത കൂറ്റൻ വരിക്കപ്ലാവുള്ള ചുറ്റുവട്ടം കാക്കപ്പിലാവായി. ഒരു പ്രദേശമാകെ പരന്നു കിടക്കുന്ന പാറയുള്ളയിടം പാറപ്പുറവും, അതിനോടു ചേർന്ന് നരികൾക്ക് ആലയൊരുക്കുന്നയിടത്തിന് നരിയാലപ്പൊയിലെന്നും പേരു വന്നു. നൂറ്റാണ്ടുകൾക്ക് മുന്നെ അറുപത്തിനാല് ഇല്ലങ്ങൾ നിലനിന്നിടം ഗ്രാമം എന്ന് തന്നെയാണ് അറിയപ്പെടുന്നത്. അവിടെ നിന്നും അല്പം മാറി അമ്പലത്തിന്റെ അവശിഷ്ടങ്ങളുള്ളയിടം അമ്പലക്കണ്ടിയും, പിന്നെ കുട്ടങ്ങാടും, മിഞ്ചാരത്തും, പറപ്പള്ളിയും, ചാപ്പയും, കാട്ട്യാലും, കരിമ്പിലോടും, കാനത്തും, നെയ്യളവുമൊക്കെ കല്ലുമാലയിലെ മുത്തുകൾ പോലെ മിഴാവ് കുന്നിൽ തൊട്ടു തൊട്ടു നിന്നു. പടിഞ്ഞാറ് ഭാഗം കുമാരധാരയും, ഗുണ്ഡികയും, അക്കരമ്മലും, കുളവങ്ങോടും, കോളിയാങ്കലും കടന്ന് തില്ലങ്കേരിയോട് ചേർന്ന മുടക്കോഴിയിലാണ് മിഴാവുകുന്ന് ഏതാണ്ട് പൂർണ്ണമാവുക.

വായനശാലയിലേക്ക് കയറി വന്ന ഗോപാലൻകുട്ടിയെ കണ്ടതും മാസ്റ്റർ നിറഞ്ഞ് ചിരിച്ചു.

'കൊണ്ടുപോയ പുസ്തകം എങ്ങനുണ്ട് ഗോപാലൂട്ടി ?'.

'കഴിയ്ന്ന വെരെ താഴെ വെക്കാൻ തോന്നീല്ല മാഷേ'

അത് കേട്ട് മാസ്റ്റർ തല ചലിപ്പിച്ചു. പിന്നെ ഇടുങ്ങിയ മുറിയിൽ നിന്ന് പുറത്തിറങ്ങി ഗോപാലൻകുട്ടിക്കായി സൗകര്യമൊരുക്കി.

നിരത്തി വെച്ച പുസ്തകങ്ങൾക്കിടയിൽ ഗോപാലൻകുട്ടിയുടെ കണ്ണുകൾ ഇഴഞ്ഞു. ഒടുക്കം ചുവന്ന പുറംചട്ടയുള്ള ഒന്നിലേക്ക് അയാൾ വിരല് തൊട്ടു.

5. കേളനും പാമ്പും

കുഞ്ഞമ്പുആശാരി മൊഴക്കോലും പണിസഞ്ചിയും തൂക്കി പുരയിൽ നിന്ന് ഇറങ്ങുമ്പോൾ കല്യാണി പിന്നിൽ വന്നു പറഞ്ഞു.

'ചായേന്റെ പൊടി തീർന്ന്. നെരത്ത്ന്ന് കൊറച്ച് കാപ്പിതൊണ്ട് കിട്ടോന്ന് നോക്ക്'.

അയാൾ കെട്ട്യോൾക്ക് മുഖം കൊടുക്കാതെ ഒന്നു മൂളുക മാത്രം ചെയ്തു. നടയിറങ്ങി നേരെ ഇടവഴി കടന്ന് മൂത്തേടത്ത് കുമാരന്റെ വയൽ വരമ്പിലൂടെ നീങ്ങുമ്പോൾ കാപ്പിത്തൊണ്ട് വാങ്ങാനുള്ള അണ എങ്ങനെ കണ്ടെത്തും എന്ന ചിന്തയായിരുന്നു അയാളിൽ. ദാമുവിന്റെ മുറ്റം വരെ അത് നീണ്ടുനില്ക്കുകയും ചെയ്തു.

കുഞ്ഞമ്പു ആശാരി ചെല്ലുമ്പോൾ പുരയോട് അല്പം മാറിയുള്ള ഓല ചായ്പ്പിൽ നിന്ന് മുഖത്തെ വിയർപ്പൊപ്പി അടുപ്പിലെ വലിയ ചീനച്ചട്ടിയിലേക്ക് ആട്ടിയ വെളിച്ചെണ്ണ ഒഴിക്കുകയായിരുന്നു ദാമു. കുഞ്ഞമ്പു ആശാരിയെ കണ്ടതും പുക കൊണ്ട് കരുവാളിച്ച കൺപോളകൾ വിടർത്തി ദാമു ചിരിച്ചു. രണ്ടാൾക്ക് കഷ്ടിച്ച് ഇരിക്കാൻ കഴിയുന്ന ബെഞ്ചിനെ ചൂണ്ടി അയാൾ ആംഗ്യം കാട്ടി.

എണ്ണ ചൂടാകുന്നതിനിടെ എള്ള് കൂട്ടി കുഴച്ച മാവിനെ ചില്ലുകുപ്പി കൊണ്ട് വീതി കൂടിയ പലകയിൽ ഇട്ട് ദാമു പരത്താൻ തുടങ്ങി.

ആ ചെയ്തികൾ അല്പനേരം വീക്ഷിച്ച് ദാമുവിന്റെ പൊതിക്കെട്ടിൽ നിന്ന് കുഞ്ഞമ്പു ആശാരി ഒരു വെത്തില കൈയിലെടുത്തതും സുലോചന ചോദ്യത്തോടെ മുന്നിലേക്ക് വന്നു.

'കുഞ്ഞമ്പേട്ടനെ കൊറച്ചീസായല്ലോ ഇങ്ങോട്ട് കണ്ടിറ്റ്'

കുഞ്ഞമ്പു ആശാരി മറുപടി ഒരു ചിരിയിലൊതുക്കി.

'കല്യാണേച്ചിക്ക് സൊഖല്ലേ കുഞ്ഞമ്പേട്ടാ?'

അവൾ പാവാടത്തുമ്പ് മുകളിലേക്കുയർത്തി അരയിൽ ചെരുതി.

'ഓക്ക് സൊഖത്തിന് എന്നാ മോളേ കൊറവ്, നയിച്ച് കൊണ്ടരാൻ ഞായൻ ഇണ്ടല്ലോ'

അയാൾ പിന്നെയും ചിരിച്ചു.

'എന്തിനാണേ ഞി ഈ പൊക കൊള്ളാൻ ഇങ്ങോട്ട് ബന്നിന്, ആത്തിർന്നാ പോരേ '?

അടുപ്പിലേക്ക് ചെറിയൊരു വിറകുക്കുട്ട തിരുകിക്കയറ്റുന്നതിനിടയിൽ ദാമു സുലോചനയെ നോക്കി.

'ഞായൻ കല്ല്യാണേച്ചീന്റെ വെവരം അറിയാൻ ബന്നയല്ലേ '?

അവൾ മുഖം വീർപ്പിച്ചു.

ദാമു എഴുന്നേറ്റ് ദേഹത്തെ വിയർപ്പൊപ്പി.

'വേലും പൊകേം കൊണ്ട് ഇന്റെ നെറം പോയാല് ഞായൻ ഒയലും, ഇന്നെയനക്ക് മുന്തിയെടത്ത് അയക്കണ്ടയാ അതോർമ്മ ബേണം'

അതുകേൾക്കേ സുലോചനയുടെ ഉള്ളിലൊരു നിഴലുവീണു. മുഖം താഴ്ത്തി അവൾ പുരയുടെ നേർക്ക് നീങ്ങി.

വെത്തിലയുടെ വാലറ്റം നുള്ളി കുഞ്ഞമ്പു ആശാരി നെറ്റിയുടെ ഇടത് ഭാഗത്ത് ചേർത്തു.

ഞരമ്പ് ചുരണ്ടിക്കളഞ്ഞ വെത്തിലയിൽ നൂറ് തേച്ചു കൊണ്ട് അയാൾ സുലോചന പോയ വഴിയിലേക്ക് ശ്രദ്ധ തിരിച്ചു.

'അല്ല ദാമു, ഓക്കിപ്പം വയസ്സ് എത്രയായി.?'

'ബെർന്ന മകരത്തില് പതിനേഴ് '

പരത്തിയ മാവിൽ വലിയൊരു പാത്രം ചേർത്ത് വച്ച് ദാമു കത്തി മുന വച്ച് വരഞ്ഞു. പൂർണ്ണ ചന്ദ്രനെ പോലെ വട്ടയുടെ രൂപം മാറി. തിളച്ച എണ്ണയിൽ അവയൊന്നൊന്നായി വന്ന് വീണു.

'അപ്പം മ്മക്ക് ഒരെല ചോറ് തെരണ്ട കാര്യം ഇപ്പത്തന്നെ വൈകീന്നർത്ഥം.

കുഞ്ഞമ്പു ആശാരി അല്പം പുകയില കൂടി വായിൽ തിരുകി.

'ഉം'.

ദാമു അതിനോട് നേർത്ത് മൂളി.

ചായ്പ്പിൽ നിന്ന് തല പുറത്തേക്കിട്ട് മുറുക്കാൻ നീര് ദൂരേക്ക് നീട്ടിത്തുപ്പി കുഞ്ഞമ്പു ആശാരി ഉള്ളം കൈകൊണ്ട് ചുണ്ട് തുടച്ചു.

'ഇനിക്കാ ചീരനെ ഒന്ന് കണ്ട് നോക്കറേനോ.'

'ബേണം കുഞ്ഞമ്പേട്ടാ, കൊറച്ച് പൊന്നിന്റെ ഉറുപ്പിക കൂടി ഇണ്ടാക്കണം, എന്നിറ്റ്'

ഒരു നിമിഷം പുരയുടെ വടക്ക് ഭാഗത്ത് ഉയർന്നു നില്ക്കുന്ന മൺകൂനയ്ക്ക് നേരെ നോട്ടമയച്ച് ദാമു തുടർന്നു.

'അച്ഛൻ അവസാനായിറ്റ് എന്റെ ഈ കൈ പിടിച്ചിറ്റ് പറഞ്ഞ ഒര് വാക്ക്ണ്ട്, സുലു പെണ്ണിനെ ഇഞ്ഞി നന്നായിറ്റ് നോക്കണംന്ന്.'

ദാമുവിന്റെ കണ്ണിൽ സ്നേഹത്തിന്റെ നീരുറഞ്ഞു.

'ഓളെ ഞായൻ ഇന്നാട്ടിലൊന്നും അയക്കൂല, മുന്തിയൊരിടം കണ്ടെത്തും. ഇല്ലേൽ ഓക്ക് പിറ്റൂസം മൊതല് കോങ്കത്തീം കൊണ്ട് എറങ്ങേണ്ടി ബെരും, അതെനക്ക് സയിക്കൂല'.

പറഞ്ഞ് നിർത്തി അരിപ്പയുള്ള കൈയിൽകൊണ്ട് ദാമു വട്ട കോരി. വട്ടത്തിൽ മുറിച്ചെടുത്ത ശേഷം ബാക്കി വന്ന പരത്തിയ മാവ് കത്തി കൊണ്ട് വരഞ്ഞ് ചെറിയ കഷ്ണങ്ങളാക്കി എണ്ണയിലേക്കിട്ടു.

അരനാഴിക കഴിഞ്ഞ് കുഞ്ഞമ്പു ആശാരി മുറുക്കാൻ ചണ്ടി തുപ്പി ചാപ്പയിൽ നിന്ന് ഇറങ്ങി.

പണിയില്ലാത്ത ദിവസങ്ങളിലും ആയുധങ്ങളും താങ്ങി അയാൾ അധിക പുരകളിലൂടെയും ഇങ്ങനെ നടക്കും. ഒരു കയില് കുത്താനോ ഒ

രു *കൊരണ്ടി തീർക്കാനോ ഒത്താൽ സന്തോഷത്തോടെ ചെയ്യും.

പാടവരമ്പിലേക്ക് ഇറങ്ങുമ്പോൾ അൻപതിലെ ഓർമ്മകൾ കുഞ്ഞമ്പു ആശാരിയെ വന്നു ചുറ്റിപ്പിണഞ്ഞു നിന്നു.

ജീവിതത്തിലെ ഏറ്റവും നല്ല സമയം ഏതാണെന്ന് ചോദിച്ചാൽ അയാൾക്ക് ഒരുത്തരമേയുള്ളു.

'അയ്മ്പത് കാലം'

അൻപത്തിയേഴ് വന്ന് പോയിട്ടും, നാടിനകത്ത് മാറ്റത്തിന്റെ അനക്കങ്ങൾ കണ്ടിട്ടും കുഞ്ഞമ്പുആശാരി മാത്രം അൻപത് തന്നെയെന്ന് ആവർത്തിച്ചു കൊണ്ടിരുന്നു.

എന്നാൽ ആ നല്ല കാലത്തിന്റെ നിഴലനക്കം പോലും ഇന്ന് തന്റെ ജീവിതത്തിലേക്ക് എത്തി നോക്കാറേയില്ല എന്ന ചിന്ത അയാളിൽ ഒരു നെടുവീർപ്പായി മാറി.

രണ്ട് പാടങ്ങളെ തമ്മിൽ അതിരു തീർത്തൊഴുകുന്ന ചെറുതോടിനെ കവച്ചു വയ്ക്കുന്നതിനിടയിൽ പഴയ ഓർമ്മകളുടെ ചുറ്റഴിച്ച് അയാൾ മൊഴക്കോലിനെ ഒന്നു വട്ടം കറക്കുകയും ചെയ്തു.

വയലും തെങ്ങിൻ തോപ്പും കടന്ന് കിട്ടന്റെ ചായപ്പീടിക ലക്ഷ്യമാക്കി കുഞ്ഞമ്പുആശാരി നീങ്ങി.

ആ സമയം പീടികയിലെ പഴയ ബെഞ്ചിലിരുന്ന് കൊല്ലൻ രാഘവൻ കൈയിലെ ചീട്ട് വിടർത്തി. കരിപ്പായി മന്ദൻ ചീട്ട് മേശയിലേക്ക് ആഞ്ഞെറിഞ്ഞതും ചായ ഗ്ലാസിൽ പഞ്ചസാര കോരിയിടുന്നത് നിർത്തി കിട്ടൻ ഒച്ചയെടുത്തു.

'മെല്ലെ ഇടടോ, അയി മേശക്ക് ബെല്ല്യ ഉറപ്പൊന്നൂല്ല.'

അച്ഛൻ ചിണ്ടൻ മൂപ്പൻ കച്ചവടം തുടങ്ങുമ്പോൾ പണിയിപ്പിച്ചതാണ് ആ മേശ. അച്ഛനിൽ നിന്ന് അതേറ്റു വാങ്ങിയ ശേഷം കിട്ടൻ കുഞ്ഞമ്പു ആശാരിയെ കൂട്ടി ഒന്ന് രണ്ട് തവണ മേശയുടെ ഇളക്കം തീർത്തതാണ്. പല തവണ പാറോംചപ്പ് കൊണ്ട് ഉരച്ച് വെളുപ്പിച്ചതാണ്. എങ്കിലും മേശ പ്രായാധിക്യത്തിന്റെ ചില ലക്ഷണങ്ങൾ കാട്ടുന്നുണ്ട്.

കിട്ടന്റെ വാക്ക് കേട്ടതായി പോലും ഭാവിക്കാതെ മന്ദനൊപ്പം കുഞ്ഞൂട്ടി പെരുവണ്ണാനും ഒതേനൻ അഞ്ഞൂറ്റാനും മഞ്ഞളിന്റെ നിറം മങ്ങാത്ത കൈകളോടെ ചീട്ട് കളിയിൽ ഭാഗമായി. കേളനും, കോടാലി ചന്തുവും കാഴ്ച്ചക്കാരായി നിന്നു. ചന്തുവിന്റെ ചുണ്ടിൽ നിന്ന് ബീഡിപ്പുക നിർത്താതെയൊഴുകി.

കാനത്ത് വയലിന്റെ കരയോട് ചേർന്നാണ് കിട്ടന്റെ പീടിക. ചുറ്റിലും ഓല മെടഞ്ഞ് കുത്തി നിർത്തി ഒരുക്കിയ ഒന്ന്. ചിണ്ടൻ മൂപ്പന്റെ

*ഇരിക്കുന്ന പലക

കാലത്തും ചായപ്പീടികയുടെ രൂപം അതു തന്നെയായിരുന്നു. കിട്ടൻ അതേറ്റെടുത്ത് അച്ഛന്റെ കാലത്തുള്ള വെറും ചായക്ക് പകരം പുട്ടും പഴവും അവിലും പപ്പടവും കൂടി വില്പ്പന നടത്തി എന്നുമാത്രം.

'അല്ല ആശാരി, ഇങ്ങളെ മൊയക്കോലിന് ഇപ്പം പണി കൊറവാ '

കുഞ്ഞമ്പു ആശാരിയെ കണ്ടതും കേളൻ ഒരു ചെറുചിരി പാസാക്കി.

'ഇന്നെപ്പോലെ മ്മള് മുത്തപ്പന്റെ അട്ത്ത ആളല്ലല്ലോ, *ഒയില്ച്ച കൂടെ ഇണ്ട്.'

കുഞ്ഞമ്പുആശാരി പണിയായുധം ഒരു മൂലയിൽ ഒതുക്കി വെച്ചു.

'മുത്തപ്പൻ എല്ലാറെയും അല്ലേ'.?

മറുപടി വന്നത് ഒതേനൻ അഞ്ഞൂറ്റനിൽ നിന്നാണ്. ഒപ്പം അയാൾ ദൈവത്തിന്റെ ചിരി ചിരിക്കുകയും ചെയ്തു.

'ധനു തുടങ്ങിയാൽ കേളനും, ഒതേനനും, കുഞ്ഞൂട്ടിക്കും തിരക്കോട് തിരക്കായില്ലപ്പാ '

കോടാലി ചന്തു ഒരു ബീഡിക്ക് കൂടി തീ കൊടുത്തു.

ധനുമാസത്തിലാണ് മടപ്പുരകളിലും കാവുകളിലും ഉത്സവങ്ങളുടെ തിരി തെളിയുന്നത്. ധനു രണ്ടിന് കുന്നത്തൂർ പാടിയിൽ നാല്പ്പത് ദിവസം നീണ്ടു നില്ക്കുന്ന തിരുവപ്പനയ്ക്ക് തുടക്കമായാൽ മുത്തപ്പന്റെ വിവിധ സ്ഥാനങ്ങളിലെ ഉത്സവങ്ങൾ കഴിഞ്ഞ് അരിച്ചൽ മുറ്റത്തേക്കെത്തും.

അവിടുത്തെ കോമരമാണ് അടിയാൻ കേളൻ. പന്ത്രണ്ടാം വയസ്സിൽ തുടങ്ങിയത് അൻപതിലും ചിട്ടതെറ്റാതെ അയാൾ മുത്തപ്പന്റെ കൂടെ നിന്ന് ചെയ്യുന്നു.

എഴുത്തും വായനയും പഠിക്കാൻ അവസരം ഉണ്ടായില്ലെങ്കിലും മുത്തപ്പന്റെ ഐതിഹ്യം പറയുന്ന പട്ടോല വായന ഒരക്ഷരം തെറ്റാതെ കേളൻ ചൊല്ലും. പാമ്പിന്റെ വിഷമേൽക്കാത്ത അടിയാൻ കുടുംബമാണ് കേളന്റേതെന്ന വിശ്വാസവും കനത്തു നിന്നിരുന്നു.

ചോദിക്കുന്നവരോടൊക്കെ അയാൾ നൂറ്റാണ്ടുകൾ പഴക്കമുള്ള ആ കഥ പറയും.

അരിച്ചൽ മുറ്റത്ത് കോമരസ്ഥാനം മരുമക്കത്തായ പ്രകാരമാണ്. ഒരു കാലം അരിച്ചൽ മുറ്റത്തിന്റെ കുന്നിൻ പുറത്തൊരു കാട്ടുതീ പടർന്നു കയറി. അന്നത്തെ കർമ്മി അടിയാന്റെ മുന്നിൽ പെട്ടെന്ന് ഒരു പാമ്പ് പ്രത്യക്ഷപ്പെട്ട് വഴി തടഞ്ഞു. ഭയപ്പെട്ടുപ്പോയ അടിയാൻ മറ്റൊരു വഴിയിലൂടെ നീങ്ങാൻ ശ്രമിച്ചെങ്കിലും പാമ്പ് അവിടെയും പത്തി വിടർത്തി. അടിയാൻ മാറി നടക്കാൻ ശ്രമിക്കുമ്പോഴൊക്കെയും പാമ്പ് അതു

*ഒയില്ച്ച - പ്രയാസം

തന്നെയാവർത്തിച്ചു.

പാമ്പ് തന്നെ കടിക്കാനല്ല മറ്റെന്തിനോ വഴി തടയുന്നതാണെന്ന് അടിയാന് മനസ്സിലായി.

അയാൾ മനുഷ്യന്റെ ഭാഷയിൽ തന്നെ പാമ്പിനോട് ചോദിച്ചു.

പാമ്പ് പത്തി മടക്കി വേഗത്തിൽ ഇഴഞ്ഞു. തന്നെ എവിടേക്കോ വിളിക്കുകയാണെന്നയറിവിൽ അടിയാൻ അതിനെ പിന്തുടർന്നു.

പാമ്പ് കുന്നിൻ മുകളിലേക്കാണ് കയറിയത്. ദൂരെ നിന്നും അടിയാൻ കാട്ടു തീ കണ്ടു. ഉണങ്ങിയ മരക്കുറ്റിയുടെ അടുത്ത് പാമ്പ് പത്തി വിടർത്തി അയാളെ നോക്കി.

മരത്തിന്റെ ചുവട്ടിൽ പത്തു പതിനഞ്ചോളം മുട്ടകൾ. അടിയാന് കാര്യങ്ങളെല്ലാം മനസ്സിലായി. കാട്ടുതീ മരക്കുറ്റിയെ തൊടാനായി കഴിഞ്ഞിരുന്നു. വലിയൊരു ഇലയിലേക്ക് മുട്ടകളെല്ലാം എടുത്ത് വച്ച് അടിയാനും പിന്നാലെ പാമ്പും കാട്ടുതീക്ക് മുൻപിലോടി. മടപ്പുരയോട് ചേർന്ന നീർച്ചാലിന്റെ കരയിൽ മുട്ടകൾ സുരക്ഷിതമായി.

പാമ്പ് തലയുയർത്തി പതുക്കെ കൂട്ടത്തിലെ മുട്ടകളൊന്ന് ഉരുട്ടി അടിയാന്റെ മുന്നിലേക്കിട്ടു. അത് തനിക്ക് തന്നതാണെന്ന് തിരിച്ചറിഞ്ഞ് മുട്ടയുമായി അയാൾ കുടിയിലെത്തി. നടന്ന കഥകളൊക്കെ അടിയാത്തിയോടും കുട്ടികളോടും പറഞ്ഞു.

നേർത്ത ഭയത്തോടെയാണെങ്കിലും വരുന്നതെല്ലാം ഒരുമിച്ച് നേരിടാം എന്ന മട്ടിൽ എല്ലാവരും മുട്ട പങ്കിട്ടു കഴിച്ചു.

ആ സമയം ഇനി നിന്റെ കുലത്തിലെ ആർക്കും പാമ്പിന്റെ വിഷമേറ്റാൽ മരണം സംഭവിക്കില്ലാന്ന് ഒരശരീരി അടിയാൻ കേട്ടുവത്രേ.

പാമ്പിന്റെ കടിയേറ്റാൽ അതിന് തൊട്ടു മുകളിലായി ചുണ്ണാമ്പു കൊണ്ട് ഒരു വളയിട്ട്, മൂന്ന് സേർ നെല്ലും അരമുറി തേങ്ങയും തലക്കുത്തിൽ വെച്ച് വിഷമേറ്റ കാര്യം ആരോടും പറയാതെ നിവർന്നു കിടക്കുക കൂടി വേണം.

പറഞ്ഞ് തീർത്ത് വലതുകാലിന്റെ പെരുവിരലിന് മൂർഖന്റെ കടിയേറ്റ ഭാഗം കാട്ടി വിഷമിറക്കാൻ പോലും പോകേണ്ടി വന്നില്ലാന്ന് കേളൻ കൂട്ടിച്ചേർക്കും.

ഗ്ലാസിലെ അവസാന ചായത്തുള്ളിയും നുണഞ്ഞ് ഇത്തവണ മന്ദന്റെ കൈയിൽ നിന്ന് ഒരു വെത്തില വാങ്ങി ഞരമ്പ് ചുരണ്ടി കുഞ്ഞമ്പു ആശാരി ചുണ്ണാമ്പ് തേച്ചു. കുഞ്ഞൂട്ടി പെരുവണ്ണാനും ആശാരിക്ക് കൂട്ടു ചേർന്നു. കെട്ടിൽ നിന്ന് അല്പം പുകയിലയെടുത്ത് പകുതിയാക്കി കുഞ്ഞൂട്ടിക്ക് നേരെ നീട്ടുന്നതിനിടയിൽ കുഞ്ഞമ്പു ആശാരി ചോദിച്ചു..

'ഈ അഞ്ഞൂറ്റാൻമാര് അന്നാ കളി കളിച്ചില്ലേൽ ഇങ്ങള് തിരുവപ്പന ആടേണ്ട മുറ്റമല്ലേനാ കുഞ്ഞൂട്ടി അരിച്ചല്'

ചോദ്യം കേട്ട് കുഞ്ഞമ്പു ആശാരിയെ അയാൾ രൂക്ഷമായി നോക്കി.

'ഇങ്ങളെന്തിനാ ആശാരി ഓാറെ ഇങ്ങനെ പൊകക്ക്ന്ന്'

അവർക്കിടയിലേക്ക് പഴുത്ത ഇരുമ്പിൽ ചുറ്റിക കൊട്ടും പോലെ പറഞ്ഞ് കൊല്ലൻ രാഘവൻ ചിറിയൊന്ന് കോട്ടി.

അതോടെ കൈയ്യിലിരുന്ന ചീട്ട് ശക്തിയോടെ മേശയിലിട്ട് കുഞ്ഞൂട്ടി പെരുവണ്ണാൻ വയൽ വരമ്പിലൂടെ ഇറങ്ങി നടന്നു.

'അഞ്ഞൂറ്റാൻ ബന്നോണ്ട് ഈറ്റിങ്ങ്ളെ *ദെമ്മ് കൊറഞ്ഞ്, കുന്നത്തൂര് നാപ്പത് ദെവസോം അടിയാൻ വച്ച ഊട്ട് തൊട്ട് നോക്കാത്ത കൂട്ടങ്ങളാ'.

കുഞ്ഞൂട്ടി നീങ്ങിയ വഴിയിലേക്ക് നോക്കി അതു പറയുമ്പോൾ കേളന്റെ ചുണ്ടുകളും ശരീരവും വല്ലാതെ വിറയ്ക്കുന്നുണ്ടായിരുന്നു.

6. കറുത്ത പൊന്ന്

അൻപത്കാലം മിഴാവ്കുന്നിലാകെ മാറ്റത്തിന്റെ തിരി തെളിച്ചത് കുരുമുളക് വള്ളികളായിരുന്നു. ഇടുങ്ങിയ കട്ടച്ചുമരുകൾക്കുള്ളിലും കവുങ്ങ് ചീന്തി കുത്തിനിർത്തി ചളി കുഴച്ച് തേച്ചൊരുക്കിയ ഒറ്റമുറിക്കുള്ളിലും കാലങ്ങളായ് നീണ്ടു നിന്നിരുന്ന ഇല്ലായ്മകളുടെ നാളുകൾക്ക് അതോടെ നേർത്തൊരു അയവ് വന്നു.

വള്ളിത്തല കെട്ടലിൽ തുടങ്ങി മൂപ്പെത്തിയ കുരുമുളക് പറിച്ച് മെതിക്കലും, മരങ്ങളുടെ ഒഴിവുകളിൽ പുല്ല് ചെത്തിയൊരുക്കി കിളച്ച് നനച്ച് അടിച്ചൊതുക്കി ചാണകം മെഴുകി നിരനിരയായി കളമൊരുക്കുന്നതും, കളത്തിൽ കുരുമുളകിനെ കറുത്ത പൊന്നാക്കി മാറ്റി ഉടമസ്ഥരുടെ പുരകളിലെത്തിക്കുന്നതുവരെ ഒന്നു രണ്ടുമാസം വിശ്രമമില്ലാതെ പണി തരപ്പെട്ടു മിഴാവ്കുന്നുകാർക്ക്. ഒപ്പം പുരയ്ക്ക് ചുറ്റിലുമുള്ള നാലോ അഞ്ചോ കുരുമുളക് വള്ളികൾക്ക് പ്രതീക്ഷിച്ചതിലും ഉറുപ്പിക പാട്ടക്കാര് വഴിയുമെത്തി.

കുട്ടികളുടെ കൂട്ടമാവട്ടെ പറിച്ചൊഴിഞ്ഞ വള്ളികളുടെ ചുവട്ടിൽ നിന്ന് കുരുമുളക് പെറുക്കിയെടുത്ത് അസൈനാർച്ചയ്ക്ക് കൈമാറി ഓട്ടമുക്കാലിന്റെയും അരമുക്കാലിന്റെയും അവകാശികളായി.

ഒരു സൂര്യനെ പോലെ ഉദിച്ചുയർന്നത് മൂത്തേടത്ത് കുമാരനാണ്. അന്നുവരെ അയാളുടെ പേരിന് മുന്നിൽ മിഴാവ്കുന്നുകാർ ആണ്ടിയെന്ന വട്ടപ്പേരു കൂടി ചേർത്താണ് വിളിച്ചു പോന്നിരുന്നത്.

* ദെമ്മ്–അഹങ്കാരം

പാട്ടിയൻ കാർന്നോരുടെ എട്ടു മക്കളിൽ ഇളയവനാണ് കുമാരൻ. പാട്ടിയൻ കാർന്നോരുടെ മൂത്ത രണ്ട് ആൺമക്കൾക്കും ദിവസങ്ങളുടെ ആയുസ്സ് മാത്രമേ ഉണ്ടായിരുന്നുള്ളൂ. പിന്നെയും കൊല്ലങ്ങൾ കഴിഞ്ഞ് അഞ്ച് പെൺമക്കളുടെയും പിറവിക്ക് ശേഷമാണ് കുമാരന്റെ വരവ്.

അപ്പഗുരിക്കളിൽ നിന്ന് കുറച്ച് കാലം അക്ഷരം പഠിക്കാൻ പോയ ശേഷം അച്ഛന്റെ കൂടെ കുമാരനും ചേർന്നു. അണച്ച കോങ്കത്തി കൊണ്ട് കാടു വയക്കിയും ആവുംപോലെ കൈക്കോട്ടു കൊണ്ട് മണ്ണിൽ കിളച്ചും തുടങ്ങിയതാണ് അയാൾക്ക് മണ്ണിനോടുള്ള ബന്ധം.

അന്നൊക്കെ പാട്ടിയൻ കാർന്നോര് മൃദംഗശൈലേശ്വരി ക്ഷേത്രഭൂമിയാണ് വാരത്തിനെടുക്കാറ്. ഒരു തവണ വയലാകെ നെല്ല് വിളഞ്ഞ സമയം ആകാശം അപ്രതീക്ഷിതമായി കറുത്ത് പെയ്തു. വിളവിന്റെ വലിയൊരു ഭാഗം അതോടൊപ്പം പോയി. ആ കൊല്ലം വാരമളക്കാൻ ക്ഷേത്രത്തിലേക്ക് അച്ഛനൊപ്പം കുമാരനും ചെന്നു. ക്ഷേത്രത്തിന് പുറത്ത് വരെ മാത്രമേ പാട്ടിയൻ കാർന്നോരെ പോലുള്ളവർക്ക് ഇടമുണ്ടായിരുന്നുള്ളൂ.

അറപ്പുരയുടെ മുന്നിൽ നിന്ന് ഓരോ സേറിനും ഓരോ പിടി മാറ്റിവെച്ച് കാര്യസ്ഥന്റെ സഹായികൾ അളവ് തുടങ്ങി.

കൊണ്ടുപോയ നെല്ല് തീർന്നതും കാര്യസ്ഥൻ പാട്ടിയൻ കാർന്നോർക്ക് നേരെ തിരിഞ്ഞു.

'അളവ് തികയൂലാലോ പാട്ടക്കാരാ'

'പെട്ടന്ന്ള്ള മയ കൊണ്ടോയതാ, ആട്ന്ന് ഒരെളവ് തെരണം'.

പാട്ടിയൻ കാർന്നോര് നട്ടെല്ല് ഒന്നുകൂടി വളച്ചു.

'നിശ്ശയിച്ച വാരം ഇല്ലെങ്കി അടുത്തേന് കൂട്ടി അളന്നോ, അല്ലാണ്ട് വേറെ ഒരു മാർഗ്ഗോം ഇല്ലാ'.

കാര്യസ്ഥൻ ഒച്ചയിട്ടു.

അച്ഛൻ പിന്നെയും പിന്നെയും കൈകൂപ്പി കേഴുന്നത് കുമാരൻ ഒരു നീറ്റലോടെയാണ് കണ്ടു നിന്നത്. ക്ഷേത്ര കാര്യസ്ഥൻമാരിൽ നിന്ന് യാതൊരു ദയയും ഉണ്ടായില്ല. അളവിന് കൊണ്ടുപോയ നെല്ലും തലയിലേറ്റി തിരികെ നടക്കുമ്പോൾ നിറഞ്ഞൊഴുകുന്ന കണ്ണ് തുടയ്ക്കാൻ അച്ഛൻ പാടുപെടുന്നത് കുമാരന് കാണാമായിരുന്നു.

പിറ്റേക്കൊല്ലം പാട്ടിയൻ കാർന്നോര് ഇല്ലത്ത് നമ്പൂതിരിയെ ചെന്ന് കണ്ട് തൊഴുതു. നാലേക്കർ പറമ്പ് തന്റെ പേരിൽ മറുപാട്ടം എഴുതിച്ച് തള്ളവിരല് മഷി പുരട്ടി പതിപ്പിച്ചു.

'പന്ത്രണ്ട് ആണ്ടിൽ ഒരാണ്ടിലെ വിളവ് ഇല്ലത്തേക്ക് കൈമാറണം.

ഏക്കറിന് അഞ്ച് ഉറുപ്പികാ തോതിൽ കൊല്ലാക്കൊല്ലം പുറപ്പാടും നല് കണം'

വല്യ നമ്പൂതിരിക്ക് വേണ്ടി ഇല്ലത്തെ കാര്യസ്ഥൻ നിബന്ധന പറഞ്ഞപ്പോൾ പാട്ടിയൻ കാർന്നോര് തലയാട്ടി.

അന്നു മുതൽ കുമാരൻ ഒരു നേരം പോലും വെറുതെ ഇരുന്നില്ല. അച്ഛനൊപ്പം അയാൾ കാടു തെളിച്ചു. മണ്ണിളക്കി, വിത്ത് പാകി, വിളവെടുക്കാൻകൂടി.

പെൺമക്കള് അഞ്ചിനെയും ഓരോരോ കൈകളിൽ ഏൽപ്പിച്ചതിന്റെ മൂന്നാം കൊല്ലം പാട്ടിയൻ കാർന്നോര് കുമാരനെ വിട്ട് പോയി.

അച്ഛനെ മനസ്സിൽ ധ്യാനിച്ച് അയാൾ ഉള്ളയിടങ്ങളിലെല്ലാം നട്ടു നനച്ചു. പിന്നീട് മണ്ണുപുരളാത്ത വിയർപ്പ് പൊടിയാത്ത ദിനങ്ങളിൽ കുമാരന് ഉറക്കുപോലും നഷ്ടമാവുന്ന് പലരും തമാശയാക്കാറുണ്ടായിരുന്നുവെങ്കിലും അതിലുമൊരു സത്യമുണ്ടായിരുന്നു.

പുരയുടെ മുറ്റത്തിനപ്പുറം കല്ലുകെട്ടി തിരിച്ച് മണ്ണിട്ട് അയാൾ കരകൃഷി നടത്തി. ആദ്യകാലങ്ങളിൽ പുനംകൊത്താൻ ചാർത്തി വാങ്ങിയ ഇടങ്ങളിലെല്ലാം നെല്ലും മുത്താറിയും ചാമയും വിളവെടുത്ത ശേഷം അമ്പലക്കാട്ടിൽ നിന്ന് മുരിക്കിൻ കാല് കൊണ്ടുവന്ന് വള്ളി പടർത്തുമ്പോഴും പകല് വന്നു പോകുന്നതുവരെ മണ്ണിൽ വിയർപ്പൊഴുക്കുമ്പോഴും വരാനിരിക്കുന്നത് നല്ലൊരു കാലമാണെന്ന് കുമാരൻ ഒട്ടും നിനച്ചതല്ല. വള്ളികളിൽ കുരുമുളക് തിങ്ങി നിറഞ്ഞ് വന്ന കൊല്ലം തന്നെ വില കുതിച്ച് പൊന്തി. ചാക്കുകളിൽ കൊള്ളാതെ പനമ്പായ വട്ടത്തിൽ തുന്നി അതിൽ നിറച്ചു വച്ച കറുത്ത പൊന്ന് കുമാരനിലേക്ക് നോട്ടുകെട്ടുകൾ കൊണ്ടു വന്നു. ഏക്കറിന് നൂറ് രൂപ നിരക്കിൽ മൂന്നിടങ്ങളിലായി കണ്ണെത്താത്ത പാടം ജന്മിമാരുടെ കാര്യസ്ഥൻമാര് വഴി കുമാരൻ സ്വന്തമാക്കി. വയൽ ഉഴുതുമറിക്കാനും വിത്തിടാനും ഞാറുനടാനും കൊയ്യാനും സ്ഥിരം പണിക്കാരായി.

പതുക്കെ അറിയപ്പെടുന്ന തറവാട്ടു കാരണവരായി മാറിയ കുമാരനിലെ ആണ്ടിയെന്ന വട്ടപ്പേരിന് പകരം മൂത്തേടത്ത് എന്ന പേര് കയറി വന്നു.

മൂന്നാംകൊല്ലം മുതൽ പേട്ടയിൽ നിന്ന് കുരുമുളക് പറിക്കാൻ പുറംനാട്ടുകാർ പുരളിമലയിലെത്തി. വള്ളികളിൽ ഏണിമുള ചാരി ഗുളികനെ പോലെ അവർ ഒന്നിൽ നിന്ന് മറ്റൊന്നിലേക്ക് നൃത്തം വച്ചു. എട്ടുപത്തോളം പശുക്കൾ മൂത്തേടത്ത് കുമാരന്റെ പറമ്പിലെ കെട്ടിപ്പൊക്കിയ ആലയിൽ തലയുയർത്തി നിന്നു. പശുക്കളെ നോക്കാനും പുറംനാട്ടു

കാർ മാറി മാറി മിഴാവ്കുന്നിലെത്തി.

കുമാരനെ പോലെ തന്നെ കുരുമുളകിന്റെ വലിപ്പത്തിൽ ഉയർന്നു വന്നതാണ് ഉമ്മറ്ഹാജിയും. അയാൾ മിഴാവ്കുന്നിൽ വാസമുറപ്പിച്ച സമയമായിരുന്നു അത്. കൈയിലുണ്ടായിരുന്നതൊക്കെയും പോരാഞ്ഞ് ബീവിയുടെ പണ്ടവും കൂടി ചേർത്ത് സ്വരുക്കൂട്ടീയ ഉറുപ്പികയെല്ലാം അയാൾ കുരുമുളക് പാട്ടമെടുക്കാൻ ഇറക്കി.

അതുവഴി ഓരോ കൊല്ലവും നൂറിരട്ടി ലാഭം ഉമ്മറ്ഹാജിക്ക് പുരളിമല മടക്കി കൊടുത്തപ്പോൾ പലയിടങ്ങളിലായി പുതിയ മണ്ണ് സ്വന്തമാക്കി അയാളും കുരുമുളക് വള്ളികൾ നാട്ടി.

മരം ഈൗർച്ചക്കാരൻ അബുവിനും കൂട്ടാളികൾക്കും കുഞ്ഞമ്പു ആശാരിക്കും ശിഷ്യന്മാർക്കും വിശ്രമമില്ലാത്ത നാളു കൂടിയായിരുന്നു അത്. കുരുമുളകിന്റെ വില വാരത്തിന് മൂവായിരമായി ഉയർന്നപ്പോൾ ഓടിട്ട രണ്ട് തറവാടു മാളികയാണ് മിഴാവ്കുന്നിൽ തലയെടുപ്പോടെ പൊന്തിയത്. ഒപ്പം പലയിടങ്ങളിലായി പത്തായവും അഴിക്കട്ടിലും മേശയും കസേരയുമൊക്കെയായി തിരക്കോട് തിരക്ക്.

കൂറ്റൻ ആഞ്ഞിലിയും പ്ലാവും തേക്കുമൊക്കെ കോടാലി ചന്തുവാണ് മണ്ണിലേക്ക് വീഴ്ത്തുക. മരത്തിന്റെ ചുവട്ടിലേക്ക് ചന്തു മഴു ആഞ്ഞു വീശുമ്പോൾ അയാളുടെ ദേഹത്തെ മുഴച്ച് നിന്ന മസിലുകൾ ചെറുതായി ഉരുണ്ടു കളിച്ചു. ചുണ്ടിനറ്റത്തെ ബീഡിത്തുണ്ട് നിർത്താതെ എരിച്ച് അയാൾ ഒരു യന്ത്രം പോലെ പ്രവർത്തിച്ചു.

നിലത്തു വീഴ്ത്തിയ മരത്തെ ചന്തു തന്നെ സഹായിയേയും കൂട്ടി വട്ടവാളു കൊണ്ട് ആവിശ്യമുള്ള നീളത്തിൽ കഷ്ണങ്ങളാക്കും. അവിടേക്ക് ഈൗർച്ചക്കാരൻ അബുവും കൂട്ടരും വരികയായി. ഒരു മൺതിട്ടയോട് ചേർത്ത് സ്ഥാപിച്ച രണ്ട് മരക്കാലിൽ വിലങ്ങനെ മരത്തിന്റെ കുട്ടകൾ നിരത്തി വച്ച് അതിൽ പ്ലാവും തേക്കും ആഞ്ഞിലിയും ഉരുട്ടിക്കയറ്റും. കരി പൊടിച്ച് കുഴമ്പുപോലെയാക്കിയതിൽ നൂലു മുക്കി മരത്തടിയിൽ നേർവര അടയാളപ്പെടുത്തി കുഞ്ഞമ്പു ആശാരി എഴുതിയ കുത്തുളി പ്രകാരം അബു മുകളിലും കൂട്ടാളികൾ താഴെയും നിന്ന് നിളമുള്ള വാളുമായി ഈൗർച്ച തുടങ്ങും.

ഈൗർന്ന മരങ്ങൾ പണിക്കാർ തലച്ചുമടായി തറവാട്ട് വീട്ടിലെത്തിച്ചാൽ സമയവും നല്ല ദിനവും നോക്കി കുഞ്ഞമ്പു ആശാരി പുറപ്പെടും. കിഴക്കോട്ട് തിരിഞ്ഞ് നിലവിളക്ക് കൊളുത്തി നാക്കിലയിൽ അവിലും മലരും പഴവും വെല്ലവും തേങ്ങയും നിരത്തി. തുളസിയും അരിയുമെറിഞ്ഞ് തൊഴുത് ഗണപതിക്ക് വെക്കൽ കഴിഞ്ഞാവും അയാൾ ഉളി കൈ

യ്യിലെടുക്കുക.

ചിന്തേരിനറ്റത്ത് ശിഷ്യനെ കൊണ്ട് പിടിമുറുക്കി മരത്തടി വളവ് തീർത്ത് മിനുസപ്പെടുത്തി മട്ടം കൊണ്ട് മറച്ചൽ ഉണ്ടോന്ന് നോക്കി രണ്ട് തറവാട് വീടിന്റെയും പൂമുഖത്ത് മൺചാരി കട്ടിളയും ജനലും കുഞ്ഞമ്പു ആശാരി തീർത്തു. നാലഞ്ച് കൊല്ലം ദിവസം ഒരു രൂപ കൂലി നിരക്കിൽ ആഴ്ച്ചയിൽ ഏഴ് ഉറുപ്പിക അയാളുടെ കൈയിലേക്ക് വന്നു.

കല്യാണിയും കുട്ടികളും പട്ടിണി മറന്നു. ഓടിട്ട ഒരു ചെറിയ വീട് കെട്ടി 'ആശാരിമാരാരും നല്ല കട്ടിലിൽ ഉറങ്ങില്ലാന്നുള്ള വാമൊഴി പോലും കുഞ്ഞമ്പു ആശാരി തിരുത്തി.

ആ കാലത്ത് നിന്ന് കൊല്ലം പതിനാലു കഴിയുമ്പോൾ ആഴ്ച്ചയിൽ ഒന്നോ രണ്ടോ പണി തരപ്പെടുത്താൻപോലും പെടുന്ന പാട് കുഞ്ഞമ്പു ആശാരിക്ക് മാത്രമേ അറിയൂ. അതു കൊണ്ടു തന്നെ ആ ഓർമ്മകൾ അയാളുടെ നേർക്ക് വരുമ്പോൾ കുഞ്ഞമ്പുആശാരി വഴി മാറി നടക്കും.

എങ്കിലും മിഴാവ്കുന്നിലെ ഏറിയ പേരിലും കുരുമുളക് വള്ളികൾ തീർത്ത മാറ്റം അപ്പോഴും തുടർന്നു പോന്നു.

വള്ളികളിൽ കോച്ചിലിന്റെ തിരി വിരിയുമ്പോൾ മിഴാവ്കുന്നുകാരുടെ ഉള്ളിലും പ്രതീക്ഷകളുടെ തളിരുകൾ തലനീട്ടും.

പലചരക്ക് പീടികയിലും, ചായപ്പീടികയിലും തീർക്കാനുള്ള പറ്റിനെ കുറിച്ച് മനസ്സിൽ കൂട്ടിയും കുറച്ചും എഴുതും. ആണ്ടിൽ പുരപുതയ്ക്കാനുള്ള വീതം ഭദ്രമായി നീക്കിവെയ്ക്കും. ഓണത്തിനും വിഷുവിനും കുപ്പായത്തുണി വാങ്ങിയതിന്റെ കടം നമ്പീശന്റെ തുണിപ്പീടികയിലെത്തി കൈമാറും. അരിച്ചൽ മുറ്റത്തെ ആണ്ടുത്സവത്തിനും വിശേഷ ദിവസങ്ങളിൽ സദ്യയൊരുക്കാനുമൊക്കെ വള്ളികളിൽ വിടരുന്ന കറുത്തപൊന്നിനെ തന്നെ പലരും ആശ്രയിച്ചു.

ഒരു ദിവസം നിരത്തിൻമേലെ ബീഡിക്ക് കൈ നീട്ടിയ കോടാലി ചന്തുവിനോട് കച്ചവടക്കാരൻ അസൈനാർച്ച ചോദിച്ചു.

'കായ് എത്രയായയീന്ന് ബല്ല പുടിയും ഇണ്ടാ ഇനിക്ക്' ?

കോടാലി ചന്തുവിന്റെ മറുപടി വേഗത്തിൽ വന്നു.

'എത്രയായാൽ എന്നാ മാപ്പ്ളേ, വള്ളിമേല് തിരി വിരിഞ്ഞ് തൊടങ്ങിയത് ഇങ്ങള് കാണ്ന്നില്ലേ? ഇനി ഏറിയാ ഒരായിച്ച, ഉമ്മറ്ഹാജി തര്ന്ന ഉറുപ്പിക തേച്ചും ഇങ്ങക്ക് ഇള്ളയാ '

'ഉം'.

അസൈനാർച്ച ഒന്നമർത്തി മൂളി ബീഡിയും തീപ്പെട്ടിയും ചന്തുവിന് നേരെ നീട്ടി.

'അതെല്ലാം ശെരിയന്നെ, കായ് കിട്ടിയാ നേരെ ഇങ്ങ് എത്തിക്കാൻ മറക്കറ്'

ഒരു ബീഡിയെടുത്ത് ചുണ്ടിലേക്ക് ചേർക്കാൻ ഒരുങ്ങിയ ചന്തു അത് കെട്ടിലേക്ക് തന്നെ തിരുകി.

'ഇങ്ങള് എന്ത് ബർത്താനാ ഈ പറേന്ന് ? തെരൂന്ന് പറഞ്ഞിറ്റ് എപ്പേങ്കിലും അത് മാറീനാ?'

അസൈനാർച്ച മൗനിയായി നിന്നപ്പോൾ ചന്തു പിന്നെയും തിരക്കി.

'മാറീനാ മാപ്പ്ളേ?, മാറീനാ പറ? ' ?

അസൈനാർച്ച 'ഇല്ലാന്ന്' തല ചലിപ്പിച്ചു.

'ആ, അതാന്ന് മിഴാക്കുന്ന്കാര്..കടം മാങ്ങീറ്റ്ണ്ടേൽ വീട്ടിയിരിക്കും'.

കോടാലി ചന്തു ഒന്നു നിർത്തി രണ്ട് പുക ആസ്വദിച്ചെടുത്ത ശേഷം തുടർന്നു.

'അതിപ്പം ബിറ്റ് പെറുക്കേണ്ടി ബന്നിറ്റായാലും പട്ടിണി കെടന്നിറ്റായാലും'.

പൂർത്തിയാക്കുന്ന നേരം അയാളുടെ ശബ്ദം ഒന്നുകൂടി ഉറച്ചിരുന്നു.

7. മകരക്കൊയ്ത്ത്.

മൂത്തേടത്ത് കുമാരന്റെ കണ്ണെത്താത്ത നെൽപ്പാടങ്ങളിൽ വിളഞ്ഞു നില്ക്കുന്ന സ്വർണ്ണക്കതിരുകളെല്ലാം വെയിൽ നാളങ്ങളേറ്റ് തിളങ്ങി.

കണ്ടത്തിൽ മൂർച്ചക്കത്തിയുമേന്തി മാതുവും, മാധവിയും ഉൾപ്പെടെയുള്ള പെണ്ണുങ്ങളുടെ കൂട്ടം നിരന്നു.

കനത്ത വെയിൽച്ചൂടിലും പകലിന്റെ പകുതിയോടെ പതിമൂന്ന് കറ്റ വീതം സ്വന്തമായി മൂർന്ന് കെട്ടിയതിന് ശേഷമാണ് പലരും നടുനിവർത്തിയത്.

ശ്വാസമൊന്ന് നേരെയാക്കി തോട്ടിലിറങ്ങി ചിരട്ടയിൽ പച്ചവെള്ളം മുക്കി മാതു ദാഹമൊതുക്കി. പിന്നാലെ ഓരോരുത്തരായി വന്നു.

നാഴിക മൂന്നോടെ പെണ്ണുങ്ങളെല്ലാം പത്തൊൻപതും ഇരുപതും കറ്റകൾ മൂത്തേടത്ത് കുമാരന്റെ മുറ്റത്തേക്ക് ചുമന്ന് കൊണ്ടുപോയി. എണ്ണി തിട്ടപ്പെടുത്തിയ പന്ത്രണ്ട് കറ്റയ്ക്ക് ഒരു പൊതക്കറ്റ വീതം കുമാരൻ കൂലിയായി മാറ്റി വെച്ചു. ഒന്നരക്കറ്റയുമായി അധികപെണ്ണുങ്ങളും സ്വന്തം പുരയിലേക്ക് നീങ്ങി.

പെരുമലയന്റെ കുടിയിൽ നിന്ന് മൂർച്ചയുടെ രണ്ടാം ദിനമാണ് ചെറിയി മലയി കറ്റയേറ്റു വാങ്ങാൻ പാടത്തെത്തിയത്. മകരത്തിലും കന്നിയിലും മൂർച്ച നടക്കുന്ന നേരം മലയ കുടിയിലേക്കുള്ള അവകാശമാണ്

ഈ കറ്റയേറ്റു വാങ്ങൽ. ഇടവത്തിലും മകരത്തിലും കൃഷിയിറക്കുന്നതിന് മുൻപായി പാടങ്ങളിൽ എല്ലാ ദോഷങ്ങളും മാറിപ്പോകുന്നതിന് എഴുത്തോലപ്പനയിൽ മന്ത്രമെഴുതി കുത്തുന്ന ചടങ്ങുണ്ട് മിഴാവ്കുന്നിൽ. ഒരു പ്രദേശമാകെ അത് ചെയ്ത് വരേണ്ടത് പെരുമലയന്റെ കുടിയിൽ നിന്നാണ്. പ്രതിഫലമെന്നോണം വിഷുവിനും ഓണത്തിനും നല്കുന്ന അരിക്ക് പുറമെ ഓരോ കൊയ്ത്തിനും ഇത്ര പിടി കറ്റ അവർക്കായി നല്കും. മലയിയോ, മക്കളോ വയലിലെത്തി പ്രത്യേക പ്രാർത്ഥന ചൊല്ലിയാണ് അത് ഏറ്റുവാങ്ങുക.

ചെറിയി മലയിയെ കണ്ടതും അരിവാളുമേന്തി നിന്നവരെല്ലാം മൂർച്ച നിർത്തിവെച്ച് ചുറ്റും കൂടി. മിഴാവ്കുന്നിലെ പെണ്ണുങ്ങൾക്ക് ചെറിയി മലയി എന്നാൽ അത്രമേൽ പ്രിയപ്പെട്ടതാണ്. ഉള്ളിൽ ജീവന്റെ തുടിപ്പ് തൊട്ടറിയുന്നതുമുതൽ രണ്ടും രണ്ടിടത്താകും വരെയുള്ള ആശങ്കയുടെ ആ വലിയ നാളുകളിൽ ചെറിയി മലയിയുടെ സ്നേഹവും പരിചരണവും ആവോളം അനുഭവിച്ചവരാണവർ.

ഒരു കൂടപ്പിറപ്പിനോടെന്ന പോലെ പെണ്ണുങ്ങളെല്ലാം തൊട്ടും തലോടിയും വിശേഷങ്ങൾ തിരക്കി, ചെറിയി തിരിച്ചും. കുമാരൻ കുഞ്ഞാതിക്കൊപ്പം പാടത്തേക്ക് എത്തുന്നതുവരെ അവരത് തുടർന്നു.

'നോക്കാല്ലേ'?

തലയിൽ അലസമായി കെട്ടിയ തോർത്തഴിച്ച് തോളിലിട്ട് അരിവാളും വാഴനാരും കവുങ്ങിന്റെ ചുവട്ടിലൊതുക്കി കുമാരൻ മലയിക്ക് നേരെ തിരിഞ്ഞു.

ചെറിയി തലയാട്ടി.

അതോടെ ചുറ്റിലും നിന്ന പെണ്ണുങ്ങളെല്ലാം വീണ്ടും പാടത്തേക്കിറങ്ങി വിളഞ്ഞു നില്ക്കുന്ന ഓരോ നെൽക്കതിര് വീതം അവർ അരിഞ്ഞെടുത്ത് ചെറിയിക്ക് കൈമാറി. ആ കതിരുകളെല്ലാം ഒന്നായി ചേർത്ത് കിഴക്ക് തിരിഞ്ഞ് ചെറിയി ഈണത്തിൽ ചൊല്ലി.

'അങ്ങങ്ങാൻ ഇങ്ങങ്ങാൻ പണ്ടുതാൻ നിങ്ങളെ
അന്നത്താൽ കൊണ്ടു വന്നീരേഴു ലോകത്തിൽ
കാരാരിയൻ നല്ല പേരാരിയൻ വിത്ത്
ഏറെ വിളയുന്ന വെള്ളരിവാലനും.
നാരോൻ നവരയും കൂത്താടയും നല്ല
അത്രകമോടെ വിളയുന്ന മുണ്ടോകൻ.
ജീരകശാലനും രാജാമണിയനും
ഏറെ വിളയുന്ന ഓർക്കാഴാമാ വിത്തും.

നിങ്ങളൊരുകുലം നാലു ചൊല്ലുന്നു.
ഞങ്ങളൊരുകുലം നൂറ്റൊന്നു ചൊല്ലുന്നു.
ഹരിയാന്റെ ബാലനെ അരിയിലെഴുതിക്കാൻ
വെള്ളിത്തളികയിൽ വെള്ളരി ഞാനെടോ
വെള്ളിത്തളികയിൽ വെള്ളരി നീയെങ്കിൽ
മുൻപിൽ ഗണപതി എന്നെ കൊണ്ടാണെടോ
മുൻപിൽ ഗണപതി നിന്നെ കൊണ്ടാണെങ്കിൽ
ഹരിയുന്നൊരക്ഷരം എന്നെ കൊണ്ടാണെടൊ
വേണ്ടുന്ന മക്കളും ഭാര്യമാരെല്ലാരും
ചോറു കുറയുമ്പം തന്നാലെ പോകടൊ.
പൊന്നിട്ടമേനി ചുകന്നീട്ടും കാണുങ്കിൽ
ചോറിട്ടമേനി തടിച്ചിട്ടും കാണെടോ.
ഈ വിത്ത് പൊലിയുന്നതെങ്ങനെ.
വീണാലും ചാവൂലാ തെങ്ങേ നീ കേൾക്കെടോ.

പാട്ടിന് ശേഷം ചെറിയി പ്രാർത്ഥന ഉരുവിട്ടു.

'അഗ്രിജാല മാതാവിന്റെ അറയും പത്തായവും കോലും കൊട്ടാരവും നിറഞ്ഞ് പൊലിഞ്ഞ് ഇനിയും പൊലിഞ്ഞ് പൊലിഞ്ഞ് വരിക വരിക പൊലി പൊലി പൊലി പൊലി'

പ്രാർത്ഥനയുടെ അവസാനം നെൽക്കതിര് മൂത്തേടത്ത് കുമാരനെ ചെറിയി ഏൽപ്പിച്ചു.

പെണ്ണുങ്ങളെല്ലാം ഓരോ പിടി നെല്ല് മൂർന്ന് ചെറിയിക്ക് നല്കി. അതിനു പുറമെ ഒരു പൊതക്കറ്റ കൂടി കുമാരൻ കൈമാറിയതും അവകാശപ്പെട്ട നെൽകറ്റകളുമായി മലയി അടുത്ത പാടത്തേക്ക് നീങ്ങി.

മൂർച്ച പൂർത്തിയായ ദിവസം വൈകിയെത്തിയ മാധവിക്ക് നേരെ കറ്റ നീക്കി വയ്ക്കുന്നതിനിടയിൽ കുഞ്ഞാതി ചോദിച്ചു.

'സുലോയനേനെ കാണാനേ ഇല്ലാലോ മാധവി'

'ഓള് പൊരേല് ഇണ്ട് '

ഒന്നരക്കറ്റയെ ഒറ്റക്കെട്ടാക്കി മാധവി നടുവൊന്ന് പിന്നിലേക്ക് വളച്ചു.

'എളയോള് എപ്പോം സുലോയനേന്റെ വിശേഷം തെരക്കാറ്ണ്ട്. കയിഞ്ഞ തിരുവപ്പനയ്ക്ക് ഓള് ബന്നിറ്റില്ലാന്ന് പരിഭവോം പറഞ്ഞ്. '

'ഓക്ക് കുളിയായാ നേരേനു.'

മാധവി കൈയിലെ തുവർത്ത് തെരിയ* ആക്കി തലയിൽ വെച്ചു.

മിഴാവ്കുന്നിലെ കളികൂട്ടുകാരായ പെൺകുട്ടികളൊക്കെ പുരുവന്റെ

*തെരിയ-ചുമട് എടുക്കാൻ ഉപയോഗിക്കുന്നത്

നാട്ടിലേക്ക് കുടിയേറിയാൽ വീണ്ടും പരസ്പരം കണ്ടുമുട്ടാൻ സാധ്യതയേറെയുള്ള ഇടങ്ങളിൽ ഒന്നാണ് അരിച്ചൽമുറ്റം. കല്യാണം കഴിഞ്ഞ് പോയവരൊക്കെ മക്കളും പുരുവനുമായി ഉത്സാഹത്തോടെ തിരികെ വരുന്നതും ആ സുന്ദരനിമിഷങ്ങൾ ആസ്വദിക്കാൻ കൂടിയാണ്.

'തിരുവപ്പനയ്ക്ക് ഇനി അധിക ദെവസൂല്ലാലോ, ന്റെ മൂത്തോര് രണ്ടും ബെരുന്നായ്ച്ച ഇങ്ങെത്തും.'

കുഞ്ഞാതിയുടെ രണ്ട് പെൺമക്കളും ദിവസങ്ങൾക്ക് മുന്നെ തിരുപ്പനയുടെ പേരിൽ മിഴാവ്കുന്നിലേക്ക് വണ്ടി കയറുക പതിവാണ്. സുലോചനയുടെ അതേ പ്രായമാണ് എളയതിന്. അവൾക്കിത് മാസം മൂന്നാണ്.

കുഞ്ഞാതിയിൽ നിന്ന് വരുന്ന അടുത്ത ചോദ്യം എന്തായിരിക്കുമെന്ന് മാധവി ഊഹിച്ചു. മിഴാവ്കുന്നിൽ പ്രായം തികഞ്ഞ് നില്ക്കുന്ന ഒരു പെണ്ണ് തന്റെ പുരയിലാണ് എന്നതിനാൽ ആ ചോദ്യം മാധവിക്ക് നേരെ പല ഭാഗത്ത് നിന്നും ഉയരാറുണ്ട്.

ചോദ്യവും പ്രതീക്ഷിച്ചു നിന്ന മാധവിയുടെ മുന്നിലേക്ക് പെട്ടന്നാണ് കേളൻ കുന്നിറങ്ങി വന്നത്.

ചുമലിൽ താങ്ങിയ എഴുത്തോല പന അയാൾ പതുക്കെ മുറ്റത്തിന്റെ കോണിലിറക്കി.

നെറ്റിയിലൂടെ കുതിച്ചൊഴുകുന്ന വിയർപ്പിനെ തോർത്തുമുണ്ടുകൊണ്ട് ഒപ്പി കേളൻ കുഞ്ഞാതിക്ക് നേരെ തിരിഞ്ഞു.

'കൊറച്ച് *തന്നറ് ഇങ്ങെട്ത്താ'

അയാൾ വിരലുകൊണ്ട് ആംഗ്യവും കൂടി കാട്ടി.

കുഞ്ഞാതി അകത്ത് നിന്ന് മൊന്തയിൽ വെള്ളവുമായി വന്നു.

കേളൻ ആർത്തിയോടെ അത് വായിലേക്ക് കമഴ്ത്തി.

'ഒരുക്കങ്ങളൊക്കെ ആയോ കോമരേ'?

'മിറ്റത്ത് ഒരു പന്തലൂടി കെട്ടിയാ ഏതാണ്ട് '

കുഞ്ഞാതിയുടെ ചോദ്യത്തിന് മറുപടി പറഞ്ഞ് ഒരു തവണ കൂടി മൊന്ത അയാൾ വായിലേക്ക് ചെരിച്ചു.

മകരമെത്തിയാൽ മിഴാവ്കുന്നിലെ മനുഷ്യർക്കെല്ലാം സാമാന്യം മോശമല്ലാത്ത തിരക്കുകളുടെ കാലം കൂടിയാണ്.

കേളന് അരിച്ചൽ മുറ്റത്ത് തിരുവപ്പന നടത്തേണ്ട ഒരുക്കത്തിനായുള്ള ഓടി നടപ്പ് തുടങ്ങേണ്ടതും, ഇല്ലത്ത് നിന്ന് ചാർത്തി വാങ്ങിയ പറമ്പിന് പുറപ്പാട് കൊടുക്കാനുള്ള തത്രപ്പാടിലേക്ക് മറുപാട്ടമെഴുതി കൈവിരലിൽ മഷി പുരട്ടിയ കുടിയിടപ്പുകാരൊക്കെയും വഴി തേടുന്നതും മ

*തന്നറ് - വെള്ളം

കരത്തിലാണ്.

തിരുവപ്പന ഒരുങ്ങുന്ന ഇരുപത്തിയഞ്ചിന് നീലകണ്ഠൻ നമ്പൂതിരി അരിച്ചൽ മുറ്റത്തെത്തിയാണ് ചാർത്തി കൊടുത്തതിനും പാട്ടമായി വാങ്ങിയതിനുമൊക്കെയുള്ള വാരവും, പുറപ്പാടും കാഴ്ച്ചയുമൊക്കെ ഏറ്റു വാങ്ങുന്നത്. ഇതിനൊക്കെയിടയിലാവും കുരുമുളക് വിളവെടുപ്പും കൊയ്ത്തുകാലവും.

അരിച്ചൽ മുറ്റത്തെ ആണ്ടുത്സവം എത്തിയാൽ മിഴാവ്കുന്നിലേക്ക് ബന്ധുക്കളുടെ ഒരു കുത്തൊഴുക്ക് ഉണ്ടാവും. അങ്ങനെ വിരുന്നെത്തുന്നവർക്ക് സദ്യയൊരുക്കാനും മറ്റും പല പുരകളിലെയും ഒന്നാമൻ മുൻകരുതലുകൾ തുടങ്ങുന്നതും മകരത്തിലാണ്.

കേളൻ പനയോലയും ചുമലിലേറ്റി നടന്നതും പിന്നാലെ മാധവിയും ഇറങ്ങി.

പുരയുടെ മുറ്റത്തേക്ക് കയറി പൊതക്കറ്റ എറയത്തിന്റെ ഒരു മൂലയിലേക്കിട്ട് മാധവി സുലോചനയെ വിളിച്ചു.

സുലോചന ചെമ്പരത്തിയില താളിയാക്കി മുടിയിൽ തേക്കാനുള്ള ഒരുക്കത്തിലായിരുന്നു. കറുത്തിരുണ്ട മുടിയാണ് സുലോചനയുടേത്, അരയോളം ഒരു പനങ്കുല പോലെ അതങ്ങനെ വിടർന്ന് കിടക്കും. ആഴ്ച്ചയിൽ രണ്ടു തവണ താളിതേച്ചാണ് കുളി, അതിനായി മുറ്റത്തിന്റെ ഒരു കോണിൽ ചെമ്പരത്തിയുടെ ഒരു കാട് തന്നെ നട്ട് പിടിപ്പിച്ചിട്ടുണ്ട്.

വിളി കേട്ടതും പിന്നാമ്പുറത്ത് നിന്ന് സുലോചന എറയത്തേക്ക് തലനീട്ടി.

'എന്നാമ്മേ ?'

'കലത്തില് കഞ്ഞോളം ഇണ്ടാണേ '

'ഉം'

അവൾ മൂളലോടെ വേഗത്തിൽ അകത്തേക്ക് കയറി ഓട്ടുകിണ്ണത്തിൽ കഞ്ഞിവെള്ളമൊഴിച്ച് അതിൽ കല്ലുപ്പം ചേർത്ത് കയിലിന്റെ കണ കൊണ്ടിളക്കി അമ്മയ്ക്ക് നേരെ നീട്ടി.

രണ്ട് മൂന്ന് കവിളിറക്കി മാധവി ചോദിച്ചു.

'ദാമു നെരത്തിന് പോയിനാ '

'ആം, അസൈനാർച്ചയ്ക്ക് വട്ട കൊടുക്കാൻ '

മാധവി ചായ്പ്പിന് നേരെ ഒന്ന് കണ്ണോടിച്ച് ഒരു ദീർഘനിശ്വാസമെടുത്തു. പിന്നെ അരിച്ചൽ മുറ്റത്തിന് നേരെ നോക്കി.

'പറഞ്ഞ് പറഞ്ഞ് അട്ത്ത തിരുവപ്പനയും ഇങ്ങെത്തി.'

അതു കേട്ട് ചെമ്പരത്തിതാളി തലയിൽ തേച്ച് പിടിപ്പിക്കുന്നതിനിടെ

സുലോചനയിൽ ഒരു കുളിരുണ്ടായി. അവളുടെയുള്ളിൽ ചീകിയൊതുക്കിയ മുടിയും തിളങ്ങുന്ന കണ്ണുകളുമുള്ള ആ നനുത്ത മീശക്കാരന്റെ മുഖം തെളിഞ്ഞു.

8. ആണ്ടുത്സവം

അരിച്ചൽ മുറ്റത്ത് മുത്തപ്പനെ മലയിറക്കാനുള്ള ചടങ്ങിനു മുൻപായി മടപ്പുരയുടെ അകത്തും പുറത്തും തിരിതെളിഞ്ഞു. പീഠത്തറയുടെ ചുവട്ടിൽ പൈങ്കുറ്റിക്കുള്ള ഒരുക്കങ്ങൾക്കായി അവിലും തേങ്ങാക്കൊത്തും ചുട്ട കാട്ടിറച്ചിയും മൂന്ന് മുട്ടിയയിൽ ഇളം കള്ളും തയ്യാറായി. കൊടി നാക്കിലയിൽ നാല് വെത്തിലയും നാലടയ്ക്കയും ഉണങ്ങലരിയും അതിനോട് ചേർന്ന് ഒരായുധവും കേളൻ കൊണ്ടു വെച്ചു.

കുഞ്ഞൂട്ടി പെരുവണ്ണാൻ അരയിൽ ചുവപ്പുടുത്തതോടെ പെരുമലയനും മകൻ കൃഷ്ണനുണ്ണിയും ചെണ്ടയിൽ പതിയെ കോലുവീഴ്ത്താൻ തുടങ്ങി. പെരുവണ്ണാൻ പീഠത്തറയിലെ അമ്പെടുത്ത് മടപ്പുരയുടെ വലത് മൂലയിൽ ചെന്ന് പ്രാർത്ഥിച്ചു. അല്പനേരം മടപ്പുരയുടെ ശ്രീകോവിലിന് മുന്നിലും തൊഴുത് ശേഷം കൊടി നാക്കില കൈയിലെടുത്ത് പീഠത്തറയിലെ വെത്തിലയും അടക്കയും അരിയും മൂന്നായി നിരത്തി കളം വരച്ചു. ഊട്ടൊരുക്കുന്നവർക്കും കല്ലാടിക്കും ഭക്തൻമാർക്കും അരി കൊടുത്തു.

പ്രാർത്ഥന കഴിഞ്ഞ് അരിയെറിഞ്ഞ് തോറ്റം ചൊല്ലി അവസാനിച്ചതും ചെണ്ടകൾ നിശബ്ദമായി.

കേളൻ കുളിക്കാനും ഊട്ടൊരുക്കാനുമായി നീങ്ങിയതും കുഞ്ഞൂട്ടി തലയിൽ ചുവപ്പ് കെട്ടി. അരിച്ചാന്തുകൊണ്ട് മുഖത്തും ദേഹത്തും വെള്ളവരയിട്ടു. ചുണ്ണാമ്പും മഞ്ഞളും അരിച്ചാന്തിൽ കലർത്തി ചുവപ്പാക്കി തേച്ചു. തലപ്പാളി ചേർത്ത് പൂവിന്റെ തണ്ട് വെച്ചു. മുരിക്ക് കൊണ്ട് തീർത്ത വട്ടത്തിന് മുകളിൽ കൊടുമുടിയേറ്റി.

സന്ധ്യയോടെ മടപ്പുര മുറ്റത്ത് നിരവധി എണ്ണത്തിരികളും ഒരു കുത്തുവിളക്കും തെളിഞ്ഞു കത്തി.

മീനാക്ഷിക്കും ലീലയ്ക്കുമൊപ്പം മടപ്പുര മുറ്റത്തേക്ക് കയറി വന്ന സുലോചനയുടെ കണ്ണുകൾ മേലേപ്പടിയോട് ചേർന്ന് നില്ക്കുന്ന കൂറ്റൻ വെൺമരുതിന്റെ ചുവട്ടിലേക്ക് ചെന്നു.

ഗോപാലൻകുട്ടിയുടെ ചുണ്ടിൽ വിരിഞ്ഞ ചിരി സുലോചനയുടെ നുണക്കുഴിയെ ഒന്നുകൂടി ഭംഗി കൂട്ടി.

അല്പം ഇടത് ഭാഗത്തേക്ക് നീങ്ങി നിന്ന് സുലോചന ഗോപാലൻ

കുട്ടിയെ പൂർണ്ണമായും കണ്ണിൽ നിറച്ചു.

എണ്ണത്തിരി വിളക്കിന്റെ തെളിച്ചത്തിൽ ഗോപാലൻകുട്ടിയുടെ മുന്നിൽ സുലോചന പൂത്തുലഞ്ഞു.

വെള്ളാട്ടം പീഠത്തറയുടെ അരികിൽ കാൽച്ചിലമ്പുകളിളക്കി. കേളൻ സഹായിയായി. ഇടയ്ക്കിടെ മുട്ടിയയിൽ നിറയുന്ന ഇളം കള്ളിന്റെ ഗന്ധം പല മൂക്കിൻ തുമ്പിനെയും വിളറി പിടിപ്പിച്ചു. കുഞ്ഞാണനും, രാമൂട്ടിയും മേലേപ്പടിയിൽ നീലകണ്ഠൻ നമ്പൂതിരിയെ കണ്ട് തൊഴുത് പുറപ്പാട് നല്കി. വീരവാദം ഗംഗനും, ചക്കര നാണുവും, ഉടുമ്പ് രാജനും, ചട്ടമ്പി വാസുവും, അച്ചുവും, കുഞ്ഞനന്തനും, കുഞ്ഞാമനും പുക ഊതിവിട്ട് കോടാലി ചന്തുവും മാക്സിന്റെ വെട്ടത്തിൽ തിരുപ്പുകളിയുടെ കൂട്ടത്തിൽ ചേർന്നു. കിട്ടൻ കഴകമുറ്റത്തോട് ചേർന്ന് അടുപ്പുകൂട്ടി ചക്കരകാപ്പിയൊരുക്കി. മാതുവും കാർത്ത്യായനിയും, ദേവുവും, മാലതിയും, കല്യാണിയും, കൗസുവും, ലതയും കറക്റ്റ് ദാക്ഷായണിയും ചെണ്ടമേളങ്ങൾക്കൊപ്പം വിശേഷങ്ങൾ പറഞ്ഞു.

അപ്പുവൈദ്യരും, എശ്മാനം നായരും കുഞ്ഞമ്പു ആശാരിയും, കരിപ്പായി മന്ദനും കുഞ്ഞൂട്ടി പെരുവണ്ണാന്റെ ചുവടുകളിലേക്ക് മാത്രം നോക്കി.

അരിച്ചൽ മുറ്റത്ത് സന്ധ്യയോടെ ഇറങ്ങുന്ന വെള്ളാട്ടമേ വണ്ണാൻമാർ കെട്ടിയാടാറുള്ളു. പിന്നെ അഞ്ഞൂറ്റാൻമാരാണ്.

പണ്ട് വണ്ണാൻ സമുദായക്കാർക്ക് മാത്രമേ മുത്തപ്പൻ കെട്ടിയാടുന്നതിന് അവകാശമുണ്ടായിരുന്നുള്ളു എന്നാണ് കേൾവി. ഒരിക്കൽ കുന്നത്തൂരിൽ നാല്പ്പത് ദിവസം നീണ്ടു നില്ക്കുന്ന തിരുവപ്പന ഒരു കൊച്ചുകുട്ടി സശ്രദ്ധം വീഷിച്ചു. കണ്ണെഴുതുന്നതും, പൊയ്ക്കണ്ണ് വയ്ക്കുന്നതും, ഓല കീറുന്നതും, കാൽക്കെട്ടുന്നതും ചിലമ്പു വയ്ക്കുന്നതും അവൻ മനസ്സിലാക്കി. അന്ന് അടിയാൻമാർ വയ്ക്കുന്ന ഊട്ട് വണ്ണാൻമാർ കഴിക്കാതെ ബാക്കി വരും. അതൊരു കുഴിയിലേക്ക് ഉപേക്ഷിക്കയാണ് പതിവ്. ആ കുഴിയിലിറങ്ങി ഉപ്പില്ലാത്ത ഉണക്കലരിയുടെ ചോറ് കഴിച്ച് അവൻ വിശപ്പടക്കി.

നാല്പ്പത് ദിവസവും അവനതാവർത്തിച്ചു. അവസാന ദിവസം തിരുവപ്പന കഴിഞ്ഞു മടങ്ങുന്ന നേരം ദൈവം അവനോട് പറഞ്ഞു.

'അടുത്ത കൊല്ലം രണ്ടു പേരെ ഞാൻ ഇന്റെ കുടിയിലേക്ക് അയക്കും ഇങ്ങോട്ട് വന്നേക്കണം'

വള്ള്യായ് തറവാട്ടിലെ ആ കുട്ടി അഞ്ഞൂറ്റാനാണെന്നും അവനെ വിളിക്കാൻ ചൂട്ടയും കത്തിച്ച് വള്ള്യാടേക്ക് ഒരു സംഘം ഇന്നും ചെല്ലുന്ന

തും കേളൻ വിവരിക്കും.

പിന്നീട് പലയിടങ്ങളിലും മുത്തപ്പൻ കെട്ടിയാടാനുള്ള അവകാശം അഞ്ഞൂറ്റാൻമാർക്കായത് അങ്ങനെയാണത്രേ.

ചുവടുകൾ തീർത്ത് വെള്ളാട്ടം പീഠത്തറയിലേക്ക് ഇരിപ്പായി. മാതുവുൾപ്പെടെ പെണ്ണുങ്ങളുടെ കൂട്ടം ഒരാണ്ടിലെ ദു:ഖങ്ങളെല്ലാം പങ്കുവെയ്ക്കാൻ ചുറ്റിലും നിരന്നു. ഓരോരുത്തരുടെയും ആവലാതികൾ സശ്രദ്ധം കേട്ട് കൈപിടിച്ച് തലയിൽ തൊട്ട് 'മുത്തപ്പൻ എല്ലാം നേരെയാക്കും പോരേ'ന്നുള്ള ചോദ്യത്തിനിടെ പലരും നിറഞ്ഞു വന്ന കണ്ണൊപ്പി.

നേർച്ചയ്ക്ക് ശേഷം വെള്ളാട്ടത്തിന്റെ അവസാന ചടങ്ങും പൂർത്തിയായതോടെ അരിച്ചൽ മുറ്റത്ത് ആളുകളുടെ കൂട്ടം പതുക്കെ നേർത്തു. ചെറിയ നേരം കൊണ്ട് മടപ്പുര മുറ്റത്ത് കുറിച്ച്യൻ മലയിൽ നിന്നുള്ളവരും ഒതേനൻ അഞ്ഞൂറ്റാനും കല്ലാടിയും പണിക്കൻമാരും മാത്രമായി.

നാഴിക പിന്നിട്ടതും ഒതേനൻ അഞ്ഞൂറ്റാൻ തമ്പുരാട്ടിയുടെ മേത്ത് തേപ്പിനിരുന്നു. കല്ലാടി സഹായിയായി.

കേളൻ കുത്തുവിളക്കിൽ ഇടയ്ക്കിടെ എണ്ണയൊഴിച്ചു.

ഏതാണ്ട് മൂന്നര വെളുപ്പിനാണ് അരിച്ചൽ മുറ്റത്ത് തമ്പുരാട്ടി ചുവട് വെയ്ക്കുക. അധികവും പ്രായമേറിയ ആണുങ്ങൾ മാത്രമാവും കാഴ്ചക്കാർ. തമ്പുരാട്ടിയുടെ ആട്ടം നിലച്ചാൽ മുറുകിയ ചെണ്ട പതുക്കെ നിശ്ശബ്ദമാവും, ആ നേരമാണ് പുരയിലേക്ക് മടങ്ങിയ പെണ്ണുങ്ങളെല്ലാം നേർത്തൊരു മയക്കവും കഴിഞ്ഞ് ചായയോ കാപ്പിയോ ഇറക്കി ചൂട്ടിന്റെ വെളിച്ചത്തിൽ വീണ്ടും അരിച്ചൽ മുറ്റത്തേക്ക് എത്തി തുടങ്ങുക. തിരുവപ്പനയുടെ ഓരോ ചുവടും ആസ്വദിച്ച് പള്ളിവേട്ടയും പട്ടോലവായനയും കണ്ണിലും കാതിലും നിറച്ച് കഴകപ്പുരയിൽ നിന്നുള്ള ഊട്ടും കഴിഞ്ഞേ പിന്നെ അവർ തിരിച്ചിറങ്ങു.

തമ്പുരാട്ടിയുടെ കോലമാടിയതിന് ശേഷം ഒതേനൻ അഞ്ഞൂറ്റാൻ തിരുവപ്പനയ്ക്കുള്ള ഒരുക്കം തുടങ്ങി. കോലത്തിൻമേൽ കോലമെന്നത് അരിച്ചൽ മുറ്റത്തിന്റെ സവിശേഷതയാണ്. തിരുവപ്പനയും കഴിഞ്ഞ് വെള്ളാട്ടം കൂടി ആടിയാലേ അഞ്ഞൂറ്റാന്റെ ആ ദിവസത്തെ കർമ്മം പൂർത്തിയാവു.

പുലർച്ചയോടെ അരിച്ചൽ മുറ്റത്ത് ആളുകൾ തിങ്ങി നിറഞ്ഞു. ഉടുമ്പുരാജന്റെ നായ അവർക്കിടയിലൂടെ ഓരോ മിഴാവ്കുന്നുകാരന്റെയും ദേഹത്ത് മുട്ടിയുരുമ്മിയും അവർക്ക് നേരെ വാലാട്ടിയും നടന്നു. കീച്ചിറു എന്നാണ് ഉടുമ്പുരാജൻ അവനെ സ്നേഹത്തോടെ വിളിക്കുക. മിഴാവ്കുന്നുകാർക്കിടയിൽ പാവത്താനെന്ന പട്ടം കൂടിയുണ്ടെങ്കിലും ആ

വശ്യമുള്ളയിടത്ത് ഒരു പുലിയുടെ വേഗവും ശൗര്യവും അവൻ പ്രകടിപ്പിക്കാറുണ്ട്.

കറുത്ത രൂപമാണ് കീച്ചിറുവിന്. ചെവിയുടെ രണ്ടറ്റത്തും ചെറിയ വട്ടത്തിൽ മാത്രം വെളുത്ത രോമങ്ങളുണ്ട്. അതാവട്ടെ അവന്റെ ചേല് ഒന്നുകൂടി കൂട്ടാനുള്ള കാരണമാണ്.

തലേദിവസം അരിച്ചൽ മുറ്റത്തെത്തിയാൽ പിറ്റേന്ന് ആളൊഴിയുന്നതുവരെ അവൻ അവിടമാകെ ചുറ്റിപ്പറ്റി നില്ക്കും. മുത്തപ്പനെ കാണാൻ എത്തുന്നവർക്കൊക്കെ അതൊരു സുഖമുള്ള കാഴ്ച്ചയുമാണ്.

നായ എങ്ങനെ മുത്തപ്പന്റെ സഹചാരിയായി എന്നതിന് കേളന്റെ കൈയിൽ ഐതിഹ്യമുണ്ട്.

ഒരിക്കൽ ദൈവത്തിന് പൈങ്കുറ്റി ഒരുക്കാൻ എവിടെ നിന്നും മാംസം കിട്ടാത്ത അവസ്ഥ വന്നു. പലരും പല വഴി ശ്രമിച്ചിട്ടും ഒന്നും ഒത്തില്ല. ഒടുക്കം ദൈവം അഞ്ച് അടിയാൻമാരെ അമ്പും വില്ലുമായി കാടിന്റെ ഉള്ളിലേക്കയച്ചു. അടിയാൻ പോറ്റുന്ന ഒരു നായയും അവരോടൊപ്പമിറങ്ങി. ഏറെ തിരഞ്ഞശേഷമാണ് മുന്നിലൂടെ ഒരു കാട്ടുമൃഗത്തിന്റെ അനക്കം കണ്ടത്.

അമ്പു കൊള്ളിക്കുന്നതിൽ അടിയാൻമാർക്ക് പിഴച്ചെങ്കിലും കൂട്ടത്തിലുള്ള നായ കുതിച്ച് പാഞ്ഞ് അതിനെ പിടികൂടി. കിട്ടിയ കാട്ടിറച്ചി ദൈവം സന്തോഷത്തോടെ സ്വീകരിക്കുകയും ചെയ്തു. അന്നുമുതലാണത്രേ നായ മുത്തപ്പന്റെ കൂടെ കൂടിയത്. അതും പറഞ്ഞ് കേളൻ പട്ടോലയിലെ ആ ഭാഗം ഈണത്തിൽ ചൊല്ലും.

അടിയാൻ പോറ്റിയ നായ്
വെള്ളിയേറി കടിച്ച്.
തലയൊപ്പ് വേറെ,
ചായിയെറച്ചി വേറെ,
ചങ്കിറച്ചി വേറെ,
കൊറയെറച്ചി വേറെ,
ചണ്ണക്കൂടിന്റെയെറച്ചി വേറെ കണ്ടു.
അങ്ങനെ പതിനെട്ടോഹരി വെച്ച്
ദൈവത്തിനെ കാണിക്കുന്നിതാ'.

അരിച്ചൽ മുറ്റത്തെ കഴകപ്പുരയിൽ ഭക്തർക്ക് ഒരുക്കുന്ന അന്നദാനത്തിന് മുന്നിലും നായയെ ചേർത്ത് കഥയുണ്ട്. അതും കേളന്റെ നാവിൻ തുമ്പിലൂടെയാണ് പുറത്തേക്ക് വരിക.

ഒരിക്കൽ പറശ്ശിനിക്കടവിൽ മുത്തപ്പൻ കെട്ടിയിറങ്ങിയ ആളിൽ ദൈ

വിക ശക്തി കുടിയേറിയില്ല. കോലധാരി ഒന്നും ഉരിയാടാതെ പ്രതിമ പോലെ നിന്നു. ക്ഷേത്രക്കാർ ആകെ പരിഭ്രാന്തരായി. സംഭവിച്ചതെന്തെന്നറിയാൻ അവർ പ്രശ്നാരിയെ കൊണ്ടുവന്നു.

അവർ പ്രശ്നം വച്ചു.

മടപ്പുരയിൽ കഴിഞ്ഞു പോന്നിരുന്ന ഒരു നായയുടെ മേൽ ഊട്ടൊരുക്കുന്നവരിലൊരാൾ ചൂടുവെള്ളം ഒഴിച്ചെന്നും ദേഹമാകെ പൊള്ളലേറ്റ അവൻ പറശ്ശിനി മടപ്പുര വിട്ടിറങ്ങി നേരെ പുരളിമലയിലേക്ക് ചെന്നതായും തെളിഞ്ഞു.

മടപ്പുരയിൽ നിന്ന് നായ പോയതോടൊപ്പം ദൈവവും മടപ്പുര വിട്ടിറങ്ങിയെന്നറിഞ്ഞ് ക്ഷേത്രക്കാർ പരിഹാരം കണ്ടെത്താൻ അരിച്ചൽ മുറ്റത്തെത്തി.

ദൈവം പറഞ്ഞു.

'അവൻ എന്റെയെടുത്തേക്കാണ് വന്നത്. അവനെ തിരികെ കൊണ്ടുപോയി അവിടെ പാർപ്പിക്കുക, ഒപ്പം അരിച്ചൽ മുറ്റത്ത് ആണ്ടുതോറും അന്നദാനത്തിനുള്ള വകയും നല്കുക '

അന്നു മുതലാണ് അരിച്ചൽ മുറ്റത്തെത്തുന്ന ഭക്തർക്ക് അന്നദാനത്തിനുള്ള വക പറശ്ശിനിക്കടവ് മടപ്പുരയിൽ നിന്ന് തിരുവപ്പന നാളിൽ വന്നു കൊണ്ടിരുന്നത്.

അപ്പുവൈദ്യരുടെ മേലേക്ക് രണ്ടുകൈയും കയറ്റി വെച്ച് കീച്ചിറു ശബ്ദമുണ്ടാക്കി. വൈദ്യര് അവന്റെ നിറുകയിൽ തലോടി.

മിഴാവ്കുന്നിലെ ഓരോ മനുഷ്യന്റെയും ഉള്ള് കീച്ചിറുവിന് നന്നായറിയാം. അതിനനുസരിച്ച് അവന്റെ സ്നേഹപ്രകടനങ്ങൾ ഏറിയും കുറഞ്ഞുമിരിക്കും.

അപ്പു വൈദ്യരിൽ നിന്ന് കീച്ചിറു കേളന് നേരെ തിരിഞ്ഞതും അയാൾ അവനു നേരെ വിരലുകൊണ്ട് ആംഗ്യം കാട്ടി.

അതോടെ പീഠത്തറയോട് ചേർന്ന് കീച്ചിറു തലയുയർത്തി കിടന്നു.

തിരുവപ്പനയാടി ഒതേനൻ അഞ്ഞൂറ്റാൻ ഭക്തർക്ക് അനുഗ്രഹങ്ങൾ ചൊരിഞ്ഞു. പള്ളിവേട്ടയുടെ നേരം മിഴാവ്കുന്നിനെ ഒന്നടങ്കം ലഹരിയിൽ ആറാടിച്ച് ചെണ്ടമേളം മുറുകി.

മടപ്പുര മുറ്റത്ത് വെച്ച് സുലോചന ലീലയോടൊപ്പം താഴേക്ക് നീങ്ങിയതും മാതു മാധവിയുടെ കൈത്തലം കവർന്നു.

'എണേ മാധവി, ഇന്റെ സുലുപ്പെണ്ണിനെ ഞീ അനക്ക് തെരണം കെട്ടാ'

'ഇന്ന് ബേണാ കൂട്ടിക്കോ'

മാധവിയുടെ മറുപടി വേഗത്തിൽ വന്നു.

'ബേണ്ട, ബേണ്ട. എല്ലാം അയിന്റെ ഏലിന് മതി'

'എനക്ക് സമ്മതാ, ഗോപാലുട്ടിയും ന്റെ മോൻ തന്നെയല്ലേ'

മാധവി നിറഞ്ഞ് ചിരിച്ചു.

തിരുവപ്പന മുടിയഴിക്കും നേരം മടിക്കുത്തിൽ തിരുകിയ അണകൊണ്ട് മാതു ചന്തയിൽ നിന്ന് കുപ്പിവള വാങ്ങി സുലോചനയുടെ കൈയിൽ ഇട്ടു. അവൾ ഒളി കണ്ണോടെ ഗോപാലൻകുട്ടിയെ നോക്കി.

അത് ശ്രദ്ധയിൽപ്പെട്ടതും മാതു സുലോചനയ്ക്കരികിലേക്ക് ഒന്നുകൂടി നീങ്ങി നിന്നു.

'ഇനി മോള് ബേണം ഓനെ നല്ല ബയിക്ക് കൊണ്ടരാൻ '

സുലോചനയുടെ കവിളുകൾ ചുവന്നു.

ഏതാണ്ട് അര നാഴികയോടെ അരിച്ചൽ മുറ്റത്ത് ഒതേനൻ അഞ്ചൂറ്റാൻ വെള്ളാട്ടമായി മാറി. സന്ധ്യയോടെ ദൈവത്തെ മല കയറ്റുന്ന ചടങ്ങുകൂടി കഴിഞ്ഞതും അടുത്ത മകരം ഇരുപത്തിയഞ്ചിലേക്കുള്ള നാളുകൾ കണക്ക് കൂട്ടി കേളൻ കണ്ണുകൾ ചേർത്തടച്ചു.

9. മിഴാവിന്റെ വിഷാരി

തിരുവപ്പന കഴിഞ്ഞതിന്റെ നാലാംനാൾ പുരയുടെ മുറ്റം ചെറുതായി കൈക്കോട്ടുകൊണ്ടിളക്കി, വെള്ളം നനച്ച്, നെലംതല്ലിയാൽ തച്ചമർത്തി അതിനു മുകളിൽ കവുങ്ങിന്റെ കോച്ചില് കത്തിച്ച കരിയും ചേർത്ത് ചാണകം മെഴുകുകയായിരുന്നു ഉടുമ്പുരാജൻ.

മിഴാവ്കുന്നിലെ എല്ലാ പുരകളുടെയും മുറ്റത്ത് ഇത് പതിവാണ്. ഓടിട്ടതെന്നോ, പുല്ല് മേഞ്ഞതെന്നൊ അതിന് വ്യത്യാസമില്ല. ചെറുതായി മാത്രമേ മണ്ണിന് ഇളക്കം സംഭവിച്ചിട്ടുള്ളുവെങ്കിൽ കൈമുട്ടി കൊണ്ടാകും ഉറപ്പിക്കൽ, അല്ലാത്തവ കിളച്ച് നനച്ച് നെലംതല്ലി കൊണ്ട് രണ്ട് തവണ നീളത്തിലും ഒരു തവണ വീതിക്കും മണ്ണിനെ അമർത്തും. മുറ്റമവസാനിക്കുന്നയിടത്ത് വരമ്പു തീർക്കും. അതിനു മുകളിലും ചാണകം മെഴുകി ഭംഗിയാക്കും.

പാളയിലെ ശേഷിച്ചതു കൂടി കൈകൊണ്ട് തുടച്ചെടുത്ത് ഒഴിഞ്ഞ ഇടങ്ങളിൽ തേച്ചുപിടിപ്പിക്കുന്നതിനിടെ ഉടുമ്പുരാജന്റെ കാതിലേക്ക് വീശിയടിച്ച കാറ്റിനൊപ്പം ഒരു നിലവിളിയെത്തിയത് പെട്ടന്നാണ്. അയാൾ ചുറ്റിലുമൊന്ന് കണ്ണോടിച്ചു. പുരയോട് ചേർന്ന പാറയിൽ മയങ്ങുകയായിരുന്ന കീച്ചിറുവും തലപൊക്കി.

ഒരിടവേളയ്ക്ക് ശേഷം അതേ നിലവിളി വീണ്ടുമെത്തിയതും പറ

മ്പിനോടു ചേർന്നൊഴുകുന്ന തോട്ടുവെള്ളത്തിൽ കൈമുക്കി ശബ്ദം കേട്ട ഭാഗത്തേക്ക് ഉടുമ്പുരാജൻ കുതിച്ചു. പിന്നാലെ കീച്ചിറുവും.

ഏറ്റുകാരൻ അനന്തന്റെ വലതുകാലിന്റെ തള്ള വിരലിനായിരുന്നു കടിയേറ്റത്. ഒരു തെങ്ങിൽ നിന്നിറങ്ങി മറ്റൊന്നിലേക്ക് ധൃതിയിൽ നീങ്ങുന്നതിനിടെ കാലിൽ കനത്ത വേദന സമ്മാനിച്ച് നേർത്ത മഞ്ഞകലർന്ന രൂപം പൊന്തക്കാടിനുള്ളിലേക്ക് ഇഴഞ്ഞു കയറുന്നത് അയാൾ ഒരു നോട്ടം കണ്ടു. ആഴത്തിൽ പല്ല് തറച്ച ഭാഗത്ത് രണ്ട് ചുവന്ന തുള്ളികൾ പൊന്തി വന്നു. ഉടുത്തിരുന്ന തോർത്തിലൊരറ്റം വലിച്ച് കീറി കാല്പാദത്തിന് മുകളിൽ നേർത്തൊരു കെട്ട് കെട്ടിയ ശേഷം തെങ്ങിൻ ചുവട്ടിലേക്ക് ചാരിയിരുന്ന് അനന്തൻ ഉച്ചത്തിൽ വിളിച്ചു. ഉടുമ്പുരാജന് പുറമെ ചെമ്പൻ ബാലനും, ഗോപാലൻകുട്ടിയും, കുഞ്ഞമ്പു ആശാരിയും, ദാമുവും ആ നിലവിളി കേട്ടു.

കിട്ടന്റെ പീടികയിലിരുന്ന് ചായഗ്ലാസ് ചുണ്ടോട് ചേർക്കാൻ ഒരുങ്ങുകയായിരുന്ന അപ്പുവൈദ്യർ പെട്ടന്നത് തിരികെ വെച്ച് പാടവരമ്പിലേക്ക് വേഗത്തിലിറങ്ങി.

ആ ധൃതിയിലുള്ള പോക്ക് നോക്കി ഉടുത്തിരുന്ന കരിപിടിച്ച മുണ്ടിലേക്ക് കൈ തുടച്ച് കിട്ടൻ മനസ്സിൽ പറഞ്ഞു.

'ആരിക്കോ വെശം തീണ്ടീറ്റ്ണ്ട്.'

മിഴാവ്കുന്നിലെ ഏറ്റവും അറിയപ്പെടുന്ന വിഷാരിയാണ് അപ്പുവൈദ്യർ. അച്ഛൻ കുട്ടൻവൈദ്യരിൽ നിന്ന് പകർന്നു കിട്ടിയത് ചിട്ടതെറ്റാതെ അയാൾ കൊണ്ടു പോകുന്നു.

എത്ര കടുത്ത ഇനമായാലും അപ്പുവൈദ്യരിൽ എത്തിയാൽ ജീവൻ തിരിച്ചുപിടിക്കാം എന്ന വിശ്വാസം മിഴാവ്കുന്നിലെ ഓരോ മനുഷ്യനിലുമുണ്ട്. കടിച്ച ഇനവും, വിഷം കയറിയ അളവും, സമയവും എന്തിനേറെ സ്ഥലവും വരെ ഒറ്റനോട്ടത്തിൽ വൈദ്യര് പറയും.

കടിച്ച പാമ്പിനെ കൊണ്ട് തന്നെ വിഷമെടുപ്പിക്കാനും അതിന് വഴങ്ങാത്തവയെ മന്ത്രങ്ങൾ ഉരുവിട്ടു കൊണ്ട് ഒരു വെത്തില നെടുകെ കീറുന്ന സമയം പാമ്പിനെ രണ്ടായി പിളർത്തി കടിച്ചെടുത്ത് തന്നെ കൊന്നു വീഴ്ത്താനുമുള്ള മന്ത്രശക്തിയും വൈദ്യരിലുണ്ടെന്ന് മിഴാവ്കുന്നിൽ ചിലരെല്ലാം പറഞ്ഞു പോന്നു.

അപ്പുവൈദ്യരുടെ മഹാത്മ്യമാവട്ടെ അനുഭവസ്ഥർ പാടി പുകഴ്ത്താത്ത ദിനങ്ങളില്ല. ഈ പുകഴ്ത്തൽ കേട്ട് കേട്ടാണ് ഒരിക്കൽ മിഴാവ്കുന്നിലേക്ക് കയറി കൂടിയ പാട്ടക്കാരൻ നാരായണന് വൈദ്യരെ ഒന്ന് പരീക്ഷിക്കണം എന്ന തോന്നലുണ്ടായത്. അതിനയാൾ ചക്കരനാണുവി

നെ ഒപ്പം കൂട്ടി.

കൈതയോലയുടെ മുള്ള് കൊണ്ട് നാണുവിന്റെ കാലിൽ മുറിവുണ്ടാക്കി അയാൾ വൈദ്യരുടെ മുന്നിൽച്ചെന്നു.

'എന്തേ നാരാണാ'?

ചോദ്യത്തിനിടെ വൈദ്യർ മുറുക്കാൻ നീര് കോളാമ്പിയിലേക്ക് തുപ്പി.

'മൂർഖനാണെന്ന് തോന്നുന്നു'.

'കണ്ടോ ആളേ' ?

'ഉവ്വ്'

നാരായണൻ തലയനക്കി

'ഉം'

വൈദ്യർ നേർത്തൊരു മൂളലോടെ നാണുവിന്റെ മുറിവിലേക്ക് സൂക്ഷിച്ചു നോക്കി. പിന്നെ ഒന്നും ഉരിയാടാതെ അകത്ത് മുറിയിൽ കരുതിയ മരുന്നുകളിൽ ചിലത് ചാലിച്ച് നാണുവിന് കുടിക്കാൻ കൊടുത്തു. ശേഷം നാഗത്തിന് വിളയ്ക്ക് വെയ്ക്കുന്ന തറയുടെ നേരെ തിരിഞ്ഞ് കഴുത്തിലെ രുദ്രാക്ഷമാലയടക്കം നെഞ്ചോട് ചേർത്ത് അല്പനേരം പ്രാർത്ഥനയിൽ നിന്നു.

'പേടിയൊന്നും ഇല്ലല്ലോ'?

വൈദ്യർ നാണുവിനോടായി ചോദിച്ചു.

'ഇല്ല'.

വായിലെ ചവർപ്പ് നാണു വിഴുങ്ങി.

'ഉം, പോയ്ക്കോളൂ'.

അതും പറഞ്ഞ് വൈദ്യർ അകത്തേക്ക് നടന്നു.

തമ്മിൽ തമ്മിൽ നേർത്ത ചിരിയും പാസാക്കി ഇരുവരും വൈദ്യരുടെ ഉമ്മറം കടന്നു. ഓരോ ചുവട് വയ്ക്കുമ്പോഴും കാലിന് ഭാരം ഏറി വരുന്നതായി നാണുവിന് തോന്നി. പത്തിരുപത് ചുവട് വയ്ക്കുമ്പോഴേക്കും കാലിന്റെ നീര് കൂടി വന്നു. അയാൾ വേദനകൊണ്ട് പുളഞ്ഞു. നാണുവിന്റെ നിലവിളിയിൽ നാരായണൻ എന്തു ചെയ്യണമെന്നറിയാതെ കുഴങ്ങി. അതു വഴി വന്ന കുഞ്ഞമ്പു ആശാരി കാര്യങ്ങൾ തിരക്കി.

'വൈദ്യരെ കാണുകയല്ലാതെ മറ്റ് വഴിയില്ല'.

എല്ലാം കേട്ട് കുഞ്ഞമ്പു ആശാരി പറഞ്ഞു.

നാരായണന്റെയും കുഞ്ഞമ്പു ആശാരിയുടെയും സഹായത്തോടെ നാണു അപ്പുവൈദ്യരുടെ മുറ്റത്തെത്തുമ്പോൾ കൈയിൽ മറ്റൊരു മരുന്നു പാത്രവുമായി വൈദ്യര് ഉമ്മറത്ത് തന്നെ ഉണ്ടായിരുന്നു.

ഒന്നും പറയാതെ തന്നെ വൈദ്യർ പാത്രത്തിലെ മരുന്ന് നാണുവി

ന്റെ വായിലേക്കൊഴിച്ചു. പിന്നെ കുഞ്ഞമ്പു ആശാരിക്ക് നേരെ തിരിഞ്ഞു.

'നീയും ഉണ്ടോ കുഞ്ഞമ്പു ഇക്കൂട്ടത്തില് '.

'ഇല്ല വൈദ്യരേ'

കുഞ്ഞമ്പു ആശാരി ഒച്ച താഴ്ത്തി.

'ഉം'

വൈദ്യർ ഒന്നമർത്തി മൂളിയശേഷം പാട്ടക്കാരൻ നാരായണന്റെയും നാണുവിന്റെയും മുന്നിലേക്ക് നിന്നു.

'ആട്ടെ, എന്തിനായിരുന്നു ഈയ്യൊരു പരീക്ഷണം '.

വൈദ്യരുടെ ചോദ്യത്തിനു മുന്നിൽ നാണുവും നാരായണനും മുഖം കുനിച്ചു. കഥ നാടാകെ പരന്നു. അപ്പു വൈദ്യരെ മിഴാവ്കുന്നുകാർ പിന്നെയും വാഴ്ത്തി.

കടിയേറ്റ ഭാഗം അനക്കം തട്ടാതെ ദാമുവും ഗോപാലൻകുട്ടിയും മുന്നിലായും, ചെമ്പൻബാലനും, കുഞ്ഞമ്പു ആശാരിയും നടുഭാഗത്തും ഉടുമ്പുരാജൻ തലഭാഗം താങ്ങിയും ഏറ്റുകാരൻ അനന്തനെ എടുത്ത് നടന്നു.

മൂത്തേടത്ത് കുമാരന്റെ വയലു കടന്ന് വേണം വൈദ്യരുടെ വീടെത്താൻ. വയലിനറ്റത്തു നിന്ന് വീട് ഒരു പൊട്ടു പോലെ കാണാം.

'ഇങ്ങോട്ട് കിടത്തിക്കോളു'

വൈദ്യർ ഉമ്മറത്തേക്ക് ആംഗ്യം കാട്ടി.

ഏറ്റുകാരൻ അനന്തന്റെ കാലിന് മുറിവേറ്റ ഭാഗത്ത് അപ്പുവൈദ്യർ ആദ്യം 'വിഷക്കല്ല് ' വച്ചു. അരച്ചുകൊണ്ടിരുന്ന മരുന്ന് കുഴമ്പു രൂപത്തിലായതും വായിലുറ്റിച്ചു. മറ്റൊരു മരുന്ന് കൈയിലെടുത്ത് വൈദ്യർ നാലു മുഖങ്ങളിലേക്ക് നോക്കി.

'ആരാ ഈ മരുന്ന് ഊതുവാ '?.

കുഞ്ഞമ്പു ആശാരിയും ദാമുവും മടിച്ച് നിന്നപ്പോൾ ഗോപാലൻകുട്ടി മുന്നിലേക്ക് വന്നു. വൈദ്യര് നല്കിയ മരുന്ന് വായിൽ നിറച്ച് അയാൾ ഏറ്റുകാരൻ അനന്തന്റെ മൂർദ്ധാവിലേക്കൂതി.

നാഴിക ഒന്നു പിന്നിട്ടതും വിഷക്കല്ല് മുറിവിൽ നിന്ന് താഴെ വീണു. കുഞ്ഞമ്പു ആശാരിയും, ദാമുവും ഉടുമ്പുരാജനും മുത്തപ്പനെയും നാഗമാതാവിനെയും വിളിച്ച് ആശ്വാസം കൊണ്ടു. ഒരു ജീവൻ കൂടി അപ്പു വൈദ്യര് തിരികെ നല്കിയത് കിട്ടൻ പീടിക കോലായിൽ വന്നവരോടായി പറഞ്ഞു തുടങ്ങി.

ഗോപാലൻകുട്ടിയുടെ പ്രവൃത്തിയെ കിട്ടൻ പ്രത്യേകം അഭിനന്ദിച്ചു. മൂർദ്ധാവിൽ മരുന്ന് ഊതിയവരുടെ പല്ല് മരുന്നിന്റെ ശക്തിയാൽ പ്രായ

മേറുന്നതിന് മുൻപേ പൊഴിഞ്ഞു പോകുമെന്ന കാര്യം രണ്ട് അനുഭവസ്ഥരിലൂടെ മിഴാവ്കുന്നുകാർക്കറിയാം. അതറിഞ്ഞിട്ടും ഗോപാലൻകുട്ടി മുന്നിലേക്ക് വന്നു എന്നത് പലരും ആശ്ചര്യത്തോടെയാണ് കേട്ടു നിന്നത്.

ജീവൻ തിരിച്ചു കിട്ടിയതിന്റെ പിറ്റേന്ന് അരിച്ചൽ മുത്തപ്പന് അനന്തൻ പൈങ്കുറ്റി നേർന്നു. സംക്രമത്തിന് നാഗമാതാവിന് നെല്ലും തേങ്ങയും നല്കാൻ മനസ്സിൽ കുറിച്ചു.

'ഗോപാലൂട്ടി, ഇന്ന് ബൈയിറ്റ് ഞീ അരിച്ചൽ മുറ്റത്ത് ബെരണം. പ്രാണൻ തിരിച്ച് കിട്ടിയതല്ലേ. പൈങ്കുറ്റി കയിക്കണം'

അയാൾ പൈങ്കുറ്റിക്കുള്ള സാധനം കേളനെ ഏൽപ്പിച്ച് തിരികെ മടങ്ങും വഴി ഗോപാലൻകുട്ടിയെ കണ്ടു പറഞ്ഞു.

'അയി ചടങ്ങിലൊന്നും എനക്ക് അത്ര വിശ്വാസൂലാ അനന്തേട്ടാ, ഇങ്ങള് കയിച്ചോളി നടക്കട്ടെ.'

മറുപടി കേട്ട് അനന്തൻ ഗോപാലൻകുട്ടിയെ മിഴിച്ചു നോക്കി. മുത്തപ്പന്റെ ചടങ്ങുകളിൽ വിശ്വാസമില്ലാന്ന് മിഴാവ്കുന്നിൽ ആരും ഇതുവരെ ആരും പറയുന്നത് അയാൾ കേട്ടിട്ടില്ല.

ഏതായാലും ഇരുൾ കറുത്ത ചായം തേച്ച് തുടങ്ങിയ നേരത്ത് രണ്ട് കുപ്പി കള്ളും ഇടിച്ച അവിലും മൂന്ന് തേങ്ങയും ചുട്ട മീനുമായി കേളൻ അരിച്ചൽ മുറ്റത്തെത്തി. മടപ്പുരയിൽ തിരി തെളിഞ്ഞതും മുത്തപ്പന്റെ സംരക്ഷണ വലയും ചുറ്റിലുമുണ്ടെന്ന ആശ്വാസത്താൽ അനന്തൻ മനസ്സ് ശാന്തമാക്കി.

എങ്കിലും ഗോപാലൻകുട്ടിയുടെ വാക്കുകൾ അയാളുടെയുള്ളിൽ നിന്ന് മാഞ്ഞ് പോയതേയില്ല. കുറച്ച് കാലമായി ഗോപാലൻകുട്ടിയിലെ പെരുമാറ്റത്തിൽ പോലും ഒരു പ്രത്യേകതയുള്ളത് അയാൾ അപ്പോഴാണ് ഓർത്തോർത്തെടുത്തത്. ഗോപാലൻകുട്ടിയിലെ ഈ മാറ്റം മറ്റെന്തിന്റെയൊക്കെയോ ആരംഭമായി ഏറ്റുകാരൻ അനന്തന്റെ ഉള്ളിൽ തിളച്ചു.

രാമൂട്ടിയും കുഞ്ഞാണനും ഇതേ ചിന്തകൾ പേറി. ഒരു തവണ കപ്പക്കുതിരിനുമേൽ പടർന്ന കാട് വൃത്തിയാക്കുന്നതിനിടെ ഗോപാലൻകുട്ടി കനത്ത ശബ്ദത്തോടെ പറഞ്ഞത് അവർ കേട്ടു.

'മ്മളും ചോന്നതല്ലേ.. രണ്ട് കൊല്ലം കൊണ്ട് ഇല്ലാണ്ടാക്കി. വരും, ഇനിയും വരും. അന്നീ പാട്ടവും വാരവും കാഴ്ച്ചയും ഒക്കെ പൂർണ്ണമായും നില്ക്കും, മണ്ണ് ശരിക്കും നമ്മുടെയാവും' .

കാട് പറിക്കൽ നിർത്തി കുഞ്ഞാണനും രാമൂട്ടിയും തലപൊക്കി. ഗോപാലൻകുട്ടിയെ പിടികൂടിക്കഴിഞ്ഞ ഭൂതത്തെ അവർ തിരിച്ചറിഞ്ഞു. ഇ

ങ്ങനെയൊക്കെ മിഴാവ്കുന്നിൽ മുകുന്ദൻ പറയുന്നതു മാത്രമേ അവർ കേട്ടിട്ടുള്ളു. കിട്ടൻ അയാളെ കമ്മ്യൂണിസ്റ്റ് മുകുന്ദനെന്നാണ് ചേർത്ത് വിളിക്കാറുള്ളത്.

മിഴാവ്കുന്നിലെ കരുത്തായി വന്ന കർഷകപ്രസ്ഥാനത്തിന്റെ എത് കാര്യങ്ങൾക്കും മുന്നിൽ നില്ക്കുന്നയാളാണ് മുകുന്ദൻ. യോഗങ്ങളും സമ്മേളനവും മിഴാവ്കുന്നുകാരെ അറിയിക്കുന്നതും, അതിന്റെ ഒരുക്കങ്ങളെല്ലാം നടത്തുന്നതും മുകുന്ദനാണ്. കർഷകപ്രസ്ഥാനത്തിന്റെ പരിപാടി വല്ലതും വന്നാൽ മിഴാവ്കുന്നിൽ പിന്നെ ആളനക്കം കാണാൻ പ്രയാസമാണ്. കിട്ടൻ പീടികയുടെ ഓല വാതിൽ നേരത്തെ ചാരിയിട്ടുണ്ടാവും, നാണു ചക്കര ഉണ്ടാക്കൽ നിർത്തും, കേളൻ അരിച്ചൽ മുറ്റത്ത് വിളക്ക് കൊളുത്താൻ മകൻ ശ്രീനിവാസനെ ഏർപ്പാടാക്കും, ഉടുമ്പുരാജൻ സിനിമാപുരയിലേക്കുള്ള പതിവ് യാത്ര ഒഴിവാക്കും, പെണ്ണുങ്ങൾമാരെല്ലാം പണിയെല്ലാം വേഗത്തിലൊതുക്കി നിരനിരയായി ഇറങ്ങും. ഇവരൊക്കെയും ആയൊരു ഒറ്റക്കൊടിക്കു കീഴെ നേതാക്കൻമാരുടെ വാക്കുകൾ സശ്രദ്ധം കേട്ടു നില്ക്കും. അങ്ങനെ ആ കൊടിയും പ്രസ്ഥാനവും ഓരോ മിഴാവ്കുന്നുകാരന്റെയുള്ളിലും ആഴത്തിൽ വേരോടി നിന്നിരുന്നു.

പതുക്കെ പതുക്കെ മുകുന്ദനോടൊപ്പം ചേർത്തു വയ്ക്കാവുന്ന ഒരു പേരായാണ് ഗോപാലൻകുട്ടിയെയും കിട്ടൻ ഇടയ്ക്ക് ചർച്ചയിൽ കൊണ്ടു വന്നത്.

ഒരുതവണ ഗോപാലൻകുട്ടി പുസ്തകവുമായി പീടിക മുന്നിലൂടെ നീങ്ങിയതും കുഞ്ഞമ്പു ആശാരി രഹസ്യമായി കിട്ടനോടോതി.

'ഈ പൊസ്തകത്തിന് ഒരു കൊയപ്പം ഇണ്ട്. അത് മനുശ്യന്മാരെ ബല്ലാണ്ട് എടങ്ങേറാക്കും.'

10. നരിനാവ്

മൂത്തേടത്ത് കുമാരന്റെ ആലയിൽ പശുക്കളെ ഒന്നൊന്നായി കയറ്റി കാനത്തെ തോട്ടിൽ കുളിയും കഴിച്ച് ചെമ്പൻബാലൻ ഗോപാലൻകുട്ടിയുടെ പുരയിലേക്ക് നീങ്ങി.

'ഓൻ ഈട്ന്ന് എറങ്ങിയല്ലോ മോനേ'

മുറ്റമടിച്ചുകൊണ്ടിരുന്ന മാതു ഊരയ്ക്ക് കൈ കൊടുത്ത് നിവർന്നു.

'എപ്പോ'

'ലേശം നേരായി, ഞി കണ്ടിറ്റില്ലേ?'

'ഇല്ല'

അയാളുടെ ശബ്ദം പതിവിലും താഴ്ന്നു.

'എന്നാ ഓൻ കിട്ടന്റെ പീടിയേല്ണ്ടാവും'

തലയാട്ടിക്കൊണ്ട് ബാലൻ തിരിച്ചിറങ്ങിയതും മാതു വിളിച്ചു.

'മോനേ'

അയാൾ മുഖം തിരിച്ച് മാതുവിനെ നോക്കി.

'ഇഞ്ഞിയും ഇണ്ടേനാ മെഞ്ഞാന്ന് വൈദ്യരെ പൊരേല് വെശറെക്കാൻ?'

'ഉം'. ബാലൻ നേർത്ത് മൂളി.

'ഗോപാലൂട്ടി തന്നെയാ മര്ന്ന് ഊതിയേ'?

ആ ചോദ്യത്തിന്റെ ഉള്ളറിഞ്ഞ് അയാൾ പതുക്കെ തലയനക്കി.

'സാധാരണാ പ്രായുള്ളോല് ചെയ്യ്ന്ന കാര്യല്ലേ? ഓനെന്തിനാ അറിഞ്ഞോണ്ട്'

മാതു മുഴുവിപ്പിച്ചില്ല.

ബാലൻ മുറ്റത്തേക്ക് കയറി.

'ഒര് ജീവൻ തിരിച്ച് കിട്ടാനല്ലേ മാത്വേടത്തി, അന്നേരം ഓൻ ബേറൊന്നും ചിന്തിച്ചിറ്റ്ണ്ടാവൂലാ'

മാതു ഒന്നും മിണ്ടാതെ നിന്നു.

'ഇങ്ങള് അതൊന്നും ഓർത്ത് ബേജാറാകണ്ട, എല്ലാം ഒരു വിശ്വാസല്ലേ.'

മാതുവിനെ ആശ്വസിപ്പിച്ച് ബാലൻ വേഗത്തിൽ പടിയിറങ്ങി. പറപ്പള്ളിക്കാടിന്റെ ഓരത്തൂടെ കുട്ടങ്ങാട്ടിലെ ഇടവഴിയിലേക്ക് കടന്നതും കൈയിലൊരു തോർത്തുകെട്ടുമായി ജാനു മുന്നിൽ പ്രത്യക്ഷപ്പെട്ടതും ഒരുമിച്ചായിരുന്നു.

നിനച്ചിരിക്കാത്ത കണ്ടുമുട്ടൽ ഇരുവരിലും അല്പം പരിഭ്രമം നിറച്ചു.

തല താഴ്ത്തി ശരീരത്തെ തൊട്ടു തൊട്ടെന്ന മട്ടിൽ ജാനു തന്നെയും കടന്ന് അകലെ മറഞ്ഞിട്ടും ബാലൻ അതേ നില്പ് തുടർന്നു.

ഇടവഴിയുടെ അറ്റത്ത് മറ്റൊരു കാലൊച്ച കേട്ടപ്പോഴാണ് അയാൾ പീടികയിലേക്ക് വീണ്ടും ചുവടു വെച്ചത്.

ബാലനെ കണ്ടയുടൻ കിട്ടൻ ഉത്സാഹത്തോടെ ചായഗ്ലാസ് കഴുകി.

'പൈക്കൾക്കെല്ലാം സൊഖല്ലേ ബാലാ ' ?

പാലും പഞ്ചസാരയും ചേർക്കുന്നതിനിടെ അയാൾ ചോദ്യമിട്ടു.

'ആം, മനുഷ്യൻമാരെക്കാളും സുഖാ.'

ബാലൻ ചിരിച്ചു.

മൂത്തേടത്ത് കുമാരന്റെ പുരയിൽ പശുക്കളെ നോക്കാൻ ആദ്യം വന്നതൊരു ജോസായിരുന്നു. പിന്നൊരു തമിഴ്നാട്ട്കാരൻ അഴകൻ. അ

ഞ്ചാറ് മാസമേ അഴകൻ മിഴാവ്കുന്നിൽ തങ്ങിയുള്ളു. ഒരു ദിനം പശുക്കളെയും കൊണ്ട് പുരളിമല കയറിയ അഴകന്റെ മുന്നിൽ വച്ചാണ് രണ്ട് വയസ്സ് പ്രായമുള്ള പശുക്കിടാവിന്റെ മേൽ കുറ്റിക്കാടുകൾക്കിടയിൽ നിന്ന് കൂറ്റനൊരു നരി ചാടി വീണത്.

പ്രാണനു വേണ്ടിയുള്ള കടച്ചിയുടെ പിടയൽ അഴകൻ കണ്ടതാണ്. കണ്ണുകൾ പുറത്തേക്ക് തള്ളിവന്നു. കൈകാലുകൾ മടക്കിയും നിവർത്തിയും കടച്ചി എല്ലാ ശ്രമങ്ങളും നടത്തി. കടച്ചിയുടെ ചലനം പൂർണ്ണമായും നിലച്ചിട്ടേ നരി കഴുത്തിന് മേലുള്ള പിടുത്തം വിട്ടുള്ളു.

കൊന്നിട്ടെങ്കിലും കടച്ചിയെ വലിച്ചു കൊണ്ടുപോകാൻ നരിക്ക് കഴിഞ്ഞില്ല. അഴകന്റെ നിലവിളിയും മറ്റ് പശുക്കളുടെ അമർച്ചയും കേട്ട് പതുക്കെ നരി കുറ്റിക്കാടുകൾക്കിടയിലേക്ക് തന്നെ ഉൾവലിഞ്ഞു.

അതോടെ മിഴാവ്കുന്നാകെ പരിഭ്രാന്തിയുടെ നിഴലനക്കം കണ്ടു. വിവരമറിഞ്ഞയുടൻ വീരവാദം ഗംഗൻ മുന്നും പിന്നും നോക്കാതെ പ്രഖ്യാപനം നടത്തി.

'ഞാൻ ഒളി കെട്ടി കാവലിരിക്കും, അധികാരിയെ വിവരമറിയിച്ച് നരിയുടെ നാവ് കരിക്കാൻ ഏർപ്പാട് നടത്തിക്കോളി '.

കേട്ടവർ കേട്ടവർ അന്ധാളിച്ചു. കൈ വിറയ്ക്കാതെ നരിക്ക് നേരെ വെടിയുതിർക്കാൻ കഴിവുള്ള ഒരേ ഒരാൾ കുഞ്ഞപ്പചേട്ടനാണ്. അങ്ങേരാണേൽ മാഹീൽ പെരുന്നാളു കൂടാൻ പോയിരിക്കുന്നു. മിഴാവ്കുന്നിൽ രണ്ട് നരിയെ കുഞ്ഞപ്പച്ചേട്ടൻ തോക്കിനിരയാക്കിയിട്ടുണ്ട്. നരി മരിച്ചൂന്ന് ഉറപ്പായ രണ്ടു തവണയും അധികാരിയെ വിവരമറിയിച്ചു. അധികാരിയുടെ മുന്നിൽ വച്ച് നരിയുടെ നാക്ക് മുറിച്ച് കത്തിച്ച് ചാരമാക്കി. നരിയുടെ നാവിന് മാരക വിഷമുണ്ടെന്നാണ് വിശ്വാസം. നാവ് അറുത്ത് മാറ്റിയാൽ നരിയുടെ ജഡം മരത്തിന്റെ പടങ്ങിൽ കെട്ടി മൂന്ന് നാല് പേർ ചുമലിൽ താങ്ങി എല്ലാ പുരകളിലൂടെയും കാഴ്ച്ചയായി കൊണ്ടു പോകും. പലരും തങ്ങളാൽ കഴിയുന്ന നാണയത്തുട്ട് സംഭാവനയായി നല്കുകയും ചെയ്യും. കുട്ടികളുടെ കൂട്ടമാകട്ടെ ആരവങ്ങളോടെ പിന്നാലെ കൂടും.

നരിക്കു നേരെ വെടിയുതിർക്കുക എന്നത് നിസ്സാര കാര്യങ്ങളിൽ ഒന്നല്ല. നല്ല ധൈര്യവും അണുവിട പിഴയ്ക്കാത്ത ഉന്നവും വേഗതയും വേണം. പ്രായമുള്ളവരിൽ ചിലർ ഗംഗനോടയി പറഞ്ഞു.

'ഇഞ്ഞി എന്ത് പിരാന്താ ഈ കാട്ടാൻ പോന്ന്? കയ്യാത്ത കാര്യത്തിന് ബെറ്തേ നിക്കണ്ട '

ഗംഗൻ അത് പുച്ഛത്തോടെ തള്ളി.

'ഭീരുക്കൾ ആയിരം തവണ മരിക്കും ധീരന് മരണം ഒന്നേയുള്ളു.'

അതയാൾ അയാളുടെ ഭാഷയിൽ രണ്ടു വട്ടം ആവർത്തിച്ച് തൂങ്ങി നിന്ന കോണകത്തിന്റെ വാല് ഒന്നുകൂടി മുറുക്കി കെട്ടി.

ഏതാണ്ട് മയിമ്പായനേരം ഗംഗനും രണ്ട് സഹായികളും ചേർന്ന് കടച്ചിയുടെ ശരീരം കിടക്കുന്നതിന് തൊട്ടടുത്തായി മരത്തിന് മുകളിൽ ഒളി കെട്ടി നരിയുടെ വരവും കാത്തിരുന്നു. ഇരുട്ട് കനത്തതോടെ കുറ്റിക്കാടുകളെ ആകെ ഇളക്കിമറിച്ച് ആ ഭീകരരൂപമെത്തി. മങ്ങിയതെങ്കിലും പിന്നീടുള്ള കാഴ്ച്ച ഗംഗനെയും സഹായികളുടെയും ശരീരമാകെ വിറപ്പിച്ചു. ഭയാനകമായ മുരൾച്ചയും, കടച്ചിയുടെ മേൽ കാട്ടിയ പരാക്രമങ്ങളും കരളുറപ്പില്ലാത്ത ഒരാൾക്കും കണ്ടു നില്ക്കാൻ കഴിയുന്നതായിരുന്നില്ല. ഒളി കെട്ടിയതിന്റെ ചുറ്റും രൂക്ഷമായ ഗന്ധം പരന്നപ്പോൾ സഹായികൾ പരസ്പരം നോക്കി. ഗംഗൻ വിളറിയ മുഖം താഴ്ത്തി നാഭിക്ക് മേൽ കൈയമർത്തി.

കടച്ചിയുടെ വലിയൊരു ഭാഗം അകത്താക്കി നരി കാട്ടിലേക്ക് മറഞ്ഞപ്പോഴാണ് ഗംഗനും കൂട്ടാളികൾക്കും ശ്വാസം നേരെയായത്.

പിറ്റേന്ന് കിട്ടൻ ഗംഗന് മുന്നിൽ ചായ ഗ്ലാസ് നീക്കിവെച്ച് തിരക്കി.

'ശെരിക്കും ഇന്നലെ ഇന്റെ എത്രാമത്തെ മരണേനു'?

ഗംഗൻ വേഗം തന്റെ പതിവു ശൈലിയിലേക്ക് വന്നു.

'പാറേന്റെ മറവിലായത് നരീന്റെ ഭാഗ്യം, ഇല്ലേൽ ഓന്റെ ചെവിക്കല്ല് ഞായൻ തകർത്തേനെ'

ചായപ്പീടികയിൽ ഒരുമിച്ച് കൂട്ടച്ചിരി പൊന്തി. ഗംഗന്റെ മുഖം കൂടുതൽ കറുത്തു.

മൂന്നു നാലു ദിവസം പനിച്ച് വിറച്ചു കിടന്ന അഴകൻ ഈ കഥകളെല്ലാം കൂടി കേട്ടതോടെ ജീവൻ പണയം വെച്ച് ഇനിയൊരു പരീക്ഷണത്തിനില്ലാന്ന് മൂത്തേടത്ത് കുമാരനെ തന്റെ മാതൃഭാഷയിൽ ബോധ്യപ്പെടുത്തി മിഴാവ്കുന്ന് ഉപേക്ഷിച്ചു. അവിടേക്കാണ് ബാലൻ വന്നു കയറിയത്.

തീർത്തും ശാന്ത സ്വഭാവമായിരുന്നു അയാളുടേത്. ആരോടും അയാൾ അമിതമായി സംസാരിച്ചില്ല. തന്റെ ജോലിയിൽ എന്നും വ്യാപൃതനായി. ഒഴിവു നേരങ്ങളിൽ പുസ്തകങ്ങളെ കൂടെ കൂട്ടി.

മിഴാവ്കുന്നിൽ വന്നിറങ്ങിയതിന്റെ പിറ്റേന്ന് അയാൾ ആദ്യമന്വേഷിച്ചതും അടുത്തുള്ള വായനശാലയെ കുറിച്ചാണ്. ചാത്തുക്കുട്ടിമാസ്റ്ററെ ഗോപാലൻകുട്ടിയാണ് ബാലന് പരിചയപ്പെടുത്തി കൊടുത്തത്.

വായനശാലയിൽ അയാൾ നിത്യവുമെന്നോണം ചെന്നു കയറി. ഇ

രുട്ട് വീണ് തുടങ്ങുമ്പോൾ മാത്രമാണ് പുസ്തകവും തോളിലിറുക്കി അയാൾ കാനത്തേക്കു തിരികെയെത്തുക. പകല് പശുക്കളെ മേയ്ക്കാൻ മലമുകളിലേക്കുള്ള യാത്രയിൽ പുസ്തകങ്ങളും ബാലൻ കൂടെ കൊണ്ടുപോയി. പശുക്കൾ വയറ് നിറയ്ക്കുന്ന സമയം അയാൾ മരത്തണലിലിരുന്ന് മനസ്സും നിറച്ചു.

പുരളിമലയുടെ ചുവട്ടിൽ താമസം ആരംഭിക്കുമ്പോൾ അയാളുടെ പേരിന് മുന്നിൽ ഈ ചെമ്പൻ ഇല്ലായിരുന്നു. മിഴാവ്കുന്നിലെ അധിക മനുഷ്യർക്കും പേരിന് മുന്നിലോ പിന്നിലോ ഒരു വാലുകൂടി കാണും. എപ്പോഴാണ് ഏത് നേരത്താണ് അത് പച്ച കുത്തുന്നതുപോൽ പതിയുന്നതെന്ന് മാത്രം ആർക്കും നിശ്ചയമില്ല.

ബാലന്റെ ഇടതുഭാഗത്തെ അല്പം ചെമ്പിച്ച മുടിയിഴകളാണ് ഇത്തവണ മൂരി മമ്മദിന് അയാളുടെ പേരിന് മുന്നിൽ ചെമ്പൻ കൂടി ചാർത്തിയാലോ എന്ന തോന്നലുണ്ടാക്കിയത് .

ചായ നീട്ടിയടിക്കുന്നതിനിടയിൽ കിട്ടൻ മറ്റൊരു സംശയം കൂടി പ്രകടിപ്പിച്ചു.

'അല്ല ബാലാ, ഞി ഇപ്പം ഈ മിഴാക്കുന്നില് ബന്നിറ്റ് ആണ്ട് ഒന്ന് കയിഞ്ഞില്ലേ?'

'ഉം, ഒരാണ്ടും നാലു മാസോം'

'അപ്പോ നാട്ടിലൊന്നും പോണോന്നില്ലേ?'

'പോയി ബെരാൻ മാത്രം ഒരു ബന്ധവും അങ്ങ് ബാക്കിയില്ലാലോ, കിട്ടേട്ടാ.'

'ഉം'

കിട്ടൻ നേർത്തൊന്ന് മൂളി.

ആ നേരം ഗോപാലൻകുട്ടി കിതപ്പോടെ പീടികയുടെ മുന്നിലെത്തി. ദേഹത്ത് ചെമ്പരത്തി താളിയുടെ ഗന്ധം തങ്ങി നിന്നിരുന്നു. ഗോപാലൻകുട്ടിയെ കണ്ടതും ബാലൻ എഴുന്നേറ്റു.

നിരത്തിൻമേലേ വായനശാല ലക്ഷ്യമാക്കി വയൽ വരമ്പിലേക്ക് ഇറങ്ങുമ്പോൾ ഗോപാലൻകുട്ടി തിരക്കി.

'ആ പുസ്തകം കയിഞ്ഞാ ബാലേട്ടാ' ?

'ഏത് ?'

'അന്ന് തലശ്ശേരീന്ന് വെർത്തീന്ന് പറഞ്ഞത്'

'ഇല്ല, അതങ്ങനെ എളുപ്പം തീർക്കണ്ടതല്ല ഗോപാലൂട്ടി, മനസ്സിരുത്തി വായിക്കണ്ടതാ'

'കയിഞ്ഞാൽ എനക്ക് തരണം.'

ബാലൻ തലകുലുക്കി.

കതിര് വീഴാൻ ഒരുങ്ങി നില്ക്കുന്ന പാടങ്ങളിലെ പച്ചപ്പിൽ നേർത്ത കാറ്റ് വീശുന്നുണ്ടായിരുന്നു. നടത്തം വയലിന്റെ ഏതാണ്ട് മധ്യഭാഗം പിന്നിട്ടപ്പോൾ ബാലൻ മുഖം ചുളിച്ചു.

'ഞായൻ ഇന്റെ പൊരേൽ പോയിന്, അമ്മ പറഞ്ഞ് നീ നേരത്തെ എറങ്ങീന്ന്. ഇത്ര നേരം നീ എടെയേനു?.'

ഗോപാലൻകുട്ടി മാവിൻ തോപ്പിലേക്ക് കൈചൂണ്ടി.

ബാലന്റെ മുഖത്ത് ചിരി വിടർന്നു.

ഇനീം നീ അതെന്തിനാ ഇങ്ങനെ നീട്ട്ന്ന്'

'എല്ലാം ഒന്ന് ഒർങ്ങണ്ടെ ബാലേട്ടാ'

ഗോപാലൻകുട്ടി വരമ്പിൽ നിന്ന് തെങ്ങിൻ തോപ്പിലേക്ക് കയറി.

'ഞായൻ ഇന്നാട്ട്ന്ന് പോന്നേലെടക്ക് ഒരെല ചോറ് നീ തെര്വാ?'

'ഇങ്ങള് ഏടെ പോകാനാപ്പാ?'

'ഒരു നാട്ടിലും അധികകാലം നിന്നിറ്റ് എനിക്ക് ശീലം ഇല്ലാലോ.'

അയാൾ ഒന്ന് നിർത്തി.

'പക്ഷേ ഈ മിഴാവുകുന്നിൽ എന്നെ പിടിച്ചു നിർത്തുന്ന എന്തൊക്കെയോ ഉണ്ട് '.

അതു കേട്ട് ഗോപാലൻകുട്ടി ബാലന് നേരെ തല തിരിച്ചു.

വായനശാലയിലേക്ക് ചെല്ലുമ്പോൾ ചാത്തുക്കുട്ടി മാസ്റ്റർ പതിവ് തിരക്കുകളിലായിരുന്നു.

ഇരുവരെയും കണ്ട് മാസ്റ്റർ മഷിപ്പേന ശ്രദ്ധയോടെ മേശയിലേക്ക് വെച്ച് എഴുന്നേറ്റു.

'പുസ്തകം ഒരു ദെവസം പോലും തെകയാണ്ടായി അല്ലേ ഗോപാലൻകുട്ടി.'?

മാസ്റ്ററുടെ ചോദ്യത്തിന് അയാൾ ചിരിയോടെ നിന്നപ്പോൾ ബാലൻ പിന്തുണയായി പറഞ്ഞു.

'ചിന്തകളും തൊടങ്ങിയോന്ന് സംശയം'

'വേണം, ഈ മിഴാവുകുന്നിലെ മനുഷ്യൻമാര് ഈ മലയുടെ ചുവട്ടിൽ ജനിക്കും, ഇതിന്റെ ചുവട്ടിൽ തന്നെ നട്ട് നനച്ചുണ്ടാക്കി കഴിക്കും, പുതിയ തലമുറയെയും സൃഷ്ടിച്ച് ഈ മലയുടെ ചുവട്ടിൽ തന്നെ അലിഞ്ഞ് ചേരും. അയിന് ഒരു മാറ്റം വരണമെങ്കിൽ വായനയും ചിന്തയും തന്നെയാ ഏകവഴി '

ചാത്തുക്കുട്ടി മാസ്റ്ററുടെ വാക്കുകൾ ഗോപാലൻകുട്ടി താല്പര്യപൂർവ്വം കേട്ടു നിന്നു.

11. ചക്കര നാണു

നൂറു ചേർത്ത ഇളം കള്ളിനെ ചെമ്പുപാത്രത്തിലൊഴിച്ച് കുറുക്കുന്നതിനിടയിൽ നാണു പിന്നെയും വഴിവക്കിലേക്ക് നോട്ടം പായിച്ചു. മൂത്തമകൻ കണ്ണനെ സ്കൂളിലയക്കാൻ തുടങ്ങിയിട്ട് ഏറെ നാളൊന്നും ആയിട്ടില്ല. അവൻ പുരയിൽ നിന്നിറങ്ങി തിരികെയെത്തും വരെ അയാൾക്ക് ഒരു തരം ഇരിക്കപ്പൊറുതിയാണ്.

മുടക്കോഴിയെ കൂടാതെ മിഴാവ്കുന്നിലെ നിരത്തിൻമേലും എൽ.പി.സ്കൂൾ പ്രവർത്തിക്കുന്നുണ്ട്. കേളൻ മാഷിനാണ് പ്രധാന ചുമതല. മിഴാവ്കുന്നിലെ ഓരോ പൊരകളിലും കയറിച്ചെന്ന് കാഴ്ച്ചയ്ക്ക് തികയുന്ന കുട്ടികളെ സ്കൂളിലയക്കാൻ രക്ഷിതാക്കളോട് മാഷ് നിർദ്ദേശിക്കും. പിന്നെ അവന്റെ ജനിച്ച വർഷവും മാസവും തീയ്യതിയുമെല്ലാം മാഷിന്റെ പേനത്തുമ്പിൽ വിരിയുന്നതാണ്. ഒരു വൈകുന്നേരം മുറ്റത്ത് വന്ന് 'ചെക്കനെ ഇക്കൊല്ലം സ്കൂളിലയക്കണം നാണൂന്ന് ' മാഷ് പറഞ്ഞപ്പോൾ മാലതി വേഗത്തിൽ സമ്മതം മൂളി തലയാട്ടി. പക്ഷേ നാണു ഒന്നും മിണ്ടിയില്ല.

മാഷ് കാഴ്ച്ചയിൽ നിന്ന് മറഞ്ഞതും അയാൾ കെട്ട്യോൾക്ക് നേരെ മുഖം കറുപ്പിച്ച് ഒച്ചയിട്ടു.

'ഞി എന്ത് കണ്ടിറ്റാണേ തലയാട്ടിയെ? കണ്ണൻ ചെക്കൻ ചെറ്തല്ലേ'

മാലതി കെട്ടിയോനെ അതിശയോക്തിയോടെ നോക്കി, അതേ നാണയത്തിൽ തിരിച്ചടിച്ചു.

'ചെറ്താ?, മിഥുനത്തില് ഓന് ആറ് തെകയും മന്ശ്യാ, മ്മക്ക് രണ്ടാക്കും പല അശ്ശുരങ്ങളും ഇപ്പോം ചിത്രല്ലേ? കുട്ട്യോളെങ്കിലും അങ്ങനല്ലാണ്ടാവട്ടെ '

മാലതി ഉറച്ച തീരുമാനം എടുത്തിട്ടും അയാൾ വരുന്ന കൊല്ലമാവട്ടെ എന്ന മട്ടിൽ തന്നെ നിന്നു.

ദിവസങ്ങൾ കഴിഞ്ഞപ്പോൾ ഉടുമ്പുരാജൻ അയാളുടെ മകനെ ഇക്കൊല്ലം തന്നെ സ്കൂളിലേക്കയക്കുന്നെന്ന കാര്യം കേട്ടാണ് ഒടുക്കം നാണുവും മനസ്സ് മാറ്റിയത്.

പിന്നീടുള്ള ഓരോ ദിനവും സ്കൂളിലേക്ക് പോകാൻ ഒരുങ്ങി നില്ക്കുന്ന മകനോട് അയാൾ ഓർമ്മപ്പെടുത്തും.

'മോനേ, *കണ്ടൂറായി കടക്കുമ്പം സൂക്ഷിക്കണെ, കാല് ബഴ്തറെ '.

അവൻ ചിരിയോടെ തലകുലുക്കും.

പുസ്തകസഞ്ചിയും തൂക്കി മുറ്റത്തേക്കിറങ്ങിയാൽ അയാൾ പിന്നിൽ നിന്ന് അടുത്ത ഉപദേശം ചൊരിയും.

*കണ്ടൂറായി - വയലുകളിൽ വെള്ളം ഒഴുക്കിവിടുന്ന ചാൽ

'മോനെ പായാണ്ട് പോണെ, നെലത്ത് നോക്കി തന്നെ നടക്കണെ'.

മകൻ വിനോദനോടൊപ്പം കൈയും പിടിച്ച് ദൂരേക്ക് മറയും വരെ നാണു വഴിവക്കിൽ ആ കാഴ്ച്ചയും കണ്ടു നില്ക്കും. പിന്നെയെ അയാൾ ചക്കരപ്പണിയിലേക്ക് തിരിയു.

നിരത്തിന്മേൽ മമ്മദ്ഹാജിയുടെ തൈപറമ്പിലാണ് സ്കൂൾ കെട്ടിടം. കെട്ടിടത്തിന് ചുറ്റിലും തലയുയർത്തി നില്ക്കുന്ന തെങ്ങിൽ നിന്നും തേങ്ങയും മടലും വീണ് ഏത് നിമിഷവും അപകടമുണ്ടാക്കാവുന്ന അവസ്ഥയിൽ ആയിട്ടും കേളൻ മാഷ് കുട്ടികൾക്ക് അക്ഷരങ്ങളോടൊപ്പം ഗാന്ധിയെയും ഭഗത്സിംഗിനെയും സുബാഷ് ചന്ദ്രബോസിനെയും പറഞ്ഞു കൊടുത്തു. നാരായണഗുരുവിനെയും അയ്യങ്കാളിയേയും കേട്ടു തുടങ്ങിയപ്പോൾ കണ്ണൻ ആശ്ചര്യം തൂകി.

സ്കൂളിൽ നിന്ന് അറിഞ്ഞതൊക്കെ അവൻ നാണുവിനും മാലതിക്കും പകരും. ഒരു ദിവസം വിശേഷം കേട്ടുകൊണ്ടിരിക്കെ നാണു മകന്റെ മുടിയിൽ വിരലോടിച്ചു.

'മോന് ബെല്താവുമ്പം ആരാവണം, ഗാന്ധിയോ, അയ്യങ്കാളിയോ '?

കണ്ണൻ അല്പനേരം ആലോചന പൂണ്ടു. പിന്നെ പറഞ്ഞു.

'അയ്യങ്കാളി'.

ഒരു നിമിഷം പൊതുനിരത്തുകളെയൊന്നാകെ പ്രകമ്പനം കൊള്ളിച്ച് കുതിച്ചു വന്നൊരു വില്ലുവണ്ടിയുടെ ചിത്രം നാണുവിൽ തെളിഞ്ഞു.

അയാൾ വേഗത്തിൽ ചുമലിലെ തോർത്തെടുത്ത് തൊപ്പി പോലെയാക്കി മകന്റെ തലയിലേക്ക് വച്ചു. ഇളയവൻ ജനകനെ തന്നോട് ചേർത്തു നിർത്തി. അവന്റെ കൈയും പിടിച്ച് സ്കൂളിന്റെ പടി കയറുന്ന ചിത്രം നാണു ഭാവനയിൽ കണ്ടു.

കുറുകി വന്ന കള്ള് പനയോല കൊണ്ട് തീർത്ത വട്ടക്കണ്ണിയിലേക്ക് നാണു ഒഴിച്ചു. പപ്പടത്തിന്റെ വട്ടത്തിലും ചെറുവിരലിന്റെ കനത്തിലും ചക്കര തയ്യാറായി. നീളമുള്ള ഓലയ്ക്ക് മേൽ പന്ത്രണ്ട് ചക്കര അടുക്കി വെച്ച് ചുറ്റിലും ഓലകൊണ്ട് പൊതിഞ്ഞ് നാലഞ്ചുകെട്ട് ചക്കര മാറ്റിവച്ചു. മിഴാവ്കുന്നിലെ പീടികയിലേക്കെല്ലാം നാണുവാണ് ചക്കര വിതരണം നടത്തുന്നത്.

ചെമ്പ് പാത്രത്തിലെ അവസാന തുള്ളിയും ഓലയുടെ വട്ടക്കണ്ണിയിലേക്ക് ഒഴിക്കുന്നതിനിടെ ആളനക്കം കേട്ട് അയാൾ തല തിരിച്ചു. പാട്ടക്കാരൻ നാരായണനും, കുഞ്ഞമ്പു ആശാരിയും പുകച്ചുരുളുകൾ ഊതി വിട്ട് മുറ്റത്തേക്ക് കയറി. നാണു രണ്ടു പേരോടും ഇരിക്കാൻ ആംഗ്യം കാണിച്ചു.

പാട്ടക്കാരൻ നാരായണൻ വാതിലിന്റെ ഒഴിവിലൂടെ പുരയ്ക്കകത്തേക്ക് ഒന്നു പാളി നോക്കിയ ശേഷം എറയത്ത് ശരീരം താങ്ങി.

'വൈദ്യര് ഒരു ജീവൻ കൂടി തിരികെ കൊട്ത്ത്,ഞി അറിഞ്ഞിനാ നാണു ?'

കുഞ്ഞമ്പുആശാരി ചോദ്യത്തോടെ ബീഡിയുടെ അവസാന പുക കൂടി വലിച്ചെടുത്തു. ദിവസം ആറേഴ് കഴിഞ്ഞ സ്ഥിതിക്ക് നാണു വിവരങ്ങളറിഞ്ഞെന്ന കാര്യം കുഞ്ഞമ്പുആശാരിക്ക് ഉറപ്പാണ്. ഒന്ന് ചൊടിപ്പിക്കാനാണ് ആ ചോദ്യം.

ഒരു ചക്കര കെട്ട് കൂടി പൊതിഞ്ഞ് ഭദ്രമാക്കുന്നതിനിടെ നാണു ഒന്നമർത്തി മൂളി.

ആ നേരം പാട്ടക്കാരൻ നാരായണൻ ഉറക്കെ ചിരിച്ച് പഴയ ഓർമ്മ വീണ്ടും കൊണ്ടുവന്നു.

'അന്നിവന്റെ *മൊത്തി കാണനേനു. ആണുങ്ങളായ ഇങ്ങനെ നില വിളിക്കാ'.

നാണു പാട്ടക്കാരൻ നാരായണന് നേരെ തിരിഞ്ഞു.

സംഭവം നടന്ന് കൊല്ലം ആറായെങ്കിലും മിഴാവ്കുന്നിലെ പലരും നാണുവിന്റെ നിലവിളിയെ പറ്റി ഇപ്പോഴും പറയും, ഒപ്പം അപ്പു വൈദ്യരുടെ മാന്ത്രികതയെയും. പ്രതിരോധിക്കാൻ വാക്കുകളില്ലാത്ത നിസ്സഹായതയിൽ നാണു ദേഷ്യം ഉള്ളിലൊതുക്കുകയാണ് പതിവ്. പക്ഷേ തന്നെയാക്കുരിക്കിൽ പെടുത്തിയ നാരായണൻ തന്നെ അത് പറയുമ്പോൾ നാണുവിന്റെ കലിപ്പ് ഇരട്ടിക്കും.

'ഞി ഒറ്റ ഒരുത്തനാന്ന് അയിനെല്ലാം കാരണം. അന്ന് ഇന്റെ ബാക്കും കേട്ട് തുള്ളിയ അന്നെ പറഞ്ഞാ മതീലോ '

നാണു നാരായണന് നേരെ രൂക്ഷമായൊരു നോട്ടം കൂടി പായിച്ചു.

അവർക്കിടയിലേക്ക് മാലതി തോർത്ത് മുണ്ട് മാറിലെ റൗക്കയുടെ മേൽ പുതച്ച് പിഞ്ഞാണക്കോപ്പയിൽ കാപ്പിയുമായി വന്നു. നുറുങ്ങിപ്പോയ ചക്കരക്കഷ്ണം നാണു കുഞ്ഞമ്പു ആശാരിയുടെയും പാട്ടക്കാരൻ നാരായണന്റെയും നേർക്ക് നീട്ടി.

തിരികെ നടക്കുന്നതിനിടെ മാലതി നാരായണനെ ഓർമ്മിപ്പിച്ചു.

'ഇങ്ങള് തെരാന്ള്ള രണ്ടുറുപ്പിക ഞാൻ മറന്നിറ്റില്ല, കെട്ടാ'.

മാലതിയുടെ വർത്തമാനത്തിൽ പാട്ടക്കാരൻ നാരായണന്റെ മുഖം ചെറുതായൊന്ന് വിളറി.

പത്ത് പന്ത്രണ്ട് കൊല്ലം മുമ്പ് ഒരു രാത്രിയിൽ മിഴാവിലേക്ക് കുന്നു കയറി വന്നതാണ് നാരായണൻ. കഴുത്തിൽ സ്വർണ്ണമാലയും കാലിൽ

*മൊത്തി - മുഖം

തോലിന്റെ ചെരിപ്പും, കൈയിലൊരു വാച്ചും, പുത്തൻ കുപ്പായവും കോറമുണ്ടും ധരിച്ച് മിഴാവ്കുന്നിൽ വന്നിറങ്ങിയ നാരായണനെ എല്ലാവരും അത്ഭുതത്തോടെയും ഏറെ ബഹുമാനത്തോടെയുമാണ് നോക്കിക്കണ്ടത്. പേരിന്റെ വാലു ചോദിച്ച് ചങ്ങാത്തം കൂടാറുള്ള നമ്പീശൻ നാരായണന്റെ വാലറിയാനൊന്നും നിന്നില്ല. നമ്പീശന്റെ നിർദ്ദേശവും ഉപദേശവുമാണ് അന്നന്ന് കഴിഞ്ഞ് കൂടുന്ന മിക്ക പുരയുടെയും പറമ്പിലെ അടയ്ക്കയും തേങ്ങയും വാഴക്കുലയും, കുരുമുളകും പൈസ കാണിച്ച് മോഹിപ്പിച്ച് നാരായണനും കൂടി അവകാശം ഉറപ്പാക്കി തുടങ്ങിയത്. പതിയെ പതിയെ പെണ്ണുങ്ങൾ ചിരിച്ചു കാട്ടുന്നിടത്ത് കുരുമുളക് വള്ളിയിലോ തെങ്ങിന്റെയോ കവുങ്ങിന്റെയോ മുകളിലേക്കോ നോക്കാതെ നാരായണൻ പൈസ കൊടുത്തു. ഫലമോ, മാലയും വാച്ചും നമ്പീശന്റെ സ്വന്തമായി, അഞ്ചാറ് കൊല്ലം കൊണ്ട് പേരിന് മുന്നിൽ മാത്രം പാട്ടക്കാരനായി നാരായണൻ ചുരുങ്ങി. ഒപ്പം പലയിടങ്ങളിലും ഏറിയും കുറഞ്ഞും കടവും.

കോപ്പ തിരികെ വെച്ച് കുഞ്ഞമ്പു ആശാരി എഴുന്നേറ്റ് നടുനിവർത്തി. പാട്ടക്കാരൻ നാരായണൻ കത്തിച്ച് കെടുത്തിയ മുറി ബീഡിക്ക് പിന്നെയും തീ പിടിപ്പിച്ചു. ആ നേരം കണ്ണനും വിനോദനും വഴിയിൽ പ്രത്യക്ഷപ്പെട്ടു. നാണുവിന്റെ മുഖം തെളിഞ്ഞു.

പുരയിലേക്ക് കയറാതെ തന്നെ വിനോദൻ കണ്ണനോട് യാത്ര പറഞ്ഞ് നീങ്ങിയപ്പോൾ ചക്കരക്കെട്ടുകൾ അടുക്കി വെച്ച് നാണു കുഞ്ഞമ്പു ആശാരിക്കും പാട്ടക്കാരൻ നാരായണനും നേർക്ക് തിരിഞ്ഞു.

'ഇങ്ങള് നടന്നോളി ഞാൻ ബയ്യെ* ഇണ്ട് '

ഇരുവരും ചായപ്പീടിക ലക്ഷ്യമാക്കി നീങ്ങുമ്പോൾ തലയിൽ ഓരോ കെട്ട് പുരമേയാനുള്ള തരിപ്പപ്പുല്ലുമായി ആറോളം പെണ്ണുങ്ങൾ കുന്നിറങ്ങി വരുന്നുണ്ടായിരുന്നു.

അവരിലേക്ക് കണ്ണു പറിക്കാതെ നോക്കി നിന്ന നാരായണനെ കുഞ്ഞമ്പു ആശാരി തൊട്ടു വിളിച്ചു.

ഇരുവരും വയല് മുറിച്ചു കടന്ന് ചായപ്പീടികയിലേക്ക് ചെന്നു കയറിയതും പുതിയൊരു വാർത്ത പങ്കിടാൻ രണ്ടുപേരെ കിട്ടിയതിന്റെ ആവേശത്തിൽ കിട്ടൻ അടുപ്പിലെ വിറക് നന്നായൊന്നിളക്കി.

'ഇങ്ങളറിഞ്ഞിനേനാ?'

കുഞ്ഞമ്പുആശാരിയും നാരായണനും മുഖമുയർത്തി.

'മ്മളെ ദാക്ഷാണിയില്ലേ'

'ദാക്ഷാണിയാ '

ബയ്യെ–പുറകെ

പാട്ടക്കാരൻ നാരായണൻ വേഗത്തിൽ ഒന്നിളകിയിരുന്നു.

'മ്മളെ കറക്റ്റ് ദാക്ഷാണി'

അതും പറഞ്ഞ് കിട്ടൻ അടുപ്പിലേക്ക് നാലൂത് ഊതി. ചാരവും പുകയും ഉയർന്ന് കിട്ടന്റെ കണ്ണ് നനച്ചു. അയാൾ ഒന്ന് രണ്ട് തവണ ചുമച്ച് തുപ്പി.

'ആ ഓള്, ബാക്കി പറയെടോ'.

പാട്ടക്കാരൻ നാരായണൻ ധൃതിവച്ചു.

ഗ്ലാസ് കഴുകി മറിച്ച് കിട്ടൻ തുടർന്നു.

'ഓളെ പുരുവൻ ഇപ്പം ഏടെയാ ഇള്ളേന്ന് അറിയാ ?.

'ഇല്ല'.

ഇത്തവണ കുഞ്ഞമ്പു ആശാരിയാണ് മറുപടി പറഞ്ഞത്.

'തലശ്ശേരില്'

കിട്ടൻ ചായ മേശയിലേക്ക് വച്ചു.

'അല്ല, ഇങ്ങക്ക് കയിക്കാൻ എന്നാ ബേണ്ടെ?'.

പാട്ടക്കാരൻ നാരായണനും കുഞ്ഞമ്പു ആശാരിയും മറുപടി ഒന്നും പറഞ്ഞില്ലെങ്കിലും രണ്ട് പഴം മുന്നിലെത്തി.

'ഞി ഒന്ന് പറഞ്ഞ് തീർക്കെടോ'

കുഞ്ഞമ്പു ആശാരിയിൽ ആകാംക്ഷ കനത്തു.

'ഓളെ പുരുവൻ തലശ്ശേരിലെ സിനിമാപ്പൊരേന്റെ മുമ്പില് മുറുക്കാൻ കച്ചോടാ പോലും. മ്മളെ ഹൈദ്രോസ് മാപ്പ്ള കണ്ട്ന്ന്.

'നേരാ'?

കുഞ്ഞമ്പു ആശാരി ആശ്ചര്യപ്പെട്ടു.

'നേര് ആശാരി, നേര്'

കിട്ടൻ ഒന്നുകൂടെ ഉറപ്പിച്ചതും ഇത് ഇത്രയേ ഉണ്ടായിരുന്നുള്ളോ എന്ന മട്ടിൽ നാരായണൻ മുഖമൊന്നു ചുളിച്ചു. പിന്നെ പഴത്തിലൊരു പെണ്ണുടൽ ദർശിച്ച് മഞ്ഞ ഉടയാട ഊരിമാറ്റി അയാൾ ആസ്വദിച്ചിറക്കി.

12. സുലോചനയുടെ സംശയം

ശംഖുപാറയുടെ പരപ്പിൽ സുലോചന ഗോപാലൻകുട്ടിയോട് ചേർന്നിരുന്നു.

'ഗോപാലൂട്ടിയാട്ടാ'

'ഓ'

'ഞാനൊര് കാര്യം ചോയ്ക്കട്ടെ?'

'ഉം'

'ഗോപാലൂട്ടിയാട്ടൻ കമ്മൂണിസ്റ്റാ?'

'എന്തേ?'

'പറ കമ്മൂണിസ്റ്റാന്നോ?'

സുലോചനയുടെ കൈപ്പടത്തിൽ നേർത്ത് തഴുകി അയാൾ പുരളി മലയുടെ ഉയരങ്ങളിലേക്ക് മിഴിനട്ടു.

'ഈ ഭൂമില് വേദനിക്ക്ന്ന കുറെ മനുഷ്യര്ണ്ട് സുലു. അവരെ കണ്ണീരൊപ്പാൻ ഇറങ്ങി തിരിക്കുന്നോർക്കെല്ലാം പേര് കമ്മ്യൂണിസ്റ്റ്ന്നാ.'

ഗോപാലൻകുട്ടി സുലോചനയുടെ മുഖത്തേക്ക് നോക്കി.

'ആട്ടെ ആരാത് പറഞ്ഞേ '?

'കുഞ്ഞമ്പേട്ടൻ, കയിഞ്ഞൂസം പൊരേല് ബന്നേരം ദാമുവേട്ടനോട് പറയ്ന്ന ഞായൻ കേട്ടയാ'

സുലോചന ഗോപാലൻകുട്ടിയോട് ഒന്നുകൂടി ചേർന്നിരുന്നു.

'എന്നാ എന്റെ സുലുപ്പെണ്ണ് കേട്ടേ'

'ഗോപാലൻകുട്ടി കമ്മൂണിസ്റ്റാന്നും, ഓന് മുത്തപ്പനെ പോലും ബിശ്വാസം ഇല്ലാന്നും'

സുലോചന അതല്പം ഈണത്തിൽ പറഞ്ഞ് മുഖം തിരിച്ചു.

'ശെരിക്കും ഗോപാലൂട്ടിയാട്ടന് മുത്തപ്പനെ ബിശ്വാസം ഇല്ലേ?'

'പിന്നില്ലാണ്ട്, മുത്തപ്പൻ പാവങ്ങളെ രക്ഷകനല്ലേ '

സുലോചനയുടെ മുഖം തെളിഞ്ഞു. അവൾ അയാളുടെ നെഞ്ചിലേക്ക് തല ചായ്ച്ചു. മൈലാഞ്ചിയിട്ട് സുന്ദരമാക്കിയ നഖങ്ങളുള്ള വിരലുകൾ ഗോപാലൻകുട്ടിയുടെ വിരലുകളിൽ കോർത്ത് കിടന്നു.

'ഞാനറിയുന്ന ഏറ്റോം വലിയ കമ്മ്യൂണിസ്റ്റ് ആരാന്നറിയോ സുലൂന്'?

'ആരാ?'

അവൾ കണ്ണുകൾ വിടർത്തി.

'മുത്തപ്പൻ'

'ആര്!'

'നമ്മുടെ മലവാഴുന്നോര്'

ഒരു നിമിഷം സുലോചനയുടെ മൂക്കിൻ തുമ്പ് വിറച്ചു, സ്വരമിടറി.

'ബെറ്തേ കളി പറയണ്ടാ ഗോപാലൂട്ടിയാട്ടാ, ദൈവം കേട്ടാ പൊറുക്കൂല'

ഗോപാലൻകുട്ടിക്ക് ചിരി വന്നെങ്കിലും അതയാൾ ചുണ്ടുകളിൽ തന്നെ ഒളിപ്പിച്ചു.

'നേരാ, സുലു. കുന്നത്തൂർപാടീന്ന് മുത്തപ്പൻ നമ്മളെ പുരളിമലയി

ലേക്ക് വെരുമ്പോ ആടത്തെ മനുഷ്യൻമാര് പറഞ്ഞു പോലും, 'ഇങ്ങള് ഈടന്ന് പോകരുത് ദൈവേന്ന് '. ഉടനെ മുത്തപ്പൻ പറഞ്ഞത് എന്താന്ന റിയോ? നിങ്ങളെ പോലെ കഷ്ടത അനുഭവിക്കുന്ന കുറെ മനുഷ്യര് വേ റെയും ഇണ്ട് ഈ ഭൂമില്. അവരെയെല്ലാം കണ്ണീരൊപ്പാനാ ഞാൻ പോ കുന്നതെന്ന്'.

'അപ്പോ ഈ കമ്മൂണിസ്റ്റ്ന്ന് പറഞ്ഞാ ദൈവാ? '

'ഉം. ദൈവം'

'എന്നാലെ ഈ ദൈവത്തോട് കൂട്ട് കൂടാൻ ഞാനില്ല, ഞായൻ പോ ക്കാ'.

ഗോപാലൻകുട്ടിയുടെ ഇരുകവിളിലും വിരലുകളാൽ അല്പം ശക്തി യിലമർത്തി സുലോചന ശംഖുപാറയിൽ നിന്ന് എഴുന്നേറ്റു.

'പോവുവാണോ'?

അയാൾ ചോദിച്ചു.

'ഉം'

അവൾ മൂളി.

'പോകല്ലേ'

'പോകും'

ശംഖുപാറയിൽ നിന്ന് മുഖം വീർപ്പിച്ച് സുലോചന ഇറങ്ങാൻ ഭാവി ച്ചതും ഗോപാലൻകുട്ടി വേഗത്തിൽ ആ കൈയിലേക്ക് പിടുത്തമിട്ടു.

കുപ്പിവളകളിലൊന്ന് നുറുങ്ങു കഷ്ണങ്ങളായി ചിതറി. സുലോചന യുടെ വെളുത്ത കൈത്തണ്ടയിൽ ചോര പൊടിഞ്ഞു.

'ഇരിക്ക് പെണ്ണേ'

'ബേണ്ട'

സുലോചന വാക്കുകളിൽ പരിഭവം നിറച്ചു.

അയാൾ പിന്നെയും നിർബന്ധിച്ചപ്പോൾ മാത്രം അവൾ ശംഖുപാറ യുടെ പരപ്പിലിരുന്നു.

സുലോചനയുടെ വലതുകൈ തന്റെ മടിയിൽ വെച്ച് ഗോപാലൻകു ട്ടി പതുക്കെ തലോടി.

'നൊന്തോ?

'ഉം'

അവൾ നേർത്ത് മൂളി.

ഗോപാലൻകുട്ടി സുലോചനയുടെ കണ്ണുകളിലേക്ക് നോക്കി. പിന്നെ ചോര പൊടിഞ്ഞ കൈയിൽ പതുക്കെ ചുണ്ടു ചേർത്തു. സുലോചന യുടെ മേലാകെ ഒരു കുളിരു പാഞ്ഞു. മെല്ലെ മെല്ലെ ചോരയുടെ നനവ്

തന്റെ ചുണ്ടുകളിലേക്ക് പടർന്നതും അവൾ ഗോപാലൻകുട്ടിയുടെ ശരീരത്തിലൂടെ കൈചുറ്റി.

മാവിൻകൊമ്പിൽ പക്ഷികൾ കൊക്കുരുമ്മുകയും, അണ്ണാറക്കണ്ണൻമാർ ഇണയെ വിളിക്കുകയും ചെയ്തു. നേർത്ത കാറ്റ് അവിടെയാകമാനം വട്ടം ചുറ്റി നിന്നു. എങ്ങുനിന്നോ പൂക്കളുടെ ഗന്ധം ശംഖുപാറയിലേക്ക് ഒഴുകിയെത്തി.

'മ്മളെ നാട്ടില് ബെല്യ ഉസ്കൂള് ബെര്ന്ന കാര്യം ഇങ്ങളറിഞ്ഞിനാ ആശാരി?'.

പാലിന് പത വരുന്നതും നോക്കി ചിരട്ടക്കൈയിലുകൊണ്ട് പതുക്കെ ഇളക്കുന്നതിനിടെയായിരുന്നു കിട്ടന്റെ ചോദ്യം.

കുഞ്ഞമ്പു ആശാരി അറിഞ്ഞൂന്ന് തലയാട്ടിയതും അയാളുടെ മുഖം ചെറുതായൊന്ന് വാടി.

'യോഗത്തില് നടന്ന ചർച്ച ഞി അറിഞ്ഞിനാടോ ദാമൂ'?

കുഞ്ഞമ്പു ആശാരിയെ വിട്ട് വട്ടയുടെ കെട്ടുമായി നിന്ന ദാമുവിന് നേരെ കിട്ടൻ തിരിഞ്ഞു.

'ഇല്ല'.

'ഇഞ്ഞിയോ നാരാണാ?'

പാട്ടക്കാരൻ നാരായണനും ഇല്ലാന്ന് തലയാട്ടിയതോടെ തിളച്ച പാല് അടുപ്പിൽ നിന്നിറക്കി അയാൾ ഉഷാറായി.

'യോഗത്തില് മിഴാക്കുന്നിൽ ബെല്യ ഉസ്കൂള് ബേണോന്ന് എല്ലാരും ഒറ്റ അഭിപ്രായം. അയിന്റെ ഭാഗായിറ്റ് നമ്പീശന്റെ പറമ്പിൽ ഉസ്കൂള് കെട്ടാൻ തീരുമാനോം ആയി. രണ്ടീസം കയിഞ്ഞപ്പം എന്താ കഥ '?

കിട്ടൻ തുടർന്നു.

'നമ്പീശൻ അയാൾടെ തനി കൊണം കാണിച്ച്. പറമ്പ് വിട്ട് തെരാൻ പറ്റൂലാന്ന് പറഞ്ഞ് കാലുമാറി.'

'ഉടനെ നാരായണവാര്യറ് ഒരു ചോദ്യം, കണിയാംകുന്നിൽ ഉസ്കൂള് കെട്ടിയാലോന്ന് '

'അത് ദൂരം ഏറി പോയീന്ന് അപ്പു വൈദ്യര് '

'ആ നേരം നമ്പൂരിപ്പാട് ഒറ്റവാക്കാ, ഉസ്ക്കൂൾ പണിയാൻ എന്റെ ഇല്ലപറമ്പ് ഞായൻ വിട്ട് തെരാന്ന് '.

കിട്ടൻ പറഞ്ഞ് നിർത്തി എൾമാനം നായരുടെ മുന്നിലേക്ക് ചായ നീട്ടിയതും അയാൾ ബെഞ്ചിൽ ഒന്നിളകിയിരുന്നു.

'നമ്പൂരിപ്പാട് ആ ചെയ്തത് എന്തായാലും ജോറായിന്'

'അതന്നെ'

നായര് പറഞ്ഞതിനെ കുഞ്ഞമ്പു ആശാരി ഒന്ന് മിനുക്കുക കൂടി ചെയ്തു.

ഇതിനിടെ പീടികയുടെ മുറ്റത്തേക്കറിങ്ങി നിന്ന ദാമുവിന് നേരെ ചായയുടെ അണയും കഴിച്ച് ബാക്കി പൈസ കിട്ടൻ നീട്ടി. അതും അരയിൽ തിരുകി വട്ടയുടെ കെട്ടുമായി അയാൾ നിരത്തിൻമേലേക്ക് നടന്നു. ദാമു പോയ വഴിയിലേക്ക് നോക്കി നിന്ന കുഞ്ഞമ്പു ആശാരിയിൽ നിന്ന് ആ വിലയിരുത്തലുണ്ടായി.

'കുടുംമ്മത്തിന് ബേണ്ടി ഓൻ നയിക്ക്ന്ന നയിപ്പ് ഒട്ടും ചെറുതല്ലാട്ടാ'

ഒഴിഞ്ഞ ഗ്ലാസ് തിരികെയെടുത്ത് കിട്ടൻ അതിനോട് ചേർന്നു.

'പൈതല് അവസാനായിറ്റ് ഓനോട് പറഞ്ഞ ബാക്കാ, അമ്മേനേം അനിയത്തീനേം നന്നായിറ്റ് നോക്കണോന്ന്, അത് ഓയൻ ഇന്ന്ബരെ തെറ്റിച്ചിറ്റില്ല.'

'സുലോയന പെണ്ണിനെ ഒരു മുന്തിയെടത്ത് അയക്കണോന്നാ ഓന്റെ ആശ, പോരാത്തേന് നാട്ടാരിക്ക് ഒരെല ചോറ് കൊടുക്കണോന്നും. അയിന് ബേണ്ടീറ്റാന്ന് ഓൻ മംഗലം പോലും കൈക്കാണ്ട് ഈ നയിപ്പ് നയിക്ക്ന്ന്'.

കുഞ്ഞമ്പു ആശാരി നിർത്തിയയിടത്ത് വീണ്ടും കിട്ടൻ കയറി.

'പൊന്നിന് ബേണ്ട പൈസയെല്ലാം ഓൻ തട്ടാൻ ഗോയിന്ദന് കൊട്ത്ത്ന്നാ കേട്ടേ, ഗോയിന്ദനത് കയിഞ്ഞൂസോം സൂയിപ്പിച്ചിന്.'

'കട്ടിലിനും മേശക്കും ഇള്ള കുത്തുളി* എയ്താൻ അന്നോടും പറഞ്ഞിറ്റ്ണ്ട്'

കുഞ്ഞമ്പു ആശാരി മൊഴക്കോലിന് നേരെ ഒന്നു നോക്കി.

എശ്മാനം നായര് അവസാനമാണ് വായ തുറന്നത്.

'അപ്പോ ഓനൊരു ആങ്കുട്ടി തന്നെയാന്ന് അല്ലേ'?

13. കുമാരധാര

മുറിക്കകെത്തെ ചിമ്മിണി വിളക്കിൽ അല്പംകൂടി എണ്ണ പകർന്ന് ഗോപാലൻകുട്ടി കരിന്തുണിയിൽ കൈ തുടച്ചു. മഞ്ഞ വെളിച്ചത്തിൽ മുന്നിലെ പുസ്തകത്താളുകളിലൂടെ അയാൾ വേഗത്തിലിറങ്ങി.

നാലു ചുമരുകൾക്കുള്ളിൽ വെളിച്ചം കൂടുതൽ തെളിമയോടെ നിന്നു.

നാഴിക പിന്നിട്ടതും കഥാപാത്രങ്ങളിലൊന്ന് തന്റെ താച്ചിയമ്മയാണോന്ന് ഗോപാലൻകുട്ടിക്ക് സംശയമുണ്ടായി. ശരീരം അല്പം വളഞ്ഞ്, മുറുക്കി ചുവപ്പിച്ച മോണകാട്ടി ചിരിച്ച്, വെളുത്ത മുടിയിഴയും ചുക്കിച്ചുളി

കുത്തുളി- മരത്തിന്റെ അളവ് എഴുതുന്നത്

ഞ്ഞ മുലകൾക്ക് മേൽ പേരിനൊരു തോർത്തുമുണ്ടും പുതച്ച് കൈയി ലെ മുട്ടൻവടി നിലത്തൂന്നി ഗോപാലൂട്ടീന്നുള്ള വിളിയോടെ താച്ചിയമ്മ പുസ്തകത്തിൽ നിന്ന് തന്നെ നോക്കുന്നു.

വായിച്ചു നിർത്തിയ താളിന്റെയറ്റം ചെറുതായി മടക്കി പുസ്തകം നെഞ്ചോട് ചേർത്ത് ഗോപാലൻകുട്ടി കണ്ണുകൾ പൂട്ടി.

താച്ചിയമ്മ മരിച്ചിട്ട് കൊല്ലം പതിനഞ്ചിലേറെയായെങ്കിലും ഗോപാ ലൻകുട്ടിയിൽ നിന്ന് ആ രൂപം ഒരിക്കലും മാഞ്ഞിട്ടില്ല. മാതുവിന്റെ അ മ്മയുടെ അമ്മയാണ് താച്ചി. ബാച്ചിയെന്ന പേര് അവർക്ക് തന്നെ ഓർമ്മ യുണ്ടായിരുന്നോന്ന് സംശയമാണ്. വയസ്സിനെ സംബന്ധിച്ചൊന്നും കൃ ത്യമായ ഒരു എത്തും പിടിയും മിഴാവ്കുന്നിലെ ആർക്കും ഉണ്ടായിരു ന്നില്ല. എൺപത് കഴിഞ്ഞെന്ന കാര്യം ഗോപാലൻകുട്ടി ഓർമ്മയുള്ള കാലം മുതൽ കേട്ടതാണ്.

പ്രായം ശരീരരൂപത്തിൽ പ്രകടമായെങ്കിലും താച്ചിയമ്മയുടെ കണ്ണി നെയും കാതിനെയും മരണം വരെ അതൊട്ടും ബാധിച്ചിരുന്നില്ല. ഉണ്ടാ യിരുന്ന സ്വന്തമായൊരിടം മലയിടിച്ചലിൽ തകർന്ന് വീണപ്പോൾ താച്ചി യമ്മയുടെ അന്തിയുറക്കം പല പല പുരകളിലായി.

'താച്ചിക്ക് ഈടെ കൂടിക്കൂടേ?'

മാതു ചോദിക്കും.

'എനിക്ക് എല്ലാ പൊരയും ഒരു പോലാ മോളേ.'

താച്ചിയമ്മ പറയും.

ഒരിടത്തും താച്ചിയമ്മയെ അടങ്ങിയിരുന്ന് കാണാൻ കഴിയില്ല. മാച്ചി പ്പട്ട കൊണ്ടുവന്ന് ചൂല് കെട്ടിയോ, കൈതോല കൊണ്ട് പായ മെടഞ്ഞോ സമയം നീക്കുന്നുണ്ടാവും. അല്ലാത്തപക്ഷം ഇടിച്ച് ചതച്ച അടയ്ക്കയും ചവയ്ക്കുള്ള മറ്റ് ഒരുക്കവും കൂട്ടി വടിയും കുത്തി കുന്നും മലയും കയ റിയിറങ്ങി നാടുകൾ തോറും കഥകളുടെ വിത്തെറിയും.

ഒഴുക്കും ഭംഗിയുമായി താച്ചിയമ്മ ചരിത്രവും ഐതിഹ്യവും താള ത്തിൽ പറയുമ്പോൾ കഥ കേൾക്കാൻ ഇഷ്ടമുള്ള ഗോപാലൻകുട്ടി താ ച്ചിയമ്മയുടെ പിന്നാലെ കൂടുന്നത് പതിവായി.

'മ്മളെ മലയാളനാട് എങ്ങനെയുണ്ടായീന്നറിയോ ഗോപാലൂട്ടിക്ക്?'

മുറുക്കാൻ ചണ്ടി തുപ്പി അടുത്ത വെറ്റിലയുടെ നാര് ചുരണ്ടി ചുണ്ണാ മ്പ് തേച്ച് താച്ചിയമ്മ ചോദിക്കും.

ഗോപാലൻകുട്ടി ഇല്ലാന്ന് തലയാട്ടും.

കടലിൽ മഴുവെറിഞ്ഞ് കരയാക്കി ബ്രാഹ്മണർക്ക് ദാനം ചെയ്ത് അ മ്മയെ കൊന്നതിന്റെ പാപം തീർക്കാൻ ഒരുങ്ങിയ പരശുരാമനിൽ തുട

ങ്ങി കേരള നാട് ഭരിക്കാൻ ബ്രാഹ്മണൻമാർ ക്ഷത്രിയരെ പുറംനാട്ടിൽ നിന്ന് കൊണ്ടു വന്ന ഐതിഹ്യം വരെ ഒരു ഒഴുക്കിലങ്ങനെ വന്ന് വീഴും.

ഒരു തവണ താച്ചിയമ്മയും ഗോപാലൻകുട്ടിയും പുരളിമലയിലൂടെ സഞ്ചരിക്കുമ്പോൾ താച്ചിയമ്മ പറഞ്ഞു.

'പഴശ്ശിതമ്പ്രാൻ വെള്ളക്കാരെ ബെറപ്പിച്ചത് ഈ മലയിലൂടെയൊക്കെ യാത്ര ചെയ്താ ഗോപാലൂട്ടി.'

'താച്ചിയമ്മ പഴശ്ശി തമ്പുരാനെ കണ്ടിനാ?'

'എന്തിനാ കാണണെ? കണ്ട പോലെ പറഞ്ഞ് തന്നിറ്റല്ലേ കാർന്നോൻ മാര് '.

താച്ചിയമ്മ ഒന്നുകൂടി വെറ്റിലച്ചണ്ടി നാവു കൊണ്ടളിക്കി പല്ലില്ലാത്ത മോണയിലിട്ടമർത്തി കോട്ടയം രാജവംശത്തിന്റെ കഥയിലേക്ക് കടക്കുകയായി.

മിഴാവ്കുന്നിലായിരുന്നു കോട്ടയം രാജവംശത്തിന്റെ ആസ്ഥാനം. ആദ്യം ചിറയ്ക്കൽ രാജാവിന്റെ കീഴിലായിരുന്നു ഈ പ്രദേശമാകെ, ചിറയ്ക്കൽ രാജകുടുംബം ക്ഷത്രിയൻമാർ ആയിരുന്നില്ല. അങ്ങനെയിരിക്കെ ഇവിടെയുള്ള ബ്രാഹ്മണന്മാരെല്ലാം ചേർന്ന് ചിറയ്ക്കൽ രാജാവിനോട് ഞങ്ങൾക്ക് ഒരു ക്ഷത്രിയരാജാവിനെ വേണം എന്നാവശ്യമറിയിച്ചു. ചിറയ്ക്കൽ രാജകുടുംബം അത് സമ്മതിക്കുകയും പുറത്ത് നിന്ന് ക്ഷത്രിയൻമാരെ കൊണ്ടുവന്ന് ഭരണം ഏൽപ്പിക്കുകയും ചെയ്തു.

ആ തീരുമാനത്തിൽ ബ്രാഹ്മണരെല്ലാം തൃപ്തരായി. എന്നാൽ കാലം കഴിഞ്ഞതും ഭരണനിർവ്വഹണത്തിനുള്ള സമ്പത്തിനായി ക്ഷേത്രമായ ക്ഷേത്രമെല്ലാം വിട്ട് തരണമെന്ന് രാജാക്കൻമാർ ബ്രാഹ്മണരോട് കല്പ്പിച്ചു.

ഇത് നീതികേടാണെന്ന് ബ്രാഹ്മണൻമാർ ഒന്നടങ്കം പറഞ്ഞെങ്കിലും രാജാക്കൻമാർ അതൊന്നും ചെവിക്കൊണ്ടില്ല.

അവർ കല്പന നടപ്പിലാക്കാൻ ഇറങ്ങിയതോടെ ചിലരൊക്കെ എതിർത്തു. എതിർത്തവരെയാവട്ടെ ഒന്നൊന്നായി രാജാക്കൻമാർ കൊന്നുകളഞ്ഞു. ചെറുത്ത് നില്ക്കാൻ കഴിയാത്തവർ പലരും ഒഴിഞ്ഞു പോയി.

ഇതിന്റെയെല്ലാം അനന്തരഫലമായി ബ്രാഹ്മണവധത്തിന്റെ പാപത്താൽ നാലു തവണ കോട്ടയം രാജവംശം നശിച്ചുപോവുകയും മരുമക്കത്തായ സമ്പ്രദായം പാലിക്കാൻ പെൺകൊടികളില്ലാതെ വന്നപ്പോൾ അഞ്ച് തവണ ദത്തെടുക്കേണ്ടതായും വന്നു. രാജ്യം ഭരിച്ച അവസാനത്തെ രാജാവ് വീരപഴശ്ശിയായിരുന്നു. വെള്ളക്കാരോടുള്ള യുദ്ധത്തിന്റെ ഭാഗമായി ഒടുക്കം പഴശ്ശിക്കും മിഴാവ്കുന്നിൽ നിന്ന് പോകേണ്ടി വന്നു.

പക്ഷേ യുദ്ധം തുടങ്ങിയ സമയത്ത് തമ്പുരാൻ വെള്ളക്കാരെ ശരിക്കും വിറപ്പിച്ചു. പഴശ്ശിയുടെ നിസ്സാരമെന്ന് കരുതിയ സേന ആയിരത്തോളം വെള്ളക്കാരെ കൊന്നു വീഴ്ത്തി.

നിരന്തരം സാഹസികമായ യുദ്ധം ഒരു ദശകത്തോളം നീണ്ടുനിന്ന തോടെ രജാവിന്റെ ശക്തിയും സാധ്യതയുമെല്ലാം പതുക്കെ ക്ഷയിക്കാൻ തുടങ്ങി.

പ്രജകളുടെ അകമഴിഞ്ഞ സഹകരണവും സഹായവും കൊണ്ടാണ് പത്തു കൊല്ലക്കാലം തലയുയർത്തി പൊരുതാൻ പഴശ്ശിക്ക് കഴിഞ്ഞത്. പഴശ്ശിയുടെ പോരാളികൾക്ക് ഓരോ പ്രദേശത്തെയും താമസക്കാർ സഹായം നല്കി പോന്നെങ്കിലും പിടിച്ചു നില്ക്കാൻ കഴിയാത്ത അവസ്ഥയിലേക്ക് കാര്യങ്ങൾ എത്തി. ചില ചങ്ങാതികൾ കൂറുമാറി, മന്ത്രിമാരെല്ലാം കൊല്ലപ്പെട്ടു. വെള്ളക്കാർ പഴശ്ശിയെയും കൂട്ടാളികളെയും ചൂണ്ടിക്കാട്ടുന്നവർക്ക് പാരിതോഷികം പ്രഖ്യാപിച്ചു. ഒടുക്കം..

താച്ചിയമ്മയുടെ വാക്കുകൾ അവിടെ മുറിയും. പഴശ്ശിയുടെ മരണത്തെക്കുറിച്ച് പറയുമ്പോൾ താച്ചിയമ്മ നനഞ്ഞ കണ്ണ് തുടയ്ക്കുന്നതും പതിവായിരുന്നു.

കഥ ഗോപാലൻകുട്ടിയുടെ മനസ്സിൽ പഴശ്ശിയോടുള്ള വലിയ ആരാധനയായി വളർന്നു. വള്ളിച്ചൂരൽ വാളായി കരുതി മുന്നിൽ കാണുന്ന ചെടികളിലെല്ലാം വെള്ളക്കാരെ സങ്കല്പിച്ച് കഴുത്തരിയുക ആ നാളുകളിൽ ഗോപാലൻകുട്ടി പതിവാക്കി.

താച്ചിയമ്മയുടെ കഥ പറച്ചിലിന്റെ തുടർച്ചയിൽ തന്നെയാണ് ഗുണ്ഡികയിലെ കുമാരധാരയെക്കുറിച്ചും ഹരിശ്ചന്ദ്രകോട്ടയെക്കുറിച്ചും ഗോപാലൻകുട്ടി കൂടുതൽ അറിഞ്ഞത്.

ഒരിക്കൽ കോട്ടയം രാജവംശത്തിൽ ബുദ്ധിക്കുറവുള്ള ഒരു കുമാരൻ പിറന്നു. അമ്മത്തമ്പുരാട്ടിക്കും അടുത്തവർക്കും അവൻ വലിയൊരു നോവായി മാറി. ബുദ്ധിശക്തിയിലും ഭാവനാ വിലാസത്തിലും പ്രശസ്തരായ പലരും ജനിച്ച രാജവംശത്തിലാണ് അവന്റെ ജനനമെന്നത് ആർക്കും താങ്ങാൻ കഴിയാത്ത ഒന്നായി തീർന്നു.

കൊല്ലം പതിനെട്ടു കഴിഞ്ഞു. അക്കാലത്തൊരിക്കൽ മറ്റൊരു നാടുവാഴി തറവാട്ടിലെ സൽക്കാരത്തിന് കൊട്ടാരത്തിലുള്ളവർക്ക് ക്ഷണം കിട്ടി. നിർഭാഗ്യവശാൽ അന്ന് പഴശ്ശിക്കോവിലകത്ത് ആണുങ്ങൾ ആരുമില്ലായിരുന്നു. ക്ഷണം നിരാകരിക്കുന്നത് മാന്യതയല്ല എന്ന തീരുമാനത്തിന്റെ ഭാഗമായി ബുദ്ധിക്കുറവുള്ള മകനെ സൽക്കാരത്തിന് അയക്കാൻ അമ്മത്തമ്പുരാട്ടി ഒരുങ്ങി.

അപമാനമൊന്നും വന്നു പെടാതിരിക്കാൻ അവർ ഏറെ ജാഗ്രത പാലിച്ചു. അവിടെയെത്തിയാൽ എങ്ങനെ പെരുമാറണം എന്തു സംസാരിക്കണം എന്നെല്ലാം മകനെ ഓർമ്മപ്പെടുത്തി.

എന്നാൽ സൽക്കാര സ്ഥലത്ത് വെച്ച് മകന്റെ പ്രവൃത്തികൾ ചുറ്റുമുള്ളവരിൽ ചിരി പടർത്താനെ ഇടവരുത്തിയുള്ളു. കനത്ത അപമാനം അമ്മത്തമ്പുരാട്ടിക്ക് താങ്ങാൻ കഴിയാതെ വന്നു. തന്റെ മകനെ ഇനിയും കൊട്ടാരത്തിൽ പൊറുപ്പിക്കുന്നത് കുലമഹിമയ്ക്ക് മങ്ങലേൽപ്പിക്കുമെന്ന് അവർ ഭയന്നു. അങ്ങനെ ഏറെ ആലോചനകൾക്ക് ശേഷം ക്രൂരവും സാഹസികവുമായ ഒരു തീരുമാനത്തിലേക്ക് അവരെത്തി. അത് കോവിലകത്തിന് സമീപമുള്ള 'കുമാരധാര' യിൽ മകനെ ഉപേക്ഷിക്കുക എന്നതായിരുന്നു.

മൂന്ന് ഭാഗമുള്ള മലമുകളിൽ നിന്ന് നീർച്ചാലുകളൊഴുകിയെത്തി കനത്ത പ്രവാഹമായി തീരുന്ന ഇടമാണ് കുമാരധാര. കാട്ടുമൃഗങ്ങളുടെ വിഹാരകേന്ദ്രം. അമ്മത്തമ്പുരാട്ടിയുടെ നിർദ്ദേശത്താൽ രണ്ട് പരിചാരകൻമാർ കുമാരനെ കൊണ്ടുപോയി കുമാരധാരയിൽ വിട്ടു. കരിമ്പാറക്കെട്ടും തെളിനീരും കണ്ട് അവൻ മതി മറന്നു. നാഴിക കടന്നു പോകുന്നതും ഇരുട്ട് പരക്കുന്നതൊന്നും അവനറിഞ്ഞില്ല. ഇടയ്ക്കെപ്പഴോ മയക്കം വന്നപ്പോൾ കുമാരൻ പാറക്കെട്ടിൽ തല ചായ്ച്ചു കിടന്നു.

നേരം പുലർന്നതോടെ കാട്ടുമൃഗങ്ങൾ കുമാരനെ ഭക്ഷണമാക്കിയിട്ടുണ്ടാവുമെന്നാണ് അമ്മത്തമ്പുരാട്ടിയും പരിചാരകൻമാരും കരുതിയത്.

എന്നാൽ ഒന്നും സംഭവിക്കാതെ അവൻ കുമാരധാരയിൽ ഉറക്കമുണർന്നു.

തന്റെയുള്ളിലേക്ക് ഒരു പ്രകാശം കടന്നു വരുന്നതായും , തന്റെ ബുദ്ധി നേരായ വഴിയിലൂടെ സഞ്ചരിക്കുന്നതായും ആ നിമിഷം അവനറിഞ്ഞു. ബുദ്ധിമാന്ദ്യമകന്ന അവന്റെ മനസ്സിൽ പതുക്കെ എല്ലാം തെളിഞ്ഞു വരാൻ തുടങ്ങി.

കൊട്ടാരം തന്നെ കൈ വെടിഞ്ഞതാണെന്നും. പുത്രദുഃഖത്തേക്കാൾ വംശാഭിമാനത്തിന് മങ്ങലേല്ക്കുന്നതാണ് ദുഃസ്സഹമെന്നും കരുതിയ അമ്മയ്ക്ക് ഇനിയൊരിക്കലും താൻ ബാധ്യതയാവുകയില്ല എന്നും തീരുമാനിച്ച് അവൻ പുരളിമല ലക്ഷ്യമാക്കി നടന്നു.

വിവരങ്ങളറിഞ്ഞ് അമ്മത്തമ്പുരാട്ടി പരിവാരങ്ങളോടൊപ്പം ഓടിയെത്തി.

എന്നാൽ താനിനി കൊട്ടാരത്തിലേക്ക് ഇല്ലായെന്നും ജീവിതകാലം മുഴുവൻ പുരളിമലയിൽ ജീവിക്കാനാണ് ആഗ്രഹമെന്നും അതിന് അവസരമൊരുക്കണമെന്നും കുമാരൻ അറിയിച്ചു.

അമ്മത്തമ്പുരാട്ടി ഏറെ നിർബന്ധിച്ചിട്ടും കുമാരൻ വഴങ്ങിയില്ല.

അങ്ങനെ പുരളിമലയിൽ കുമാരന് താമസിക്കാൻ ഒരിടവും, കോട്ട ക്കുളം എന്നറിയപ്പെടുന്ന കുളവും, ഭജിക്കാൻ ശിവലിംഗത്തിന്റെ പ്രതി ഷ്ഠയും നടത്തി.

ആ കഥ പറഞ്ഞ് തീർത്ത് കോട്ടക്കുളവും ശിവലിംഗവും താച്ചിയമ്മ ഗോപാലൻകുട്ടിക്ക് ചൂണ്ടിക്കാട്ടിക്കൊടുത്തു.

ഉള്ളിലെ സംശയങ്ങൾ ഗോപാലൻകുട്ടി താച്ചിയമ്മയെ അറിയിച്ചു.

'താച്ചിയമ്മേ ചിണ്ടൻമൂപ്പൻ പറഞ്ഞല്ലോ, ഇത് ഹരിശ്ചന്ദ്ര പെരുമാ ളിന്റെ കോട്ടയാന്ന്'

'അങ്ങനേം ചിലരൊക്കെ പറേന്ന്ണ്ട്, ഹരിശ്ചന്ദ്രനോളം പോന്നൊരു രാജാവ് അത്രയേ അതിനർത്ഥമുള്ളു. അല്ലെങ്കിലും ഒരു കൊടുങ്കാട്ടിൽ അതും ദുർഘടമായൊരിടത്ത് ഇരുന്ന് ഒരു രാജാവ് എങ്ങനെയാ രാജ്യം ഭരിയ്ക്കാ? പ്രജകൾ എങ്ങനെയാ രാജാവിനെ മുഖം കാണിയ്ക്കാ?'

താച്ചിയമ്മയുടെ തിരിച്ചുള്ള ചോദ്യങ്ങൾ ഗോപാലൻകുട്ടിയിൽ ഉത്ത രമില്ലാതെ നിന്നു.

പിണ്ഡാലി കളരി മുറ്റത്ത് ചെണ്ടമുറുകുമ്പോഴാവട്ടെ താച്ചിയമ്മ അ വിടെയെത്തും, കരിവാൾ ഭഗവതിയും, ഉച്ചിട്ടയും, ഗുളികനും, ശാസ്ത പ്പനും, ഘണ്ടാകർണ്ണനും ഭൈരവനും, വിഷ്ണുമൂർത്തിയും, രക്തചാമു ണ്ഡിയും ചുവട് വയ്ക്കുന്നത് ഭക്തിയോടെ കണ്ണിൽ നിറയ്ക്കും.

നേർത്ത തണുപ്പുള്ള പുലർകാലത്ത് തെയ്യക്കോലങ്ങളിറങ്ങാൻ ക ളരി മുറ്റത്ത് അക്ഷമയോടെ കാത്തിരിക്കുന്ന നേരത്താവും പിണ്ഡാലി കളരിയുടെ ചരിത്രം താച്ചിയമ്മ ഗോപാലൻകുട്ടിയുടെ ചെവിയിലോതുക.

പരശുരാമൻ സൃഷ്ടിച്ച അറുപത്തിനാല് കളരികളിൽ ഒന്നായിരുന്നു പിണ്ഡാലി. പറമ്പിന്റെ നടുവിൽ ഓടുമേഞ്ഞ അഴിയിട്ട കളരിപ്പുരയു ണ്ട്. നാല്പ്പത്തിരണ്ടടി നീളവും ഇരുപത്തിയൊന്നടി വീതിയുമുള്ള കു ഴിക്കളരിയാണത്. നാൽപ്പത്തീരടി കളരിയെന്ന് അതിനെ വിളിക്കും. തൊ ട്ടു മുന്നിലായി കുളിക്കാൻ ഒരു കുളവുമുണ്ട്.

കളരിയുടെ അവകാശം കോട്ടയത്ത് രാജാവിനാണ്. രാജകുടുംബ ങ്ങൾക്കായി പ്രത്യേകം പണിതൊരുക്കിയതാണിത്. ഇതിന്റെ തൊട്ടടു ത്തായി മറ്റൊരു കുഴിക്കളരി ഉണ്ടായിരുന്നു. രാജാവിന്റെ ആശ്രിതർക്കും പ്രജകൾക്കും അഭ്യാസമുറ അനുഷ്ഠിക്കാൻ, ഈ രണ്ട് കളരിയുടെയും ചുമതല തലമുറ തലമുറയായി പിണ്ഡാലി ഗുരുക്കൻമാർ നിർവഹിച്ചു വന്നു. കോട്ടയം രാജവംശത്തിൽ പുതിയ രാജാവ് സ്ഥാനമേറ്റാൽ കള രി മണ്ഡപത്തിലെത്തി വണങ്ങി ഗുരുക്കൻമാരിൽ നിന്ന് ആചാരവാളേ

റ്റുവാങ്ങണമെന്നാണ് വ്യവസ്ഥ.

'ഈടക്ക്ത്തേ കളരി എങ്ങനാ നിന്ന് പോയേ താച്ചിയമ്മേ?'

'അവര് ബെള്ളക്കാർ, ഇന്നാട്ടില് വന്നപ്പം ഞെട്ടിപ്പോയില്ലേ. പഴശ്ശിത മ്പ്രാന്റെ പടയാളികളുടെ അഭ്യാസവും മെയ് വഴക്കവും കണ്ട് അയിറ്റ ങ്ങള് ശരിക്കും ബെറച്ച്. തമ്പ്രാനെ തോൽപ്പിക്കാൻ അവര് ആദ്യം ചെ യ്തത് ഇത്തരം കളരി അഭ്യസിക്കുന്ന ഇടങ്ങളൊക്കെ ഇല്ലാണ്ടാക്കലാ. അങ്ങനെ തന്നെയാവും ഇതും.'

പറഞ്ഞ് നിർത്തി വാടിയ മുഖം താച്ചിയമ്മ തുവർത്തിന്റെ കോന്തല കൊണ്ട് തുടയ്ക്കും.

താച്ചിയമ്മയെ മിഴാവ്കുന്നിലെ ഏറിയ പേരും മറന്നിട്ടും ഓരോരോ കഥകളിലൂടെ താച്ചിയമ്മ ഗോപാലൻകുട്ടിയിൽ ഇടയ്ക്കിടെ തെളിഞ്ഞ് വരും.

ആകാശത്തിന്റെ അറകൾക്കിടയിലെവിടെയോ പട്ടുവിരിച്ച ഇരിപ്പിട ത്തിലിരുന്ന് ചുറ്റുമുള്ളവരോടായി താച്ചിയമ്മ മിഴാവ്കുന്നിന്റെ കഥകൾ പറയുന്നത് ഗോപാലൻകുട്ടി പലതവണ സ്വപ്നത്തിൽ കണ്ടതാണ്.

താച്ചിയമ്മ അവസാനമായി കണ്ണടച്ചതും ഗോപാലൻകുട്ടിയുടെ പുര യിലായിരുന്നു. ചാണകം മെഴുകിയ ചേതിയിൽ ഉറങ്ങുന്നത് പോലെ കിടന്നു. അപ്പോഴും മുറുക്കി ചുവപ്പിച്ച ചുണ്ടുകൾ കഥ പറയാനെന്ന പോലെ വിടർന്നു നിന്നിരുന്നു.

ചിമ്മിണിക്കൂടിന്റെ തിരിക്ക് മേൽ ഗോപാലൻകുട്ടി വിരലുകൊണ്ട് ചെ റുതായൊന്ന് തട്ടി. കുരുമുളകിന്റെ വലിപ്പത്തിൽ ഉരുണ്ടുകൂടിയ കരി താഴേക്ക് വീണു. ഓർമ്മകളെ അവയോടൊപ്പം വിട്ട് ഗോപാലൻകുട്ടി പി ന്നെയും പുസ്തകത്തിലേക്കിറങ്ങി.

14. ലീല

മൂർച്ഛയും കഴിഞ്ഞ് തിരികെയെത്തിയതും മാതു കിടക്കപ്പായയിൽ നടുനിവർത്തി. അകത്ത് പുസ്തകത്തിന്റെ താള് മറിയുന്നതിന്റെയും നേർ ത്ത ശ്വാസോച്ഛ്വാസത്തിന്റെയും ശബ്ദം മാത്രം ആ പുരയ്ക്കുള്ളിൽ കേട്ടു.

ക്ഷീണം അല്പമൊന്നകന്നതും വരുന്ന വഴിയിൽ ലത കൊടുത്ത അരമുറി തേങ്ങ ചിരകി ചമ്മന്തിയരക്കാനുള്ള ഒരുക്കത്തിലായി മാതു. നാലഞ്ച് ചുവന്ന മുളകും കല്ലുപ്പും കൂടി അമ്മിത്തറയിൽ കൊണ്ട് വെ ച്ച് മൊന്തയിൽ അല്പം വെള്ളവുമായി നിവരുമ്പോഴാണ് വഴിവക്കിലൂ ടെ ഓടിക്കിതച്ച് വരുന്ന മീനാക്ഷിയെ കണ്ടത്.

'എന്നാണേ?'

അമ്മി കഴുകുന്നത് നിർത്തി മാതു മുറ്റത്തേക്കിറങ്ങി.

'ബാ പറയാം'

മീനാക്ഷി പുരയുടെ വലത് ഭാഗത്തേക്ക് നീങ്ങി. മാതു പിന്നാലെ ചെന്നു.

മീനാക്ഷി കാര്യങ്ങൾ ഒറ്റവാക്കിൽ വിവരിച്ചു.

'ഇഞ്ഞി എന്നാല് വേഗം പൊരേലേക്ക് പോട്, ഇതൊന്നരച്ച് ഗോപാലൂട്ടിക്ക് കഞ്ഞീം കൊട്ത്ത് ലതേനേം കൂട്ടി ഞായങ്ങെത്താം '

മീനാക്ഷി തലയാട്ടിക്കൊണ്ട് തിരിച്ചിറങ്ങി.

ഉച്ചയോടെ വെയില് കത്തി നില്ക്കുന്ന നേരത്തായിരുന്നു ഒന്നരക്കറ്റയും തലയിലേറ്റി മീനാക്ഷി പാടത്ത് നിന്ന് പുരയിലെത്തിയത്.

'മോളേ ലീലേ....ഇഞ്ഞി ലേശം തന്നറ് ഇങ്ങെട്ത്താ.'

കറ്റ എറയത്ത് നീക്കിയിട്ട് തുറന്നു കിടന്ന വാതിലിനു നേരെ നോക്കി മീനാക്ഷി ഉച്ചത്തിൽ പറഞ്ഞു. ചേതിയിൽ കുത്തിയിരുന്ന് കറ്റയുരഞ്ഞ് കഴുത്തിനു ചുറ്റും നീറി പുകയുന്നയിടത്ത് തടവി നോക്കി. മുണ്ടോൻ നെല്ലിന്റെ പുല്ലിന് അരിവാൾ കത്തിയെക്കാൾ മൂർച്ചയാണ്.

തലയിൽ കെട്ടിയ തോർത്തുകൊണ്ട് നെഞ്ചും മുഖവും അമർത്തി തുടച്ച് മീനാക്ഷി പിന്നെയും വാതിലിനു നേരെ കണ്ണുനീട്ടി. ലീല ആ പുരയിലുണ്ട് എന്നതിന്റെ ഒരു ലക്ഷണവും കണ്ടില്ല.

'ഈ പെണ്ണ് ഇതേടെപ്പോയി കെടക്ക്ന്ന് '

പിറുപിറുത്ത് പുരയുടെ മൂന്ന് ഭാഗത്തും മീനാക്ഷി ചുറ്റിനടന്നു. പിന്നെ പതുക്കെ അകത്തേക്ക് കയറി.

മുറിയുടെ ഒരു മൂലയിൽ ലീല കൂനിക്കൂടി ഇരിപ്പുണ്ടായിരുന്നു.

'മോളേ'.

മീനാക്ഷിയുടെ ശബ്ദം പരിഭ്രമത്തിലേക്ക് മാറി.

പേടിച്ചരണ്ട മുഖത്തോടെ ലീല തല പൊന്തിച്ചു. അടിവയറ്റിൽ വലതുകൈ ചേർത്തുവെച്ച് പതുക്കെ എഴുന്നേൽക്കാനുള്ള ശ്രമം നടത്തി.

മീനാക്ഷി ധൃതിയിൽ ലീലയുടെ അരികിലേക്ക് വന്നിരുന്നു. ലീലയുടെ പാവാട തുണിയിലെ ചോരപ്പാടുകൾ അപ്പോഴാണ് കണ്ടത്.

ആ നിമിഷം മീനാക്ഷിയിലെ അങ്കലാപ്പ് തെല്ലൊന്ന് വിട്ടൊഴിഞ്ഞു. അവർ മകളുടെ തല മുടിയിൽ നേർത്ത് തഴുകി.

കുഞ്ഞനന്തൻ പെങ്ങൻമാരുടെ കൂടെ പൊറുക്കാൻ പോയ അമ്മയെ ചെന്നു കണ്ടു.

കുമ്പേടത്തിക്ക് ലീലയെന്നാൽ അത്രമേൽ പ്രിയപ്പെട്ടതാണ്. ഒന്നര നാഴിക ദൂരമുണ്ടായിട്ടും അവർ അപ്പോൾ തന്നെ പുറപ്പെട്ടു.

കുഞ്ഞനന്തന്റെ മൂത്ത രണ്ട് പെങ്ങൻമാരും ആദ്യ മൂന്നു തവണയും ആൺകുട്ടികളെയാണ് പെറ്റിട്ടത്. മീനാക്ഷി ഗർഭം ധരിച്ചപ്പോൾ കുമ്പേടത്തി മരുമോളെ ചേർത്ത് പിടിച്ചു.

'ഇത് പെണ്ണാന്നെണെ ഒറപ്പാ'.

അങ്ങനെ കാത്ത് കാത്തിരുന്ന പത്ത് മാസങ്ങൾക്കു ശേഷം മലയിയുടെ കൈയിൽ നിന്ന് ലീലയെ കുമ്പേടത്തി തന്നെയാണ് ഏറ്റുവാങ്ങിയത്.

പിന്നീട് ലീലയെ എണ്ണ തേച്ച് കുളിപ്പിച്ചതും പൊട്ടു തൊടീച്ചതും താരാട്ട് പാടിയതും ഒക്കെ കുമ്പേടത്തിയാണ്. ആരെങ്കിലും ലീലയെ നോക്കി ഏലില്ലാത്ത ഒരു വർത്തമാനം പറഞ്ഞാൽ ഉപ്പും മുളകും തലയ്ക്കുഴിഞ്ഞ് അടുപ്പിലിട്ട് പുകച്ച് ദോഷം മാറ്റിയാൽ മാത്രമേ കുമ്പേടത്തിയുടെ മനസ്സിന് അടക്കം കിട്ടു.

കാലുറപ്പിച്ച് തുടങ്ങിയപ്പോൾ മുതൽ ലീലയ്ക്ക് കുമ്പേടത്തിയോട് പറ്റിക്കിടന്നാലെ ഉറക്കം വരൂ എന്നായി. കുമ്പേടത്തി വാരിക്കൊടുത്താൽ മാത്രമേ ലീലയ്ക്ക് തൃപ്തി വരികയുമുള്ളു.

അങ്ങനെ വലുതായ പെണ്ണാണ്. ആ പെണ്ണിന്റെ ജീവിതത്തിലെ പ്രധാനപ്പെട്ട ദിവസമാണ്. ആ നേരം താൻ അടുത്തുണ്ടായില്ലല്ലോന്ന് കാലുകൾ നീട്ടിവെച്ച് നടക്കുന്നതിനിടയിലും കുമ്പേടത്തി ഓർത്തു.

പുരയിലെത്തിയ കുമ്പേടത്തി കിതപ്പ് മാറ്റാനൊന്നും നിന്നില്ല. നേരെ അകത്ത് ചെന്ന് ലീലയെ മുറ്റത്തിന്റെ ഒരു കോണിൽ പലകയുടെ മുകളിലേക്ക് കൊണ്ടിരുത്തി.

മാതുവും മാധവിയും ലതയും നേരത്തെ തന്നെ വന്നിരുന്നു.

'നെല്ല് തരക്കട്ടെ കുമ്പേടത്തി'?

മാതു ചോദിച്ചു.

'ആം ബേം നോക്ക്യാട്ടെണെ'

അതു കേട്ടതും മാധവിയും ലതയും ചേർന്ന് ഉരലിൽ നെല്ല് തരക്കാൻ തുടങ്ങി.

തരക്കിയ നെല്ലിനെ മാതു തൂളി പാറ്റിയെടുത്തു. വലിയൊരു ചെമ്പിലിട്ട് കുത്തരി മാധവിയും കൂടിച്ചേർന്ന് വെള്ളമൊഴിച്ചിളക്കി.

അരി കഴുകിയൂറ്റിയ വെള്ളം കുമ്പേടത്തിയും മീനാക്ഷിയും മാതുവും മാധവിയും ലതയും ഒന്നൊന്നായി ലീലയുടെ തലയിലൂടെ ധാരധാരയായി ഒഴിച്ചു.

പിന്നാലെ അകത്തെ മുറിയിൽ ഒരു മൂലയ്ക്ക് ലീലക്കായി ഇരുപ്പിടമൊരുങ്ങി.

'പെണ്ണിനെ നാലീസം പുള്ളും പ്രാവും തട്ടറ് '

കുമ്പേടത്തി മീനാക്ഷിയെ ഓർമ്മപ്പെടുത്തി.

വെള്ളമൂറ്റിയ അരി ഉപ്പിടാതെ വറ്റിച്ച് വേവിച്ച് പുരയിൽ എത്തിയവരൊക്കെ അതിലൊരുവീതം രുചിച്ചു.

പിന്നീടുള്ള നാലുനാൾ ലീല ആകാശം കാണാതെ കഴിഞ്ഞു. അരിയൂറ്റിയ വെള്ളമൊഴിച്ച പെണ്ണുങ്ങൾ ലീലയ്ക്കുള്ള ആഹാരവുമായി ഓരോ ദിവസവും മീനാക്ഷിയുടെ മുറ്റത്തെത്തി.

മീനാക്ഷി കോളിയാങ്കല്ലിലെ വണ്ണാത്തികുടിയിൽ ചെന്ന് പാറുവിനെ കണ്ട് വിവരമറിയിച്ചു. പാറു മാറ്റുപുടവയുമായി മീനാക്ഷിയുടെ പുരകയറി.

ചടങ്ങിനെത്തിയ പെണ്ണുങ്ങളും കുഞ്ഞനന്തന്റെ സഹോദരിമാരും ചേർന്ന് പാറുവിനോടൊപ്പം ലീലയെ കുളിക്കടവിലേക്ക് കൊണ്ടുപോയി.

മാതു നിലവിളക്ക് എടുത്തു. മാധവി കിണ്ടി കൈയിൽ കരുതി. പാറു നാലുനാൾ ലീല ഉപയോഗിച്ച തുണിക്കെട്ട് ചുമന്നു. ലത പൊതിച്ച തേങ്ങയും കൊണ്ടുവന്നു. നടവഴിയിൽ രണ്ട് അമ്മായിമാര് ലീലക്ക് പട്ടുകുട ചൂടിച്ചു.

ലീലയെ പാറു തന്നെയാണ് കുളിപ്പിച്ചതും, മാറ്റുപുടവ ഉടുപ്പിച്ചതും. കുളക്കടവിൽ വെച്ച് വിളക്കിൽ തിരികൊളുത്തി. കത്തിയാള് കൊണ്ട് തേങ്ങ കൊത്തിച്ചു. വായ്പയായി വാങ്ങിയ പൊന്ന് ലീലയുടെ കഴുത്തിലണിഞ്ഞു. പിന്നാലെ നേർത്തൊരു ആരവത്തോടെ എല്ലാവരും ചേർന്ന് ലീലയെ പുരയിലേക്ക് നടത്തി.

മുറ്റത്തെത്തിയതും ഓട്ടു ചെമ്പിൽ നിറച്ചു വെച്ച വെള്ളം മൊന്തയിൽ കോരിയെടുത്ത് കുമ്പേടത്തി ലീലയെക്കൊണ്ട് പറമ്പിലെ നാലഞ്ച് മരത്തിന്റെയും ചെടികളുടെയും ചുവട്ടിലൊഴിപ്പിച്ചു.

അകത്ത് നിലവിളക്കിന് മുന്നിൽ ലീലയെ ഇരുത്തി മുതിർന്നവർ ഒന്നൊന്നായി അരി നുരിക്കാൻ തുടങ്ങി. ഓരോ പുതിയ അനുഭവങ്ങളും ലീല ആസ്വദിച്ചു. ഉച്ചയോടെ ബന്ധുക്കൾക്കും അയൽവാസികൾക്കുമായി മീനാക്ഷിയും കുഞ്ഞനന്തനും ചേർന്ന് സദ്യ വിളമ്പി.

ആളുകൾ ഒഴിഞ്ഞ നേരത്ത് കുമ്പേടത്തി ലീലയുടെ ചെവിയിൽ പറഞ്ഞു.

'ഇനി തണ്ടും തടീയ്ള്ള ഒരു ചെക്കനെ നോക്കണം ന്റെ പെണ്ണിന്.'

ആ മുഖം നാണത്താൽ കുനിഞ്ഞു.

ലീലയണിഞ്ഞ ഉടുവസ്ത്രങ്ങളെല്ലാം പൊതിഞ്ഞ് കെട്ടിപ്പോയ പാറു രണ്ടാംദിനം അവയൊക്കെയും അലക്കിയുണക്കി തിരികെ കൊണ്ടു

വന്നു. പ്രതിഫലമെന്നോണം മീനാക്ഷി അണയും നെല്ലും തേങ്ങയും കൈമാറി.

തൊട്ടടുത്ത മാസം കുളിയായതും നാലു ദിനങ്ങൾ ലീല ഒറ്റയ്ക്ക് കഴിഞ്ഞു. രാത്രി വെളുപ്പിച്ചയുടൻ നിലത്ത് വിരിച്ച തുണി പുറത്തേക്ക് കൊണ്ടുപോയി വെയ്ക്കാനും കിടന്നയിടത്ത് ചാണകം തളിക്കാനും കുമ്പേടത്തി ആദ്യ ദിവസം തന്നെ ഉപദേശിച്ചു.

പകൽ പുരയ്ക്കകത്ത് കയറാതെ പറമ്പിലൂടെ ചുറ്റിനടന്നും, പിന്നാമ്പുറത്തെ ചേതിയിൽ കുത്തിയിരുന്നും ലീല നേരം തള്ളി നീക്കി.

രാവിലെയും ഉച്ചനേരങ്ങളിലും കിണ്ണത്തിലേക്ക് കൈ ഉയർത്തിപ്പിടിച്ച് കഞ്ഞിയൊഴിച്ചു തരുമ്പോൾ കുമ്പേടത്തിയിലെ പതിവില്ലാത്ത ഗൗരവം ലീല ശ്രദ്ധിക്കുകയുണ്ടായി.

നാലാം ദിവസം വൈകുന്നേരം വണ്ണാത്തിയെ ചെന്നു കാണാൻ നിർദ്ദേശിക്കുമ്പോഴും അമ്മമ്മ കാട്ടിയ അകലം ലീലയുടെ ഉള്ളിനെ ആഴത്തിൽ തന്നെ തൊട്ടു.

മാറ്റുപുടവയ്ക്കായി വണ്ണാത്തി കുടിയിലേക്ക് ലീല കാട്ടുവഴിയിലൂടെയാണ് പോയത്.

മിഴാവ്കുന്നിൽ മാസക്കുളിയായ പെണ്ണുങ്ങളൊക്കെ വണ്ണാത്തിയെ അങ്ങോട്ട് ചെന്നു കണ്ടോ, അതുമല്ലെങ്കിൽ വണ്ണാത്തി നേരിട്ട് പുരയിലെത്തി മാറ്റുപുടവ നല്കിയതിനും ശേഷമേ മുങ്ങി കുളിക്കൂ. അങ്ങനെ കുളിച്ചാലേ തങ്ങളിലെ അശുദ്ധി പൂർണ്ണമായും മാറിപ്പോകൂ എന്നാണ് പെണ്ണുങ്ങൾക്കിടയിലെ വിശ്വാസം.

ഏതാണ്ട് പത്ത് കൊല്ലക്കാലമായി പാറു തന്നെയാണ് മാസക്കുളിയായവരുടെയും, പ്രസവച്ചിവരുടെയും ഉടുവസ്ത്രം കഴുകിയുണക്കി ശുദ്ധി വരുത്തുന്നതും മാറ്റുപുടവ കൈമാറുന്നതും. വണ്ണാത്തി പുരയിലുള്ളവരാണ് അത് ചെയ്തു വരുന്നത്. ചീയ്യയി താച്ചിക്ക് ശേഷം വാതരോഗത്തിൽ വലയുന്ന അമ്മയെ തടഞ്ഞ് പാറു അതേറ്റെടുക്കുകയായിരുന്നു.

കെട്ടുകെട്ടായി വരുന്ന തുണികൾ വണ്ണാത്തി പുരയോട് ചേർന്ന കുളക്കടവിൽ സോപ്പുകായ ഇട്ട് പതിപ്പിച്ച് അലക്കി ഉണക്കിയ ശേഷമാണ് ഓരോ പുരയിലും പാറു തിരികെയെത്തിക്കുക. നെല്ലോ അരിയോ തുടങ്ങി വിശപ്പടക്കാൻ കഴിയുന്നതെന്തും അതിനുള്ള പ്രതിഫലമായി അവർ സ്വീകരിക്കുകയും ചെയ്യും.

പുരയിലേക്ക് വന്ന ലീലയെ കണ്ടതും അവളുടെ ഉടുവസ്ത്രം അഴിച്ചു വാങ്ങി പാറു പകരം മറ്റൊന്നു കൊടുത്തു. അതും ധരിച്ചാണ് ലീല

തിരികെ വന്നത്.

പിറ്റേന്ന് പുലർച്ചെ കുമ്പേടത്തിയുടെ നിർദ്ദേശപ്രകാരം തന്നെ മേലെപ്പുരയിൽ പോയി ചാണകം കൊണ്ടുവന്ന് നടന്ന വഴികളിലും, പറമ്പിന്റെ മൂലയിൽ മുഖം കഴുകാനും പ്രാഥമിക കാര്യങ്ങളും ചെയ്യാൻ കുത്തിയ കുഴിയിലും ലീല തളിച്ചു. മുറിക്കകത്ത് നാലു ദിവസം തല ചായ്ച്ചിടത്തും ചാണകം മെഴുകി.

കിടന്ന പായും തോളിലിറുക്കി കുളിക്കടവിൽ പോയി മുങ്ങി നിവർന്ന് ഉടുവസ്ത്രവും നനച്ച് പിഴിഞ്ഞ് പുരയിലെത്തിയതും കുമ്പേടത്തി പതിവ് സ്നേഹപ്രകടനത്തോടെ കൊച്ചുമകളെ ചേർത്തു പിടിച്ചു.

വൈകുന്നേരത്തോടെ വലിയൊരു ഭാണ്ഡകെട്ടും തലയിലേറ്റി പാറു മീനാക്ഷിയുടെ പുരയിലെത്തി. തിരിച്ചിറങ്ങുമ്പോൾ പാറുവിന്റെ വലതുകാലിലെ കല്ലിലുരഞ്ഞ് പൊട്ടി വ്രണമായതിൽ വേദന കനത്തു. എറയത്തെ കോണിൽ തന്റെ വരവും കാത്തുനിൽക്കുന്ന കുഞ്ഞുങ്ങളിലേക്കും ദീനതയാർന്ന അമ്മയിലേക്കും ഓർമ്മകൾ ചെന്നതോടെ വേദന മറന്ന് നെല്ലും തേങ്ങയും മാറോട് ചേർത്ത് പാറു കാലുകൾ നീട്ടി.

മാസങ്ങൾ കഴിഞ്ഞുള്ള ഒരു കണ്ടുമുട്ടലിൽ കേളന്റെ മകള് മാണിക്യത്തോട് ലീല പറഞ്ഞു.

'അയി, നാലഞ്ച് ദെവസം കയിച്ച് കൂട്ടണ്ടെ പാട് ചെറ്തല്ല'.

മാണിക്യം അത് ശരിവെച്ചു.

'മ്മക്ക് ഒരാശ്വാസം വണ്ണാത്തി പോരേല് പോണ്ടാന്ന്ള്ളയാ'.

ലീല ചോദ്യഭാവത്തോടെ മാണിക്യത്തെ നോക്കി.

'മ്മളെ സമുദായത്തിലെ ഒരാൾക്ക് കുളിയായ നേരം മാറ്റുപൊടവയും കൊണ്ട് ബെരണ്ട വണ്ണാത്തി വെള്ളാട്ടം എറങ്ങീറ്റും എത്തീല. കുടീല് ഇള്ളവെരല്ലാം ആകെ അങ്കലാപ്പിലായി. ആ നേരം ദൈവം പറഞ്ഞു. മാസക്കുളിയായി ശുദ്ധിയാകാൻ ഇനി ഇങ്ങള് വാകമരം തൊട്ട് കുളിച്ചാൽ മതീന്ന്. അതുല്ലെങ്കില് കുളിക്കടവില് ഒരു വെത്തിലെയും അടക്കേം വെച്ച് മുങ്ങി എണീറ്റാലും ശുദ്ധിയാവൂന്ന്.'

മാണിക്യം പറയുന്നത് കേട്ട് ലീല വിസ്മയത്തോടെ നിന്നു. അവൾക്ക് അതും ഒരു പുതിയ അറിവായിരുന്നു.

15. വെള്ളരി നാടകം

രാത്രിയെ ഒന്നുകൂടി കനപ്പിച്ച് ആകാശം ഇരുണ്ടു. മിഴാവ്കുന്നിനെ രണ്ടായി പിളർത്തി ഇടിവാളുകൾ ഒന്നിനു പുറകെ ഒന്നായി മണ്ണിലിറങ്ങി. കൂറ്റൻ മരങ്ങൾ ഇളകിയാടി. മഴത്തുള്ളികൾ കരുത്തോടെ മേൽ

ക്കൂരയിൽ വീണു. മണ്ണെണ്ണ വിളക്കിന്റെ ചുവട്ടിൽ അകത്തെ മുറിയിലിരുന്ന ഗോപാലൻകുട്ടിയുടെ അരികിലേക്ക് കമ്പിളി ശരീരത്തിലൂടെ ചുറ്റി മാതു ചെന്നു.

'മയിമ്പിന് ജാനു ബന്നിന് '

ഗോപാലൻകുട്ടി തല പൊന്തിച്ചു.

'ഇന്നോട് രാവിലെ അത്രടം ബരെ ചെല്ലാൻ '

'ഉം. പോകാം'

ഗോപാലൻകുട്ടി സമ്മതം പറഞ്ഞതും മാതു കമ്പിളി പുതപ്പ് ഒന്നുകൂടി ചുറ്റിവരിഞ്ഞ് അടുക്കളയിലേക്കിറങ്ങി.

അടുപ്പ് വീണ്ടും പുകഞ്ഞു നില്ക്കുകയാണ്. പുറത്ത് നിർത്താതെ പെയ്യുന്ന മഴയെ ശപിച്ച് മാതു വിറക് നന്നായൊന്നിളക്കി ശക്തിയോടെ ഊതി.

അകലെ ജാനുവിന്റെ പുരയ്ക്കു മുകളിലും മഴത്തുള്ളികൾ കരുത്തുകാട്ടി. ഉരലിൽ കുത്തി നുറുങ്ങിയ അരി കൊണ്ട് കഞ്ഞിയുണ്ടാക്കി കിണ്ണത്തിലിട്ട് തണുപ്പിക്കുകയായിരുന്നു ജാനു.

ചൂടാറിയ കഞ്ഞിയുമായി കട്ടിലിനരികെ വന്ന് അവൾ മെല്ലെ വിളിച്ചു.

'അച്ഛാ'

വിളികേട്ട് കുഞ്ഞിരാമൻ ഗുരിക്കൾ പതുക്കെ കണ്ണ് തുറന്നു. കണ്ണുകളുടെ സ്ഥാനം രണ്ട് കുഴികളായി മാറിക്കഴിഞ്ഞിരുന്നു. നരവീണ താടിരോമങ്ങൾക്കിടയിൽ കവിളെല്ലുകൾ പുറത്തേക്ക് തള്ളി, കാലുകൾ ചുള്ളി കമ്പുകൾ പോലെ ശോഷിച്ചു.

കട്ടിലിരുന്ന് ജാനു സ്പൂണിൽ കഞ്ഞി കോരി അച്ഛന്റെ വായിൽ വെച്ചുകൊടുത്തു. ഒന്ന് രണ്ട് സ്പൂണിറക്കിയതും ഗുരിക്കൾ മുഖം വെട്ടിക്കാനുള്ള ശ്രമത്തിലായി. അച്ഛന് കഞ്ഞി കൊടുക്കാൻ ജാനുവിന് നന്നായി പണിപ്പെടേണ്ടി വന്നു.

കഞ്ഞിയും പാത്രവും അടുക്കളയിലേക്ക് മാറ്റി നേർത്ത ചൂടുവെള്ളത്തിൽ തുണി നനച്ച് ജാനു അച്ഛന്റെ ഉടലാകെ തുടച്ചു. ഗുരിക്കൾ ആ നേരം കണ്ണുകൾ പൂട്ടി.

കുഞ്ഞിരാമൻ ഗുരിക്കളുടെ ജീവിതം ഈ നിലയിലേക്ക് മാറിയിട്ട് കൊല്ലം പതിനേഴ് കഴിഞ്ഞു. വെള്ളരി നാടകത്തിന്റെ ആശാനായിരുന്നു ഗുരിക്കൾ.

മിഴാവ്കുന്നിൽ മകരക്കൊയ്ത്തു കഴിഞ്ഞാൽ വയലുകളിലെല്ലാം വെള്ളരിയുടെ വിത്തെറക്കി തുടങ്ങും. ചിലയിടങ്ങളിലൊക്കെ വെള്ളരി കു

റുക്കൻമാർ കൊണ്ടു പോകാതിരിക്കാൻ കാവല് നില്ക്കുന്ന സമയങ്ങളിലാണ് നാടകം കളിച്ചിരുന്നതെങ്കിൽ മിഴാവ്കുന്നിൽ വെള്ളരി പറിച്ചൊഴിഞ്ഞ സമയത്താണ് നാടകം അരങ്ങേറിയിരുന്നത്. പുരാണകഥകളാണ് ഗുരിക്കളുടെ നാടകത്തിൽ പ്രധാനമായും കടന്നു വരിക. തട്ടാൻ ഗോവിന്ദനും, സുഗതനും, രാമൂട്ടിയും, കൗസുവും, ലതയും പ്രധാന അഭിനേതാക്കളായിരുന്നു.

ശിവരാത്രി ദിവസം നാടിന്റെ പലയിടങ്ങളിലായി മൂന്നും നാലും കേന്ദ്രങ്ങളുണ്ടാവും, പുലരും വരെ നാടകം തകർത്ത് നടക്കും. ഗുരിക്കളുടെ നാടകത്തോടാണ് ആളുകൾക്ക് കൂടുതൽ താല്പര്യം. തരക്കേടില്ലാത്ത രംഗങ്ങൾ വീണ്ടും കാണണമെന്ന് കാഴ്ചക്കാർക്ക് തോന്നിയാൽ കൂട്ടത്തിലൊരാൾ 'വൺസുമോർ' എന്നുറക്കെ പറഞ്ഞ് ചെറിയ നാണയ തുട്ട് ഗുരിക്കളെ ഏൽപ്പിക്കും. ഉടനെ അഭിനേതാക്കൾ അതേ രംഗവുമായി വീണ്ടും സ്റ്റേജിലെത്തും.

നാടകം നടക്കുന്നതിനിടെ വരുന്ന തുച്ഛമായ കൈവരവിലാണ് ഗുരിക്കൾ ജീവിതം മുന്നോട്ട് കൊണ്ടു പോയിരുന്നത്. നാടകമെന്നാൽ ഊണും ഉറക്കവും ഒഴിവാക്കാനും കുടുംബത്തെ മറക്കാനും ഗുരിക്കൾക്ക് ഒരു മടിയുമുണ്ടായില്ല.

ജാനുവിന് ഏതാണ്ട് പതിനൊന്ന് വയസ്സുള്ളപ്പോഴാണ് ഗുരിക്കളുടെ ജീവിതം കട്ടിലിലേക്ക് ചുരുങ്ങിപ്പോയത്. ഒരു കനത്ത മഴ പെയ്ത രാത്രിയായിരുന്നു അത്. തലയ്ക്ക് ആഴത്തിൽ മുറിവേറ്റും നട്ടെല്ലിന് ക്ഷതമുണ്ടായും നെരത്തിനോട് ചേർന്ന ഒറ്റത്തടിപ്പാലത്തിന്റെ ചുവട്ടിൽ ഗുരിക്കളെ ആദ്യം കണ്ടത് ചിണ്ടൻ മൂപ്പനാണ്. കുട്ടൻവൈദ്യരുടെ ചികിത്സ ജീവൻ മാത്രം ബാക്കി നല്കി. ഗുരിക്കൾ കിടപ്പിലായി രണ്ടു കൊല്ലം കഴിഞ്ഞ് ജാനുവിന്റെ അമ്മ പോകുമ്പോൾ അവർ ഒന്നേ മകളോട് പറഞ്ഞുള്ളു.

'അച്ഛനെ നോക്കണം'

അന്നുതൊട്ടിന്നോളം ആഗ്രഹങ്ങളെയെല്ലാം കുഴിച്ച് മൂടി അതിനുമുകളിൽ ഒരു കല്ലും കയറ്റി വച്ചാണ് ജാനു നില്പ് തുടരുന്നത്.

ഗുരിക്കൾക്ക് എല്ലാമറിയാം. തന്റെയും മകളുടെയും ദുരിത ജീവിതത്തിന് അവസാനമുണ്ടാക്കാൻ 'തനിക്ക് ഒരിത്തിരി വിഷം തരൂ'ന്ന് അയാൾ പലപ്പോഴും പറയാൻ ശ്രമിച്ചിട്ടുണ്ട്. പക്ഷേ നേർത്തൊരു വികൃതമായ ശബ്ദമേ പുറത്തേക്ക് വരൂ.

മഴത്തുള്ളികൾ കനത്ത ശബ്ദത്തോടെ മേൽക്കൂരയിൽ നിർത്താതെ വീണു. ആ നേരം ജാനുവിന്റെയുള്ളിൽ മിഴാവ്കുന്നിലെ കുറെ നല്ല മ

നുഷ്യരുടെ മുഖം തെളിഞ്ഞു. ജാനുവും ഗുരിക്കളും താമസിക്കുന്ന ആ പുരയ്ക്ക് പിന്നിലും മിഴാവ്കുന്നുകാരുടെയാകമാനം ഇടപെടലുണ്ടായിരുന്നു. കിട്ടനാണ് ആ ചർച്ചയും തുടങ്ങിയത്.

'ഗുരിക്കളെ പൊര ഈ വരിശകാലം താങ്ങൂന്ന് തോന്ന്ന്നില്ല, ആ പെണ്ണ് ഒറ്റക്ക് എന്താക്കാനാ'

'അതെ, അയിന്റെത് ബല്ലാത്തൊരു ഓല്ച്ചപ്പാട് തന്നെയാ'

കരിപ്പായി മന്ദൻ കിട്ടനെ പിന്താങ്ങി.

പിറ്റേന്ന് മുകുന്ദനും, ഗോപാലൻകുട്ടിയും, കേളനും, എന്നു വേണ്ട പറ്റാവുന്ന മിഴാവ്കുന്നുകാരൊക്കെ ഗുരിക്കളുടെ പറമ്പിൽ ഒരുമിച്ചു.

മണ്ണ് കുഴച്ച് ചളിയാക്കി തറപ്പണി തുടങ്ങി. കട്ട മുറിച്ചു. പുരളിമല കയറി കാട്ടുകഴുക്കോൽ കെട്ടിയിറക്കി. മൂത്തേടത്ത് കുമാരനിൽ നിന്ന് മുണ്ടോൻ നെല്ലിന്റെ പുല്ല് വന്നു. പുതുമഴയ്ക്ക് മുന്നേ പുരയൊരുങ്ങി. ഈർച്ചക്കാരൻ അബു പലക ഈർന്നതുകൊണ്ട് കുഞ്ഞമ്പു ആശാരി കട്ടില് പണിതു, കുഞ്ഞിരാമൻ ഗുരിക്കളെ തണുപ്പിൽ നിന്ന് കരകയറാൻ കട്ടില് സഹായിച്ചു.

പണി ഏതാണ്ട് അവസാന ഒരുക്കത്തിലെത്തിയ സമയത്താണ് അഞ്ചുറുപ്പികയുമായി ബാലൻ മുകുന്ദനെ കാണാൻ വന്നത്.

'ഇത് ബേണോന്നില്ല ബാലാ, കാര്യങ്ങളെല്ലാം ആയല്ലോ'

'എന്നാലും ഇരിക്കട്ടെ, ആ കുടുംബത്തിന് ഇതൊരാശ്വാസമാകും.'

പിറ്റേന്ന് ബാലൻ നല്കിയ പൈസ മുകുന്ദനിൽ നിന്ന് വാങ്ങുമ്പോൾ നിറഞ്ഞു വന്ന കണ്ണു തുടയ്ക്കാൻ ജാനു വല്ലാതെ പണിപ്പെട്ടു.

മേൽക്കൂരയെ പിടിച്ച് കുലുക്കും വിധം ഒരു ഇടിനാദം കൂടി മണ്ണിലേക്ക് വീണു. പുറത്ത് മഴ പതുക്കെ കനം കുറച്ച് തുടങ്ങി.

അടുപ്പിന് മുകളിലെ മുളകൊണ്ട് മെടഞ്ഞ ചെരിഞ്ഞിയുടെ മേലേക്ക് പിറ്റെ ദിവസത്തേക്കുള്ള നെല്ല് നിരത്തിയിട്ട് ജാനു മുറ്റത്തേക്കിറങ്ങി മുകളിലോട്ട് നോട്ടമയച്ചു. മേഘങ്ങൾ നക്ഷത്രങ്ങളെയാകെ മറച്ച് പിടിച്ചിരിക്കുന്നു. വീണ്ടും ആർത്തലച്ച് പെയ്യാനുള്ള ഒരുക്കത്തിനായി ആകാശം തയ്യാറെടുക്കുകയാണ്.

നിന്ന നില്പിൽ അവൾ അല്പനേരം കണ്ണടച്ചു. പെയ്യാൻ മറന്ന കരിമേഘങ്ങൾ ഒന്നൊന്നായി ജാനുവിന്റെയുള്ളിലും വീർപ്പുമുട്ടി.

രാവിലെ മുറ്റത്തിന്റെ ഒരു മൂലയിലിരുന്ന് ഓട്ടു ചെമ്പിൽ വെള്ളം തിളപ്പിക്കുമ്പോഴാണ് ഗോപാലൻകുട്ടി ചെന്ന് കയറിയത്.

'ഇന്നെയെന്നാ കാണാത്തേന്ന് വിചാരിക്കലേനു'.

ജാനു എഴുന്നേറ്റു.

'ലേശം ഉറങ്ങിപ്പോയി'

അതും പറഞ്ഞ് കാലിൽ പുരണ്ട ചളി ഗോപാലൻകുട്ടി വെള്ളമുപയോഗിച്ച് കഴുകി.

'പൊസ്തകത്തിന്റെ മുമ്പിലിരുന്ന് നേരം വെളുപ്പിച്ചിറ്റ്ണ്ടാവും അല്ലേ?'

ഗോപാലൻകുട്ടി ചിരിച്ചു. പിന്നെ ചെമ്പിനു നേരെ നോക്കി.

'ചൂടായാ' ?

'ഉം. ആയി'.

ജാനു ഓട്ടുചെമ്പിലെ വെള്ളത്തിൽ ഒന്നുകൂടി വിരല് തൊട്ടു.

ഗുരിക്കളുടെ കട്ടിലിന് മുകളിലുള്ള തുണികളെല്ലാം ജാനു നിലത്ത് ഇറക്കിവെച്ചിരുന്നു. ഗോപാലൻകുട്ടി അകത്ത് കയറി ഗുരിക്കളുടെ ശരീരം തന്റെ കൈകളിൽ താങ്ങിയെടുത്ത് പുറത്തേക്ക് കൊണ്ടുവന്ന് പഴയൊരു മേശയിലേക്ക് മെല്ലെ കിടത്തി.

ജാനു വെള്ളത്തിന്റെ ചൂട് ഒന്നുകൂടി ഉറപ്പിച്ച് അച്ഛന്റെ ദേഹത്തേക്ക് പതുക്കെ ഒഴിച്ചു. ഗോപാലൻകുട്ടി സോപ്പ് ചേർത്ത് ഗുരിക്കളുടെ ശരീരം തേച്ച് പതപ്പിച്ചു.

അരനാഴിക കൊണ്ട് കുളി കഴിച്ച് കുഞ്ഞിരാമൻ ഗുരിക്കളെ ഇരുവരും ചേർന്ന് കട്ടിലിൽ തിരികെ കിടത്തി. ജാനു അലക്കി ഉണങ്ങിയ പുതപ്പ് പുതപ്പിച്ചു. ഗോപാലൻകുട്ടി പുറത്തിറങ്ങി കാലും മുഖവും കഴുകി.

'ഗോപാലുട്ടി പോകല്ലേ, ഞായൻ കാപ്പിക്ക് ബെള്ളം ബെച്ചിറ്റ്ണ്ട് '

ജാനു അകത്ത് നിന്ന് വിളിച്ചു പറഞ്ഞു. ഗോപാലൻകുട്ടി മുഖം തുടച്ച് എറയത്തിന്റെ കോണിലിരുന്ന് പുരളിമലയുടെ ഉയരങ്ങളിലേക്ക് നോക്കി. മലകൾക്കപ്പുറമുള്ള അനേകം മനുഷ്യജീവിതങ്ങൾ അയാളുടെയുള്ളിൽ ഒന്നൊന്നായി വന്ന് നിറയാൻ തുടങ്ങി.

ചെറിയ നേരം കൊണ്ട് രണ്ട് കുഞ്ഞിക്കിണ്ണത്തിൽ ജാനു ചക്കരകാപ്പിയുമായി വന്നു.

ഗോപാലൻകുട്ടി കാപ്പി ഒന്നിറക്കി.

'മധുരം *തോനെയ്ണ്ടോടാ?'

'ഇല്ല, കണക്കാ'

'ഉം'

ഒരു മൂളലോടെ ജാനു അല്പനേരം ഗോപാലൻകുട്ടിയുടെ മുഖത്തേക്ക് തന്നെ കണ്ണയച്ചു. പിന്നെ പറഞ്ഞു.

'ഇന്നോട് ഒരു കാര്യം ചോയ്ക്കണോന്ന് കൊറെയായി നീരീക്ക്ന്ന്'

ഗോപാലൻകുട്ടി മുഖം തിരിച്ചു.

'എന്നാ' ?

*തോനെ - അധികം

'ചോയ്ക്കട്ടെ?'

'ഉം'

'ഞാൻ ചോയ്ക്കും'

'ചോയ്ച്ചോ'

ജാനു കുഞ്ഞിക്കിണ്ണം നിലത്തേക്ക് വെച്ച് ഒന്നിളകിയിരുന്നു.

'എന്നാ പറ, ഇന്റെ ആരാ സുലോയന?'

ഗോപാലൻകുട്ടിയുടെ കൈയിൽ നിന്ന് കുഞ്ഞിക്കിണ്ണം ഒന്ന് വിറച്ചു. കാപ്പിത്തുള്ളികൾ മടിയിലേക്ക് വീണു. ആ മുഖത്ത് പെട്ടന്നുടലെടുത്ത പരിഭ്രമം കണ്ട് ജാനുവിന് ചിരി പൊട്ടി.

ഒരു നിമിഷം കഴിഞ്ഞ് ഗോപാലൻകുട്ടി തിരക്കി.

'ജാനുവേച്ചി ഇതെങ്ങനാ അറിഞ്ഞേ?'

'അത് എങ്ങനേലും ആവട്ടെ, ഓള് ഇന്റെ ആരാന്ന് പറ'

നേർത്തൊരു ചിരിയോടെ ഗോപാലൻകുട്ടി തന്റെ ഇടത് നെഞ്ചിലേക്ക് വലതു കൈ പതുക്കെ ചേർത്തു വെച്ചു.

16. കരിയാ പോതി

കോടാലി ചന്തുവാണ് ആ വിവരം കിട്ടന് കൈമാറിയത്.

'മ്മളെ ഉടുമ്പില്ലെ, ഓന് എന്തോ *ബരിത്തം, പോതം പോയിറ്റാ ഇള്ളേ, ഞായൻ വൈദ്യരെ കൂട്ടാൻ പോക്കാന്ന്'

പീടികയിലെ ആദ്യത്തെ ചായയുടെ കൂട്ടിന് അവകാശികളായ എശ്മാനം നായരെയും അച്ചുവിനെയും, കോടാലി ചന്തുവിനെയും പതിവിലും നേരം വൈകിയിട്ടും കാണാതായതോടെ കിട്ടനിൽ നേർത്ത സംശയങ്ങൾ ഉടലെടുത്തു തുടങ്ങിയിരുന്നു.

അതിന് കടുപ്പമേറുമ്പോഴാണ് ചന്തുവിന്റെ വരവ്.

വൈദ്യരുടെ വീട് ലക്ഷ്യം വെച്ച് അയാൾ വയൽവരമ്പിലൂടെ നീങ്ങിയതും അടുപ്പിലെ കൊള്ളി പുറകിലേക്ക് വലിച്ചിട്ട് കിട്ടനും കുന്നുകയറി.

ഉടുമ്പുരാജന്റെ പുരയുടെ മുറ്റത്തേക്ക് ചെന്ന് ഓരോ മുഖങ്ങളിലേക്കും മാറി മാറി നോക്കി അയാൾ ചോദിച്ചു.

'ആരേനും ആദ്യം കണ്ടേ?'

'സുഗതൻ'

അച്ചുവിൽ നിന്നാണ് മറുപടി വന്നത്. കിട്ടൻ നേരെ സുഗതന്റെ മുന്നിലെത്തി.

'അല്ല സുഗതാ ശെരിക്കും എന്നേനു സംഭവം?'

'കുട്ടങ്ങാട്ടിലെ ബെല്യ പാലേന്റെ ചോട്ടിലേനു. ഞായൻ കാണുമ്പം

*ബരിത്തം - അസുഖം

ഞെരക്കം മാത്രേയുള്ളു. മേത്തെ ചൂടൂന്ന് പറഞ്ഞാല് പൊള്ളിപ്പോന്ന പോലെയാ, പിന്നെ ബല്ലാത്തൊരു ബെറച്ച് തുള്ളലും'.

വസൂരിക്കലയുള്ള മുഖത്തൂടെ കൈയ്യോടിച്ച് സുഗതൻ തുടർന്നു.

'കുഞ്ഞനന്തേട്ടനും ശ്രീനിവാസനും തക്ക നേരത്ത് ബന്നോണ്ട് വേഗം പൊരേലെത്തി'

'ഉം'

കിട്ടൻ ഒരു ബീഡി ചുണ്ടിലേക്ക് വെച്ചു. ഉത്തരമില്ലാത്ത ചോദ്യങ്ങൾ ബാക്കിയാവുമ്പോഴാണ് കിട്ടന് ബീഡിയുടെ കൂട്ട് വേണ്ടത്. പിന്നീടത് നിർത്താതെ പുകഞ്ഞുകൊണ്ടിരിക്കും.

അകത്തേക്ക് തലയിട്ട് ഉടുമ്പുരാജന്റെ കിടപ്പ് നോക്കി തിരിച്ചിറങ്ങി അയാൾ ഒന്ന് രണ്ട് പുക കൂടി ആഞ്ഞാഞ്ഞെടുത്തു.

നേർത്തൊരു കാത്തിരിപ്പിനും ശേഷമാണ് വൈദ്യരെത്തിയത്. വന്നയുടൻ ഉടുമ്പുരാജന്റെ നെറ്റിയിൽ തുണി നനച്ചിട്ട് ചെന്നിയുടെ ഇരുവശത്തും മരുന്ന് പുരട്ടി. ചക്കരനാണു പാളവിശറി വീശിക്കൊടുത്തു. ലത ഒരു മൂലയിലിരുന്ന് കണ്ണൊപ്പി. കുട്ടികള് രണ്ടും അമ്മയ്ക്ക് ചുറ്റും നിന്നു.

കീച്ചിറു അപ്പുവൈദ്യരെ നോക്കി ശബ്ദമുണ്ടാക്കുകയും ഇടയ്ക്ക് മുൻകാലുകൊണ്ട് തോണ്ടുകയും ചെയ്തു.

'ഒന്നൂല്ലെടാ നീ അങ്ങോട്ട് മാറി നിക്ക് '

വൈദ്യര് അവനോടായി പറഞ്ഞതും കീച്ചിറു എറയത്തേക്ക് ഇറങ്ങി. മുറ്റത്തിന്റെ ഒരു കോണിൽ ഗോപാലൻകുട്ടിയെ കണ്ട് അവൻ അടുത്തേക്ക് ചെന്നു. ഗോപാലൻകുട്ടി അവന്റെ നെറുകയിൽ തലോടി. കീച്ചിറു അയാളോട് ചേർന്നു നിന്നു.

പിന്നെയും ഒന്നൊന്നര നാഴിക കഴിഞ്ഞാണ് ഉടുമ്പുരാജന് ബോധം വീണത്. എന്നാൽ കിട്ടന്റെയും കൂടി നിന്നവരുടെയുമെല്ലാം ആകാംക്ഷയുടെ നീളം അല്പം കൂടി വലിച്ച് നീട്ടി. ഒന്നും ഉരിയാടാതെ അയാൾ ഓരോരുത്തരെയും മിഴിച്ചു നോക്കുക മാത്രം ചെയ്തു.

ഒടുക്കം ഒന്നു രണ്ട് ദിവസം കഴിഞ്ഞ് ചായപീടികയിലെത്തി കേളനാണ് ആ രഹസ്യം വെളിപ്പെടുത്തിയത്.

'ഉടുമ്പിനെ പെരിയ തെറ്റിച്ച് പരീശിച്ചത് കരിയാപോതിയാന്ന്'

കിട്ടന് കരിയാപോതിയുടെ കഥ അച്ഛൻ ചിണ്ടൻ മൂപ്പൻ പറഞ്ഞത് ഓർമ്മയിലുണ്ട്.

പണ്ട് കയമടൻ കുടുംബത്തിലെ ഒരടിയാൻ നാട്ടയും വടിയും നാരുമായി 'അടിച്ചൽ' ഒരുക്കാൻ പോയ സമയം. സ്ഥലം വെടിപ്പാക്കി കുറ്റി

തറപ്പിച്ചു കൊണ്ടിരിക്കെ തൊട്ടാൽ തെറിക്കുന്ന ഒരു ബാല്യക്കാരി പിന്നിൽ വന്നു നിന്നു. ആ പെണ്ണിനെ കണ്ട് അടിയാൻ അന്ധാളിച്ചു പോയി.

നിലത്തൂടെ ഇഴയുന്ന തലനാരും, കറുത്തു തടിച്ച ചുണ്ടുകളും. ഉയർന്നു നില്ക്കുന്ന മാറിടവും, കണ്ണുകളിൽ പറഞ്ഞറിയിക്കാനാവാത്ത ഒരാകർഷണവും അടിയാൻ കണ്ടു.

മിഴിച്ച് നിന്ന അടിയാനോട് പെണ്ണ് തിരക്കി.

'എന്നാ പണി എടുക്കുന്നേ'?

മറുപടി പറയാൻ ഒരുങ്ങിയതും പെട്ടന്ന് ആ രൂപം എങ്ങോ അപ്രത്യക്ഷമാകുകയും ചെയ്തു. ഭയന്നുപോയ അടിയാൻ നാട്ടയും കൊള്ളിയും നാരും ഉപേക്ഷിച്ച് കരിമലയിൽ നിന്ന് ധൃതിയിൽ നടത്തം തുടങ്ങി. എന്നാൽ അയാൾക്ക് വഴി തെറ്റി പതിനെട്ട് തവണ കാടുകയറേണ്ടി വന്നു. പുലരും വരെ സ്ഥലകാലബോധമില്ലാതെ മലയിലൂടെ അടിയാൻ അലഞ്ഞു നടന്നു. ഒടുക്കം തളർന്നവശനായി ചേലശ്ശേരി മടപ്പുരയുടെ കനകഭൂമിയിലെത്തി.

അപ്പോഴതാ അതേ പെൺരൂപം മുന്നിൽ നില്ക്കുന്നു. തിരിഞ്ഞോടാൻ ഒരുങ്ങിയ അടിയാനോട് പേടി വേണ്ടെന്നും ഞാൻ കരിമലയിൽ പിറന്ന പെണ്ണാണെന്നും പോതിയെന്നാണ് വിളിപ്പേരെന്നും ആ രൂപം ചൊല്ലി.

ആ പെൺരൂപത്തിനൊപ്പം അടിയാന്റെ ചുവടുകൾ അറിയാതെ നീങ്ങി. പപ്പനധികാരിയുടെ വീടിന്റെ പടിഞ്ഞിറ്റ എത്തിയപ്പോൾ പെണ്ണ് പറഞ്ഞു.

'ഞാൻ ഈടെ നിന്നോളാം, വെരുന്ന കൊല്ലം ഇതേ സമയം ഇന്റെയെടുത്ത് ആളു വരും അന്നേരം നീ ഇങ്ങോട്ട് വന്നോളണം'.

അടിയാൻ തലയാട്ടി. നേരം വെളുത്തതും നടന്നതൊക്കെയും അടിയാൻ മടപ്പുര തറവാട്ടുകാരെ അറിയിച്ചു. അതോടെ അവർ പ്രശ്നാരിയെ കൊണ്ടുവന്ന് കാര്യങ്ങളെല്ലാം മനസ്സിലാക്കി. അവരുടെ നിർദ്ദേശപ്രകാരം ആശാരിയെ വിളിപ്പിച്ച് രണ്ട് പോതിയുടെ രൂപം കൊത്തി പീഠത്തിൽ വെച്ചു. അടിയാന് ചടങ്ങുകളെ കുറിച്ച് യാതൊരു അറിവും ഉണ്ടായില്ല. കരിയാപോതി അതെല്ലാം അടിയാന് പറഞ്ഞു കൊടുത്തു.

മാംസം വേണ്ട, ഒരു നാളികേരം, രണ്ടു മുറി തേങ്ങ, ഒരു ഇളനീർ മൂട് കൊത്തി അടപ്പ് പോകാതെ തരണം, കൊടിനാക്കിലയിൽ ഉണങ്ങലരി വേണം, നാല് വാഴപ്പോള, തരക്കിയ അരി, ഒരംശം, ഒരു മീത്ത്. അപ്രകാരം അടിയാൻ എല്ലാം ഒരുക്കി. പിന്നീട് കൊല്ലാക്കൊല്ലം കരിയാപോതി മടപ്പുര തറവാട്ടിൽ കെട്ടിയാടി. അതോടെ പോതിയുടെ കോമരമാ

കാൻ കയമടൻമാർക്ക് അവകാശവും കിട്ടി.

കുറിച്ച്യർ മലയിൽ പോതി കെട്ടിയാടിയത് കിട്ടൻ ഒരു തവണ കണ്ടിട്ടുണ്ട്. പോതിക്കുണ്ടിൽ കുളി കഴിച്ച് അരയിൽ ചുറ്റിക്കെട്ടി, കണ്ണിൽ കരിമശി ചേർത്ത് വരച്ച് ദേഹത്താകെ ചുവന്ന ചായില്യം തൊട്ട് തേച്ച് കൈയിൽ മണിയുള്ള വളഞ്ഞ കത്തിയും മൊറവും ഏന്തി പോതി പുറപ്പെടുന്ന സമയം അടിയാന്റെ കുടുംബത്തിലെ പ്രായമുള്ള പെണ്ണുങ്ങൾക്ക് സ്ഥിര ബോധം നഷ്ടപ്പെടും. നാല് വാല്യക്കാരൊക്കെ ചേർന്നാണ് പോതിയെയും പെണ്ണുങ്ങളെയും അടക്കി നിർത്തുക.

അച്ഛൻ പറഞ്ഞ കഥ മുഴുവൻ കിട്ടൻ കേളനോട് തിരിച്ചോതി.

എല്ലാം ശരിയാണെന്ന മട്ടിൽ അയാൾ തലയാട്ടിയതും കിട്ടൻ ചോദിച്ചു.

'ഉടുമ്പു രാജനെ കരിയാപോതി പെരിയ തെറ്റിച്ച കാര്യം ബേറെ ആരോടേലും പറഞ്ഞാ'

'ഇല്ല'

കേളൻ ചുണ്ടനക്കുമ്പോൾ കിട്ടൻ പോതിയെ പോലെ നിന്ന് ചിരിച്ചു.

പിറ്റേന്ന് ഉച്ചയോടെ അയാൾ ഉടുമ്പുരാജന്റെ മുന്നിലെത്തി.

ലത അകത്ത് നിന്ന് ഒരു കൊരണ്ടി കൊണ്ടുവന്നു.

'ശരിക്കും അന്ന് എന്നാ പറ്റിയേ രാജാ '?

കിട്ടൻ നീട്ടിയ ബീഡിക്ക് തീ കൊടുത്ത് 'പാമ്പൂരിയെകര'ത്തിൽ ചാണകം മെഴുകിയ ചുമരിൽ ശരീരം താങ്ങി ആ രാത്രിയെ ഉടുമ്പുരാജൻ ഓർത്തെടുക്കാൻ ശ്രമം നടത്തി.

സിനിമാപ്പുരയിൽ നിന്നിറങ്ങുമ്പോഴേക്കും ഇരുട്ട് അതിന്റെ പൂർണ്ണതയിൽ എത്തിയിരുന്നു. അധിക രാത്രികളിലും സിനിമയും കഴിഞ്ഞ് ഇരുളിലൂടെയുള്ള വരവ് ഉടുമ്പുരാജന് പതിവാണ്. മിഴാവ്കുന്നിൽ സിനിമയുടെ അതിഭ്രാന്ത് മൂത്ത രണ്ടുപേരിൽ ഒരാൾ അയാളാണ്. മറ്റൊന്ന് മൂരി മമ്മദും.

വിലക്കുകളെ ഒളിച്ചു കടന്നാണ് മമ്മദ് ആഴ്ച്ചയിൽ ഒന്നു രണ്ടു തവണ സിനിമാപ്പുരയിൽ എത്തുക. മൂരിവണ്ടി തെളിക്കുന്ന പണിയാണ് മമ്മദിന്. കാക്കേങ്ങാട്ടിൽ ബസ്സിന് കൊണ്ടു വന്നിറക്കുന്ന സാമാനങ്ങൾ മിഴാവ്കുന്നിലെ പീടികകളിലേക്ക് മമ്മദിന്റെ വണ്ടിയിലാണ് കൊണ്ടുവന്നിരുന്നത്. പണിയില്ലാത്ത ദിവസം മുരികളെ വയറ് നിറച്ച് നേരത്തെ തന്നെ ആലയിൽ കെട്ടി അയാൾ ഒറ്റയിറക്കമാണ്.

ഞി ചെയ്യണത് പടച്ചോന് നിരക്കാത്ത കാര്യല്ലേ മമ്മദേന്ന് ആരെങ്കിലും സൂചിപ്പിച്ചാൽ 'സിൽമ കാണണത് ഹറാമാന്ന് പടച്ചോൻ കിത്താ

ബിലെയ്തീനോന്ന്' മമ്മദ് തിരിച്ച് ചോദിക്കും.

ഉടുമ്പുരാജനാകട്ടെ മിക്ക ദിവസങ്ങളിലും സിനിമാപ്പുരയിലെത്തും. ഒരേ സിനിമ തന്നെ എത്ര വട്ടം കണ്ടിരിക്കുന്നുവെന്ന് അയാൾക്ക് തന്നെ നിശ്ചയമുണ്ടാവില്ല. എങ്കിലും ഓരോ തവണയും ആദ്യാനുഭവം പോലെ അയാൾ സിനിമയിൽ മുഴുകിയിരിക്കും. ഓരോ രംഗങ്ങളും അതിന്റെ താളത്തിലും വികാരത്തിലും മറ്റുള്ളവരോട് പങ്കുവയ്ക്കുന്നതും ഉടുമ്പുരാജന് ഹരമാണ്. സിനിമയിൽ നായകൻമാർ ചിരിക്കുമ്പോൾ രാജനും ചിരിക്കും, നായകൻമാർ കരയുമ്പോൾ രാജനും കരയും, വില്ലൻമാരെ നായകൻ അടിച്ച് നിരപ്പാക്കുമ്പോൾ രാജന്റെ കൈയ്യും കാലും അതിനനുസരിച്ച് ചലിച്ചു തുടങ്ങും.

ടിക്കറ്റെടുക്കേണ്ട നേരം ആകപ്പാടെ ഉന്തും തള്ളും വലിയ ബഹളവുമായിരിക്കും. ഉള്ളിലൂടെ നൂണ്ട് കയറി ചെറിയ ദ്വാരത്തിലൂടെ കൈയിട്ട് ടിക്കറ്റെടുത്ത് മുന്നിൽ നിരത്തിയിട്ട പൂഴിയിലിരിപ്പുറപ്പിക്കാൻ രാജന് പ്രത്യേക സാമർത്ഥ്യമാണ്.

പൂഴിയിലെ ഇരിപ്പിന് മൂന്നണയാണ്. ഏറ്റവും പുറകിലായുള്ള കസേരയ്ക്ക് പത്തണയും, നടുവിൽ ബെഞ്ചിന് ആറണയും.

മൂന്നണയുടെ ടിക്കറ്റ് സ്വന്തമാക്കി രാജൻ ചിന്തിക്കും. കസേരയിൽ ഇരിക്കുന്ന അണ കൊണ്ട് തനിക്ക് മൂന്ന് തവണ സിനിമ കാണാലോന്ന്.

അന്നും പൂഴിയിലെ ഇരിപ്പും കഴിഞ്ഞുള്ള വരവാണ്. ആനക്കുഴി കയറുമ്പോൾ കുറുക്കൻമാരുടെ ഓരിയിടൽ കൂട്ടംകൂട്ടമായി കാതിൽ വന്നലച്ചു. കാറ്റിൽ ഇലകളും മരക്കൊമ്പുകളും ചേർത്തുരയുമ്പോൾ ആരൊക്കെയോ അടക്കിപ്പിടിച്ച് സംസാരിക്കുന്നതു പോലൊരു തോന്നൽ അയാളിലുണ്ടായി. കരിയിലകളുടെ അനക്കം ആരുടെയോ കാൽവെപ്പായും അനുഭവപ്പെട്ടു.

ഉടുമ്പുരാജന്റെ നടത്തത്തിന് വേഗത വന്നു. അരിച്ചലും പാറപ്പുറവും കഴിഞ്ഞ് അമ്പലക്കണ്ടിയിലേക്ക് ഇറങ്ങുമ്പോൾ ചെണ്ടകൊട്ടിനിടയിലെ വീക്ക് പോലെ ചീവീടുകളുടെ കാതടപ്പിക്കുന്ന ശബ്ദത്തിനൊപ്പം അകലെ കൂമൻ നിർത്തി നിർത്തി മൂളുന്നുണ്ടായിരുന്നു.

അയാൾ ഒരു ബീഡി ചുണ്ടോടു ചേർത്തു. നേർത്ത പൊട്ടു പോലെ തീ എരിഞ്ഞു. തച്ചോളി ഒതേനനിലെ സത്യന്റെ ഉറുമിവീശൽ കമ്മ്യൂണിസ്റ്റ് പച്ചയുടെ കൊമ്പൊന്നൊടിച്ച് ചുഴറ്റി നോക്കിക്കൊണ്ട് മിഴാവ്കുന്നിലെ നിരന്ന വഴികളിലും ഇടവഴികളിലുമായി വിതറിയ കുരുമുളകിന്റെ കോച്ചിലിനു മുകളിലൂടെ രാജൻ നീങ്ങി. കുരുമുളക് മെതിച്ച ശേഷം അതിന്റെ കോച്ചിൽ നടവഴികളിലൂടെയെല്ലാം വിതറും, മുകളിലൂടെ ആളുകൾ ചവിട്ടി നടന്നാൽ അടുത്ത തവണ മുളക് ഇരട്ടിക്കും എന്നൊ

രു വിശ്വാസം മിഴാവ്കുന്നുകാർക്കിടയിൽ നിന്നിരുന്നു. എന്നാൽ എശ് മാനം നായരെ പോലുള്ളവർ അല്പം ഭൗതികതയിലൂന്നിയാണ് അതിനെ കണ്ടത്.

'കുരുമുളകിന്റെ കോച്ചിലിന് നല്ല മണാന്ന്, അതോണ്ട് ഇഴ ജന്തുക്കളൊന്നും അതിനടുത്ത് ബെരൂല'.

അതാണ് നായരുടെ കണ്ടെത്തൽ.

കുരുമുളക് കോച്ചിലുകൾക്ക് മുകളിലൂടെ തന്നെ ഇടവഴി പിന്നിട്ട് കുട്ടങ്ങാടിലേക്ക് കടന്നതും രാജന്റെ കാലുകൾ ചങ്ങലയിട്ടതു പോലെ നിന്നു. ശരീരത്തെയാകെ നേർത്തൊരു വിറയൽ പിടിമുറുക്കി. അയാൾ കണ്ണുകൾ ഒന്നടച്ചു തുറന്നു. നിലാവെളിച്ചത്തിൽ മുന്നിലതാ ഒരു പെൺ രൂപം നില്ക്കുന്നു.

എല്ലാവരും പുരയിൽ കയറിക്കൂടിയ നേരത്ത് അതാരാവുമെന്ന ചോദ്യം ഉടുമ്പുരാജന്റെ ഉള്ളിൽ നിന്നും തികട്ടി തികട്ടി വന്നു. കൊത്തിയെടുത്ത ഒരു ശില്പത്തെ പോലെയാണ് ആ രൂപത്തെ അയാൾക്ക് തോന്നിയത്. കാൽമുട്ടോളം നില്ക്കുന്ന മുടിയും, വിടർന്ന അരക്കെട്ടും, കറുപ്പാർന്ന ചുണ്ടുകളും, തിളക്കമുള്ള കണ്ണുകളും, വട്ട മുഖവും ചേർന്ന് വല്ലാത്തൊരു ആകർഷണത രാജന് തോന്നി.

അയാൾ നോക്കി നില്ക്കെ നെഞ്ചിടിപ്പിനെ ഒന്നുകൂടി ഇരട്ടിയാക്കി ആ രൂപം പെട്ടെന്ന് എങ്ങോ മായുകയും ചെയ്തു.

കുട്ടങ്ങാടിൽ നിന്നും വേഗത്തിൽ പുരയിലേക്ക് നീങ്ങണമെന്നാഗ്രഹിച്ച അയാൾക്ക് ഏറെ ആശങ്കകൾ തോന്നി. മുന്നിൽ ഒരു വഴിക്ക് പകരം നിരവധി വഴികൾ തെളിഞ്ഞ് നില്ക്കുന്നതു പോലെ.

രാജന്റെ തൊണ്ട വരളുകയും കാലുകൾക്ക് തളർച്ച അനുഭവപ്പെടുകയും ചെയ്തു. കുട്ടങ്ങാട്ടിൽ അയാൾ അലഞ്ഞു നടന്നു. ഭയം രക്തത്തെ കട്ടപിടിപ്പിച്ചു. രാജൻ നിലവിളിക്കാൻ ശ്രമിച്ചെങ്കിലും ശബ്ദം പുറത്തേക്ക് വന്നില്ല. കണ്ണുകളിൽ കട്ടിയിരുട്ട് നിറയുന്നത് മാത്രം ഓർമ്മയുണ്ട്.

'കഴിഞ്ഞോണ കുറിച്ച്യൻ മലേല് കരിയാപോതി കാണാൻ പോയേരം അന്റെ നാവ്ന്ന് ഒരു കളിബാക്ക് ബീണ് പോയിന്, ചെലപ്പം അയിന്റെ പേരില് പോതി ഒന്ന് പരീശിച്ചയായിരിക്കും '.

ഉടുമ്പു രാജൻ പറഞ്ഞു കൊണ്ട് അകലേക്ക് കാഴ്ച മാറ്റി.

കിട്ടൻ ശരിവെച്ചു.

ലത കൊണ്ടു വെച്ച കാപ്പി തണുത്തുറഞ്ഞിരുന്നു. അത് ഒറ്റ വലിക്കകത്താക്കി കരിയാപോതിയെ മനസ്സിൽ ധ്യാനിച്ച് അയാൾ വേഗത്തിൽ പീടിക ലക്ഷ്യമാക്കി നടന്നു.

17. കൂവക്കുണ്ട്

മയിലാടുംപാറയിൽ നിന്ന് സുലോചന താഴ്ഭാഗത്തേക്ക് നോക്കി. അകലെ പുല്ല് മേഞ്ഞ അനേകം കുഞ്ഞ് പുരകൾ. നിരന്ന് നില്ക്കുന്ന തെങ്ങിൻകൂട്ടം, വിടർന്നു കിടന്ന നെൽപ്പാടങ്ങളിലെ പച്ചപ്പ്, മിഴാവ്കുന്നിന്റെ രക്തക്കുഴലുപോലെ ഒഴുകുന്ന കൈത്തോടുകൾ, ദൂരെ ഒന്നൊന്നായി ചേർത്ത് വെച്ചിരിക്കുന്ന മാമലകൾ.

'ഈടന്ന് കാഴ്ച്ച കാണാൻ എന്ത് രസാ അല്ലേ ഗോപാലൂട്ടിയാട്ടാ'

'ഉം'.

പാറയിൽ കൈമുട്ടൂന്നി അതിലേക്ക് തല ചായ്ച്ച് സുലോചനയെ തന്നെ നോക്കിക്കിടന്ന ഗോപാലൻകുട്ടി മൂളി.

മയിലാടുംപാറയുടെ ചുറ്റിലുമുള്ള മുളങ്കാടുകളെ തൊട്ടിറങ്ങിയ കാറ്റ് സുലോചനയുടെ മുടിയിഴകളെ മുഖത്തേക്ക് കൊണ്ടുവന്നു. അതവൾ കോതിയൊതുക്കി.

'ഗോപാലൂട്ടിയാട്ടാ, ഈടെ അട്ത്തല്ലേ കൂവക്കുണ്ട്?',

ഗോപാലൻകുട്ടി മയിലാടുംപാറയുടെ ഇടത് ഭാഗത്തേക്ക് കൈചൂണ്ടി.

'നമ്മക്ക് പോയാലോ ആടെ '?

'ഇപ്പാ'

'ഉം'

സുലോചന ഗോപാലൻകുട്ടിയുടെ അരികിലേക്ക് വന്നു.

'പിന്നൊരീസം പോകാം'

'ബേണ്ട, ഇന്ന് പോണം, ബാ'

സുലോചന ഗോപാലൻകുട്ടിയുടെ കൈയിൽ പിടിച്ചു.

ഗോപാലൻ കുട്ടി പിന്നെ എതിർക്കാൻ നിന്നില്ല.

ചുറ്റിലും ഉയർന്നു നില്ക്കുന്ന തൈലപ്പുല്ലിന്റെ ഇടയിലൂടെയാണ് ഇരുവരും കൈകോർത്ത് നടന്നത്.

പുരളിമലയിൽ കോട്ടക്കുളത്തിനോട് ചേർന്നാണ് തൈലപ്പുല്ല് അധികവും. അപ്പുവൈദ്യർ ആണ്ടിൽ മൂന്ന് നാല് തവണ കരിപ്പായി മന്ദന്റെ സഹായത്തോടെ തൈലപ്പുല്ല് അരിഞ്ഞെടുത്ത് ഓട്ടുചെമ്പിലിട്ട് പുഴുങ്ങിയശേഷം അത് പ്രത്യേകതരത്തിൽ വാറ്റി പുൽതൈലം ഉണ്ടാക്കും. നടുവേദനയും, കാലിനും കൈയ്ക്കും ഉണ്ടാകുന്ന കടച്ചലും മാറാൻ അതിൽപ്പരം ഒരൗഷധം വൈദ്യരുടെ അറിവിൽ വേറെയില്ല.

ഗോപാലൻകുട്ടി തൈലപ്പുല്ലിന്റെ ഒരറ്റം നുള്ളിയെടുത്ത് വായിലിട്ട് ചവച്ചു.

'നമ്മക്ക് ജാമ്പേടത്തിയെ കൂടി കൂട്ടായിരുന്നു ല്ലേ' ?

ചെറിയൊരു പാറയുടെ മുകളിലേക്ക് ഗോപാലൻകുട്ടിയുടെ കൈപിടിച്ച് കയറുന്നതിനിടെ സുലോചന ചോദിച്ചു.

'ജാനേടത്തിക്ക് അയിന് ഏടെയാ നേരം'

ഗോപാലൻകുട്ടിയിൽ ഗുരിക്കളുടെ ദീനമായ മുഖം തെളിഞ്ഞു.

'ഉം, അത് ശെരിയാ.'

സുലോചനയുടെ വാക്കിലും സഹതാപത്തിന്റെ നിഴലനക്കമുണ്ടായി.

മണ്ണിലേക്ക് ചാഞ്ഞ് കിടന്നൊരു മയിലെള്ള് മരത്തിന്റെ കൊമ്പിൽ കിതപ്പകറ്റാൻ ഇരുന്ന് ഗോപാലൻകുട്ടി ചോദിച്ചു..

'ജാനേടത്തിയോട് ആരാ ഈ കാര്യം പറഞ്ഞേ'?

'എത് കാര്യം?'

'നമ്മളെ കാര്യം'

'എന്തേ'?

സുലോചന ഗോപാലൻകുട്ടിയെ നോക്കി.

'എന്നോട് ചോയ്ച്ചു '.

'എന്നാ ചോയ്ച്ചേ'?

'സുലോചന ഇന്റെ ആരാന്ന്'

'എന്നിറ്റ് ഗോപാലൂട്ടിയാട്ടൻ എന്നാ പറഞ്ഞേ?'

അവൾ ആകാംക്ഷയോടെ കണ്ണുകൾ വിടർത്തി .

അയാൾ തന്റെ ഇടത് നെഞ്ചിലേക്ക് ഒരു തവണ കൂടി കൈ ചേർത്തു.

സുലോചനയുടെ കവിളിൽ നുണക്കുഴി തെളിഞ്ഞു. ആ നനവാർന്ന ചുണ്ടുകൾ വിടർന്നു.

'ജാനേടത്തി എന്നോടും പറഞ്ഞ്'

'എന്ത് ?'

'ഇങ്ങള് ഒരിക്കലും പിരിഞ്ഞ് പോകറേന്ന്'.

'അയിന് നമ്മള് ഒരിക്കലും പിരിയില്ലല്ലോ സുലു'.

സുലോചന അതിന് മറുപടി പറഞ്ഞില്ല.

കൂവക്കുണ്ടിലേക്കുള്ള കുന്നിറക്കത്തിനിടെ ഗോപാലൻകുട്ടിയുടെ ചുമലിൽ സുലോചന കൈ താങ്ങി.

'ഗോപാലൂട്ടിയാട്ടൻ എപ്പെങ്കിലും കൂവക്കുണ്ടിൽ പോയിനാ?'

'ഉം, ഒരിക്കെ'.

പറയുമ്പോൾ ഗോപാലൻകുട്ടിയിൽ ചാത്തുക്കുട്ടിമാസ്റ്ററോടൊപ്പമുള്ള ഓർമ്മകൾ വന്നു.

മിഴാവ്കുന്നിന്റെ ചരിത്ര ശേഷിപ്പുകളറിയാൻ മാസ്റ്റർക്ക് ഗോപാലൻ കുട്ടിയാണ് കൂട്ടു പോകാറുള്ളത്.

ഒരു തവണ യാത്ര ചെന്ന് നിന്നതും കൂവക്കുണ്ടിലേക്കാണ്. വലിയൊരു പാറയുടെ അടിഭാഗം ചേർന്നുള്ള അതിന്റെ പ്രവേശനവഴിയിലൂടെ ഉള്ളിലേക്കിറങ്ങിയാൽ നാലോ അഞ്ചോ മുറികൾ ഒന്നായി തീരുന്ന യത്രയും വലിപ്പമുള്ള ഒരിടമാണ്. ഒരു മൂലയിൽ ചെറിയൊരു കുഴി. നേർത്ത രണ്ട് ഉറവകൾ കുഴിയിൽ വീണ് ഒന്നായി അതിൽ നിറയെ ശുദ്ധമായ തെളിഞ്ഞ വെള്ളം.

എതിർ ഭാഗത്ത് മണ്ണ് തുരന്ന് തീർത്ത തുരങ്കമുണ്ട്. നേരത്തെ കരുതിയ പന്തത്തിന് തീ കൊളുത്തി അത് വഴി മാസ്റ്റർക്കൊപ്പം ഗോപാലൻകുട്ടിയും നടന്നു. കടവാവലുകൾ അതിനുള്ളിൽ ചിറകടിച്ചു പൊന്തി.

മണ്ണ് വീണടിഞ്ഞ് ഒരു വിധത്തിലും മുന്നോട്ട് പോകാൻ കഴിയില്ലായെന്ന ബോധ്യത്തിലേ അന്ന് പിന്തിരിഞ്ഞുള്ളു.

തിരികെ മുകളിലെത്തിയതും മാസ്റ്റർ കിതപ്പ് വകവയ്ക്കാതെ പറഞ്ഞു.

'നമ്മളി പുസ്തകങ്ങളിലൂടെ യാത്ര ചെയ്യുമ്പോൾ കാണാത്ത നാടും കാണാത്ത ഇടങ്ങളും മനുഷ്യരുമൊക്കെ നമ്മുടെ മുന്നിലെത്തും. പക്ഷേ പലപ്പോഴും നമ്മുടെ ചുറ്റിലുമുള്ള ജീവിതങ്ങളെയും മണ്ണിനെയും നാമറിയാതെ പോകും. മിഴാവ്കുന്ന് ഒരു ചരിത്രഭൂമികയാണ്, ഐതിഹ്യങ്ങളും കഥകളും നിറഞ്ഞ് നില്ക്കുന്ന മണ്ണ്.'

താച്ചിയമ്മ പറഞ്ഞ അറിവുകളിൽ നിന്ന് അത് പഴശ്ശിക്ക് ഒളിച്ചു കടക്കാൻ തീർത്തതാണെന്നും അതിനറ്റം വയനാടൻ വഴിയായ നെടുംപൊയിലോ മറ്റോ അവസാനിക്കുന്നുവെന്നും ഗോപാലൻകുട്ടി മാസ്റ്റർക്ക് വിവരിച്ചു.

നെയ്യളത്തെ കാടുമൂടിക്കിടക്കുന്ന പറമ്പിലെ രാജഭരണകാലത്ത് പുകയിട്ട് കൊല്ലാൻ ഉപയോഗിച്ചെന്ന് കരുതുന്ന മറ്റൊരു ഗുഹ കണ്ടപ്പോഴും മാസ്റ്ററിലെ ചരിത്രാന്വേഷി ഉണർന്നു.

ചെങ്കല്ല് തുരന്ന ആ കുഴിയിലേക്ക് ഇറങ്ങിയാൽ ഒരു മനുഷ്യന് നൂണ്ട് കടക്കാൻ മാത്രം കഴിയുന്ന ചെറിയൊരു ദ്വാരമാണ്. ഉള്ളിൽ അല്പം വിശാലതയും. അതവസാനിക്കുന്നതാവട്ടെ ഇരുപത് അടി അപ്പുറമുള്ള മറ്റൊരു കുഴിയിലാണ്. കുറ്റവാളികളെ അതിലേക്ക് തള്ളി ഒരു ഭാഗം വലിയ പാറക്കല്ല് ചേർത്തടച്ച് രണ്ടാമത്തെ കുഴിയിൽ ചകിരിയും വിറകുമിട്ട് പുകച്ച് ശിക്ഷ നടപ്പാക്കി വന്നു എന്നാണ് താച്ചിയമ്മയുടെ കേൾവി.

കൂവക്കുണ്ടിന്റെ ഉള്ളിലിറങ്ങി സുലോചന അത്ഭുതം കൂറി.

'എത്ര ഒയന്നു കാണും അല്ലേ ഇങ്ങനെ ഒരുക്കാൻ ?'

ഗോപാലൻകുട്ടി തലയനക്കിക്കൊണ്ട് കുഴിയിൽ നിന്ന് വെള്ളം കൈകുമ്പിളിൽ കോരിയെടുത്തു. അത് മഴയായി പെയ്ത് സുലോചനയെ നനച്ചു.

കടവാവലുകളുടെ കൂട്ടം ഒന്നൊന്നായി ഇളകി വട്ടമിട്ട് പറന്നതും സുലോചന ഗോപാലൻകുട്ടിയുടെ നെഞ്ചിലേക്ക് മുഖം ചേർത്തു. ഗോപാലൻകുട്ടിയുടെ കൈകൾ പതുക്കെ സുലോചനയുടെ അരക്കെട്ടിൽ ചുറ്റിപ്പിണഞ്ഞു. നിശ്വാസങ്ങൾ നിശ്വാസങ്ങളുടെ ആഴങ്ങളിലേക്കിറങ്ങി. മുന്നിലെ ജലകണ്ണാടി ആ ഒറ്റ ബിംബത്തെ പൂർണ്ണമായും ഉള്ളിലെടുത്തു.

ഗുരിക്കളുടെ മഞ്ഞകലർന്ന തുണിക്കെട്ട് സോപ്പ് ചേർത്ത് കഴുകി അഴയിൽ നിരത്തിയിടുന്ന നേരം ജാനുവിന്റെ മുറ്റത്തേക്ക് തട്ടാൻ ഗോവിന്ദൻ കയറി വന്നു.

'അച്ഛന് ഇപ്പം എങ്ങനെ മോളേ?'

തോളിലെ ചാക്കുകെട്ട് അയാൾ നിലത്തേക്കിറക്കി.

ജാനു മറുപടി പറയാതെ കഴുകിയിട്ട തുണികളിലേക്ക് നോക്കി.

കഴിഞ്ഞയാഴ്ച്ചയും ഗോവിന്ദൻ ഇതേ ചോദ്യം ആവർത്തിച്ചതാണ്. ആ ഉത്തരം മാത്രമേ ഇന്നും ജാനുവിന് പറയാനുള്ളൂ. അത് തിരിച്ചറിഞ്ഞത് കൊണ്ടാവാം ഗോവിന്ദൻ വേഗം വിഷയം മാറ്റി.

'എന്തേലും ആവിശ്യം ഇണ്ടേൽ പറേണം'.

ജാനു തല കുലുക്കുക മാത്രം ചെയ്തു.

'എന്നാ ഞായൻ ഇറങ്ങട്ടെ, ബെറ്‌തേ കേരീന്നേയുള്ളു.'

വെള്ളരിനാടകത്തിന്റെ ഓർമ്മകളിലൂടെ ചെന്ന് അയാൾ ഉമിച്ചാക്ക് വലത് തോളിലേക്ക് വലിച്ച് കയറ്റി.

മുറ്റത്തേക്ക് ഇറങ്ങാനാഞ്ഞതും ഗോവിന്ദൻ തലതിരിച്ചു.

'ഇനി കൊറച്ചീസം ഒന്നിനും നേരൂല, നാളെ മൊതല് സുലോയനേന്റെ മംഗലത്തിന്ള്ള പൊന്ന് ഉരുക്കണം. ദാമൂന് ഓളെ മുന്തിയെട്ത്ത് അയക്കണോന്നാ പൂതി.'

അത് കേൾക്കേ ജാനുവിന്റെ കണ്ണുകൾ അറിയാതെ പുരളിമലയുടെ ഉയരങ്ങളിലേക്ക് ചെന്നു.

18. എശ്മാനം നായര്

'ചെറിയ നെലാവെട്ടം മാത്രണ്ട്. ശെരിക്കും പറഞ്ഞാ ഓനൊരു *പോതോർമ്മൻ തന്നെയാ. മോള്ന്ന് ഒറ്റ മുക്രിയിടലിൽ കൂട്ട് വന്നോന്റെ കാറ്റ് പോയി, പിന്നെ ഞായൻ ഒറ്റയ്ക്ക്'

*പോതോർമ്മൻ - വൻ തടിയുള്ള

ഒരു നിമിഷം എവിടേക്കോ ശ്രദ്ധമാറിയ കുഞ്ഞമ്പു ആശാരിയെ തൊട്ട് വിളിച്ച് മുന്നിലെ തെങ്ങ് ചൂണ്ടി കാട്ടി ഗംഗൻ തുടർന്നു.

'ഏതാണ്ട് അയി ദൂരം ഇണ്ട് കാട്ടിയും ഞാനും തമ്മില്. അയിന്റെ ഒരു കൊമ്പിന്റെ ബണ്ണംന്ന് പറഞ്ഞാല് എന്റെ ആശാരി ആ തെങ്ങോളം തന്നെ ബെരും, ചെവിക്കല്ല്ന്ന് ഒരു തല്ന്നാറിഴ വെടി മാറിയാ പിന്നെ ഓനെ പെരളിമലേമല് നോക്കണ്ട'

ഗംഗൻ ഒരു ബീഡിക്ക് തീപിടിപ്പിച്ചു.

'എന്നിറ്റ് എന്ത് പറയാൻ, ഓനൊന്ന് തിരിഞ്ഞ് ബെരാൻ രണ്ടുനായിക ഒറ്റ നിപ്പാ ഞായൻ.'

കുഞ്ഞമ്പുആശാരി അതിനോട് അമർത്തി മൂളി.

'ഓന് ഒരനക്കോം ഇല്ലാന്ന് കണ്ടേരം ഞായൻ മെല്ലെ എന്ത് ചെയ്തെന്നറിയാ? *പ്ട്ങ്ങനെ കാലോണ്ട് നെലത്ത് ഒരൊറ്റ ചവ്ട്ട്. ഓൻ തല ചെരിച്ച് അന്നെ നോക്കലും വെടി പൊട്ടലും. ഒന്നനങ്ങാൻ പോയിറ്റ് ഒരു ഒച്ചവരെ പൊന്തീറ്റില്ല.'

ഇടയിലേക്ക് കിട്ടൻ ചോദ്യമിട്ടു.

'എത്ര്യൂസം കൊണ്ടേനു ഞി അയിന്റെ എറച്ചി ഒണക്കി എട്ത്തേ'?

'ഒരായ്ച്ച'

അയാൾ ആശങ്കയ്ക്ക് വകയില്ലാത്ത ഉത്തരം പറഞ്ഞു.

ഗംഗൻ വീണ്ടുമെന്തിനോ ഒരുക്കം കൂട്ടിയതും കിട്ടൻ കൈ ഉയർത്തി.

'മലാനെ ഓടിച്ചിറ്റ് പിടിച്ച കഥയാങ്കില്, അത് കൈയിഞ്ഞൂസം കേട്ടയാ, പുതിയ വല്ലോം ഇണ്ടേൽ മതി.'

കുഞ്ഞമ്പു ആശാരി ചുണ്ടുകൾ ചേർത്ത് പിടിച്ചു. അവർക്കിടയിലേക്ക് കരിപ്പായി മന്ദനും എശ്മാനം നായരും വന്നു.

'വെടി പൊട്ടിയാ കുഞ്ഞമ്പു'?

നായര് ചിരിയോടെ കുഞ്ഞമ്പു ആശാരിയെ നോക്കി.

'ഓ... എറച്ചി ഒണക്കി കയിഞ്ഞ്'

അത് കേട്ട് ചായപ്പീടികയിൽ കൂട്ടച്ചിരിയുണ്ടായി. വീരവാദം ഗംഗന്റെ മുഖത്ത് അസ്വസ്ഥത ഉടലെടുത്തു.

കിട്ടൻ എഴുന്നേറ്റ് അടുപ്പിനടുത്തേക്ക് ചെന്നു.

മേശയിൽ ചായ നീക്കിവെക്കുന്നതിനിടെ അയാൾ ഉടുമ്പു രാജന്റെ കഥ തന്നെ വീണ്ടും പുറത്തേക്കിട്ടു.

'ഓന്റെ ജീവൻ കരിയാപോതി തിരിച്ച് കൊടുത്തത് ഒരു ഭാഗ്യം തന്നെയാട്ടാ നായരേ'.

അതു കേട്ട് നായര് ചിരിയോടെ തലകുലുക്കി പിന്നെ പറഞ്ഞു.

*പ്ട്ങ്ങനെ - പെട്ടന്ന്

'ഓരോന്ന് നിരീച്ച് ഓൻ പേടിച്ച് പോയതായിരിക്കും, അല്ലാണ്ട് ജീവൻ കളയാനും വഴി തെറ്റിക്കാനുമല്ലേ ഈ തെയ്യങ്ങൾക്ക് നേരം'

നായരിൽ നിന്ന് അത്തരമൊരു അഭിപ്രായം വന്നതും കിട്ടൻ സ്വരത്തിൽ അല്പം ഗൗരവം കലർത്തി.

'അത് ബിട് നായരെ, ബിശ്വാസം ബിശ്വാസം തന്നെയാ. അത് ശെരിക്കും അനുഭവിച്ചറിഞ്ഞോരാ മിഴാക്കുന്നുകാര്, മറക്കണ്ട '.

എശ്മാനം നായര് അപ്പോഴും ചിരിയോടെ തലയാട്ടി.

ഏത് കാര്യത്തിനും എശ്മാനം നായർക്ക് ഒരു മറുവശം ഉണ്ടാവും. അതയാൾ പരസ്യമായി തന്നെ പ്രകടിപ്പിക്കുകയും ചെയ്യും. അതിന്റെ പേരിൽ ആരോടും തർക്കിച്ച് ജയിക്കാനൊന്നും നായര് മെനക്കെടാറില്ല. പക്ഷേ പറയുന്നതൊക്കെയും അല്പം ചിന്തകൾക്ക് ഇട നല്കുന്നതാവും.

അതാവട്ടെ എറെ കൃത്യവും വെടിപ്പുമായി അവതരിപ്പിക്കുകയും ചെയ്യും. അതു കൊണ്ടു തന്നെയാണ് എശ്മാനം നായര് എന്ന വിളിപ്പേര് അങ്ങേർക്ക് ചാർത്തിക്കിട്ടിയതും.

മിഴാവ്കുന്നിലെ മെച്ചപ്പെട്ട കുടുംബങ്ങളിലൊന്നായിരുന്നു നായരുടേത്. അധികം പേരെയും പോലെ പുറം നാട്ടീന്ന് കയറി കൂടിയതാണവർ. നായരുടെ അച്ഛനായ രാമൻ ആദ്യം വന്നു നിന്നത് കരിപ്പായി ചാത്തന്റെ അടുത്താണ്.

'ഈ പൈശ സൂക്ഷിക്കാൻ ഒരെടം ബേണേനു'

ചെറിയ തുണിക്കെട്ട് കാട്ടി രാമൻ ചാത്തനോട് പറഞ്ഞു.

ചാത്തൻ രാമനെയും കൂട്ടി നേരെ കുട്ടൻ വൈദ്യരുടെ മുന്നിലെത്തി കാര്യങ്ങൾ വിശദീകരിച്ചു. പണം വാങ്ങുമ്പോൾ വൈദ്യര് ചോദിച്ചു.

'എണ്ണി തിട്ടപ്പെടുത്തണ്ടെ രാമാ' ?

അയാൾ ചിരിച്ചു.

'മിഴാക്കുന്നുകാര് സത്ത്യോള്ളോരാന്ന് എനക്കറിയാം. ഞായത് നല്ലോണം കേട്ടിന് '

രാമൻ തുടർന്നു.

'ഇനീപ്പം അയില് ഇത്തിരി കൊറഞ്ഞാലും സാരോല്യാന്ന് വെച്ചോ'.

അതുകേട്ട് കുട്ടൻ വൈദ്യരും ചിരിച്ചു.

തിരികെയുള്ള മടക്കം കാനത്തെ വയലിൽ എത്തിയനേരം കരിപ്പായി ചാത്തനിൽ സംശയമുണ്ടായി.

'അല്ല രാമാ, ഇന്റെ ജാതിയേതേനു' ?

'നായരാ'.

രാമന്റെ മറുപടി വേഗത്തിൽ വന്നു. അതു കേട്ടതും ചാത്തൻ അറി

യാതെ മൂന്നാലടി പിന്നിലേക്ക് പോയി. വരമ്പിൽ നിന്ന അയാളുടെ കാലുകൾ കണ്ടത്തിലെ ചളിയിലമർന്നു.

അതു കണ്ട് രാമൻ ഉറക്കെ ചിരിച്ചു.

'എന്തിനാ കൊറക്ക്ന്ന് ചാത്താ, കൊറച്ച് മുന്തിയ ജാതിയന്നെ ഇരിക്കട്ടേന്ന് വെചാരിച്ച് പറഞ്ഞയല്ലേ'

അയാൾ ചാത്തനു നേരെ തന്റെ കൈ നീട്ടി.

പിന്നീട് പിടികയിലേക്ക് വന്ന രാമന്റെ മോൻ മാധവനെ കരിപ്പായി ചാത്തൻ നായര് കുട്ടീന്ന് വിളിച്ചു.

കാലം കടന്നതും വലിയ വർത്തമാനം പറഞ്ഞ് തുടങ്ങിയ മാധവനെ കിട്ടനാണ് എശ്മാനം നായരാക്കിയത്.

വെളുത്ത കുപ്പായത്തിലും കോറമുണ്ടിലുമേ നായരെ കാണാൻ കഴിയൂ. ചായപ്പീടികയിൽ വന്നിരിക്കുന്നവരിൽ അധികംപേരും കോണകത്തിന് മേലെ ഒരു തുവർത്ത് മുണ്ട് മാത്രമേ ചുറ്റാറുള്ളു. കൂടാതെ തലയിലൊരു കെട്ടോ അല്ലെങ്കിൽ ഒരു പാളത്തൊപ്പിയോ സ്ഥാനം പിടിക്കും. അതുമതി പുരളിമലയുടെ ഏതറ്റം വരെയും അവർക്ക് പോയിവരാൻ.

എന്നാൽ നായര് അങ്ങനെയല്ല. മിഴാവ്കുന്നിലൂടെ കൈരേഖ നോക്കി ലക്ഷണം പറയാൻ വരുന്ന, കുറത്തികളോ, ചെട്ടിയാർമാരോ കുപ്പായതുണിയോടൊപ്പം കോറമുണ്ടും കൊണ്ടുവരും. നായര് അത് വാങ്ങി ചാണകത്തിൽ മുക്കി വെച്ച് സോഡാക്കാരമിട്ട് വെളുപ്പിക്കും, കട്ടനീലം പൊട്ടിച്ച് വെള്ളത്തിൽ കലക്കി കോറമുണ്ട് മുക്കിയെടുത്ത് ഇസ്തിരിപ്പെട്ടിയിൽ ചിരട്ട കത്തിച്ച് മിനുസമുള്ള ഇറയത്ത് പഴയ തുണിവിരിച്ച് ചൂട് പിടിപ്പിച്ചാണ് നായര് മുണ്ടുടുക്കുക.

മേസ്ത്രി നമ്പീശനാണ് നായർക്ക് കുപ്പായം തുന്നിക്കൊടുക്കുന്നത്. മിഴാവുകുന്നിൽ ഇസ്തിരിപ്പെട്ടിയും പട്ടുകുടയും ആദ്യമായി വാങ്ങിയ സാധാരണക്കാരൻ എശ്മാനം നായരാണ്. അതിന് വേണ്ടി അരിച്ചൽ മുറ്റത്തോട് ചേർന്ന ഒരേക്കർ പറമ്പ് അയാൾ ഉമ്മറ്ഹാജിയുടെ പേർക്ക് മാറ്റി. മിഴാവ്കുന്നിൽ എല്ലാവരും കാക്കുട മാത്രമേ ഉപയോഗിച്ചിട്ടുള്ളു. കരിപ്പായി മന്ദനും മകൻ സുഗതനും വർഷക്കാലത്തിനും രണ്ട് മാസം മുൻപ് കാക്കുട നിർമ്മാണം തുടങ്ങും. വീതിയുള്ള പനയോല കൊത്തിക്കൊണ്ടുവന്ന് ഉണക്കി, ഈർക്കിലിയും ചൂരലും ചേർത്ത് കെട്ടി കാക്കുടയും തലക്കുടയും ഉണ്ടാക്കും. പറ്റുന്ന മിഴാവ്കുന്നുകാരൊക്കെ അണ കൊടുത്ത് അത് വാങ്ങും. ജന്മിമാരുടെയോ 'അധികാരി'കളുടെയോ അടുത്ത് മാത്രമേ പട്ടുകുട അന്നുവരെ മിഴാവ്കുന്നുകാർ കണ്ടിട്ടുള്ളു.

ആദ്യമായി പട്ടുകുടയും ചൂടി ഇടവഴിയിലൂടെ നായര് വരുന്നത് കണ്ട് ഒരാൾ പൊക്കമുള്ള കിള പറ്റിപ്പിടിച്ച് കയറി കൊല്ലൻരാഘവനും, കോടാലി ചന്തുവും ഓടിയൊളിച്ച കഥയും നാട്ടിൽ പാട്ടാണ്.

ഒരു തൊഴിലും നായർക്ക് ചെയ്ത് ശീലമില്ല. കാർന്നോമാര് ബാക്കി വെച്ച ഭൂമിയിലെ ആദായം കൊണ്ടാണ് മുന്നോട്ടുള്ള പോക്ക്.

അച്ഛനും അമ്മയും നായരെ വിട്ട് പോയപ്പോൾ അങ്ങേര് ഒറ്റയ്ക്കായി. കല്യാണം കഴിക്കാനൊന്നും നായര് നിന്നില്ല. അതിന്റെയാവിശ്യമില്ലാന്ന് ചോദിക്കുന്നവരോടൊക്കെ അയാൾ തറപ്പിച്ച് പറഞ്ഞു.

ആരോടും നായര് കടം ചോദിച്ചില്ല, ആരോടും നായര് കടം പറഞ്ഞില്ല. രണ്ടും മൂന്നും ദിവസം നായര് പട്ടിണി കിടന്നിട്ടുണ്ട്. അപ്പോഴൊന്നും ഒരു ചായ പോലും കടം വാങ്ങി ഇറക്കീട്ടില്ല

ഉണ്ടില്ലെങ്കിലും സാരമില്ല വേഷവും നടപ്പും അതിന്റെ ഭംഗിക്കാവണമെന്ന നിർബന്ധം മാത്രമേ നായര് കൊണ്ടു നടന്നുള്ളു. ഉള്ള സ്ഥലത്തെ കുരുമുളകും അടക്കയും പാട്ടത്തിന് കൊടുത്ത് ആഗ്രഹിച്ച ജീവിതം അയാൾ മുന്നോട്ട് കൊണ്ടുപോയി.

19. കഴകപ്പുര

പണി തീർത്ത പൊന്നിന്റെ ഉരുപ്പടികൾ തട്ടാൻ ഗോവിന്ദൻ ദാമുവിനെ ഏൽപ്പിച്ച് മടങ്ങിയതോടെ സുലോചനയുടെയുള്ളിൽ എന്തൊക്കെയോ വീർപ്പുമുട്ടാൻ തുടങ്ങി. ദിവസം ഒന്നുരണ്ടു കഴിഞ്ഞ് ചില്ലുകുപ്പിയിൽ കാലൊയക്ക് വെളിച്ചെണ്ണയുമായി അവൾ അരിച്ചൽ മുറ്റത്തേക്ക് ചെന്നു. പഴകിയ കോറമുണ്ട് കോടം കെട്ടി മറ്റൊരു കുരുമുളക് വള്ളിയിലേക്ക് ഏണി ചാരുകയായിരുന്നു ആ നേരം കേളൻ.

സുലോചനയെ കണ്ടതും നേർത്തൊരു ചിരിയോടെ അയാൾ എറയത്തേക്ക് കയറി കുരുമുളക് ഞെട്ടോടെ ഇറുത്തത് കോടത്തിൽ നിന്ന് കഴകപ്പുരയുടെ ഒരു മൂലയിലേക്ക് കുടഞ്ഞിട്ടു.

'മൊളകെല്ലാം പഴ്ത്തല്ലോ കോമരേ?'

'ആ മോളേ, പകുതീം പക്ഷി കൊണ്ടോയി, നേരം കിട്ടണ്ടെ ഇതൊന്ന് പറിക്കാൻ'

കേളൻ നെറ്റിയിലെ വിയർപ്പ് വിരലുകൊണ്ട് തട്ടിയെറിഞ്ഞു.

അരിച്ചൽ മുറ്റത്തെ കഴകപ്പുരയുൾപ്പെടുന്ന മൂന്നേക്കർ പറമ്പിലെ ആദായം മുഴുവനും കേളനാണ് കൈകാര്യം ചെയ്യുന്നത്. കണ്ടത്തിൽ വിത്തിറക്കാനും, തേങ്ങയിടാനും, അടക്കയും മറ്റും പാട്ടത്തിന് കൊടുക്കാനും കഴകപ്പുരയിൽ അരിച്ചൽ മുറ്റത്തെ കർമ്മിയായി കഴിയുന്ന കാല

ത്തോളം കേളന് തീരുമാനിക്കാം. ഇല്ലം വക നല്കുന്ന പൂർണ്ണ അവകാശമാണത്.

അരിച്ചൽ മുറ്റത്ത് നിഷ്ഠയോടെ വിളക്ക് തെളിച്ച് മുത്തപ്പന് പൈങ്കുറ്റി അർപ്പിക്കാൻ ഭക്തരെത്തുന്ന നേരം ചടങ്ങുകൾ തീർക്കാൻ കർമ്മിയായി മാറുന്ന ആൾ നിർബന്ധമായും അവിടെ ഉണ്ടായിരിക്കണം, വിശേഷദിവസങ്ങളിൽ വെള്ളാട്ടം കെട്ടിയാടുന്നതിന്റെ കോളും മറ്റ് ചിലവുകളുമൊക്കെ കിട്ടുന്ന ആദായത്തിൽ നിന്ന് കേളൻ വഹിക്കും. മകരം ഇരുപത്തിയാറിന് തിരുവപ്പന കെട്ടിയാടുന്ന ദിവസം കനലാടിയുടെ കോള് മാത്രമേ ഇല്ലത്ത് നിന്ന് കൈമാറുകയുള്ളു. ഈ വ്യവസ്ഥയ്കൾക്കെന്തെങ്കിലും വീഴ്ച്ച വരുത്തിയാൽ കർമ്മിയെ ആ സ്ഥാനത്തു നിന്ന് നീക്കാനും അരിച്ചൽ മടപ്പുര അവകാശികളായ ഇല്ലത്തിന് അധികാരമുണ്ട്.

സുലോചന നീട്ടിയ ചില്ല് കുപ്പി വാങ്ങുമ്പോൾ കേളൻ ചോദിച്ചു.

'ബെളക്കിന്റെ എണ്ണയിപ്പോ എടക്കിടെ ഇണ്ടല്ലോ, കാര്യായിറ്റ് എന്തോ മനസ്സിലിണ്ട് ല്ലേ?'

'ഉം'

സുലോചന നേർത്ത് മൂളി. പിന്നെ ചോദിച്ചു.

'മനസ്സിലെ ആഗ്രഹം ദൈവം സാധിച്ച് തെരൂലേ കോമരേ?'

'എന്നാ സംശയം, മലവാഴുന്നോര് ആരേം കൈവിടൂല'

കേളൻ അരിച്ചൽ മുറ്റത്തിന് നേരെ തിരിഞ്ഞ് കണ്ണടച്ചു.

സുലോചനയുടെയുള്ളിൽ തണുത്തൊരു കാറ്റുവീശി.

കഴകപ്പുരയിൽ നിന്ന് ഇറങ്ങാൻ നേരം അവൾ മാണിക്യത്തെ തിരക്കി.

'ഓള് കോളിയാങ്കല്ലിൽ പോയിന്'

'ബെരുമ്പം ഞാൻ ചോയ്ച്ചീന്ന് പറേണേ'

'ആം'

കേളൻ പുറത്തെ കോടം ഒന്നുകൂടി അഴിച്ച് കെട്ടി.

സുലോചന പടവുകൾ ഇറങ്ങി നടന്നതും അയാൾ വിളിച്ചു.

'മോളേ, അടുത്തീസം മാതാവിന്റെ ഊട്ട് ചടങ്ങിന്ള്ള വീതത്തിന് ബെരൂന്ന് മാധവിയോട് ഒന്ന് പറഞ്ഞേക്ക്ട്ടാ'

'ആം, പറയാം'

സുലോചനയുടെ മറുപടി ഉച്ചത്തിൽ തന്നെ വന്നു.

കുരുമുളക് പറിച്ചൊഴിഞ്ഞ് വേണം വിഷുസംക്രമദിവസം അരിച്ചൽ മുറ്റത്ത് നാഗമാതാവിന്റെ ഊട്ട് ചടങ്ങിനുള്ള ഒരുക്കങ്ങൾ തുടങ്ങാനെ

ന്ന് കേളൻ നേരത്തെ തന്നെ മനസ്സിൽ കരുതിയതാണ്.

വിശിഷ്ടമായ ചടങ്ങാണ് ആ ദിനം നടക്കുക. ഏതാണ്ട് ഒരു മാസം മുൻപ് കേളൻ പുരളിമലയുടെ താഴ്ഭാഗത്തെ വീടുകൾ തോറും കയറി ഇറങ്ങി നെല്ലും തേങ്ങയും സ്വീകരിക്കും. കിട്ടിയതൊക്കെയും കഴകപ്പുരയിൽ കൂട്ടിയിട്ട് മേടമാസം അവസാനമാകുമ്പോഴേക്കും നെല്ലു മുഴുവൻ ഉണക്കിയെടുക്കും.

വിഷുസംക്രമത്തിന്റെയന്ന് പുലർച്ചെ മുറവും, രണ്ട് പാത്രവും, ഉലക്കയും ഉരലും, നെല്ലും, തേങ്ങയുമായി നാഗമാതാവിന്റെ തറയോട് ചേർന്ന് ആണുങ്ങൾ ഒത്തുചേരും. കാതു കുത്തിയ ആരും ചടങ്ങിന് പ്രവേശിക്കാൻ പാടില്ല എന്നത് നിർബന്ധമാണ്.

ആണുങ്ങൾ ചേർന്ന് മടപ്പുര മുറ്റത്ത് വെച്ച് തന്നെ നെല്ല് ഉരലിലിടിച്ച് വെളുപ്പിച്ചാൽ ഊട്ടുപുരയ്ക്കകത്ത് രണ്ട് അടുപ്പിൽ തൂളി പാറ്റിയ അരി കേളനാണ് വേവിക്കുക. മുറുകി വരുന്ന നേരം തേങ്ങയുടെ വെള്ളം അതിലൊഴിച്ചിളക്കി പാകമാക്കും.

ചടങ്ങിനെത്തുന്നവർ പുറത്ത് വെച്ച് തേങ്ങയും മുളകും ചേർത്തിടിച്ച് ചമന്തി തയ്യാറാക്കും.

ഊട്ട് ചോറ് ഇറക്കി വെച്ചാൽ കേളൻ നേരെ കുളിക്കാൻ പുറപ്പെടുകയായി.

കുളിച്ച് വന്ന് വിളക്ക് കൊളുത്തി പൂവിട്ട് പ്രാർത്ഥനയ്ക്കും ശേഷം കോവിലിനുള്ളിലെ ചടങ്ങും കഴിച്ച് നാഗമാതാവിന്റെ മുറ്റത്ത് വച്ച് തന്നെ എല്ലാവരും കൂട്ടമായിരുന്ന് ഊട്ട് ചോറ് കഴിക്കും. ബാക്കി വന്ന ചോറും, ഇലയും, നിലത്ത് വീണ വറ്റുമുൾപ്പെടെ കേളൻ എടുക്കണം. അതൊക്കെയും മുന്നേ തയ്യാറാക്കിയ കുഴിയിൽ നിക്ഷേപിച്ച് കൊണ്ടുപോയ മുറവും അതിലിട്ട് മണ്ണിട്ട് മൂടും. പാത്രങ്ങൾ അവിടെ വച്ച് തന്നെ കഴുകി കമഴ്ത്തിയ ശേഷമാണ് എല്ലാവരും പടിയിറങ്ങുക. ഒരു അരിമണിപോലും തിരികെ കൊണ്ടുവരാൻ പാടില്ലാന്നാണ് വിശ്വാസം. ഇത്തരം ചടങ്ങുകളെല്ലാം കൃത്യതയോടെ നിറവേറ്റാനും, അടുത്ത തലമുറയ്ക്ക് പകരാനും കേളന് പ്രത്യേക പാടവമുണ്ട്.

കർമ്മി സ്ഥാനം ഏറ്റെടുക്കുന്നതിന് മുൻപ് കാവുകളും മടപ്പുരസ്ഥാനങ്ങളുമൊക്കെ ചെണ്ടയുടെയും കാൽചിലമ്പിന്റെയും താളമില്ലാതെ നിശ്ശബ്ദതയിൽ മുങ്ങി നില്ക്കുന്ന സമയം കേളൻ ചെയ്യാത്ത ജോലികളില്ല. പുര പൊതയ്ക്കാനും കട്ട മുറിക്കാനും പ്രാവീണ്യം നേടിയത് അക്കാലത്താണ്. ഒന്നു രണ്ടു കൊല്ലക്കാലം ചെമ്പിന് ഈയം പൂശാൻ വരുന്നവരോടൊപ്പം പല പുരകളിലൂടെയും അയാൾ കയറി ഇറങ്ങി.

കോട്ടയം രാജവംശത്തിന്റെ ക്ഷേത്രം കാര്യസ്ഥനായി കണ്ണൻ നാ

യർ എത്തിയതോടെയാണ് കേളന് കൂടുതൽ തിരക്കായത്. മൃദംഗശൈലേശ്വരി ക്ഷേത്രത്തിന്റെ നവീകരണം നന്നായി നടന്നൊരു കാലമായിരുന്നു അത്.

തീർത്തും സത്യസന്ധനായ കാര്യസ്ഥനായിരുന്നു കണ്ണൻനായർ. ക്ഷേത്ര കാര്യങ്ങളൊക്കെ കൃത്യമായും ആത്മാർത്ഥമായും അയാൾ ചെയ്തു വന്നു. തില്ലങ്കേരി കപ്പണയിൽ നിന്ന് ചെങ്കല്ല് കാളവണ്ടിയിൽ കൊണ്ടുവന്ന് ചുമര് വെച്ച് മേൽപ്പുര ഓടാക്കി മാറ്റിയത് കണ്ണൻ നായരുടെ കാലത്താണ്. നീലകണ്ഠൻ നമ്പൂരിപ്പാട് അരിച്ചൽ പറമ്പിൽ നിന്ന് പിടിയൊതുങ്ങാത്ത ഒരു പ്ലാവ് കൊടുത്തു. പലയിടങ്ങളിൽ നിന്നായി നിരവധി മരങ്ങൾ ഏർപ്പാടായി. അവയൊക്കെ മുറിക്കാനും ഈർച്ച നടത്താൻ സഹായിക്കാനും ചുമന്ന് അമ്പലപറമ്പിനടുത്ത് എത്തിക്കാനും കേളനും മുന്നിലുണ്ടായി. അപ്പോഴും അമ്പലത്തിന്റെ മതിൽക്കെട്ടിനിപ്പുറം വരെയേ കേളനെ പോലുള്ളവർക്ക് ഇടമുണ്ടായിരുന്നുള്ളു.

പരശുരാമൻ സൃഷ്ടിച്ച നൂറ്റിയെട്ട് ദുർഗ്ഗാക്ഷേത്രങ്ങളിൽ ഒന്നാണ് മൃദംഗശൈലേശ്വരി. പഴശ്ശിയുടെ കുലദേവത കൂടിയായിരുന്നു അത്.

ഒരിക്കൽ ദേവി വിഗ്രഹം മോഷണം പോയത് മിഴാവ്കുന്നിൽ ചർച്ചയുടെ വലിയ തിരിയാണ് കൊളുത്തിയത്.

എൾമാനം നായരെ പോലുള്ള ഭൗതികചിന്തയുള്ളവർ കാമ്പുള്ള ചോദ്യങ്ങളുമായി നിന്നു.

'സ്വന്തം കാര്യം നോക്കാൻ കഴിയാത്തോരൊക്കെ മറ്റുള്ളവരുടെ കാര്യം എങ്ങനാ ശരിയാക്കാ?'

കേട്ട് കേട്ട് ഉള്ളിലേക്ക് ആഴ്ന്നിറങ്ങിപ്പോയ വിശ്വാസങ്ങളുടെ വേരറുക്കാൻ കഴിയാത്ത അവസ്ഥയിൽ പലരും നായരുടെ ചോദ്യത്തിന് നേരെ മൗനം പാലിച്ചു.

മാസങ്ങൾ നീങ്ങിയപ്പോൾ പാലക്കാട്ടു നിന്നും ചെറുവിരൽ മുറിച്ചു മാറ്റിയ ദേവി വിഗ്രഹം അന്വേഷണസംഘം കണ്ടെത്തി. അതോടെ ഏറ്റുകാരൻ അനന്തനും, കൊല്ലൻ രാഘവനും എൾമാനം നായർക്കു നേരെ തിരിഞ്ഞു.

'കണ്ടാ, ദേവീന്റെ ശക്തി. അത് ചെറിയൊരു പരീശണം മാത്രാ '.

എൾമാനം നായര് തിരിച്ചു ചോദിച്ചു.

'എന്ത് ശക്തി.'?

'ദേവീന്റെ വിഗ്രഹം ആരിക്കും ഈൗട്ന്ന് കടത്തി കൊണ്ടോകാൻ പറ്റൂല അതന്നെ'.

ഏറ്റുകാരൻ അനന്തൻ വികാരീധനായി.

'എന്നാ പിന്നെ, കക്കാൻ വന്നോരെ ഉള്ളിൽ കേറ്റാണ്ട് ദേവിക്ക് തടഞ്ഞൂടേനാ? പഞ്ചലോഹത്തില് സ്വർണ്ണത്തിന്റെ അളവറിയാൻ കള്ളൻമാര് ചെറുവിരല് മുറിച്ചു മാറ്റുമ്പം ദേവിയെന്തേ മിണ്ടായിന്?'

എൾമാനം നായരുടെ ആ ചോദ്യത്തിന് ചായപ്പീടികയിൽ നിന്ന് യാതൊരു മറുപടിയും പൊന്തിയില്ല.

ചർച്ചകൾക്ക് ചൂടും ചൂരും ഏറി വന്ന നേരം കേളൻ പറഞ്ഞു.

'മ്മക്ക് മലവാഴുന്ന മുത്തപ്പന്ണ്ട്, ഓറെയാരിക്കും കക്കാൻ പറ്റൂല'.

അയാൾ ഉടുത്തിരുന്ന തോർത്തിൽ കൈ തുടച്ച് തൊഴുത് മുത്തപ്പാന്ന് നീട്ടി വിളിച്ചതും നായര് നേർത്തൊരു ചിരിയോടെ പറഞ്ഞു.

'മുത്തപ്പനെയെല്ലാം എപ്പഴേ കട്ടോണ്ട് പോയിക്കയിഞ്ഞ് കേളാ, മുത്തപ്പനെ മാത്രാ. കെട്ടിയാടുന്ന തെയ്യക്കോലങ്ങളൊക്കെ ഇപ്പം അവരെയായില്ലേ. യഥാർത്ഥ അവകാശികള് ഇന്ന് വെറും കാഴ്ച്ചക്കാര് മാത്രം.?

നായര് പറഞ്ഞത് പെട്ടെന്ന് കേളന് ദഹിച്ചില്ലെങ്കിലും ആ വാക്കുകൾ അയാൾ നിരന്തരം മനസ്സിലിട്ടിളക്കിക്കൊണ്ടിരുന്നു. പതുക്ക പതുക്കെ അയാളുടെ ഉള്ളിലും ആ ചോദ്യം ഉയർന്നു വന്നു.

ശരിക്കും മുത്തപ്പന്റെ അവകാശികളാരാണ്?

20. ശംഖുപാറയിലെ കണ്ണീര്

മൂത്തേടത്ത് കുമാരന്റെ പറമ്പിലെ രണ്ട് ആലയിലും ഗോപാലൻകുട്ടി ചെന്നു. എണ്ണം കൂടി വരുന്ന പശുക്കൾ അവിടെ തന്നെയുണ്ട്. ബാലനെ മാത്രം കണ്ടില്ല.

അയാൾ പാടവരമ്പിലേക്കിറങ്ങി. മകരക്കൊയ്ത്ത് കഴിഞ്ഞ് വിത്തിറക്കേണ്ട ഒരുക്കങ്ങളിലാണ് വയലുകളെല്ലാം. പഞ്ചാംഗം നോക്കി നല്ല ദിനങ്ങൾ കണ്ടെത്തിയാണ് മിഴാവ്കുന്നുകാരുടെ വിത്തിടൽ. ഒപ്പം ചില ലക്ഷണങ്ങൾക്കൂടി ശുഭമാണോന്ന് നോക്കും. മുട്ടയുമായി ചോണനുറുമ്പുകൾ മറ്റൊരിടം തേടി നീങ്ങുന്നത് കണ്ടാൽ കരിപ്പായി മന്ദനെ പോലുള്ളവർ പറയും.

'ഭൂമിക്ക് എന്തോ ദോഷണ്ട്, കൊറച്ചീസം കയിഞ്ഞാവാം വിത്തെറൈക്കൽ'.

മൂത്തേടത്ത് കുമാരനും കൂട്ടരും പാൽമരങ്ങളുടെ മേൽ കല്ലെടുത്ത് കുത്തും, നന്നായി പാലൊഴുകുന്നതു കണ്ടാൽ ഉത്തമമായ സമയമാണെന്ന് ഉറപ്പാക്കും.

പഞ്ചാംഗത്തിൽ എലിക്കരണവും പന്നിക്കരണവും സിംഹക്കരണവും പെരുച്ചാഴിക്കരണവും വാനരക്കരണവും നരിക്കരണവും നോക്കി സിം

ഹക്കരണവും നരിക്കരണവും ശുഭമായി കാണുന്നവരായിരുന്നു ഒരു കാലത്ത് ചിണ്ടൻ മൂപ്പനും കൂട്ടരും.

ഗോപാലൻകുട്ടിയുടെ നടത്തം വയലിന്റെ പകുതി പിന്നിട്ടതും തട്ടുതട്ടായ കണ്ടം ഉഴുതുമറിച്ച മൂരിക്കുട്ടൻമാരെയും കലപ്പ പിടിച്ച മണിയനെയും തോട്ടുവക്കിൽ അവശരായി കണ്ടു. ഗോപാലൻകുട്ടി കാണുന്ന കാലം മുതൽ കലപ്പ പിടിക്കുന്നുണ്ട് മണിയൻ. വെയിലേറ്റാണോ ജന്മനായാണോ മണിയന്റെ ശരീരത്തിന് ഇരുണ്ട നിറമാണ്. ചളി പുതച്ച തോർത്തുമുണ്ട് ഒറ്റനോട്ടത്തിൽ ശരീരത്തിന്റെ ഭാഗമാണെന്നേ തോന്നു. രാഘവൻ നമ്പീശനിൽ നിന്ന് വയല് സ്വന്തമാക്കിയപ്പോൾ രണ്ട് മൂരിക്കുട്ടൻമാരെയും മണിയനെയും കൂടി മൂത്തേടത്ത് കുമാരൻ വിലയ്ക്ക് വാങ്ങിയെന്നാണ് കിട്ടന്റെ ഭാഷ്യം.

സൂര്യൻ വെളിച്ചം പരത്തുന്ന നേരം മൂരിക്കുട്ടൻമാരെ തൊട്ട് വന്ദിച്ച് മണിയൻ പാടത്തേക്കിറങ്ങും, ചൂടിന്റെ കാഠിന്യം കൂടുന്ന നേരം വരെ മൂന്ന് പേരും വിയർപ്പൊഴുക്കും, പിന്നെ വെയില് തിരിച്ചിറങ്ങുന്നതുവരെ ഇടവേളയാണ്. ആ നേരം മൂരിക്കുട്ടൻമാർ വിശാലമായ പറമ്പിൽ ചുറ്റി നടക്കും. മണിയന് വെറുതെ കളയാൻ സമയമില്ല, രണ്ടു മൂന്നിടങ്ങളിലായുള്ള കളത്തിൽ ഉണങ്ങാൻ ചിക്കിയ കുരുമുളക് ചാക്കിൽ നിറയ്ക്കാനോ മരക്കുട്ടകൾ കൊത്തിപ്പൊളിച്ച് വിറക് തുണ്ടാക്കാനോ, കപ്പക്കുതിരിനുമേലെ കാടുപറിക്കാനോ, അടയ്ക്ക പൊളിക്കാനോ, എന്തെങ്കിലുമൊന്ന് കാത്തുനില്ക്കുന്നുണ്ടാകും. മൂത്തേടത്ത് കുമാരന്റെ ഭൂമിയിൽ മണിയന്റെ ചോര നീരായി ഇറ്റുവീഴാത്ത ഒരിടവും ഉണ്ടായിരുന്നില്ല. ചെയ്യുന്നതെന്തും ആയാൾ ആത്മാർത്ഥമാക്കി. ഒരിക്കൽ പോലും മണിയൻ കൂലി ഉറുപ്പികയായി വാങ്ങീട്ടില്ല. പകരമായി കിട്ടുന്ന നെല്ല് നാലു കുട്ടികൾക്കും കുഞ്ഞിക്കും ഒരു ദിവസം വിശപ്പടക്കാൻ തന്നെ കഷ്ടിയാവും എന്നതുകൊണ്ട് തന്നെ നാണയത്തുട്ടിന്റെ കാര്യം അയാൾ ചിന്തിക്കാറേയില്ല.

പണി കഴിഞ്ഞ് നെല്ല് കുടിയിലെത്തിച്ചാലുടൻ മണിയന് പതിവായി ഒരു നടപ്പുണ്ട്. കൂട്ടിനൊരു അമ്പും വില്ലുമുണ്ടാവും. ചെറിയ മൃഗങ്ങളെങ്ങാനും മണിയന്റെ മുന്നിൽ പെട്ടുപോയാൽ ഒരു സൂക്ഷ്മ നിരീക്ഷണത്തിന്റെ നേരമേ വേണ്ടു അമ്പിന്റെ അറ്റത്തെ മൂർച്ചയുള്ള കത്തി അതിന്റെ ദേഹത്ത് ആഞ്ഞ് തറച്ചിരിക്കും. അമ്പിന് മുന്നിൽ ഇരയൊന്നും കുടുങ്ങിയില്ലെങ്കിലും മണിയന് പ്രത്യേകതരം കെണികളറിയാം, അതുപയോഗിച്ച് കാട്ടുകോഴിയെയോ, മുള്ളനെയോ, ഉടുമ്പിനെയോ, കല്ലുണ്ണിയെയോ കുടുക്കാൻ അയാൾ വിദഗ്ദ്ധനാണ്.

വൈകുന്നേരത്തോടെ പുരയിലെത്തുന്ന നെല്ല് ചെമ്പിലിട്ട് ചൂടാക്കി ഉരലിലിടിച്ച് വെളുപ്പിച്ച് അത് കഞ്ഞിക്കലത്തിൽ നിന്ന് വേവുന്നതു വരെ നാഴിക രണ്ടും മൂന്നും കാത്തിരിക്കണമെന്ന് മണിയനറിയാം. ആ കാത്തിരിപ്പ് നല്കുന്ന അസ്വസ്ഥത ഒട്ടും ചെറുതല്ലാത്തതുകൊണ്ട് കാട്ടിലൂടെയുള്ള യാത്ര അയാൾക്ക് ആശ്വാസമാണ്. മിഴാവ്കുന്നിലെ ഓരോ ചെറുവഴിയും ഏത് കനത്ത ഇരുട്ടിലും പകലു പോലെ മണിയന് മുന്നിൽ തെളിയും. തേങ്ങയിടാൻ കയറുന്ന നേരം തെങ്ങിലുരഞ്ഞും കല്ലിലും മണ്ണിലും ചളിയിലും അമർന്നും അയാളുടെ പാദങ്ങൾ കാച്ചിയ ഇരുമ്പു പോലെ കരുത്താർന്നതായിരുന്നു.

‘ഏടേക്കാ ഗോപാലൂട്ടിയെ?’

മുട്ടോളം വെള്ളമുള്ള തോട്ടിലിറങ്ങി ഉണങ്ങിയ സോപ്പുകായ കല്ലിലുരച്ച് പതയാക്കി തോർത്തുമുണ്ട് കഴുകി അരയിൽ ചുറ്റിയശേഷം കോണകം കൂടി നനച്ച് പിഴിയുന്നതിനിടയിൽ മണിയൻ ചോദിച്ചു.

‘ഇങ്ങള് ബാലേട്ടനെ കണ്ടിനാ ’?

‘ഓൻ പൈക്കളേം കൊണ്ട് പോയിറ്റ്ണ്ടാവും’.

മണിയൻ തോട്ടിൽ നിന്ന് കരയ്ക്ക് കയറി.

‘ഇല്ല, പൈക്കളെല്ലാം ആലേൽ തന്നെ ഇണ്ട്. മാത്രല്ല വൈന്നേരം കാണണോന്ന് എന്നോട് പറയേം ചെയ്തയാ’

ഗോപാലൻകുട്ടിയുടെ മറുപടിയിൽ ബാലൻ പിന്നെ എങ്ങോട്ടു പോയെന്ന് മണിയനും ചിന്തിച്ചു.

കുളിപ്പിച്ചു നിർത്തിയ മൂരിക്കുട്ടൻമാർ അമറിക്കരഞ്ഞു. അവരുടെയുള്ളിലും തന്നെപ്പോലെ വിശപ്പിന്റെ നീറ്റലോടുന്നുണ്ടാവുമെന്ന് മണിയനറിയാം. കാക്ക പോലും കണ്ണ് തുറക്കാത്ത മഴ കോരിച്ചൊരിയുന്ന കർക്കിടകത്തിലാണ് ആ നീറ്റൽ മണിയൻ കൂടുതലായി അനുഭവിച്ചറിഞ്ഞിട്ടുള്ളത്. അത്തരമൊരു കർക്കിടകത്തിലാണ് കുഞ്ഞി മണിയന് കൂട്ടായ് വന്നതും.

ഏഴുനാൾ മഴ നിർത്താതെ പെയ്തു. ആകാശം അല്പം ഇട നല്കിയ നേരം മണിയൻ ചെറ്റവാതിൽ പതുക്കെ നീക്കി.

അയാൾ ആദ്യമൊന്ന് ഞെട്ടി. ചായ്പ്പിൽ മെലിഞ്ഞ ഒരു പെൺ രൂപം നിന്ന് വിറയ്ക്കുന്നു. ശരീരത്തിൽ കെട്ടി നിന്ന തണുപ്പ് മണിയനിൽ നിന്ന് പെട്ടന്ന് ആവിയായി.

പല്ലുകൾ കൂട്ടിയിടിച്ച് കൊണ്ട് ആ മെലിഞ്ഞ രൂപം ദയനീയമായി മണിയനെ നോക്കുക മാത്രം ചെയ്തു. മണിയൻ അവളെ അകത്തേക്ക് ക്ഷണിച്ചു. അടുപ്പിൽ തീ കൂട്ടി മധുരമില്ലാത്ത കാപ്പി അവൾക്ക് നീട്ടി.

അവളുടെ വിറപൂണ്ട ഇളം ചുവപ്പാർന്ന ചുണ്ടിലേക്ക് ഇടയ്ക്കിടെ ചെന്ന് നില്ക്കുന്ന തന്റെ കണ്ണുകൾ പറിച്ചു മാറ്റാൻ മണിയന് നന്നായി പാടുപെടേണ്ടി വന്നു.

തീച്ചൂട് അവൾക്ക് ആശ്വാസം പകരുന്നതു കണ്ട് അടുപ്പിലെ വിറകുകൾ ഒന്നു കൂടി ഇളക്കി അതിനോട് ചേർന്നിരുന്നോളാൻ ആംഗ്യം കാട്ടിയ ശേഷം മണിയൻ പുറത്തെ ചായ്പ്പിലേക്കിറങ്ങി നാളേക്ക് നാളേക്ക് എന്ന മട്ടിൽ സൂക്ഷിച്ച അവസാനത്തെ ബീഡിക്ക് തീപിടിപ്പിച്ചു.

പിറ്റേന്ന് കുഞ്ഞി മിണ്ടി തുടങ്ങി. മലപൊട്ടിയതും കുറെ മനുഷ്യർ മാഞ്ഞു പോയതും അപ്പോഴാണ് മണിയനറിയുന്നത്.

ദിവസങ്ങൾ പിന്നിട്ടപ്പോൾ മണിയൻ കുഞ്ഞിയോട് തിരക്കി.

'ഇനിക്ക് കുടീല് പോണ്ടെ?

കുഞ്ഞി തലകുനിച്ചു.

അതുകണ്ട് മണിയൻ ചോദ്യമാവർത്തിച്ചു.

ഇത്തവണ അവൾ മുഖം മെല്ലെയുയർത്തി. മണിയന്റെ കണ്ണുകളിലേക്ക് നോക്കി കുഞ്ഞി ചോദിച്ചു.

'ഞായിനി ഈടെ കയിഞ്ഞോട്ടേ'?

ഒരു നിമിഷം ചിരിക്കണോ കരയണോ എന്നറിയാത്ത അവസ്ഥയിൽ മണിയൻ നിന്നു. പിന്നെ പതുക്കെ അയാൾ കുഞ്ഞിയുടെ വിരലിൽ വിരലുതൊട്ടു. കുഞ്ഞി മണിയന്റെ പാറ പോലുറച്ച നെഞ്ചിലേക്ക് ചാഞ്ഞു.

അന്നു മുതലാണ് ആ പുര കുഞ്ഞിയുടേതും കൂടിയായത്. ആദ്യം രണ്ടു തവണ കുഞ്ഞി പെറ്റെങ്കിലും ജീവനുണ്ടായിരുന്നില്ല. മണിയൻ മുടങ്ങാതെ ചെറിയി മലയി പറഞ്ഞ മരുന്ന് കൊടുത്തു. അതിനു ശേഷമാണ് നാലുപേര് മണിയനെ അപ്പാന്ന് വിളിച്ചത്.

മണിയൻ മൂരിക്കുട്ടൻമാർക്ക് പിന്നാലെ പോയതും ഗോപാലൻകുട്ടിയിൽ ശംഖുപാറയുടെ രൂപം തെളിഞ്ഞു. അയാൾ കാലുകൾ അങ്ങോട്ടേക്ക് നീട്ടി.

രാഘവൻ നമ്പീശന്റെ മാവിൻ തോപ്പിലേക്ക് കടക്കുമ്പോഴേ ഇരുട്ട് പടർന്നിരുന്നെങ്കിലും ശംഖുപാറയിൽ മലർന്നു കിടക്കുന്ന ആൾ രൂപത്തെ ഗോപാലൻകുട്ടി തിരിച്ചറിഞ്ഞു.

'ബാലേട്ടാ '.

വിളി കേട്ട് ബാലൻ മുഖം തിരിച്ചു.

ആ നനഞ്ഞ കണ്ണുകൾ കണ്ടപ്പോൾ ഗോപാലൻകുട്ടിയിൽ അമ്പരപ്പുണ്ടായി.

'എന്ത് പറ്റി'?

ബാലൻ ഒന്നും മിണ്ടിയില്ല.

ശംഖുപാറയിൽ വീഴുന്ന കണ്ണീരിന്റെ അർത്ഥം ഗോപാലൻകുട്ടിക്ക് മനസ്സിലായില്ല.

നീണ്ട മൗനത്തിന് ശേഷം ബാലൻ ശംഖുപാറയിൽ നിന്നെഴുന്നേറ്റു. പിന്നെ ദൂരേക്ക് കാഴ്ച മാറ്റി ഇടർച്ചയോടെ പറഞ്ഞു.

'ഞാനൊരു വലിയ സ്വപ്നത്തെക്കുറിച്ച് ഇന്നോട് പങ്കുവെച്ചിറ്റില്ലേ? നമ്മളെ രാജ്യമാകെ ചുവപ്പ് പടരുന്ന ഒരു സ്വപ്നം.'

അയാളുടെ ശബ്ദം നേർത്ത് വന്നു.

'ഇനിയത് പ്രയാസാണ് ഗോപാലൻകുട്ടീ, എന്റെ പ്രസ്ഥാനം ഇന്ന് രണ്ടായി'.

ഇരുളിൽ ആ സ്വരം ഒരു ഗദ്ഗദമായി മാറുന്നതും അതിന്റെ അലയൊലികൾ പതുക്കെ പതുക്കെ തന്നിലേക്ക് പടരുന്നതായും ഗോപാലൻകുട്ടിക്ക് തോന്നി.

വൻമരങ്ങളുടെ ചില്ലകളിൽ തട്ടി ചിതറിപ്പോയ നിലാവ് ആ നേരം മണ്ണിലാകമാനം വീണു കിടന്നിരുന്നു.

21. തീച്ചാമുണ്ടി

ചക്കരക്കെട്ട് ഒന്നൊന്നായി നാണു അടുക്കി വെയ്ക്കുന്നതിനിടയിൽ മാലതി പിന്നിലൂടെ വന്നു.

'സംക്രമത്തിന് ഇനി രണ്ടീസേയുള്ളു'.

'ഓർമ്മേണ്ട്'. അയാൾ തലകുലുക്കി.

'ഉമ്മറ്ഹാജിനെ പോയി കാണണ്ടെ'?

'ബേണം, നാളെ രാവിലന്നെ പോകാം'.

പിറ്റേ ദിവസം നാണു മുറ്റത്തേക്കിറങ്ങാൻ തുടങ്ങിയതും മാലതി കുറച്ച് നാണയതുട്ടുകൾ അയാളുടെ നേർക്ക് നീട്ടി.

'ഇത് ഏട്ന്നാണേ?'

'ഞായൻ കർതി വെച്ചയാ'

'ഉം'

ഒരു മൂളലോടെ അയാൾ നാണയത്തുട്ട് അരയിൽ തിരുകി ഉമ്മറ്ഹാജിയുടെ പുരയിലേക്ക് നടന്നു.

നാണുവിനെ കണ്ടതും ഉമ്മറ്ഹാജി മുഖത്ത് ചിരി വരുത്തി. നിസ്ക്കാരത്തറയിൽ നിന്ന് എഴുന്നേറ്റ് എറയത്തെ വലിയ വീതിയുള്ള ബഞ്ച് നാണുവിനെ ചൂണ്ടിക്കാട്ടി അകത്തേക്ക് കയറി പോയി.

നാണു ബെഞ്ചിലേക്ക് നോക്കാതെ എറയത്തിന്റെ ഒരു കോണിലി

രുന്നു.

ഉമ്മറ്ഹാജി പഴകിയ ഒരു കടലാസുകെട്ടുമായി വന്ന് നാണുവിന്റെ പേര് തിരഞ്ഞു. അതിനു നേർക്ക് കുറിച്ച സംഖ്യയ്ക്ക് നേരെ ശ്രദ്ധയോടെ വിരലോടിച്ച ശേഷം ട്രൗസറിന്റെ കീശയിൽ കൈയിട്ട് അഞ്ച് ഉറുപ്പികയുടെ നോട്ട് നാണുവിന് കൈമാറി.

അതയാൾ കൈവള്ളയിൽ വെച്ച് ഒന്ന് വിടർത്തി, പിന്നെ നെരത്തിൻ മേലെ നമ്പീശന്റെ തുണിപ്പീടിക ലക്ഷ്യമാക്കി നടന്നു.

കുരുമുളക് പാട്ടം കൊടുത്ത് കഴിഞ്ഞാൽ പുരമേയാനുള്ള വീതവും കഴിച്ച് ബാക്കി ഉമ്മറ്ഹാജിയുടെ അടുത്ത് തന്നെയാണ് നാണു ഏൽപ്പിക്കാറ്. ആ വീതം കൊണ്ട് വേണം അയാൾക്ക് കെട്ട്യോൾക്കും കുട്ട്യോൾക്കും വിഷുവിന് കുപ്പായതുണി വാങ്ങാൻ.

പുരയിലുള്ളവർക്ക് ഒരു ജോഡിക്ക് പകരം രണ്ടു ജോഡി കുപ്പായത്തുണിയെങ്കിലും വാങ്ങണമെന്നാണ് നാണുവിന്റെ വലിയൊരാഗ്രഹം. പക്ഷേ എത്ര തന്നെ ഊറ്റി പെറുക്കി നോക്കിയിട്ടും ആ ആഗ്രഹം സഫലമാക്കാൻ ഇന്നോളം അയാൾക്ക് കഴിഞ്ഞിട്ടില്ല. എങ്കിലും ആണ്ടിലെ പ്രധാന രണ്ട് വിശേഷ ദിവസങ്ങളിലും ഒരോ ജോഡി പുത്തൻ കുപ്പായതുണി അയാൾ കൃത്യമായും പുരയിലെത്തിച്ചു.

നെരത്തിൻമേൽ നമ്പീശന്റെ തുണിപ്പീടികയിലെത്തുമ്പോൾ അച്ചു തുണിക്കെട്ടും പൊതിഞ്ഞ് തിരിച്ചിറങ്ങിക്കഴിഞ്ഞിരുന്നു.

‘കുപ്പായത്തുണിക്കെല്ലാം പൊന്നും വെലയായി നാണു’.

‘എന്ന് കർതി മാങ്ങാണ്ടക്കാൻ പറ്റ്വാടോ?’.

‘ന്റെ പൊരക്ക് പിള്ളറ് മൂന്നാ. ഇനിക്ക് രണ്ടല്ലേ? അപ്പോ അത്രേം കൊറച്ച് മാങ്ങിയാ മതീല്ലോ’.

അതിനോട് നാണു ചിരിച്ചു.

വൈകുന്നേരം നിരവധി കൂട്ടി തുന്നലുകൾക്ക് വിധേയമായിട്ടും അഴയിൽ ഉണങ്ങാനിട്ട വള്ളിട്രൗസറിലേക്കും കാത്തിരുന്ന് കൈയിലേക്കു വന്ന പുത്തൻ തുണിയിലേക്കും മാറി മാറി നോക്കി കണ്ണൻ അല്പനേരം നിന്നു. വിഷുവിന് കിട്ടുന്ന കുപ്പായത്തുണി കഴിഞ്ഞാൽ പുതിയതൊന്ന് കാണണമെങ്കിൽ ഓണമെത്തണം. ആ രണ്ട് ജോഡി കുപ്പായങ്ങൾ കൊണ്ട് വേണം ഒരു കൊല്ലം കഴിയാൻ. തിരുമ്മി തിരുമ്മി നരച്ച് വെളുത്താലും, ഒന്നിലധികം തുള വീണാലും അത് ഒരാണ്ട് തികച്ചേ പറ്റൂ. കണ്ണൻ കുപ്പായത്തുണി ഒന്നുകൂടി മാറോട് ചേർത്തു.

സംക്രമത്തിനു മുൻപായി തന്നെ എല്ലാ പുരകളിലും വിഷു ആഘോഷത്തിനാവശ്യമുള്ള സാമാനങ്ങൾ വാങ്ങി ഒരുക്കുന്നതും മിഴാവ്കുന്നിൽ

പതിവാണ്. സംക്രമദിവസം ആരും ആർക്കും പണം കൈമാറാൻ പാടി ല്ലാന്നാണ് വിശ്വാസം. മാത്രമല്ല ആരും അന്ന് ഒരു പണിക്കും പോകില്ല. അരിച്ചൽ മടപ്പുരയിൽ മാതാവിനുള്ള ഊട്ടൊരുക്കാൻ ചെല്ലുന്നവർ അ തും കഴിച്ച് വീടുകളിൽ തന്നെ ഒതുങ്ങി കഴിയുകയാണ് പതിവ്. വെയി ല് ചാഞ്ഞ് തുടങ്ങുന്ന നേരം വെള്ളരി പറിക്കാൻ വയലിലേക്ക് പോകു ന്നത് മാത്രമാണ് ആ ദിവസത്തെ മിഴാവ്കുന്നുകാരുടെ അധ്വാനം.

പ്രദേശത്തെ മുഴുവൻ പേരും ഏതാണ്ട് ഒരേ സമയം വയലിലെത്തി കണി വെള്ളരിയുമായി തിരികെ വന്ന് കൊന്നപ്പൂവും മറ്റ് കൃഷി വിളക ളും തരപ്പെടുത്താനായി ഇറങ്ങും.

വിഷു ദിവസം പുലർച്ചെ തന്നെ മൂത്തേടത്ത് കുമാരൻ എഴുന്നേറ്റു. തെളിഞ്ഞ വിളക്കിനോട് ചേർന്ന് വെള്ളരിയും മാങ്ങയും ചക്കയും അട ക്കയും അരമുറി തേങ്ങയും ഉൾപ്പെടെ തന്റെ അധ്വാനത്തിന്റെ ഫലങ്ങ ളെ കണ്ണിൽ നിറച്ച് അയാൾ വീടിന്റെ പടിഞ്ഞാറ് ഭാഗത്തേക്ക് ഇറങ്ങി. തലേദിവസം തടമൊരുക്കിയയിടത്ത് കുമ്പളങ്ങയുടെ വിത്ത് ആഴ്ത്തി വെച്ചു. ചാണകപ്പൊടിയും ചാരവും കൂടി മണ്ണിലേക്ക് കലർത്തി.

ഉടുമ്പുരാജന്റെ പുരയിൽ ഉച്ചയോടെ വിഷുസദ്യയൊരുങ്ങി. വെന്ത ഇറച്ചിയുടെയും, വാട്ടിയ പപ്പടത്തിന്റെയും മണം വിനോദന്റെയും മധു വിന്റെയും മൂക്കിൻ തുമ്പിൽ വന്നു തൊട്ടു. നിലത്തു വിരിച്ച പായയിൽ ഇരുന്ന് നാക്കിലയിൽ വയറ് നിറച്ച് ഇരുവരും ചോറുണ്ടു. വിഷുവിനും ഉത്രാടത്തിനും പുത്തരി ആഘോഷത്തിനും മാത്രമേ മിഴാവ്കുന്നിലെ അധിക പുരകളിലും ചോറു കാണു. പപ്പടമെല്ലാം മുറ്റം കടന്ന് വരുന്ന തും ഈ മൂന്ന് ദിനങ്ങളിൽ മാത്രമാണ്.

നാക്കിലയിൽ ഒരു മണി വറ്റുപോലും ശേഷിക്കുന്നില്ലായെന്ന ഉറപ്പു വരുത്തിയാണ് വിനോദനും മധുവും പായയിൽ നിന്ന് എഴുന്നേറ്റത്.

വെയിലൊന്ന് ചാഞ്ഞ നേരം മലയക്കുടിയിൽ നിന്ന് പതിവുപോലെ കൃഷ്ണനുണ്ണി മിഴാവ്കുന്നിലൂടെ തങ്ങളുടെ അവകാശവും തേടിയി റങ്ങി.

കുമാരന്റെ പുരയിൽ നിന്ന് ഒരു സേറു അരി തന്നെ കൃഷ്ണനുണ്ണി യുടെ തുണിയിലേക്ക് വന്നു. കൃഷ്ണനുണ്ണി തുണിയുടെ നാലു കോ ണും കൂടി ചേർത്ത് കെട്ടുന്നതിനിടയിൽ വിവരങ്ങൾ ചോദിച്ചു.

എല്ലാം കേട്ട് ഗുണം വരും എന്ന് മാത്രം പറഞ്ഞ് തുണിക്കെട്ട് തോ ളിലിട്ട് അയാൾ വരമ്പിലൂടെ അടുത്ത പുരയിലേക്ക് നീങ്ങി.

ഓണത്തിനും വിഷുവിനും മലയർക്കുള്ള അവകാശമാണ് ഈ അ രിയേറ്റു വാങ്ങൽ. പെരുമലയൻ ക്ഷീണിതനായതോടെ ഒന്നു രണ്ടു കൊ

ല്ലമായി കൃഷ്ണനുണ്ണിയാണ് കാര്യങ്ങളെല്ലാം മുന്നോട്ട് കൊണ്ടു പോകുന്നത്.

വരും കൊല്ലം തീച്ചാമുണ്ടി കെട്ടി ആചാരപ്പേരും വളയും സ്വീകരിക്കാനുള്ള തയ്യാറെടുപ്പിലാണ് കൃഷ്ണനുണ്ണി. തീച്ചാമുണ്ടി കെട്ടി കനലാട്ടം നടത്തിയാണ് മലയർ പെരുമലയനെന്നും പണിക്കരെന്നുമൊക്കെയുള്ള ആചാരപ്പേരിനുടമകളാകുന്നത്.

തീച്ചാമുണ്ടിയുടെ ഉത്ഭവം പെരുമലയനിലൂടെ തന്നെ പലരും കേട്ടിട്ടുണ്ട് .

നാടാകെ പകർച്ചവ്യാധി പടർന്ന് പിടിച്ചൊരു കാലമായിരുന്നത്രേ അത്. എങ്ങും ദുരിതത്തിന്റെ പെരുമഴ. ഒടുക്കം പരിഹാരമായി തീച്ചാമുണ്ടി കെട്ടിയാടാനാണ് അന്നത്തെ തമ്പുരാൻ കല്പിച്ചത്. മാനംമുട്ടെ കോരിക്കൂട്ടുന്ന കനൽക്കട്ടകളിലേക്ക് വീഴാൻ പലരും ഭയന്നു. അവസാനം എരമത്തെ മലയി ചെറിയയുടെ മകൻ കണ്ണൻ ആ ദൗത്യം ഏറ്റെടുത്ത് ഏഴുനാളത്തെ കനത്തവ്രതം നോറ്റു. എല്ലാവരിലും സങ്കടവും പരിഭ്രാന്തിയും നിറഞ്ഞ ആ ദിനങ്ങൾക്ക് ശേഷം തീച്ചാമുണ്ടി കെട്ടി കണ്ണൻ കനലാട്ടം തുടങ്ങി. കണ്ണന് കനൽക്കൂമ്പാരം ശീതളക്കടലുപോലെ തോന്നിച്ചു. തെയ്യം നൂറ്റിയൊന്ന് തവണ മേലേരിയിൽ വീണ് രസിക്കുകയുണ്ടായി. ഒടുക്കം തമ്പുരാൻ ആ കഴിവിനെ അംഗീകരിച്ച് പണിക്കർ സ്ഥാനവും പൊൻവളയും വീരശൃംഖലയും നല്കി കണ്ണനെ ആദരിച്ചു.

പെരുമലയൻ വിവിധയിടങ്ങളിലായി പതിനാലോളം തീച്ചാമുണ്ടി ആടിയിട്ടുണ്ട്. കാവധികാരികളിൽ നിന്ന് തീച്ചാമുണ്ടി കെട്ടിയാടേണ്ട തീയ്യതി ഉറപ്പിക്കുന്ന അടയാളമേറ്റുവാങ്ങൽ കഴിഞ്ഞാൽ ഇരുപത്തിയൊന്നു നാൾ പുരയോട് അല്പ്പം മാറി ഓലകൊണ്ട് മറതീർത്ത കുച്ചിൽ വ്രതാനുഷ്ഠാനത്തോടെ കഴിയും.

ചെമ്പകവും പുളിയും പ്ലാവും ചേർത്ത് തീയ്യരേശൻമാരാണ് കാവിന്റെ മുറ്റത്ത് രണ്ടു മൂന്ന് ആളുകളുടെ ഉയരത്തോളം മരക്കുട്ടകൾ അടുക്കുക. മുഴുവനും കത്തിയമർന്നാൽ മേലേരിയിലെ ജ്വലിക്കുന്ന കനൽ തച്ചു കൂട്ടും. ചുറ്റിലുമുള്ള മണ്ണുപോലും തിളച്ചു നില്ക്കുന്നുണ്ടാവും. ആ മേലേരിയിലേക്കാണ് നൂറ്റിയൊന്ന് തവണ തീച്ചാമുണ്ടി വീഴേണ്ടത്. അരയിൽ ചീകി കെട്ടിയ കുരുത്തോലയോട് ചേർന്ന വെലിക്കയറിൽ രണ്ട് സഹായികൾ തീച്ചാമുണ്ടിയെ എടുത്തുയർത്താനുണ്ടാവും. അവർക്കൊരു കൈപ്പിഴ വന്നാൽ ദേഹമാകെ പൊള്ളലേൽക്കും.

എത്രയോ തവണ കനലിൽ തട്ടി കാലെല്ലാം പൊള്ളിയടർന്ന് പെരുമലയൻ വേദന തിന്ന് കഴിഞ്ഞിട്ടുണ്ട്. രണ്ടു മൂന്ന് ദിവസം ഭക്ഷണം

പോലും അകത്തേക്ക് ചെല്ലില്ല. മൂത്രമൊഴിക്കാനുള്ള പ്രയാസം ആഴ്ച്ചകളോളം നീണ്ടു നില്ക്കും. കനലിലേക്കുള്ള ഓരോ വീഴ്ച്ചയിലും പൊടിയും ചാരവും ഉള്ളിലേക്കെത്തി പെരുമലയന്റെ തുപ്പലിൽ പോലും ചാരം കലർന്നിട്ടുണ്ട്.

ഈ നീറുന്ന അനുഭവങ്ങൾക്കിടയിലും മകന്റെ തീച്ചാമുണ്ടി ആടേണ്ട മോഹത്തിന് പെരുമലയന് പൂർണ്ണ സമ്മതമാണ്.

തീച്ചാമുണ്ടി ആടാത്തോൻ മലയക്കുടിയിൽ പെറോണ്ടോനല്ലാന്നാണ് പെരുമലയന്റെ ചൊല്ല്.

കൃഷ്ണനുണ്ണി പിറന്ന് വീണ നേരം കുടിയിൽ ആഹ്ലാദത്തിന്റെ മുഹൂർത്തമായിരുന്നു. മടിയിലിരുത്തി 'മാമലയിൽ പിറന്ന മൂലം മലയനെന്നു ജാതി ഞങ്ങൾ ഭദ്രദേവവർഗ്ഗമാണേ'ന്ന് ചെവിയിൽ ഓതിയുറപ്പിക്കുമ്പോൾ ഏതൊരു മലയനെയും പോലെ അതിസമർത്ഥനായ ഒരു തെയ്യക്കാരനെയാണ് പെരുമലയനും മനസ്സിൽ കണ്ടത്.

ഉടുമ്പുരാജന്റെ പുരയിൽ നിന്ന് കൈമാറിയ നെല്ലും വാങ്ങി കൃഷ്ണനുണ്ണി അവസാനത്തെ ഇടമാകാൻ നീക്കിവെച്ച ഗോപാലൻകുട്ടിയുടെ മുറ്റത്തേക്ക് ചെന്നു.

കൃഷ്ണനുണ്ണിയുടെ വരവ് പ്രതീക്ഷിച്ച പോലെ ഗോപാലൻകുട്ടി എറയത്ത് തന്നെ ഉണ്ടായിരുന്നു.

'കഴിഞ്ഞോ'?

'ഉം'

കൃഷ്ണനുണ്ണി മൂളലോടെ തുണിക്കെട്ട് തോളിൽ നിന്നിറക്കി.

മാതു ഒരു നാഴി അരി എറയത്ത് കൊണ്ടു വെച്ചു. പിന്നാലെ പിഞ്ഞാണ കോപ്പയിൽ കാപ്പിയുമായി വന്നു.

തോളിലെ തുവർത്ത് കൊണ്ട് കഴുത്തും നെഞ്ചും അമർത്തി തുടച്ച് കൃഷ്ണനുണ്ണി കാപ്പി നുണഞ്ഞിറക്കി.

അല്പം കഴിഞ്ഞുള്ള മടക്കത്തിൽ കൃഷ്ണനുണ്ണിക്കൊപ്പം ഗോപാലൻകുട്ടിയും ചേർന്നു.

കാനത്തെ വയൽ വരമ്പിലേക്കിറങ്ങുമ്പോൾ കൃഷ്ണനുണ്ണി ചോദിച്ചു.

'ഇനിക്ക് ഓർമ്മയ്ണ്ടാ മഴക്കാലത്ത് എഴുത്തുപുരേൽ പോകുമ്പം വെള്ളം മുങ്ങിയ ഈ വരമ്പിലൂടെ നമ്മള് കൈകോർത്ത് നടന്നത്.'

ഗോപാലൻകുട്ടി ചിരിച്ചു.

'അന്നീ മുട്ടോളം വെള്ളത്തിലിറങ്ങാൻ പോലും എനക്ക് പേടിയേനു, നീയാ ധൈര്യം തന്നത്.'

ഒന്നു നിർത്തി കൃഷ്ണനുണ്ണി തുടർന്നു.

'ബെര്ന്ന കൊല്ലം തീച്ചാമുണ്ടി കെട്ടി ഞായൻ കനലാട്ടം നടത്താൻ പോക്കാ ഗോപാലൂട്ടി.'

തോളിലെ തുണിക്കെട്ട് അയാൾ വലത് ഭാഗത്തേക്ക് മാറ്റി.

'അച്ഛനെ പോലെ പൊള്ളലേറ്റും, പൊടിയും ചാരോം നിന്നും ദുരിതം പേറാനാവും എന്റേം വിധി'.

ഗോപാലൻകുട്ടിയിലെ ചിരി പതുക്കെ മാഞ്ഞു. കൺമുന്നിൽ ജ്വലിച്ചു നില്ക്കുന്നൊരു മേലേരി ഉയർന്നു. അതിന്റെ ചൂട് അയാളുടെ ഹൃദയത്തിന്റെ ആഴങ്ങളിൽ തട്ടി.

22. ചോരയുടെ ചുവപ്പ്

കുട്ടങ്ങാട് വെച്ച് കൃഷ്ണനുണ്ണി യാത്ര പറഞ്ഞതും ഗോപാലൻകുട്ടി മുകുന്ദന്റെ പുര ലക്ഷ്യം വെച്ചു. വിഷുദിനത്തിൽ ഈ യാത്ര നാലഞ്ച് കൊല്ലമായി തുടരുന്നതാണ്.

ആദ്യത്തെ കമ്മ്യൂണിസ്റ്റ് മന്ത്രിസഭ പിരിച്ചുവിട്ടതിൽ പ്രതിഷേധിച്ച് പേരാവൂരിൽ നടന്ന യോഗത്തിലേക്ക് മുകുന്ദന്റെ നേതൃത്വത്തിൽ മിഴാവ്കുന്നിൽ നിന്ന് വലിയൊരു പട തന്നെ പുറപ്പെട്ടിരുന്നു. നാണുവും, കുഞ്ഞമ്പു ആശാരിയും, കിട്ടനും, ഒതേനൻ അഞ്ഞൂറ്റാനും, കേളനും, ഏറ്റുകാരൻ അനന്തനും, മൂരി മമ്മദും, കരിപ്പായി മന്ദനും, സുഗതനും, കുഞ്ഞാണനും, രാമൂട്ടിയും, ഉടുമ്പുരാജനും, കുഞ്ഞാമനും അതിലുണ്ടായി. തൊട്ടു പിന്നിൽ മാലതിയും, ലതയും, മാധവിയും, കറക്റ്റ് ദാക്ഷായണിയും, മീനാക്ഷിയും തുടങ്ങിയ പെണ്ണുങ്ങൾ വേറെയും. ഏറ്റവും പിന്നിലായിരുന്നു ഗോപാലൻകുട്ടി. പേരാവൂരിലേക്കുള്ള നടത്തത്തിനിടെ മുകുന്ദന്റെ മുദ്രാവാക്യം കാടും മലയും ചെറുപുല്ലുകൾ പോലും ഏറ്റുവിളിച്ചു. അന്നു മുതലാണ് മുകുന്ദനോട് ഗോപാലൻകുട്ടിക്ക് പതിവിലും കവിഞ്ഞ ആരാധന തുടങ്ങിയത്.

ഒരു സന്ധ്യയിൽ പീടികയിൽ വെച്ച് തില്ലങ്കേരി നെല്ലെടുപ്പ് സമരത്തെ കുറിച്ച് പറയുമ്പോൾ കിട്ടനാണ് വിഷുദിനത്തിലും അതിന്റെ പിറ്റേന്നും മുകുന്ദൻ കഠിനവ്രതത്തിലാണ് കഴിയുന്നതെന്നും, പുരയ്ക്കകത്ത് ചോരപുരണ്ട ഒരു കൊടി സൂക്ഷിച്ചിട്ടുണ്ടെന്നും രഹസ്യമെന്നപോലെ ഗോപാലൻകുട്ടിയോട് സൂചിപ്പിച്ചത്.

കിട്ടൻ പറഞ്ഞത് മനസ്സിലങ്ങനെ കൊളുത്തി നിന്നതോടെ മൂന്ന് നാല് ദിവസങ്ങൾക്ക് ശേഷം ഗോപാലൻകുട്ടി മുകന്ദന്റെ മുറ്റത്തേക്ക് കയറിച്ചെന്ന് ചോരക്കൊടിയിലേക്ക് അല്പനേരം നോക്കി.

'ഇങ്ങളെ മുന്നിൽ വെച്ചാവും അവര് പിടഞ്ഞ് വീണത് അല്ലേ മുകുന്ദേട്ടാ'?

അത് കേൾക്കേ ആ കണ്ണുകളിൽ നനവ് പടർന്നു.

നീണ്ട മൗനത്തിന് ശേഷം മുകുന്ദൻ പുറത്തേക്കിറങ്ങി. ശംഖുപാറയിലിരുന്നാണ് അയാൾ പറഞ്ഞു തുടങ്ങിയത്.

'ഞാനന്ന് നാലാം ക്ലാസിൽ പഠനം നിർത്തി മൂന്നാമത്തേയോ നാലാമത്തേയോ കൊല്ലാണ്, പുരളിമലയുടെ താഴ്ഭാഗത്ത് ഒരു തീപ്പൊരി വീണ് പടർന്നു. തില്ലങ്കേരിയിലെ മച്ചൂർ മലയിൽ കർഷകസംഘം രൂപീകരണ യോഗത്തോടെയായിരുന്നു അത്.

ആ കാലത്താണ് കെ.സി. കുഞ്ഞാപ്പുമാസ്റ്ററെന്ന കുറിയ മനുഷ്യൻ അക്കരമ്മൽ പ്രദേശത്ത് സ്കൂളധ്യാപകനായി എത്തുന്നതും.

കാണുന്നവരോടൊക്കെ സ്നേഹത്തോടെ ചിരിച്ചും, എങ്ങും നില നിന്നിരുന്ന ജന്മിത്വത്തിന്റെ ദുഷ്ടതയ്ക്കു നേരെ മൂർച്ചയുള്ള വാക്കുകൾ തൊടുത്തും കുഞ്ഞാപ്പുമാസ്റ്റർ വേഗത്തിൽ ശ്രദ്ധേയനായി.

രണ്ടു മൂന്ന് വർഷങ്ങൾക്കൊണ്ട് മാസ്റ്ററുടെ സ്വാധീനം മിഴാവ്കുന്നിലെങ്ങും കാര്യമായ ചലനമുണ്ടാക്കി. കർഷകസംഘത്തിന്റെ യോഗങ്ങൾ വിളിച്ച് ചേർത്ത് മാസ്റ്ററ് കർഷകരുടെയും കർഷകത്തൊഴിലാളികളുടെയും അവകാശങ്ങളെ കുറിച്ച് പറഞ്ഞുകൊണ്ടേയിരുന്നു.

അങ്ങനെയൊരു യോഗത്തിൽ വെച്ചാണ് ആ കൊല്ലം സെപ്തംബർ പതിനഞ്ചിന് മട്ടന്നൂരിലേക്ക് നടക്കുന്ന സാമ്രാജ്യത്വവിരുദ്ധ മർദ്ദന പ്രതിഷേധ ജാഥയിൽ അണിനിരക്കാൻ കുഞ്ഞാപ്പുമാസ്റ്റർ എല്ലാവരോടും ആവശ്യപ്പെട്ടത്.

നൂറുകണക്കിന് കർഷകസംഘം പ്രവർത്തകരെയും അണിനിരത്തി മട്ടന്നൂരിലേക്ക് ജാഥ ഇടിമുഴക്കങ്ങൾ തീർത്ത് നീങ്ങി. എന്നാൽ മട്ടന്നൂരിൽ എത്തുന്നതിന് മുൻപ് വാരിയർകുളത്ത് വച്ച് ജാഥ പിരിച്ചുവിട്ടു. ലക്ഷ്യസ്ഥാനത്ത് എത്തിച്ചേരാത്തതിൽ എല്ലാവർക്കും നിരാശയുണ്ടായി. പിന്നീടാണ് ആ വാർത്തയെത്തിയത് മറ്റുള്ളയിടങ്ങളിൽ നിന്ന് വന്ന ജാഥയിലെ അംഗങ്ങളും പോലീസും ഏറ്റുമുട്ടിയെന്നും ഒരു പോലീസുകാരൻ മരണപ്പെട്ടുവെന്നും. അതിന്റെ പേരിൽ മിഴാവുകുന്നിലെ അച്യുതൻ മാസ്റ്ററും പൊട്ടങ്കി രാമനും കേസിൽ പ്രതികളായി. കുഞ്ഞാപ്പുമാസ്റ്റർ പോലീസിന്റെ നോട്ടപ്പുള്ളിയാവുകയും ഒടുക്കം അദ്ധ്യാപക ജോലി ഉപേക്ഷിച്ച് ഒളിവിൽ പോവുകയും ചെയ്തു.

മാസ്റ്ററെ അവസാനം കണ്ടത് ജാഥയിൽ വെച്ചായിരുന്നു. അതിനു ശേഷം ഒരു വിവരവും ഉണ്ടായില്ല. പക്ഷേ മാസ്റ്ററ് പകർന്ന ഊർജ്ജത്തിൽ

അനന്തൻ മാഷിന്റെ നേതൃത്വത്തിൽ കർഷകസംഘം പ്രവർത്തനം കരുത്തായി വന്നു.

ഏതാണ്ട് നാല്പത്തിയെട്ട് ആകുമ്പോഴേക്കും ലോകത്താകമാനം പടർന്ന യുദ്ധക്കെടുതിയുടെ ഫലം മറ്റിടങ്ങളിലെന്നപോലെ മിഴാവ്കുന്നിലും തില്ലങ്കേരി പ്രദേശത്തും അലയടിക്കാൻ തുടങ്ങി. പ്രകടമായ വിലക്കയറ്റവും ഭക്ഷ്യക്ഷാമവും കാരണം ഓരോ മനുഷ്യനും ദുരിതത്തിലാണ്ടു. പൂഴ്ത്തിവെപ്പും കരിഞ്ചന്തയും അതിന്റെ ആക്കം കൂട്ടി.

ഇതിനെതിരായി തില്ലങ്കേരിയിലെയും, മിഴാവ്കുന്നിലെയും കർഷകസംഘം പ്രവർത്തകരെയും ചേർത്ത് അനന്തൻമാഷ് പ്രതിഷേധങ്ങളാരംഭിച്ചു. അനന്തൻമാഷ് അക്കരമ്മൽ സ്കൂളിലെ പ്രധാനാധ്യാപകനായി പ്രവർത്തിച്ചുകൊണ്ടിരിക്കുന്ന സമയമായിരുന്നു അത്.

പുല്ലാട്ട് ശങ്കരൻങ്കണ്ടി കുറുപ്പൻമാരും ചെമ്പുംകീഴിടം വാഴുന്നവരും വട്ടക്കയം ആലക്കാട്ടില്ലം നമ്പൂതിരിമാരുമായിരുന്നു തില്ലങ്കേരിയിലെ പ്രമുഖ ജന്മി കുടുംബങ്ങൾ. ജന്മിത്വ ചൂഷണം കൊണ്ട് നടുവൊടിഞ്ഞ കൃഷിക്കാർ കർഷകസംഘത്തിന്റെ കൊടിക്കീഴിൽ ഒന്നൊന്നായി അണിനിരന്നു. എപ്രിൽ പന്ത്രണ്ടിന് മച്ചൂർ മലയിലെ നാട്ടുവായന സ്കൂളിൽ കർഷക സംഘത്തിന്റെ യോഗം ചേർന്നു.

രണ്ടുനാൾക്കകം വിഷുനാളിൽ ജന്മിമാർക്ക് മുന്നിലെ 'വെച്ചു കാണൽ' തടയാനും അവരുടെ പത്തായത്തിൽ സൂക്ഷിച്ച നെല്ല് വില കൊടുത്തു വാങ്ങിയോ തന്നില്ലെങ്കിൽ ബലമായി പിടിച്ചെടുത്തോ വിതരണം ചെയ്യാനും തീരുമാനമായി.

പിറ്റേന്ന് നൂറോളം വരുന്ന കർഷകസംഘം പ്രവർത്തകര് ചെമ്പുകീഴിടം അധികാരിയുടെ ഭവനത്തിലേക്ക് മാർച്ച് ചെയ്തു. വെച്ചുകാണൽ തടയപ്പെട്ടു. വാഴക്കുലയും പച്ചക്കറികളുമായി വന്ന കർഷകരും മൺകലങ്ങളുമായെത്തിയ നല്ലൂരൻമാരും ഉപകരണങ്ങളുമായി വന്ന ആശാരിമാരും തിരിച്ചു പോയി. അടുത്ത ലക്ഷ്യം ജന്മി വീടായ ശങ്കരങ്കണ്ടിയിലായിരുന്നു. ജന്മി കുഞ്ഞിക്കണ്ണക്കുറുപ്പിന്റെ മുന്നിൽ വെച്ച് പത്തായം തുറന്ന് വന്നവർക്കെല്ലാം നെല്ല് വിതരണം ചെയ്തു. എപ്രിൽ പതിനാലിന് വിഷു ആയിട്ടും റേഷൻ ഷാപ്പ് തുറക്കാത്തതിൽ പ്രതിഷേധിച്ച് റേഷൻ ഷാപ്പിന്റെ മാനേജരുടെ മുന്നിലേക്ക് മാർച്ച് ചെയ്ത് കട തുറപ്പിച്ചു.

സമരം നടന്ന രാത്രിയിൽ ഇടിവണ്ടികളുടെയും എംഎസ്പിക്കാരുടെയും വലിയ പട തില്ലങ്കേരിയിലെത്തി. എങ്ങും വ്യാപകമായ റെയ്ഡ്. പതിനഞ്ചിന് രാവിലെ അനന്തൻ മാഷിന്റെ വീട് എംഎസ്പിക്കാർ തകർത്തു. മുടക്കോഴിയിലെ സ്കൂളിന് തീയിട്ടു.

സംഹാരതാണ്ഡവത്തിനു ശേഷം എംഎസ്പിക്കാർ തിരിച്ചു പോ

യെന്ന് കരുതിയ കർഷകരെല്ലാം വീണ്ടും സംഘടിച്ചെത്തി. ചെമ്പുകീഴിടം ജന്മിയുടെ മുൻപിലേക്ക് പ്രതിഷേധമാർച്ച് നടത്താൻ തീരുമാനിച്ചു.

മാർച്ച് ഇടിക്കുണ്ട് വയലിലെത്തിയതും തോടിന്റെ കരയിലെ കൈതക്കാടിന്റെ മറവിൽ നിന്ന് എംഎസ്പിക്കാർ തുരുതുരെ വെടിയുതിർത്തു.

ചുറ്റിലും മുദ്രാവാക്യം വിളികൾ ചോരയിൽ കുതിർന്നു മുങ്ങി. കൊടികളിൽ കട്ട ചുവപ്പ് പടർന്നു. ആറ് ശരീരങ്ങളാണ് ആ സമയം പിടഞ്ഞ് വീണത്. വെടിയേറ്റ് മരിച്ചില്ലെന്ന് കണ്ട സി.ഗോപാലനെ അംശം കോൽക്കാരൻ കരി കൊണ്ട് തലയ്ക്കടിച്ച് മൃതപ്രായനാക്കി. ആശുപത്രിയിൽ വെച്ച് ഗോപാലനും രക്തസാക്ഷിയായി.

പറഞ്ഞ് നിർത്തുമ്പോൾ മുകുന്ദന്റെ കണ്ണുകളിൽ രണ്ട് ചോരച്ചാലുകൾ രൂപപ്പെട്ടത് പോലെ തോന്നിയിരുന്നു ഗോപാലൻകുട്ടിക്ക്.

മിഴാവ്കുന്നിൽ കർഷകസംഘത്തിന്റെ പ്രവർത്തനം ശക്തിപ്പെട്ടതോടെ പോലീസിന്റെ കണ്ണിൽ നിന്ന് ഒഴിഞ്ഞുമാറി പല നേതാക്കൻമാരും പ്രവർത്തകരും ഇവിടേക്കാണ് ഒളിവിൽ കഴിയാൻ എത്തുക. ആ സമയങ്ങളിലൊക്കെ അവർക്ക് വേണ്ടുന്ന സഹായങ്ങളൊരുക്കുന്നതും മുകുന്ദനായിരുന്നു. ജന്മിമാരും അവരെക്കാൾ അവരുടെ കാര്യസ്ഥൻമാരും കർഷകസംഘം പ്രവർത്തകരോട് അടങ്ങാത്ത പക കൊണ്ടു നടക്കുന്ന കാലമായിരുന്നു അത്.

ഒരു തവണ അരിച്ചൽക്കാട്ടില് കഴിയുന്ന പ്രവർത്തകൻമാർക്ക് ബീഡി വാങ്ങുന്നതിനായി കൈയിലുണ്ടായിരുന്ന അണ കുഞ്ഞിക്കുട്ടനെ എൽപ്പിച്ച് മുകുന്ദൻ കാത്തിരുന്നു.

തളിപ്പൊയിലെ മാധവവാര്യരുടെ പീടികയില് ബീഡിക്ക് ചെന്ന കുഞ്ഞിക്കുട്ടനോട് സഹായി പത്മനാഭൻ നായരെ വക ഒരു ചോദ്യം.

'എന്തിനാ ചെക്കാ ഇത്രേം ബീഡി, കമ്മൂണിസ്റ്റ്കാരെങ്ങാനും മലക്ക് ഒളിവിൽ കഴിയ്ന്ന്ണ്ടാ '

അതു കേട്ടതും മാധവവാര്യര് പത്മനാഭൻ നായരെ ശാസിച്ചു.

'നീ എന്തിനാ അത് നോക്കണെ പത്മനാഭാ? പീടികയിലേക്ക് വരുന്നോല്ക്ക് സാധനം കൊടുത്താ പോരേ? വേണ്ടാത്ത കാര്യം അന്വേഷിക്കേണ്ടതുണ്ടോ? '

ആ സമയം പത്മനാഭൻ നായര് വായടച്ചെങ്കിലും അയാൾ രഹസ്യമായി ചുവടു വെച്ചു. രാത്രിയിൽ കുഞ്ഞിക്കുട്ടനെ തേടി പോലീസെത്തി. അതു വഴി മുകുന്ദന്റെയടുത്തേക്കും.

മൂന്ന് ദിവസം ലോക്കപ്പിനുള്ളില് മുകുന്ദനേൽക്കേണ്ടി വന്ന ക്രൂരത

യ്ക്ക് കണക്കില്ലായിരുന്നു. ലാത്തി കൊണ്ട് കാലിന്റെ വെള്ളയിൽ അൻപതിലേറെ അടിയേറ്റു. ഉൾഭാഗത്തെ തൊലിയടർന്ന് കാല് നിലത്ത് തട്ടിക്കാൻ കഴിയാത്ത നിലയിലായി. വിരലിലെ ഒന്ന് രണ്ട് നഖം കൊടില് വെച്ച് പറിച്ചു. ഒടുക്കം ആ ശരീരത്തെ പോലീസുകാർ തന്നെ ആശുപത്രിയിൽ തള്ളി.

പിന്നീട് ജീവിതത്തിലേക്ക് തിരിച്ചു വന്ന അയാൾ മിഴാവ്കുന്നിലെ മനുഷ്യരോടൊപ്പം നിന്നു. രാവെഴുത്തിന് തുടക്കമിട്ട് അക്ഷരങ്ങൾ പഠിപ്പിക്കാനും, മഴക്കാലത്തിന് മുന്നെ ഇടവഴികൾ ശുചിയാക്കാനും, പുതിയ വഴിയൊരുക്കാനുണ്ടെങ്കിൽ അതിനും അയാൾ മുന്നിലുണ്ടായി. മുകുന്ദന്റെ അല്പം സ്വത്തുവകകളൊക്കെ കർഷകസംഘം പ്രവർത്തനങ്ങൾക്കിടെ കൈവിട്ടു പോയതാണെന്ന് മാതു പറഞ്ഞ അറിവും ഗോപാലൻകുട്ടിക്കുണ്ട്.

ചായപ്പീടികയിൽ അടുപ്പിലെ തീയിളക്കുമ്പോഴും, തിളച്ച പാല് ഗ്ലാസിലേക്ക് ചേർക്കുമ്പോഴും കിട്ടൻ പലപ്പോഴും ദൃഢതയോടെ പറയുന്നത് ഗോപാലൻകുട്ടി കേട്ടിരുന്നു.

'മുകുന്ദൻ കമ്യൂണിഷ്ടാ... ഓൻ മറ്റുള്ളോൽക്ക് ബേണ്ടി ജീവിക്കുന്നോനാ '.

വയൽ വരമ്പിൽ നിന്ന് തന്നെ ഗോപാലൻകുട്ടി മുകുന്ദന്റെ പുര കണ്ടു. മിഞ്ചാരത്തെ തോടിന്റെ കരയോട് തൊട്ടു ചേർന്നാണ് അതിന്റെ സ്ഥാനം. പുരളിമല മിഴാവ്കുന്നിലേക്ക് വന്നു നില്ക്കുന്നതിന്റെ ഒടുക്കം കിള കുത്തനെ തറച്ച് മണ്ണ് നിരപ്പാക്കി ഒരുക്കിയ ഒറ്റമുറി കൂര.

തോട്ടിലിറങ്ങി കാലും മുഖവും കഴുകിയാണ് ഗോപാലൻകുട്ടി മുറ്റത്തേക്ക് കയറിയത്.

പകുതി ചാരി നിർത്തിയ വാതിലിനു നേരെ ഗോപാലൻകുട്ടി ശബ്ദം താഴ്ത്തി.

'മുകുന്ദേട്ടാ'

'ആരാ ഗോപാലൂട്ടിയാ'

ഉള്ളിൽ നിന്ന് മറുപടി ഒരു ചോദ്യമായി വന്നു.

'ആം'

'കേരി വാടാ'

അകത്ത് കട്ടിലിൽ കിടന്നിരുന്ന മുകുന്ദൻ എഴുന്നേറ്റിരുന്നു.

ഗോപാലൻകുട്ടി ആ മുഖത്തേക്ക് അല്പനേരം സൂക്ഷിച്ചു നോക്കി.

'കൊല്ലം പതിനാറായി അല്ലേ മുകുന്ദേട്ടാ '

'ഉം'

അയാൾ യാന്ത്രികമായി മൂളി.

'ഇന്നും വ്രതത്തിലാണോ'?

മുകുന്ദൻ നിറമില്ലാതെ ചിരിച്ചു.

'വ്രതമൊന്നുമല്ല ഗോപാലൂട്ടി, ആ ഓർമ്മകളുടെ ചൂടും ചൂരും അതുപോലെ നിലനില്ക്കാൻ.'

അയാൾ മുഴുവിപ്പിച്ചില്ല.

അല്പം കഴിഞ്ഞ് ചോര പുരണ്ട കൊടിയിലേക്ക് നോട്ടം പായിച്ചു നിന്ന ഗോപാലൻകുട്ടിയോട് മുകുന്ദൻ ചോദിച്ചു.

'മ്മളെ പ്രസ്ഥാനം രണ്ടായത് ഞി അറിഞ്ഞിനാ?'

'അറിഞ്ഞു. ബാലേട്ടൻ പറയുകയുണ്ടായി.'

'ഉം'

മുകുന്ദൻ അമർത്തി മൂളി. പിന്നെ ചോരക്കൊടിയിലേക്ക് നോക്കി ഒരു ദീർഘനിശ്വാസമെടുത്തു.

23. കിട്ടന്റെ അന്വേഷണം

ഒഴുക്കു വെള്ളത്തിൽ ചെറുമീനുകൾ സുലോചനയുടെ കണങ്കാലുകളെ മുട്ടിയുരുമ്മി.

ശേഷിച്ച ഒന്നു രണ്ട് തൂണി കൂടി നനച്ച് പിഴിഞ്ഞ് സുലോചന വിളിച്ചു.

'ഗോപാലൂട്ടിയാട്ടാ'.

'ഓ'

തോടിന്റെ കരയിലിരുന്ന് വെള്ളത്തിലേക്ക് ഒരു ചെറുകല്ല് നീട്ടിയെറിഞ്ഞ് ഗോപാലൻകുട്ടി വിളി കേട്ടു.

'വിഷൂന് മാങ്ങിയ കുപ്പായത്തുണി തുന്നിയാ'?

ചോദ്യത്തിനിടെ ഉടുത്തിരുന്ന പാവാട തുമ്പ് അല്പമുയർത്തി വലതു കാലിന്റെ മടമ്പ് അലക്കു കല്ലിൽ സുലോചന ഉരച്ചു കഴുകി.

'ഇല്ല'

'അതെന്നാ'

'തുന്നാൻ കൊട്ത്തില്ല്'

സുലോചനയുടെ മുഖം വാടി.

'എന്നിറ്റ് എന്നോട് എന്തിനാ ഇനി കാണാൻ ബെരുമ്പം അതിട്ടിറ്റ് ബെരൂന്ന് പറഞ്ഞേ '?

'ഇനി കാണുമ്പം അത്ണ്ടാവും, പോരേ'

ഗോപാലൻകുട്ടി ചിരിക്കാൻ ശ്രമിച്ചു.

‘ഉം’

അവൾ മൂളി.

കരയിലേക്ക് കയറി തുണിക്കെട്ടുകളെടുത്ത് സുലോചന മുന്നിൽ നടന്നു. അവളുടെ വെളുത്ത കണങ്കാലുകളിൽ നിന്ന് വെള്ളത്തുള്ളികൾ പാദസരങ്ങൾക്കിടയിലൂടെ മണ്ണിലേക്ക് ഊർന്നു വീണു.

ചെറിയൊരു കൈത്തോട് ഗോപാലൻകുട്ടിയുടെ കൈയിൽ താങ്ങി കടന്നു വയ്ക്കുന്നതിനിടെ സുലോചനയിൽ സംശയം ഉണ്ടായി.

‘ബാലേട്ടൻ പറഞ്ഞ പോലെ മ്മളെ രാജ്യം ചോന്നാൽ നല്ലതായിരിക്കോ ഗോപാലൂട്ടിയാട്ടാ ?’

‘പിന്നെ, അന്ന് ഈ വലിയവനും ചെറിയവനും എന്ന്ള്ള വ്യത്യാസം ഇണ്ടാവൂല്ല, മനുഷ്യൻമാരല്ലാം ഒന്നായിരിക്കും’.

ഒരു നിമിഷം ഗോപാലൻകുട്ടിയിലെ പ്രണയചുവപ്പ് മുകുന്ദന്റെ പുരയിലെ ചോരക്കൊടിയുടെ ചുവപ്പിലേക്ക് മാറി.

പുരയിലേക്ക് കയറുന്ന ഒതുക്കല്ലിൽ സുലോചന തിരിഞ്ഞു നിന്നു.

‘പൊരേലേക്ക് ബെര്ന്നാ?’.

ഗോപാലൻകുട്ടി ഇല്ലാന്ന് തലയാട്ടി.

‘ബാ, കേരീറ്റ് പോകാം’.

‘ഇപ്പോല്ല, പിന്നൊരീസം ബെരും’.

‘എപ്പം?’.

‘സുലൂനെ ന്റെ പൊരേലേക്ക് കൊണ്ടോകാൻ വെര്ന്ന ദിവസം’.

അത് കേൾക്കേ ഗോപാലൻകുട്ടിയുടെ മുന്നിൽ സുലോചന ഒരു പൂവായി നിന്ന് ചിരിച്ചു.

ഒതുക്കു കല്ലുകൾ കയറി സുലോചന നീങ്ങിയതും ഗോപാലൻകുട്ടി ഇടവഴിയിലേക്കിറങ്ങി അയാളുടെയുള്ളിൽ അസ്വസ്ഥത പിന്നെയും തലനീട്ടി. ശംഖുപാറയിലെ ഇടറിയ സ്വരം കാതിൽ വന്നലച്ചു.

‘മ്മളെ പ്രസ്ഥാനം രണ്ടായത് ഞി അറിഞ്ഞിനാ’?

മുകുന്ദന്റെ ചോദ്യത്തിലും നിരാശയുടെ വലിയ ഒരാഴമുണ്ടോ? ഗോപാലൻകുട്ടി സംശയിച്ചു.

വഴി രണ്ടായി പിരിയുന്നിടത്ത് ഗോപാലൻകുട്ടി നിന്നു. ഉള്ളിൽ ബാലന്റെ മുഖം തെളിഞ്ഞപ്പോൾ ശംഖുപാറയിലേക്കുള്ള വഴിയിലൂടെ അയാൾ കാലുകൾ നീട്ടി.

അടുപ്പിലെ കനലിൽ നിന്ന് ഒരു ബീഡിക്ക് കൂടി തീ കൊടുത്ത് കിട്ടൻ പിന്നെയും ചിന്തയിലാണ്ടു.

ദിവസം ആറേഴു കഴിഞ്ഞിട്ടും ബാലനെ പീടികയിലേക്ക് കാണാതായതോടെ അയാൾ പലരോടും ചോദ്യമിട്ടു തുടങ്ങുകയും പുകച്ചുരുളുകൾ ഇടവേളയില്ലാതെ ഊതി വിടുകയും ചെയ്തു.

മൂരിമമ്മദും കരിപ്പായി മന്ദനും കോടാലി ചന്തുവും കുഞ്ഞമ്പു ആശാരിയും ഒറ്റയുത്തരം പറഞ്ഞു.

'കണ്ടിറ്റ് കൊറച്ചായി'

ഞാനും കീച്ചിറുവും കാട് തെളിച്ച് വരുമ്പോൾ ബാലൻ ശംഖുപാറയിൽ ഇരിപ്പുണ്ടായിരുന്നൂന്ന് ഉടുമ്പുരാജൻ പറഞ്ഞു. ഏത് ദിവസമാണെന്ന് അയാൾ ഓർത്തെടുത്തപ്പോൾ അത് വിഷുവിനും മുന്നെയാണ്.

ബാലന് ഇതെന്തു പറ്റിയെന്നറിയാനുള്ള മാർഗ്ഗം ഗോപാലൻകുട്ടിയാണെന്ന് കിട്ടന് ബോധ്യമില്ലാഞ്ഞിട്ടല്ല. പക്ഷേ ഗോപാലൻകുട്ടിയും അയാളുടെ മുന്നിൽ പ്രത്യക്ഷപ്പെട്ടിട്ട് ആഴ്ച്ച ഒന്നു കഴിഞ്ഞിരിക്കുന്നു.

കിട്ടന്റെ കണക്ക് പുസ്തകത്തിൽ മിഴാവ്കുന്നിലെ കമ്മ്യൂണിസ്റ്റ്കാരുടെ ഇടയിലേക്ക് ചെമ്പൻബാലൻ കയറി വന്നിട്ട് മാസം രണ്ടു തികഞ്ഞിട്ടേയുള്ളു.

കാണുന്നവരോടൊക്കെ ശാന്തമായും, നേർത്ത ചിരിയോടെയും മാത്രം ഇടപ്പെട്ടിരുന്ന അയാളിലെ മറ്റൊരു മുഖം മിഴാവ്കുന്നാകെ തിരിച്ചറിഞ്ഞത് ആ വൈകുന്നേരം മുതലാണ്.

അന്നേ ദിവസം പീടികയിൽ ചീട്ട് കളി സംഘം പതിവ് പോരാട്ടത്തിലായിരുന്നു. കോടാലി ചന്തു ഇടതു ഭാഗത്തേക്ക് ചേർത്ത് ബീഡി വലിച്ച് പുക ആകാശത്തേക്ക് അയച്ചു. ഒന്നിൽ നിന്ന് തന്നെ മറ്റൊന്നിന് തീ കൊടുക്കുകയും ചെയ്തു.

കുഞ്ഞമ്പു ആശാരിയും അച്ചുവും ഒരു ഭാഗത്തും ഉടുമ്പുരാജനും മൂരിമമ്മദും എതിർ ഭാഗത്തായും ചീട്ട് നിരത്തി. ദാമുവും കൊല്ലൻരാഘവനും കാഴ്ച്ചക്കാരായി നിന്നു. അല്പം മാറി മുകുന്ദനും ബാലനും സംസാരത്തിലേർപ്പെട്ടു.

ഗ്ലാസ്സും പാത്രങ്ങളും കഴുകിയെടുത്ത് കിട്ടൻ ആളുകളുടെ എണ്ണം മനസിൽ കൂട്ടി.

എട്ടു ഗ്ലാസ്സുകൾ നിരത്തി ഓരോന്നിലും ഓരോ സ്പൂൺ പഞ്ചസാര കോരിയിട്ടു .

പോഞ്ചിയിലെ ചായപ്പിണ്ടി തട്ടിക്കളഞ്ഞ് പുതിയ ചായപ്പൊടി നിറച്ചു. ഓരോ കൈയിൽ തിളച്ച പാലുകൂടി ഗ്ലാസ്സിൽ നിറഞ്ഞു.

ആ നേരം പാട്ടക്കാരൻ നാരായണൻ പീടികയിലേക്ക് കയറി.

അയാളുടെ ഉറയ്ക്കാത്ത ചുവട് കണ്ടപ്പോൾ തന്നെ കിട്ടന് ഒരു കാ

ര്യം ഉറപ്പായി.

കുരുമുളക് പറിക്കാൻ വന്ന പേട്ടക്കാരുടെ സൊയമ്പൻ സാധനം ന ന്നായി ഉള്ളിലുണ്ട്.

ബഞ്ചിലേക്ക് ഇരിപ്പുറപ്പിക്കുന്നതിനിടയിൽ നാരായണൻ മുകുന്ദനോ ടും ബാലനോടും തലയനക്കി. പിന്നെ ചീട്ട് കളി സംഘത്തിൽ ചേർന്ന് ഉപദേശങ്ങൾ ചൊരിഞ്ഞു.

ഇടയ്ക്കെപ്പോഴോ അയാളുടെ എല്ലില്ലാത്ത നാവ് രാഷ്ട്രീയത്തിലേ ക്ക് മാറി.

പറഞ്ഞു പറഞ്ഞ് അൻപത്തിയേഴിലെ സർക്കാരിനെ പഴി പറയലാ യി. ഒടുക്കം കമ്മ്യൂണിസ്റ്റ്കളെ മുഴുവൻ കൊല്ലണമെന്ന നിലയെത്തി.

'ഞായൻ ആദ്യം കൊല്ലുന്നത് എകെജിനേം, ഇംഎസിനേയ്വാ '

അതും പറഞ്ഞ് പാട്ടക്കാരൻ നാരായണൻ അട്ടഹാസമെന്നോണം ഉ റക്കെ ചിരിച്ചു.

ആ നിമിഷം നാരായണന്റെ തലയ്ക്ക് മുകളിലൂടെ ഒരു ചായ ഗ്ലാസ് മൂളി വന്ന് കുത്തി നിർത്തിയ ഓലയും തുളച്ച് പുറത്തേക്ക് പോയി.

പീടികയിലെ മനുഷ്യരെല്ലാം ഒരു നിമിഷം സ്തംഭിച്ചു.

കോടാലി ചന്തു പുകയെടുക്കാൻ മറന്നു. അന്തം വിട്ടുപോയ കു ഞ്ഞമ്പു ആശാരിയുടെ ചുണ്ടിനു മുകളിലൂടെ മുറുക്കാന്റെ നീര് താഴേ ക്ക് ഇറ്റുവീണു. മൂരി മമ്മദിന്റെ വായിൽ പഴത്തിന്റെ പകുതി അകത്തേ ക്കും പുറത്തേക്കും ഇല്ല എന്ന മട്ടിലായി.

മുന്നിലെ ഗ്ലാസ്സു കൂടിയെടുത്ത് വീണ്ടുമോങ്ങിയ ബാലനെ മുകുന്ദൻ എല്ലാ ശക്തിയുമെടുത്ത് തടഞ്ഞു.

പേട്ടക്കാരുടെ സൊയമ്പൻ സാധനത്തിന്റെ ലഹരി പാട്ടക്കാരൻ നാ രായണനിൽ നിന്ന് ഒറ്റ നേരത്തിൽ ആവിയായി.

സംഗതി പന്തിയല്ലെന്ന് മനസ്സിലായ അയാൾ മുഖത്ത് തെറിച്ച ചായ ത്തുള്ളികൾ തുടയ്ക്കുക പോലും ചെയ്യാതെ പീടികയിൽ നിന്നും ഉൾ വലിഞ്ഞു.

പിറ്റേന്ന് തന്റെ മുന്നിലെത്തിയ ഗോപാലൻകുട്ടിയോട് കിട്ടൻ സംശ യം പ്രകടിപ്പിച്ചു.

'ബാലനും കമ്മൂണിഷ്ടാല്ലേ ' ?

ഗോപാലൻകുട്ടിയിൽ നിന്ന് മറുപടി വന്നില്ല.

'ഇങ്ങളെന്നാ ബീഡിം കടിച്ച് പിടിച്ച് കിനാക്കാണലാ?'

കിട്ടൻ ശക്തിയിൽ കണ്ണൊന്നടച്ചു തുറന്നു.

ഗോപാലൻകുട്ടിക്ക് പകരം നാണു ചക്കരക്കെട്ടുമായി മുന്നിൽ നില്

ക്കുന്നു.

കെട്ടുപോയ ബീഡി കിട്ടൻ ഓലയുടെ മടക്കിലേക്ക് തിരുകി.

ചക്കരക്കെട്ട് അകത്തേക്ക് എടുത്തു വയ്ക്കുന്നതിനിടയിൽ അയാൾ നാണുവിനോടും ആവർത്തിച്ചു.

'അല്ല നാണു. ബാലൻ ഏടെ പോയീന്ന് ഞി ആരോടും അന്വേശിച്ചിറ്റില്ലേ?'

'പിന്നെ അനക്ക് ഇങ്ങളെ പോലെ ഡിറ്റെറ്റീവ് കളിക്കാനല്ലേ നേരം'

നാണു മുഖം ചുളിച്ചു.

ദിവസം രണ്ട് കൂടി കഴിച്ചു കൂട്ടിയതോടെ ക്ഷമിച്ചു നില്ക്കാൻ മാത്രം തരമില്ലാതായി കിട്ടന്.

അയാൾ അന്വേഷണവുമായി ആദ്യം മൂത്തേടത്ത് കുമാരന്റെ പുരയിലെത്തി. പൈക്കളെ തെളിച്ച് രാവിലെ പോകാറുണ്ടെന്നും ഇരുട്ടും മുന്നെ ആലയിൽ തിരികെയെത്തിക്കാറുണ്ടെന്നും മറുപടി കിട്ടി.

അതേ വഴിയിൽ കിട്ടൻ മാതുവിന്റെ മുറ്റത്തേക്കും ചെന്നു.

'ഓൻ പൊരള്മ്പം പോയാ പിന്നെ കേരി ബെരണോങ്കിൽ മോന്തിയാവണം, ബറ്റും ബേണ്ട വെള്ളോം ബേണ്ട. ഏത് നേരം പൊസ്തകോം കെട്ടിപ്പിടിച്ച് അയിന്റെ് കുണ്ടക്ക് തന്നെയാ '

മാതു ഉള്ളിലെ ചെറിയ നീരസം കിട്ടനോടുള്ള മറുപടിയിൽ കലർത്തി.

മുറ്റത്തെ തുളസിയിൽ നിന്ന് തളിരിലയൊന്ന് നുള്ളി വായിലിട്ട് കിട്ടൻ ഒന്നും മിണ്ടാതെ നടയിറങ്ങാൻ തുടങ്ങിയതും മാതു വിളിച്ചു.

'കിട്ടാ എന്നേനും പതിവില്ലാത ഒരന്വേശണം, ഓന്റെ പറ്റ് തോനെയ്ണ്ടാ? '.

അയാൾ തുളസിയില പുറത്തേക്ക് തന്നെ തുപ്പി.

'എയ് അതൊന്നൂല്ല, ബാലനെ കണ്ടിറ്റ് കൊറച്ചീസായി. ഗോപാലൂട്ടിക്ക് അറിയോന്ന് ചോയിക്കാൻ മേണ്ടി കേരീതാ.'

കിട്ടൻ നടന്നകലുന്നതും നോക്കി മാതു ആലോചനയോടെ നിന്നു. പിന്നെ തറയുടെ മൂലയിൽ ചാരി നിർത്തിയ കുറുന്തോട്ടി *മാച്ചി കൈയ്യിലെടുത്ത് പുരയുടെ പിന്നാമ്പുറത്തേക്ക് നീങ്ങി.

പീടികയോട് അടുത്തതും തലയിൽ അലസമായി കെട്ടിയ തോർത്തഴിച്ച് കിട്ടൻ ചുമലിലേക്കിട്ടു. അന്വേഷണത്തിന്റെ കാഠിന്യത്താൽ ഉച്ച നേരത്തെ കഞ്ഞിയും പുഴുക്കും ആവിയായതായി അറിയിച്ച് വയറ്റിനുള്ളിൽ നേരിയ നീറ്റൽ തുടങ്ങിയിരുന്നു.

അന്ന് പതിവില്ലാതെ വൈകുന്നേരത്തെ ആദ്യ ചായ അയാൾ ഒരു ബീഡിയോടൊപ്പം ചുണ്ടോട് ചേർത്തതും ചാത്തുക്കുട്ടി മാസ്റ്ററുടെ സാ

*മാച്ചി - ചൂല്

ന്നിധ്യം പീടികയിലുണ്ടായി.

'കുത്തിരിക്ക് മാശേ'.

കിട്ടൻ തോളിലെ തോർത്ത് പൊടി തട്ടിക്കളയാനെന്നവണ്ണം ബെഞ്ചിന് മുകളിലൂടെ ഒന്നു രണ്ടു തവണ പായിച്ചു. ബീഡി മരത്തൂണിൽ ഉരച്ചു.

ചാത്തുക്കുട്ടി മാസ്റ്റർ മുന്നിലെത്തിയാൽ എന്തെന്നില്ലാത്ത ഒരു വിനയവും വാക്കുകളിൽ ഒരു മിതത്വവും കയറി വന്ന് കിട്ടൻ വേഗത്തിൽ പുതിയൊരു മനുഷ്യനായി മാറും. അന്നും അതിനു മാറ്റമുണ്ടായില്ല. ചെറിയനേരം കൊണ്ട് അല്പം നേർപ്പിച്ചൊരു വെള്ളച്ചായ കൂടി കിട്ടൻ മാസ്റ്ററുടെ നേർക്ക് നീട്ടി.

'മ്മളെ ബാലനെയും ഗോപാലൂട്ടിയെയും കൊറച്ചീസായല്ലോ കണ്ടിറ്റ് കിട്ടാ? എന്തേലും അറിയാ? '

കിട്ടൻ തൊടുക്കാൻ ഒരുങ്ങുമ്പഴേക്കും മാസ്റ്റർ ഞാണ് വലിച്ചു വിട്ടിരുന്നു.

തന്റെ അന്വേഷണത്തിന്റെ അവസാന കണ്ടെത്തല് വരെ അയാൾ മാസ്റ്ററുടെ മുന്നിൽ നിരത്തിവെച്ചു.

'അവരെന്നാൽ കാര്യമായ എന്തെങ്കിലും ചർച്ചയിലായിരിക്കും'.

'അതെ മാശേ, ആയിരിക്കും '

കിട്ടൻ പിന്തുണച്ചു.

പിന്നെ വരുന്നവർക്ക് മുന്നിലെല്ലാം ബാലനും ഗോപാലൻകുട്ടിയും ഗൗരവതരമായ ഒരു വിഷയത്തിൽ ചർച്ചയാണെന്നും അതാണ് ബാലനെ കാണാത്തതെന്നും കിട്ടൻ വിവരിച്ചു.

ഗൗരവതരമായ ചർച്ചയെന്താണെന്ന് ആരെങ്കിലും ചോദിച്ചാൽ കിട്ടന് പറയാൻ കൈയിൽ ഉത്തരമുണ്ടായിരുന്നില്ല.

കരിപ്പായി മന്ദനോ, മൂരി മമ്മദോ, ഏറ്റുകാരൻ അനന്തനോ, കോടാലി ചന്തുവോ, ചക്കരനാണുവോ, ഉടുമ്പു രാജനോ അത്തരമൊരു ചോദ്യം ആരാഞ്ഞുമില്ല.

എന്നാൽ കുഞ്ഞമ്പു ആശാരി മാത്രം കിട്ടനോട് ചേർന്നുനിന്ന് അല്പം ശബ്ദം കുറച്ചു.

'മ്മളെ ഗോപാലൂട്ടീന്റെ നാവുമ്മേല് ഇപ്പം ബെല്യ ബെല്യ ബർത്താനേ ബെരൂന്ന്, ഓൻ റഷ്യേന്റെയും ചൈനേന്റെയും കാര്യാ പോലും പറയാ, പിന്നെന്നാപ്പാ ട്യൂബയാ അങ്ങനേം ഇണ്ട് പോലും ഒരു നാട്'.

'ട്യൂബയല്ല ആശാരി ക്യൂബ '

കിട്ടൻ തിരുത്തി.

അതു കേട്ട് തലകുലുക്കിക്കൊണ്ട് കുഞ്ഞമ്പു ആശാരി ഒരു തവണ കൂടി ഉറപ്പിച്ചു.

'പൊസ്തകം മൻശ്യൻമാരെ എടങ്ങേറാക്കുന്നുള്ള കാര്യത്തില് ഒരു സംശയോം ബേണ്ട.'

24. പുരപുതയ്ക്കൽ

പേരാവൂരിൽ നിന്ന് കപ്പയും പച്ചമീനുമായി മൂന്ന് നാല് പെണ്ണുങ്ങളോടൊപ്പം മാതു കുന്നുകയറി. ഗ്രാമത്തിൽ നിന്ന് കുട്ടങ്ങാടിലേക്കിറങ്ങാൻ നേരം പിന്നിൽ വിളി കേട്ട് മാതു തല തിരിച്ചു. ഇടനിലക്കാരൻ ശ്രീധരൻ ധൃതിയിൽ അടുത്തേക്ക് വന്നു.

'ഇങ്ങളെ ഞാനൊന്ന് കാണണോന്ന് നീരിച്ചിട്ട് എത്ര ദെവസായീന്നറിയാ മാതേ്വടത്തി.'

'എന്നേനും ചീരാ'?

മാതു സാധനങ്ങളുടെ കെട്ട് വേഗം നിലത്തേക്ക് വെച്ചു.

'ഇങ്ങളെ ചെക്കന് പറ്റിയ ഒരു പെണ്ണ്ണ്ട്, അതൊന്ന് പറയാൻ'

'ഓ, അയിനാ ഞി ഇത്രേം ബേജാറാക്കീന് '

'പിന്നെ അനക്ക് ബേറെയെന്നാപ്പാ'

ശ്രീധരൻ വായിലെ മുറുക്കാൻ ഒന്നിളക്കി.

'സംഗതി നേരാ, എന്റെ മൂത്ത രണ്ടാൾക്കും ഞീയാന്ന് പെണ്ണിനെ കാട്ടി തന്നിന്, പക്കേ ഈറല് ഇന്റെ സഹായം ബേണ്ടി ബെരൂലാന്നാ തോന്ന്ന്'

'അതെന്നാപ്പാ അങ്ങനെ' ?

ശ്രീധരൻ ചുണ്ണാമ്പ് പുരണ്ട ചൂണ്ടുവിരലിനറ്റം പല്ലിലിട്ട് ഉരച്ചു.

'ഓന് ബേണ്ട്ന്നത് ഓൻ തന്നെ തരപ്പെട്ത്തി അതന്നെ'

മാതുവിന്റെയുള്ളിൽ സുലോചനയുടെ മുഖം തെളിഞ്ഞു.

'ഓ. അയ്സെരി, കുട്ട്യോളെല്ലാം ഇങ്ങനെ തൊടങ്ങിയാ ഞായൻ ചുറ്റി പോവൂലോ'

അത് കേട്ട് മാതു പെറ്റ വയറിളക്കി ചിരിച്ചു.

ശ്രീധരൻ വിരലുകൾക്കിടയിലൂടെ മുറുക്കാൻ നീര് നീട്ടി തുപ്പി.'

'എന്നാ മംഗലം നടക്കുമ്പോ മ്മളെ മറന്ന് പോണ്ട'

മാതു തലയാട്ടുന്ന നേരം അകലെ നിന്ന് മീനാക്ഷിയുടെ ഉച്ചത്തിലുള്ള വിളി വന്നു.

'മാതേ്വടത്തി ബെര്ന്നില്ലേ?'

'ഇതാണേ എത്തി'

ശ്രീധരനോട് യാത്ര പറഞ്ഞ് മാതു സാധനങ്ങളുടെ കെട്ടെടുത്ത് വേഗത്തിൽ മറ്റുള്ളവരോടൊപ്പം ചേർന്നു.

പെണ്ണുങ്ങളും ആണുങ്ങളും കൂട്ടം കൂട്ടമായി ആനക്കുഴി വഴി കുന്ന് കയറി വരുന്നത് കാണാൻ തന്നെ ഒരു ചേലാണ്.

മാതുവും, മാധവിയും, കറക്റ്റ് ദാക്ഷായാണിയും, മീനാക്ഷിയുമൊക്കെ മുക്കാൽ നാഴികനേരം കൊണ്ട് കാൽനടയായി പേരാവൂരിൽ നിന്ന് മിഴാവ്കുന്നിലേക്കെത്തും. കയറ്റവും ഇറക്കവുമൊക്കെ പലർക്കും ഒരു പോലെയാണ്.

തുടർച്ചയായി പണി തരപ്പെടുന്ന മാസങ്ങളിൽ ആഴ്ച്ചയിലൊരിക്കൽ ഉച്ച നേരം കഴിഞ്ഞ് ഒറ്റയിറക്കമാണ് പെണ്ണുങ്ങൾ. കൈയിലെ നാണയത്തിന്റെ വലുപ്പത്തിനനുസരിച്ച് സാധനങ്ങളുടെയെണ്ണത്തിന് ഏറ്റക്കുറച്ചിലുകൾ ഉണ്ടാവുമെങ്കിലും എല്ലാവരുടെയും കൈയ്യിൽ പച്ചമീനിന്റെ ഒരു കെട്ട് ഉറപ്പായും കാണും.

മിഴാവ്കുന്നുകാർക്ക് ആഗ്രഹിക്കുമ്പോൾ കടൽമീൻ കിട്ടണമെങ്കിൽ പേരാവൂരിൽ തന്നെയെത്തണം. വൈകുന്നേരം അഞ്ചു മണിക്ക് തലശ്ശേരിയിൽ നിന്ന് വരുന്ന കൈതേരി ബസ്സിൽ മീൻകുട്ട കൂടിയുണ്ടാവും. അല്ലാതെ കടൽമീനിന്റെ രുചിയറിയുക അന്ത്രുമാപ്പിളയുടെ വരവിലൂടെയാണ്. തലയിൽ വട്ടി നിറച്ച് മീനുമേറ്റി അന്ത്രു ഇടവഴിയിലൂടെ പലപ്പോഴും കൂവിവിളിക്കും.

തലശ്ശേരിയിൽ നിന്ന് ബസ്സിന് മീൻകുട്ട കാക്കേങ്ങാട്ട് ഇറക്കി അവിടെ നിന്നാണ് അന്ത്രുവിന്റെ നടത്തം തുടങ്ങുക.

മീൻവട്ടിയുടെ അടിയിൽ ഒന്നോ രണ്ടോ പാള വെച്ചുകെട്ടി നടക്കുന്ന വഴിയിൽ ഇടയ്ക്കിടെ കഴുത്ത് ചെരിച്ച് പാളയിൽ വീണ മീൻ വെള്ളം അന്ത്രു വഴിയോരത്ത് ഒഴുക്കും. അയാളുടെ പിന്നാലെ ജാഥപോലെ മിഴാവ്കുന്നിലെ പൂച്ചകളും കൂടും. എല്ലാവരും അയാളെ മീൻമാപ്പിള എന്ന പേരിട്ടാണ് വിളിച്ചത്. കുറുന്തോട്ടിയുടെ നേർത്ത കമ്പുകളിൽ കോർത്ത് അണ പ്രകാരമോ, നെല്ല് വാങ്ങിയോ ആണ് അന്ത്രു മീൻ എണ്ണി കൊടുക്കുക. ഇല്ലായ്മകളുടെ ആവലാതിയുമായി വല്ലവരും വന്നാൽ അവർക്ക് അണയും നെല്ലും ഇല്ലാതെ മീൻ കൊടുക്കാനും അന്ത്രുവിന് സന്തോഷമേയുള്ളു.

'ഇങ്ങനെ കൊടുത്താൽ ഇനിക്ക് ഒക്കോ അന്ത്രു'

സംശയങ്ങൾ പലയിടത്ത് നിന്നും ഉയരും.

അപ്പോഴൊക്കെ തലയിലെ കെട്ടൊന്ന് നേരെയാക്കി നിസ്ക്കാര തഴമ്പുള്ള നെറ്റിയിലൂടെയെല്ലാം വിരലോടിച്ച് നിറഞ്ഞ ചിരിയോടെ അന്ത്രു മാപ്പിള പറയും.

'മ്മളെ വീതത്തീന്ന് ഒരു പങ്ക് മറ്റുള്ളോൽക്ക് കൊട്ക്ക്ന്ന സൊഖം ഒന്ന് ബേറെന്നെയാ'

മിഴാവ്കുന്നിൽ മീൻകുട്ട കാലിയാവാൻ ഏറെ നേരമൊന്നും വേണ്ട. പക്ഷേ, ഏത് ദിവസമാണ് ഏത് നേരത്താണ് അയാൾ കുന്നുകയറിയെത്തുകയെന്നത് മാത്രം ആർക്കും നിശ്ചയമില്ല.

കുട്ടങ്ങാടിയിൽ നിന്ന് മാതു യാത്ര പറഞ്ഞ് നീങ്ങിയതും മീനാക്ഷി കാലുകൾ നീട്ടി. സാധനങ്ങളുടെ കെട്ട് പുരയ്ക്കകത്തേക്ക് ഇറക്കി വെച്ച് മീനാക്ഷി ശ്വാസമൊന്ന് വലിച്ചെടുത്തു. അടുക്കളയൊഴിച്ച് പലയിടങ്ങളിലും വെളിച്ചം വീണു കിടക്കുന്നത് കണ്ട് അവൾ മുകളിലേക്ക് തലയുയർത്തി.

മേൽക്കൂരയിലെ പുല്ലെല്ലാം പൂർണ്ണമായി ദ്രവിച്ചു തുടങ്ങിയിരിക്കുന്നു.

വൈകുന്നേരം കുഞ്ഞനന്തൻ പുരയിലേക്ക് വന്നു കയറിയയുടൻ മീനാക്ഷി ചോദിച്ചു.

'അല്ല ഇത്തോണ ഇങ്ങള് പൊര പൊതക്ക്ന്നില്ലേ '?

കുഞ്ഞനന്തൻ മീനാക്ഷിയെ ഒന്ന് നോക്കി പുറത്തേക്ക് കണ്ണുനട്ടു.

'രണ്ടീസം മുന്നേ ലതേന്റെയും, കുഞ്ഞാതിന്റെയും കയിഞ്ഞ്, മ്മളത് മാത്രാ ഇനി ബാക്കി'

കുഞ്ഞനന്തൻ ഒന്നും മിണ്ടാതെയിരുന്നപ്പോൾ മീനാക്ഷി അയാളുടെ ചുമലിൽ പിടിച്ച് കുലുക്കി.

'ഇങ്ങള് കേക്ക്ന്ന്ണ്ടാ പറേന്നത്'

'കേക്ക്ന്ന്ണ്ട് മീനാക്ഷി, അവിലിടീന്റെ എടേല് അയിനിറങ്ങാൻ നേരം ബേണ്ടേ ?'

'എന്ന് പറഞ്ഞാ പറ്റോ?, വിശു കൈയിഞ്ഞിറ്റ് ആയിച്ച രണ്ടായി.'

മീനാക്ഷി ഓർമ്മപ്പെടുത്തി.

വിഷു കഴിഞ്ഞാൽ വേനലില്ല എന്നാണ് മിഴാവ്കുന്നിലെ ചൊല്ല്. അതിനാൽ എല്ലാ പുരകളുടെയും മേൽക്കൂരയിൽ മേടമാസത്തിന് മുന്നെ ദ്രവിച്ച പുല്ലുകൾക്ക് പകരം പുതിയത് കയറിയിട്ടുണ്ടാവും. അധികംപേരും മുണ്ടോൻ നെല്ലിന്റെ പുല്ലാണ് ഉപയോഗിക്കുക, അല്ലാത്തവർ നമ്പീശൻ പുല്ലോ തരിപ്പപുല്ലോ കൊണ്ടുവരും.

മയിലാടുംപാറയുടെ മുകളിലെത്തിയാൽ നമ്പീശൻ പുല്ലിന്റെയും തരിപ്പ പുല്ലിന്റെയും കാടാണ്. തോലമ്പ്ര ഭാഗത്തുള്ള പെണ്ണുങ്ങളുടെയും കൂട്ടമുണ്ടാവും പുല്ലരിയാൻ. ആവിശ്യമുള്ളതത്രയും അരിഞ്ഞു വെയ്ക്കും. നൂറു പിടിയരിഞ്ഞാൽ ഒരു കെട്ടാക്കി മാറ്റും. പുര പുതയ്ക്കാൻ ഏറ്റ പുതക്കാരൻ പറയുന്നയത്രയും ആയാൽ ചുമന്ന് താഴെയിറക്കും. രണ്ടും മൂന്നും ദിവസം കൊണ്ടാണ് താഴെയെത്തിക്കുക. മറ്റൊരാൾ അ

രിഞ്ഞുവച്ച പുല്ലിൽ വേറെയൊരാളും കൈ കടത്തില്ല. അത്രമേൽ വിശ്വാസ്യതയും സത്യവും സൂക്ഷിച്ചു പോന്നു മിഴാവ്കുന്നുകാർ.

പുര മാറി പുതയ്ക്കാൻ കഴിയാതെ വന്നാൽ പുതുമഴയ്ക്ക് തന്നെ ദ്രവിച്ച പുല്ല് നിലംപൊത്തും, പിന്നെ വർഷകാലം ഉറക്കമില്ലാത്ത രാത്രികളാവും. അതുകൊണ്ട് തന്നെ പുരപുതച്ചു കഴിയുന്നത് വരെ ആണുങ്ങൾക്കും പെണ്ണുങ്ങൾക്കും ഉള്ളിലാകെ ഒരു തരം ആധിയാണ്.

'രണ്ടീസം അവിലിടി ആടെ നിക്കട്ടേന്ന് ബെക്കാം, പറ്റൂങ്കിൽ വൈന്നേരം കേളേട്ടനെ ഇങ്ങളൊന്ന് പോയി കാണാൻ നോക്ക്'

മീനാക്ഷി പറഞ്ഞതിനോട് കുഞ്ഞനന്തൻ മറുത്തൊന്നും മിണ്ടിയില്ല.

രണ്ടാം ദിവസം മീനാക്ഷി ലീലയെയും കൂട്ടി മയിലാടുംപാറ കയറി. കേളനോട് വിവരം പറഞ്ഞ് കുഞ്ഞനന്തനും ചെന്നു.

തരിപ്പപ്പുല്ല് കൊണ്ടുവന്നതിന്റെ പിറ്റേന്ന് കുഞ്ഞനന്തന്റെ പുരയിൽ പുലർച്ച തന്നെ കേളനെത്തി.

പുരപുതയ്ക്കലിന്റെ ഭാഗമായി ചുറ്റുവട്ടമുള്ളവരൊക്കെ ഒന്നു ചേർന്നിരുന്നു. ഉടുമ്പുരാജനാണ് ആവിശ്യമുള്ളയത്രയും പച്ചയോല ചുമന്ന് കൊണ്ടുവന്നത്.

'കവുങ്ങ് കീറട്ടെ കേളാ?'

കരിപ്പായി മന്ദൻ കത്തിയാളുമായി കേളനെ നോക്കി.

'അതെല്ലെന്നാപ്പാ ചോയ്ക്ക്ണ്ടെ, കീറിക്കോളി'.

അതു കേട്ടതും കവുങ്ങിന്റെ അറ്റത്ത് കത്തിയാളിനാൽ കരിപ്പായി മന്ദൻ ആഞ്ഞ് കൊത്തി. പിന്നെ ഇരുവശത്തേക്കും ശക്തിയോട് ചെരിച്ച് പിന്നിലേക്ക് വലിച്ചു. കവുങ്ങ് നടുവെ കീറി വന്നു. ചീന്തിയ കവുങ്ങിനെ മന്ദൻ തന്നെ നേർങ്ങനെ ചെത്തിയൊരുക്കാൻ തുടങ്ങി.

പുരപ്പുറത്ത് കയറി കേളൻ കാട്ടുകഴുക്കോലിൽ കുവുങ്ങിന്റെ വാരി ആദ്യം കെട്ടിയുറപ്പിച്ചു. മുകുന്ദനും നാണുവും ഗോപാലൻകുട്ടിയും കേളനിലേക്ക് പുല്ല് കൈമാറി. ആശ്ചര്യപ്പെടുത്തുന്ന കൈ വേഗതയിൽ അയാൾ പുല്ല് നിരത്തി. മൂലവരുന്നിടത്ത് പുക തട്ടിയ പഴയ പുല്ല് പിണച്ച് വച്ചു. കനത്ത കാറ്റിനെ പ്രതിരോധിക്കാൻ തെങ്ങിന്റെ പച്ചയോലയും അതിന് മുകളിൽ നേർത്ത വാരിയും വച്ച് കെട്ടി. മോന്തായം പുതയ്ക്കാൻ നേരം മീനാക്ഷി അകത്ത് വിളക്കുകൊളുത്തി നാഴിയിൽ നെല്ല് നിറച്ചു. ഇറയത്തിന്റെ അറ്റത്ത് വരിച്ചല് ചേർത്ത് കേളൻ കുത്തിക്കെട്ടിയതും കരിപ്പായി മന്ദൻ തെക്കുഭാഗം ഒഴിച്ചു നിർത്തി എറ മുറിച്ചു.

ഏതാണ്ട് മൂന്നു നാലു നാഴികനേരം കൊണ്ട് വർഷകാലത്തെ ചെറുക്കാൻ പാകത്തിലേക്ക് കുഞ്ഞനന്തന്റെ പുര കരുത്തു നേടി.

കഞ്ഞിയും പുഴുക്കും വിളമ്പിക്കൊടുക്കാൻ ലതയും കൗസുവും ചേർ

ന്നു. പുരയുടെ പിന്നാമ്പുറത്തെ ഊക്കൻ പാറയുടെ മറവിൽ അല്പം വീര്യം കൂട്ടാൻ ആഗ്രഹിക്കുന്നവർക്കായി കുഞ്ഞനന്തൻ അതും ഏർപ്പാടാക്കി.

'ഇനി ഏതാ പൊര കേളാ?'

ചുമലിലെ തുവർത്ത് വട്ടത്തിൽ ചുറ്റി വെച്ച് വാഴയില താഴ്ത്തി അതിലൊഴിച്ച കഞ്ഞിയും പുഴുക്കും കൂട്ടത്തിൽ ഒരു കാന്താരിയും കടിച്ചിറക്കി കരിപ്പായി മന്ദൻ ചോദ്യമിട്ടു.

'കാക്കേങ്ങാട്ട് '.

ഇലകുമ്പിളിൽ കഞ്ഞി വെള്ളം കോരി വായിലേക്കൊഴിച്ച് കേളൻ മറുപടി പറഞ്ഞു.

പുര പുതയ്ക്കാരൻ എന്ന നിലയിൽ അയാളുടെ പേര് മിഴാവ്കുന്നിനപ്പുറത്തേക്കും നീണ്ടു നിന്നിരുന്നു. കേളനാണ് പുര പുതച്ചതെങ്കിൽ ഒരു തുള്ളി വെള്ളം അകത്തേക്കില്ലാന്ന് നാടിനു പുറത്തുള്ളവർക്കും അനുഭവമാണ്.

25. പനമുകളിലെ ദൈവം

പുരപുതച്ച് കഴിഞ്ഞതും കണ്ണനും ജനകനും മധുവും വിനോദനും ചേർന്ന് ഗോപാലൻകുട്ടിയുടെ അടുത്തേക്ക് ചെന്നു.

ഒരു കഥപറയുക എന്നതായിരുന്നു അവരുടെ ആവശ്യം.

'ആരാ പറഞ്ഞെ അനക്ക് കഥയറിയാന്ന്.?'

ഗോപാലൻകുട്ടി ചോദിച്ചു.

കണ്ണൻ മുകുന്ദന് നേർക്ക് കൈചൂണ്ടി.

ഗോപാലൻകുട്ടി ചിരിയോടെ കണ്ണന്റെ ചെവിയിൽ പതുക്കെ ചുണ്ടു ചേർത്തു.

തലയാട്ടിക്കൊണ്ട് കണ്ണൻ മറ്റുള്ളവരെയും കൂട്ടി നേരെ കേളന്റെ മുന്നിലെത്തി. അല്പം കഴിഞ്ഞ് ഉമ്മറുഹാജിയുടെ വയലിന്റെ പടിഞ്ഞാറു ഭാഗത്തെ പടർന്നു നില്ക്കുന്ന വപ്പായ്മാവിന്റെ തണലിലേക്ക് കുട്ടികൾ കേളനെ കൈപിടിച്ച് നടത്തിച്ചു.

ഒടുക്കം അവരുടെ നിർബന്ധത്തിനു വഴങ്ങി കേളൻ കഥ പറയാനൊരുങ്ങി.

പണ്ട് വളരെ പണ്ട്. അടിയാൻമാരൊക്കെ കൊടുംകാട്ടിൽ കഴിഞ്ഞിരുന്ന കാലം. കൂർക്കക്കിഴങ്ങും കാട്ടുകിഴങ്ങും കിളച്ചെടുത്ത്, കാന്താരി മുളക് ചതച്ച് ഉപ്പ് ഇട്ടെങ്കിൽ ഇട്ട്, വെളിച്ചെണ്ണ ഒഴിക്കാൻ ഇല്ല എന്ന മട്ടിൽ തൊട്ടുകൂട്ടിയും, വല്ലപ്പോഴും അമ്പെയ്തോ കെണിയൊരുക്കിയോ

കിട്ടുന്ന കുഞ്ഞുമൃഗങ്ങളെ ചുട്ടു തിന്നും അരവയറുമായി ജീവിച്ച കാലം.

ചോരാപെയ്ത്തിൽ മരപ്പൊത്തിലും, പാറഗുഹകളിലുമാണ് അടിയാൻമാർ അഭയം തേടുക. അവരുടെ ഉടുവസ്ത്രങ്ങളാകട്ടെ കവുങ്ങിന്റെ കൂമ്പാള കൊണ്ടുവന്ന് നാരിട്ട് കുടുക്കി കോണകം പോലെ ഉടുത്തതും, അതിന് മുകളിൽ ഇരൂളിന്റെ തൂപ്പ് അരയോട് ചേർത്ത് കെട്ടിയതുമൊക്കെയായിരുന്നു.

അങ്ങനെയൊക്കെ കാട്ടിൽ വസിച്ചു പോന്ന അടിയാൻമാരുടെ ഇടയിലെ കാർന്നോർക്ക് ഒരു ദിവസം തോന്നി വിശപ്പും ദാഹോം മാറ്റാൻ ആനപ്പന ചെത്തി കള്ളെടുത്താലോന്ന്.

കാർന്നോര് തന്റെ മരുമോനെയും കൂട്ടി ആനപ്പന തിരഞ്ഞ് കുറെ കൂടി ഉൾക്കാട്ടിലേക്കിറങ്ങി.

ഒടുക്കം കുലച്ചു നില്ക്കുന്ന ആനപ്പന കണ്ടെത്തുകയും അതു ചൂണ്ടിക്കാട്ടി മരുമോനോട് പറയുകയും ചെയ്തു.

'എടാ, മരുമോനെ, മ്മക്ക് ഈ ആനപ്പന ചെത്തി കള്ള് എടക്കണം'

മരുമോൻ സമ്മതത്തോടെ തലയാട്ടി.

അങ്ങനെ ഇരുവരും ചേർന്ന് ഏറെ കഷ്ടപ്പെട്ട് ആനപ്പനയിൽ നടപ്പന്തി കെട്ടി മുകളിൽ കയറി. പനയോലയുടെ തണ്ടിനോട് ചേർത്ത് വലിയൊരു പടങ്ങ് കെട്ടി ഇരിപ്പിടമുണ്ടാക്കി.

ഓരോ ദിവസവും രാവിലെയും വൈകുന്നേരവും വന്ന് ഇരിപ്പിടത്തിലിരുന്ന് പനങ്കുല തടവിക്കേറ്റി ചൂട് പിടിപ്പിച്ചു. പോള അടർത്തി അതുകൊണ്ട് തന്നെ കുലയിൽ വളയമിട്ടു. അങ്ങനെയങ്ങനെ ആഴ്ച്ച രണ്ടു കഴിഞ്ഞു.

'ഇനി എന്നാ അവരിക്ക് ബേണ്ടി വെരിക?'

കേളൻ കുട്ടികളോട് തിരക്കി. അവരൊന്നാകെ അറിയില്ലായെന്നയർത്ഥത്തിൽ തല ചലിപ്പിച്ചപ്പോൾ അയാൾ തുടർന്നു.

ഇനി വേണ്ടത് ഒരു കത്തിയാണ്. ആ കത്തികൊണ്ട് വേണം പനങ്കുലയുടെ അറ്റം അരിഞ്ഞുകളയാൻ.

അതിന് കത്തിയെവിടെ? അടിയാൻമാരുടെ അടുത്ത് എട്ന്നാ കത്തി. കാർന്നോരും മരുമോനും ഒരു നിമിഷം പരസ്പരം നോക്കി.

ഒടുക്കം കാർന്നോർ മരുമോന്റെ ചെവിയിൽ ചില കാര്യങ്ങൾ ഉപദേശിച്ചു.

മരുമോൻ തലയാട്ടിക്കൊണ്ട് രണ്ടു നാഴികയകലെയുള്ള ഒരു ഭവനത്തിൽ ചെന്ന് ആരുമറിയാതെ ഒരു കത്തിയും വലിയൊരു മൺപാത്രവും കൊണ്ടുവന്നു.

മൺപാത്രം കൗക്കൊള്ളി നാര് പൊളിച്ച് ഉറി പോലെയാക്കി പനങ്കു

ലയിൽ കെട്ടിയുറപ്പിച്ചു. പനങ്കുലയരിഞ്ഞ് തിരുമി ചൂടുപിടിപ്പിച്ച് കാർന്നോരും മരുമോനും കാത്തിരുന്നു.

പിറ്റേന്ന് ഉച്ചയോടെ കാർന്നോര് പനയിൽ കയറി.

കള്ള് ഊറി കലത്തിൽ വീണ് തുടങ്ങിയിരുന്നു. അതു കണ്ട് കാർന്നോര് സന്തോഷിച്ചു.

'മരുമോനേ കള്ള് വീഴ്ന്ന്ണ്ട്. പൊലച്ചക്കേക്ക് നെറയും'

ഇരുവരും രാവിലെ കള്ള് മോന്താലോയെന്ന ചിന്തയോടെ അടിയാത്തികളുടെ അരികിലേക്ക് നീങ്ങി. അടിയാത്തികളോട് വിവരങ്ങളെല്ലാം പറഞ്ഞു.

വിശപ്പ് ഒടുങ്ങുമെന്ന് കേട്ടപ്പോൾ അവർക്കും സന്തോഷമായി.

പിറ്റേന്ന് പുലർച്ചെ കാർന്നോരും മരുമോനും കള്ളെടുക്കാൻ പുറപ്പെട്ടു. പനയുടെ മുകളിൽ കയറിയത് മരുമോനായിരുന്നു. നോക്കുമ്പം എന്താ കഥ, പാത്രത്തിൽ ഒരു തുള്ളി കള്ളു പോലുമില്ല.

മരുമോൻ പനയുടെ മുകളിൽ നിന്ന് വിളിച്ചുകൂവി.

'കാർന്നോരെ, ഈല് ഒരു തുള്ളി കള്ളില്ലാലോ '

കാർന്നോര് ആശ്ചര്യപ്പെട്ടു. കള്ള് ഊറി വീഴുന്നത് താൻ കണ്ടതാണല്ലോ. ഒരു നിമിഷം കഴിഞ്ഞ് താഴെ നിന്ന് കാർന്നോര് ഉപദേശിച്ചു.

'പാത്രത്തിന് ഓട്ടയുണ്ടോന്ന് നോക്ക്യാ '

മരുമോൻ മൺപാത്രം പരിശോധിച്ചു.

'ഇല്ല കാർന്നോരെ പാത്രത്തിന് ഓട്ടയൊന്നൂല്ല '.

'എന്തൊരയിശാത്'

താഴെയിറങ്ങി വന്ന മരുമോനും കാർന്നോരും പരസ്പരം തലയിൽ കൈവച്ചു.

അന്നുച്ചയ്ക്ക് മരുമോനാണ് പനയിൽ കയറിയത്. കള്ള് പാത്രത്തിലേക്ക് ഊറി വീഴുന്നത് മരുമോനും കണ്ടു.

അടുത്ത ദിവസം കാർന്നോര് കയറി നോക്കിയപ്പോഴും കഥ അത് തന്നെ. മൺപാത്രം കാലി.

കാർന്നോര് പറഞ്ഞു.

'മരുമോനെ ആരോ മ്മളെ കള്ള് *മാട്ട്ന്ന്ണ്ട്, മ്മക്ക് കാവലിരിക്കണം'

മരുമോൻ സമ്മതം മൂളി.

പനയോട് അല്പം മാറി ചെറിയൊരു മരത്തിൽ ഒളി കെട്ടി അമ്പും വില്ലുമായി കാർന്നോരും മരുമോനും മറഞ്ഞിരുന്നു.

രാത്രി ഏറിയപ്പോൾ കാർന്നോര് പറഞ്ഞു.

'ഞാനല്പം മയങ്ങട്ടെ, എന്തേലും അനക്കമുണ്ടേൽ ബിളിക്കണം'

മരുമോൻ തലയാട്ടി. കാർന്നോര് ഉറങ്ങാൻ തുടങ്ങി. മരുമോൻ ക

*മാട്ട്ന്ന്ണ്ട് - മോഷ്ടിക്കുന്നുണ്ട്

ണ്ണും തുറന്നിരുന്നു.

അങ്ങനെ നേരം പുലരാനായി. അപ്പോൾ അതാ വരുന്നു കാടാകെ ഇളക്കി മറിച്ചു കൊണ്ട് തേജസാർന്നൊരു രൂപം. ആ രൂപം നേരെ പനയുടെ മുകളിലേക്കാണ് പോയത്.

മരുമോൻ പതുക്കെ കാർന്നോരെ വിളിച്ചുണർത്തി.

പനയുടെ മുകളിലത്തെ രൂപത്തെ കാർന്നോരും കണ്ടു. കാർന്നോര് വേഗം വില്ലെടുത്ത് കുലച്ചു.

'ഇറങ്ങി ബെരുമ്പം തന്നെ കൊട്ക്കണം ഇനി മേലിൽ കള്ള് മാട്ടണ്ട പൂതിയ്ണ്ടാവറ്.'

കാർന്നോർ അത് പറഞ്ഞ് തീർന്നതും പനയിൽ നിന്ന് ഒരമ്പ് കാർന്നോർക്ക് നേരെ വന്നു. പടങ്ങിൽ നിന്ന് താഴേക്ക് ഉരുണ്ടു വീണ കാർന്നോരാവട്ടെ ഒരു കരിങ്കല്ല് രൂപമായി തീരുകയും ചെയ്തു.

ആ കാഴ്ച്ച കണ്ട് മരുമോൻ ആകെ പരിഭ്രമിച്ചു. ആ രൂപത്തോട് ക്ഷമ ചോദിച്ചു.

ദിവസം ഏഴു കഴിഞ്ഞു. തങ്ങളുടെ ഉടയോൻമാരെ കാണാതായതോടെ അടിയാത്തികൾ അന്വേഷിച്ചെത്തി. കരിങ്കല്ല് രൂപം കണ്ട് അവർക്ക് വെപ്രാളമായി.

മരുമോൻ പറഞ്ഞ കാര്യങ്ങളെല്ലാം കേട്ടതും അടിയാത്തികൾ കൈകൾ ഇരുവശത്തേക്കും പരസ്പരം ചേർത്ത് വെച്ച് ഉരുവിട്ടു.

'ഇടോം വലോം പൈങ്കുറ്റി കൈയ്ച്ചോളാ ദൈവേ.'

ആ നിമിഷം മുന്നിലെ കരിങ്കല്ല് പിളർന്ന് കാർന്നോര് പുറത്ത് വന്നു.

അവർക്ക് മുന്നിലേക്ക് ദൈവം പ്രത്യക്ഷപ്പെട്ടു.

ആ രൂപം കണ്ട് അടിയാത്തികളുടെ നാവിൻതുമ്പിൽ നിന്ന് അറിയാതെ മുത്തപ്പാന്ന് വിളിയുയർന്നു. ദൈവം ഉറക്കെയൊന്ന് ചിരിച്ചു. പിന്നെ പറഞ്ഞു.

'ഈ കനകഭൂമി എന്റേതാണ്. വെർന്ന കൊല്ലം ഈടെ എന്റെ നെറം കാണിക്കണം പറ്റോ? '

അടിയാൻമാർ കൈകൂപ്പി

'ഇല്ലാ ദൈവേ, മ്മള് കാട്ടിൽ കഴിയണോരാ ഞാള് കൂട്ടിയാൽ കൂടൂല'. ഞാള് മധുഅമൃതും മാംസോം, അവിലും തന്നോളാം ദൈവേ '

ഉടനെ ദൈവം ചോദിച്ചു.

'ഈ കനകഭൂമി ഇപ്പം ആരെ കൈയ്യിലാ?'

'കരക്കാട്ട് നാനാരെയാ'

'എന്നാൽ, ഞാൻ ആടെയൊരു അന്വേഷണം നടത്താം, അന്റെ കർ

മ്മങ്ങള് ചെയ്യാൻ ഇങ്ങള് കൂടെ ഇണ്ടാവൂലേ '?

'ഇണ്ടാവും ദൈവേ'.

അടിയാൻമാർ തലയാട്ടി.

ദൈവം കരക്കാട്ട് നായനാരെ ചെന്ന് കണ്ടു.

'ദൈവോ എന്ത് ദൈവം അങ്ങനെയൊന്നും ആടെയില്ല'

കരക്കാട്ട് നായനാര് ദൈവത്തെ ആട്ടിയിറക്കാൻ ശ്രമിച്ചു.

നായനാരുടെ ധിക്കാരത്തോടെയുള്ള പെരുമാറ്റം ദൈവത്തെ കോപിഷ്ഠനാക്കി.

ദൈവം ഉഗ്രരൂപം പൂണ്ട് കരക്കാട്ട് നായനാരെയും കുടുംബത്തെയും ഭവനത്തിലടച്ച് പൂട്ടി താക്കോൽ പതിനാറു സമുദ്രം കടത്തി. അതോടെ കരക്കാട്ട് നായനാർ ദൈവത്തിനു മുന്നിൽ വഴിപ്പെട്ടു. പിറ്റെക്കൊല്ലം മുതൽ കനകഭൂമിയിൽ ഇടോം വലോം കഴിച്ച് ദൈവത്തിന്റെ നിറം കാട്ടി തുടങ്ങി.

ഒരു നിമിഷം അരിച്ചൽ മടപ്പുര ഭാഗത്തേക്ക് നോക്കി കണ്ണടച്ചു നിന്ന ശേഷം കേളൻ പൂർത്തിയാക്കി.

'അങ്ങനെയാന്ന് അടിയാൻമാർക്കും ദൈവോണ്ടായത്.'

26. ചായപ്പീടികയിലെ ഇംഗ്ലീഷ്

വെയിലും മഴയും ഒരുമിച്ച് പുരളിമലയെ വന്ന് തൊട്ടു. താളിൻ ചപ്പ് തലയ്ക്ക് മുകളിൽ പിടിച്ച് ദാമു ഇടനിലക്കാരൻ ശ്രീധരന്റെ ഇറയത്തേക്ക് കയറി.

ശ്രീധരൻ കൊരണ്ടിപ്പലക നീക്കിയിട്ടു.

പുറത്ത് ഇടയ്ക്കിടെ വെയില് മങ്ങുകയും തെളിയുകയും ചെയ്തു.

'ഇത് എന്തൊര് *ആച്ചാന്നെടോ '

പിറുപിറുത്ത് കൊണ്ട് ശ്രീധരൻ മുറുക്കാൻ ചണ്ടി തുപ്പിയ ശേഷം അകത്തേക്ക് കണ്ണ് നീട്ടി.

'എണേ, രണ്ട് കാപ്പിയിട്ടാട്ടേ '

'കാപ്പിയൊന്നും മേണ്ട ചീരേട്ടാ, ബേം പോണം.'

'അയിന് കാപ്പി കുടിക്കാൻ എന്തിനാ ദാമു തോനെ* നേരം'.

ചോദ്യത്തോടെ ശ്രീധരൻ ഓട്ടുകിണ്ടിയിൽ നിന്ന് അല്പം വെള്ളമെടുത്ത് കുലുക്കുഴിഞ്ഞ് തുപ്പി. അഴയിൽ നിന്ന് തോർത്തെടുത്ത് മുഖം തുടച്ചു കൊണ്ട് ദാമുവിന്റെ മുന്നിലിരുന്നു.

'ഇനി ഞി ബന്ന കാര്യം പറ '

'ഇങ്ങക്ക് തിരിഞ്ഞിറ്റ്ണ്ടാവൂലോ'?

*ആച്ച് - കാലാവസ്ഥ

*തോനെ - അധികം

ശ്രീധരൻ തലയാട്ടി.

'അത് തിരിഞ്ഞ്, എന്നാലും ചെക്കനെ കുറിച്ച് ഇനിക്കൊരഭിപ്രായം കാണൂലോ, അത് കേക്കട്ടെ.'

ദാമു ദേഹമൊന്നിളക്കി.

'ഓളെ ചേലിന് ഒക്കണം ചീരേട്ടാ, പഠിപ്പ് ബേണം, തൊഴില് ബേണം, കുടുംമ്മത്തിലും കൊറച്ച് ഇള്ളെ ആയിക്കോട്ടെ'.

ശ്രീധരൻ അല്പനേരം ആലോചന പൂണ്ടു.

'എല്ലാം ഒത്ത് ബെർന്നയാവുമ്പം, മ്മളും കാര്യായിറ്റ് കർതി ബെക്കണ്ടി ബെരൂലേ ദാമു'.

അയാൾ ശ്രീധരന് അടുത്തേക്ക് കൊരണ്ടിപ്പലകയടക്കം നീങ്ങിയിരുന്നു.

'ഈ മിഴാക്കുന്നില് ആര് കൊടുത്തേനക്കാളും പൊന്ന് ഞായൻ കര്തീറ്റ്ണ്ട്, ഉറുപ്പിക ബേണാ? അതും കൊടുക്കാം.'

പുകകൊണ്ട് കരുവാളിച്ച മുഖം തോളിലെ തുവർത്ത് കൊണ്ട് ദാമു അമർത്തി തുടച്ചു.

'എന്നാ ഞായൻ ഒന്നന്വേശിക്കട്ടെ, ഒത്ത് ബന്നാൽ അന്നേരം അറീക്കാം, പോരേ?'.

'മതി'.

ദാമു തലയാട്ടി കൊണ്ട് മടിക്കുത്തിൽ നിന്ന് രണ്ടണയെടുത്ത് ശ്രീധരന്റെ കൈയിലേക്ക് വെച്ച് എഴുന്നേറ്റു.

'അല്ല, കാപ്പി കുടിച്ചിറ്റ് പോകാം'

'ഇപ്പൊ ബേണ്ട.'

അയാൾ ധൃതിയോടെ മുറ്റത്തേക്കിറങ്ങിയതും ശ്രീധരൻ വിളിച്ചു.

'ദാമു'

വിളി കേട്ട് അയാൾ തിരിഞ്ഞു നിന്നു

'ഈന്റെയൊന്നിച്ച് ഇനിക്കും ഒന്നിനെ നോക്കിയാലോ?'

'ആദ്യം ഇത് കയ്യട്ടെ ചീരാട്ടാ, എന്നിറ്റ്'.

അയാൾ കാലുകൾ നീട്ടി.

വയൽ വരമ്പിൽ നിന്ന് ചായപ്പീടികയിലേക്ക് കയറുന്നതിനിടെ ദാമു ചുറ്റിലുമൊന്ന് കണ്ണു പായിച്ചു.

'കുഞ്ഞമ്പേട്ടൻ എത്തീറ്റില്ലേ കിട്ടേട്ടാ?'.

ചായ്പ്പിൽ നിന്ന് ഒന്ന് രണ്ട് വിറക് കുട്ടകൾ അടുപ്പിന്റെ ചുവട്ടിലേക്കിട്ട് കിട്ടൻ കിഴക്ക് ഭാഗത്തേക്ക് വീണ് കിടക്കുന്ന പീടികയുടെ നിഴലിനെ അളന്നെടുത്തു.

'ബെരാൻ നേരാക്ന്നേയുള്ളു'.

'ഉം'

ദാമു മൂളി

ശരീരത്ത് പറ്റി പിടിച്ച പൊടി തട്ടിമാറ്റി കിട്ടൻ ദാമുവിന്റെ മുന്നിലേക്ക് നിന്നു.

'ഏടെയോ പോയിറ്റ് ബെർന്ന പോലെയ്ണ്ടല്ലോ?'.

'ഉം, ചീരേട്ടന്റെ പൊര വെരെ'

'അപ്പോ കാര്യങ്ങള് ഇനി ബേഗം ഇണ്ടാവും അല്ലേ.?'

ദാമു അതിനോട് തലയാട്ടി.

നേർത്ത ഒരു ചായ കിട്ടൻ മേശയിലേക്ക് നീക്കിവെയ്ക്കുന്നതിനിടയിൽ വയല് മുറിച്ച് കടന്ന് കുഞ്ഞമ്പു ആശാരിയും പാട്ടക്കാരൻ നാരായണനും എത്തി. അവരെ കണ്ടതും കിട്ടൻ പതിവായുള്ള ചോദ്യമിട്ടു.

'രണ്ടാക്കും ഒരു റ്റീയും, ബെനാനയും എട്ക്കട്ടെ?'

'യെസ്, യെസ് '

കുഞ്ഞമ്പു ആശാരി മറുപടിയോടെ ദാമുവിന്റെ അടുത്തേക്കിരുന്നു.

മിഴാവ്കുന്നിൽ വല്ലപ്പോഴുമൊക്കെ ഇംഗ്ലീഷ് ഭാഷ പ്രയോഗിക്കുന്ന ഒരേയൊരു ഇടമാണ് കിട്ടന്റെ ചായപ്പീടിക. ഒന്നുരണ്ട് ഇംഗ്ലീഷ് വാക്ക് കിട്ടൻ പഠിച്ചെടുത്തതിന് പിന്നിലും ഒരു കഥയുണ്ട്.

വെള്ളക്കാര് ഇന്ത്യ വിട്ട് പോയി ഏതാണ്ട് ആറേഴ് കൊല്ലം കഴിഞ്ഞു കാണും, തലശ്ശേരി കോട്ട കാണാനിറങ്ങിയ രണ്ട് സായിപ്പൻമാർ കുതിരവണ്ടിയിൽ കറങ്ങി കറങ്ങി അവസാനം കിട്ടന്റെ പീടിക മുന്നിലേക്കാണെത്തിയത്. ഉച്ചനേരമായതിനാൽ പീടികയിൽ മറ്റ് ആളനക്കമൊന്നും ഉണ്ടായിരുന്നില്ല.

ഒന്ന് രണ്ട് നൂറ്റാണ്ട് തങ്ങളെ അടക്കി ഭരിച്ചതിന്റെ പരിഭവൊന്നും കിട്ടൻ അവരോട് കാട്ടിയില്ല. സായിപ്പൻമാർ ചിരിച്ചപ്പോൾ കിട്ടനും നന്നായി തന്നെ ചിരിച്ചു.

എന്നാൽ കാലിളകിയ ബെഞ്ചിലേക്ക് വെളുവെളുത്ത ശരീരം താങ്ങി അവര് ചായക്കും പഴത്തിനും ആവശ്യപ്പെട്ടതോടെ കൂട്ടിലകപ്പെട്ട വെരുകിനെ പോലെ കിട്ടൻ പീടികയ്ക്കുള്ളിൽ വട്ടംചുറ്റി. ഉടുത്തിരുന്ന കരിപിടിച്ച തുവർത്തിന്റെ കോന്തല കൊണ്ട് ഇടയ്ക്കിടെ നെറ്റിയിലെ വിയർപ്പ് തുടച്ചു.

ഒടുക്കം ഗ്ലാസ് തൊട്ട് കാണിച്ച് ടീയെന്നും, തൂങ്ങി നില്ക്കുന്ന പഴക്കുല കാട്ടി ബനാനയെന്നും സായിപ്പൻമാര് പറഞ്ഞപ്പോഴാണ് അയാൾക്ക് ശ്വാസം നേരെ വീണത്.

ചായയും പഴവും കഴിച്ച് വലിയൊരു നന്ദിയും പറഞ്ഞ് സായിപ്പൻ മാര് ദൂരേക്ക് മറയുന്നത് വരെ പീടികതൂണിൽ ശരീരം താങ്ങി കിട്ടൻ നോക്കി നിന്നു.

പിന്നെ ബെഞ്ചിലേക്ക് കുത്തിയിരുന്ന് റ്റീയെന്നും ബനാനയെന്നും നിർത്താതെ ഉരുവിട്ടു.

അന്ന് വൈകുന്നേരം പീടികയിലെത്തിയ ഉടുമ്പു രാജന്റെയും ചക്ക ര നാണുവിന്റെയും അടുത്തേക്ക് ചെന്ന് കിട്ടന്റെ വക ഒറ്റചോദ്യം.

'രണ്ടാൾക്കും ഓരോ റ്റീയും ബെനാനയും എടുക്കട്ടെ?'

ഇരുവരും വായ് പൊളിച്ചു. അതു കണ്ട് കിട്ടൻ ഉറക്കെ ചിരിച്ചു.

'ഓ സായിപ്പാരുടെ ബർത്താനം ഇങ്ങക്ക് ഏടെ തിരിയാനാ അല്ലേ ?'

മിഴാവ്കുന്നിൽ രാവെഴുത്ത് ആരംഭിച്ചപ്പോൾ നാണുവിനും, കോടാ ലി ചന്തുവിനും, കുഞ്ഞനന്തനും പുറമെ കിട്ടനും പോയിരുന്നു.

അക്ഷരമറിയാത്ത മുതിർന്ന ആളുകളെയെല്ലാം രാത്രി നേരങ്ങളിൽ ഒരിടത്ത് വിളിച്ചിരുത്തി പൂഴിയിൽ എഴുതിച്ച് പഠിപ്പിക്കുന്ന രീതിയാണ് രാവെഴുത്ത്.

ആദ്യ ദിവസം തന്നെ പൂഴിയുടെ മുന്നിലേക്കിരുന്ന് കിട്ടൻ മുകുന്ദ നോട് സംശയം പ്രകടിപ്പിച്ചു.

'അല്ല മുകുന്ദാ, ഈടെ സായിപ്പാരുടെ ബർത്താനം എയ്തിക്കൂലേ'?.

മുകുന്ദൻ ചിരിച്ചു.

'ആ വർത്താനം പഠിക്കാൻ ചെറിയ ബുദ്ധിയൊന്നും പോരാ കിട്ടേ ട്ടാ, എല്ലാരും ഇങ്ങളെ പോലെ കഴിവില്ലോരല്ലാലോ'?

'അത് നേരാ, അത് ഞായൻ നീരീച്ചിറ്റില്ലേനു'

അതും പറഞ്ഞ് അയാൾ പൂഴിയിൽ വിരലുകൊണ്ട് വലിപ്പത്തിൽ 'അ' യെന്ന അക്ഷരമെഴുതി.

രാവെഴുത്ത് ആഴ്ച്ചകളോളം നീണ്ടു. പേരെഴുതി ഒപ്പിടാൻ പഠിച്ചപ്പോൾ നാണു പറഞ്ഞു.

'ചക്കരേന്റെ കൂട്ടറിയാനും വട്ടക്കണ്ണീന്റെ ബെലിപ്പമറിയാനും എന്തി നാപ്പാ തോനെ അശ്ശരം'.

കുഞ്ഞനന്തനും അതേ അഭിപ്രായക്കാരനായിരുന്നു.

എന്നാൽ വരും ദിവസങ്ങളിൽ ചിലരൊക്കെ അക്ഷരങ്ങൾ കൂട്ടിവാ യിക്കാൻ തുടങ്ങി. അതോടെ രാവെഴുത്ത് മിഴാവ്കുന്നിനപ്പുറത്തേക്കും കടന്നു ചെന്നു.

കിട്ടൻ കൊണ്ടു വെച്ച ചായ ഒന്നിറക്കിയ ശേഷം കുഞ്ഞമ്പു ആശാ രി മടിക്കുത്തിൽ നിന്ന് മരത്തിന്റെ അളവെഴുതിയ കുത്തുളി ദാമുവിന്

നല്കി.

അതിലൂടെ ഒരു വട്ടം കണ്ണോടിച്ചുകൊണ്ട് ദാമു ചോദിച്ചു.

'മരം മുറിക്കാൻ ഇപ്പം പക്കം ഇണ്ടാ കുഞ്ഞമ്പു ഏട്ടാ?'

'രണ്ടീസം കൂടി ഒന്ന് കയിഞ്ഞോട്ടെ'

ദാമു തലയാട്ടി.

തിരികെ പുരയിലേക്ക് വന്ന് കയറിയ ദാമു തെക്ക് ഭാഗത്തെ ഉയർന്നു നില്ക്കുന്ന മൺക്കൂനയ്ക്ക് മുന്നിൽ അല്പനേരം നിന്നു. കാര്യങ്ങളെല്ലാം പിഴവുകളില്ലാതെ മുന്നോട്ട് പോകുന്ന സംതൃപ്തിയിൽ അയാൾ അച്ഛന്റെ അവസാനവാക്കുകളോർത്തെടുത്ത് കണ്ണടച്ചു.

27. കത്ത്

'തച്ചോളി ഓമന കുഞ്ഞോതേനൻ
പാഞ്ഞോടുന്നുണ്ടല്ലോ കുഞ്ഞോതേനൻ......'

മാതു നീട്ടിപാടുകയും മാധവിയും, മാലതിയും, ജാനുവും, ലതയും, മീനാക്ഷിയും മറ്റ് പെണ്ണുങ്ങളും അതേറ്റു പാടുകയും ചെയ്തു. ഒപ്പം നടുവളഞ്ഞു നിന്ന് പാട്ടിനൊപ്പം ഞാറ് ചളിയിലേക്കാഴ്ത്തി. മാധവിയും രണ്ട് പെണ്ണുങ്ങളും കൂട്ടിത്തുന്നിയ പിരിയോലപ്പന തലയിൽ ചൂടി പിന്നിലേക്ക് പിന്നിലേക്ക് ചുവടുവെച്ചു. പാടവരമ്പിലൂടെ വെള്ളക്കൊറ്റികൾ നീളൻ കാലുമായി ചുറ്റിനടന്ന് ഇടയ്ക്ക് ചളിയിലേക്കിറങ്ങി. ചെറുമീനുകൾ കൊക്കുകൾക്കിടയിൽ കിടന്ന് പിടഞ്ഞ് അപ്രത്യക്ഷമായി.

മണിയൻ അറ്റം കൂർത്ത കമ്പുകൊണ്ട് പാടവരമ്പ് തുളച്ച് ഓരോ തട്ടിലും കെട്ടി നിന്ന വെള്ളത്തെ താഴേക്ക് താഴേക്ക് ഒഴുക്കിവിട്ടു.

മാതുവിന്റെ പാട്ട് താളത്തിൽ തുടർന്നു. ഒരു പാട്ട് അവസാനിക്കുമ്പോഴേക്കും ഒരു കണ്ടം ഞാറ് നട്ട് പെണ്ണുങ്ങൾ നടു നിവർത്തും.

ഒരു ഞാറുപിടി കൂടിയെടുത്ത് അടുത്ത കണ്ടത്തിലേക്ക് ഇറങ്ങുന്നതിനിടെ മാതു പറഞ്ഞു.

'ഇങ്ങള് അറിഞ്ഞിനാ? ബാലൻ മ്മളെ നാട്ട്ന്ന് പോയീന്ന് '

എല്ലാ പെണ്ണുങ്ങളുടെയും കാതിലേക്ക് അതെത്തിയെങ്കിലും ജാനു മാത്രം മുഖമുയർത്തി മാതുവിനെ നോക്കി.

'ഗോപാലൂട്ടി പറഞ്ഞയാ'.

ഞാറിന്റെ കെട്ടഴിച്ച് മാതു കൂട്ടിച്ചേർത്തു.

'ഇനി ചെലപ്പ്ളേ മടങ്ങി ബെരൂന്ന്,.ഗോപാലൂട്ടിക്ക് എയ്ത്ത് എയ്തി ബെച്ചിറ്റാ ഓൻ പോയേ '

ഒന്ന് രണ്ട് ദിവസങ്ങൾ കഴിഞ്ഞാണ് കിട്ടനിലേക്ക് ആ വാർത്തയെ

ത്തിയത്. പിന്നെയത് പതിവ് വേഗം കൈവരിച്ചു.

ഒരു വൈകുന്നേരം ഗോപാലൻകുട്ടിയെ കണ്ടപ്പോൾ അയാൾ പരിഭവം പ്രകടിപ്പിക്കുകയുണ്ടായി.

'ന്നാലും ഗോപാലൂട്ടി, ഓൻ നാട്ട്ന്ന് പോയ കാര്യം ഇനിക്ക് അന്നോട് പറയേനു. മറ്റുള്ളോലോട് ഇക്കാര്യം പറേമ്പം അവരറിഞ്ഞീന്ന് കേട്ടാ മനസ്സിന്റെ ഒരു സൊഖങ്ങ് പോകും'

ഗോപാലൻകുട്ടി ഒന്നും മിണ്ടിയില്ല. മുന്നിൽ കൊണ്ടു വച്ച ചായ വേഗത്തിലിറക്കി അയാൾ നടന്നു.

മൂന്നാലഞ്ച് ചുവട് നീങ്ങിയതും പിന്നാലെ വിളിയൊച്ചയുമായി കിട്ടനെത്തി.

ഗോപാലൻകുട്ടിയുടെ അരികിലേക്ക് അൽപം നീങ്ങി നിന്ന് അയാൾ ശബ്ദം കുറച്ചു.

'മറ്റുള്ളോല് കേക്ക്ന്ന പ്രശ്നാങ്കില് ഞി അന്നോട് മാത്രം പറഞ്ഞോ. ന്റെ നാക്ക്ന്ന് അത് എടേം പോവൂല്ല'.

കിട്ടൻ ചുറ്റിലും ഒന്നു കണ്ണോടിച്ചു.

'ഇനി ബെരൂലാന്ന് പറഞ്ഞ് ബാലൻ ഏടെയാ പോയേ? ശെരിക്കും ഓനെന്നാ പ്രശ്നോം?'

'നിക്ക് അറീല കിട്ടേട്ടാ '.

'അത് ഞി ബെറ്തേ പറേന്നയാന്ന്'.

ഗോപാലൻകുട്ടിയുടെ വലത് തോളിൽ ചെറുതായൊന്ന് തട്ടി അയാൾ മുഖം ചുളിച്ചു.

'സത്യായിറ്റും അറീല, ഇനി അറിഞ്ഞാൽ തന്നെ ഞാൻ അതാദ്യം ഇങ്ങളോട് പറയാം. പോരേ '

കിട്ടന്റെ മനസ് പകുതി തണുത്തു.

ഗോപാലൻകുട്ടി അല്പം മുന്നോട്ട് നീങ്ങിയതും അയാൾ ഒരു ചോദ്യം കൂടിയെറിഞ്ഞു.

'ആ എയ്ത്തില് എന്നേനൂന്നെങ്കിലും പറഞ്ഞൂടെ' ?

'ഇന്നാട് വിട്ട് പോക്കാന്നും ചെലപ്പഴേ മടങ്ങി ബെരൂന്നും '

'ബേറൊന്നും ഇല്ലേ'.?

'ഇല്ല'.

'ഉം' കിട്ടൻ നേർത്ത് മൂളി

ബാലന്റെ നാട് വിട്ട് പോകൽ കിട്ടനെ മാത്രമല്ല പല മനസ്സുകളെയും അല്പനേരം ചിന്തയിലാക്കാൻ കഴിയുന്ന ഒന്നായിരുന്നു. അയാൾക്ക് പോകാൻ പേരിന് ഒരു നാടുണ്ടോ? എല്ലാവർക്കും അതായിരുന്നു സംശയത്തിന്റെ മുഖ്യ കാരണം.

ബാലന്റെ ഉടയോരൊക്കെ നന്നേ ചെറുപ്പത്തിലെ ഇല്ലാതായീന്ന് തുടക്കോം ഒടുക്കോം ഇല്ലാതെ പലരും കേട്ടിട്ടുണ്ട്. ഉണ്ടായിരുന്ന കിടപ്പാടം ജന്മിമാര് പ്രോമിസറിനോട്ടിന്റെ ബലത്തിൽ അന്ന് തന്നെ കൈവശപ്പെടുത്തിയന്നും അതിനൊക്കെ ശേഷം അയാൾ പല പല നാടുകൾ താണ്ടിയാണ് മിഴാവ്കുന്നിലേക്ക് ചേക്കേറിയതെന്നും ചാത്തുക്കുട്ടി മാസ്റ്റർ പറഞ്ഞ അറിവും ചിലരിലുണ്ട്.

ഗോപാലൻകുട്ടിക്ക് മാതുവാണ് ബാലൻ പോകുന്നതിനു മുൻപ് ഏൽപ്പിച്ച ചുവന്ന പുറംചട്ടയുള്ള ഒരു പുസ്തകം നല്കിയത്. അതിനുള്ളിൽ രണ്ട് കത്തുകൾ കൂടിയുണ്ടായി. ഒന്ന് നലായി മടക്കി ഭദ്രമായി ഒട്ടിച്ച നിലയിലായിരുന്നു.

അയാൾ തുറന്ന കത്ത് ആദ്യം നിവർത്തി.

'ഗോപാലൻകുട്ടിക്ക്,
ഞാൻ മിഴാവ്കുന്നിൽ നിന്ന് തല്ക്കാലം വിട വാങ്ങുകയാണ്. മനസ്സ് ആകെ അസ്വസ്ഥമാണ്. നമ്മൾ ആശങ്കപ്പെട്ടതിന്റെയെല്ലാം ഒടുക്കമായി കാര്യങ്ങളെ കൂടുതൽ മനസ്സിലാക്കാനുള്ള ശ്രമത്തിലാണ് ഞാൻ. നിന്നെ കാണണമെന്നുണ്ടായിരുന്നു, കഴിഞ്ഞില്ല. നമുക്ക് പറയാനുള്ളതെല്ലാം നമ്മൾ പറഞ്ഞു കഴിഞ്ഞതല്ലേ. കൂടുതൽ വിശദീകരണം വേണ്ടതില്ലല്ലോ. നമ്മളാഗ്രഹിക്കും പോലെ പ്രതീക്ഷയുടെ മറ്റൊരു വാതിൽ എന്നെങ്കിലും തുറക്കാതിരിക്കില്ല, അങ്ങനെ സംഭവിച്ചാൽ നമുക്ക് വീണ്ടും കണ്ടു മുട്ടാം.... '

അടുത്ത വരിയിലേക്കിറങ്ങുമ്പോൾ ഗോപാലൻകുട്ടിയുടെ ഹൃദയമിടിപ്പ് കൂടി.

'ഇനി ഞാനീ പറയുന്ന കാര്യം നീ ഏറ്റവും രഹസ്യമായി സൂക്ഷിക്കണം, ഈ നാടിനകത്ത് എനിക്കൊരു ഇഷ്ടമുണ്ട്. അത് പറയാനും ആ മനസ്സറിയാനും എനിക്ക് കഴിഞ്ഞില്ല. ഞാനീ നാട്ടിൽ നിന്ന് പോയി എന്നറിയുന്ന നിമിഷം ഒരു പക്ഷേ അവൾ നിന്നെ തേടി വരുമായിരിക്കും, അങ്ങനെ സംഭവിച്ചാൽ ഈ രണ്ടാമത്തെ കത്ത് നീ അവളെ ഏൽപ്പിക്കണം...'

'എന്നാ മോനേ എയ്ത്ത്?'

മാതു ഗോപാലൻകുട്ടിയുടെ മുഖത്ത് നിന്ന് കണ്ണെടുത്തില്ല.

'ബാലേട്ടൻ ഈ നാട്ട്ന്ന് പോയീന്ന് '.

'പോകാനാ'?

'ഉം'

'ഏടേക്ക് '?

'അറീല, ഇനി ചെലപ്പഴേ മടങ്ങി വെരൂന്ന്'.

'രാവിലെ ഇന്നേം തെരഞ്ഞ് കൊറേ നേരം ഈടെ ബന്നിര്ന്നിന്, കാണാണ്ടായപ്പം തിരിച്ച് പോയി. പിന്നെ ഉച്ച കയിഞ്ഞ് ഈ പൊസ്തകോം തന്ന് പോക്കാന്ന് പറഞ്ഞ് പോയതാ'.

പകല് നടന്ന കാര്യങ്ങൾ മാതു ചുരുക്കി അവതരിപ്പിച്ചു.

കൈയിലിരുന്ന രണ്ടാമത്തെ കത്ത് ഗോപാലൻകുട്ടിയിൽ അസ്വസ്ഥത തീർത്തു.

അടുത്തുള്ള ദിവസങ്ങളിൽ ഓരോ സ്ത്രീരൂപങ്ങളും തന്റെ നേർക്ക് വരുമ്പോൾ ഗോപാലൻകുട്ടിയുടെ ഹൃദയം മന്ത്രിക്കും.

'ഇതാണ് ആ കത്തിന്റെ അവകാശി'.

പക്ഷേ ആരും ബാലനെക്കുറിച്ച് ചോദിച്ചില്ലെന്ന് മാത്രം, തിരക്കിയ ഒരേയൊരാളാവട്ടെ കിട്ടനും. അതയാൾ ഒരോ കണ്ടുമുട്ടലിലും തുടർന്നു പോന്നു.

ഒരു വൈകുന്നേരം ശംഖുപാറയുടെ പരപ്പിലിരുന്ന് സുലോചന വിളിച്ചു.

'ഗോപാലൂട്ടിയാട്ടാ'

'ഓ'

അയാളുടെ ശബ്ദം നേർത്തിരുന്നു.

'എന്നാ പറ്റിയേ ഗോപാലൂട്ടിയാട്ടന് ?'

'ഒന്നൂല്ല'

'അല്ല എന്തോ ഇണ്ട് '

സുലോചന ഗോപാലൻകുട്ടിയുടെ മുഖം ഇരു കൈ കൊണ്ടും മെല്ലെ ഉയർത്തി.

'എന്നോട് പറ'

ഗോപാലൻകുട്ടി നെറ്റി കൊണ്ട് സുലോചനയുടെ നെറ്റിയിൽ മെല്ലെ മുട്ടിച്ചു.

'ഒന്നൂല്ല പെണ്ണേ'

സുലോചനയുടെ മുഖം വാടി.

'എന്നോട് പറയൂലേ?'

ആ ചോദ്യത്തെ ഗോപാലൻകുട്ടിക്ക് നിരസിക്കാൻ കഴിയുമായിരുന്നില്ല. അയാൾ മടിക്കുത്തിൽ നിന്ന് ബാലനെഴുതിയ എഴുത്ത് അവൾക്ക് നീട്ടി.

അല്പം കഴിഞ്ഞ് സുലോചന ചോദിച്ചു.

'ആരായിക്കും ഗോപാലൂട്ടിയാട്ടാ അത്? '

'അറീല'

ഗോപാലൻകുട്ടി മുകളിലേക്ക് നോട്ടമയച്ചു. പിന്നെ തെന്നിനീങ്ങുന്ന മേഘങ്ങളിൽ അയാൾ പലപല രൂപങ്ങൾ മെനഞ്ഞെടുക്കാൻ ശ്രമിച്ചു.

28. കലശമാടൽ

ഉമ്മറ്ഹാജിയുടെ പറമ്പിൽ ഉച്ച പണിയും കഴിച്ച് കൈക്കോട്ടിലെ മണ്ണിനെ കൊള്ളിക്കഷ്ണത്താൽ ചുരണ്ടി മാറ്റുമ്പോഴാണ് മൂത്തമ്മായി കിതപ്പോടെ അച്ചുവിന്റെ മുന്നിലെത്തിയത്.

'കുഞ്ഞിമാതൂന് *നൊമ്പരം തൊടങ്ങി, ബേം മലയീനെ ബിളിക്കണം.'

പറഞ്ഞു കൊണ്ട് മൂത്തമ്മായി ശ്വാസം വലിച്ചെടുത്തു.

'ഞായൻ കൊണ്ടരാം, ഇങ്ങള് പൊരേലേക്ക് പോട് '

മൂത്തമ്മായിക്ക് ആ നിർദ്ദേശവും കൊടുത്ത് കൈക്കോട്ട് ഒരു കവുങ്ങിന്റെ ചുവട്ടിലേക്ക് നീക്കി അച്ചു ചെറിയി മലയിയുടെ അടുത്തേക്ക് കുതിച്ചു.

കുഞ്ഞിമാതൂന് മാസം ഒൻപത് തികഞ്ഞതോടെ ഒന്നിടവെട്ട് ചെറിയി പുരയിലെത്തി സുഖവിവരങ്ങൾ തിരക്കാറുണ്ടായിരുന്നു. ഒന്നു രണ്ടു വട്ടം ചരട് ജപിച്ചൂതി അരയിലും കൈയിലും കെട്ടി.

ആദ്യ മൂന്നു തവണയും വലിയ പാടില്ലാതെ ചെറിയി തന്നെയാണ് രണ്ടും രണ്ടിടത്താക്കിയത്. കടിഞ്ഞൂൽ പ്രസവത്തിന് കുഞ്ഞിമാതു സ്വന്തം പുരയിലായിരുന്നു. കുഞ്ഞിനെ കാട്ടലും കലശമാടലും കഴിഞ്ഞപ്പോൾ കുഞ്ഞിമാതൂന്റെ അമ്മ പറഞ്ഞു.

'പെറ്റ വിവരം അച്ചൂന്റെ പൊരേലെത്തി അറീക്കണ്ടേ '?

'ബേണം, മറ്റന്നാൾ ആയിക്കോട്ടെ മലയിയും ഉണ്ടാവൂലോ'.

മൂത്ത കാർന്നോര് ചെറിയിയെ നോക്കി.

'ഞാൻ ബേണോന്ന്ണ്ടോ'.

ചെറിയി നെറ്റി ചുളിച്ചു.

'ബേണം, ബേണം. ആചാരൊന്നും മാറ്റാൻ പറ്റൂലാ'.

അങ്ങനെ ചെറിയിയും കുഞ്ഞിമാതൂന്റെ ആങ്ങളമാരും ചേർന്നാണ്

*നൊമ്പരം – പ്രസവവേദന

രണ്ടാം നാൾ അച്ചുവിന്റെ പുരയിലെത്തി പെറ്റ വിവരം അറിയിച്ചത്.

അളിയൻമാർക്കും ചെറിയിക്കും അച്ചു സദ്യയൊരുക്കി കൊടുത്തു. ചെറിയിക്ക് അണയും പുടവയും, ഒരു കെട്ടിൽ നെല്ലും തേങ്ങയും കൈമാറി. മൂന്നാം നാളാണ് അച്ചു തന്റെ ആദ്യ സന്താനത്തെ കണ്ടത്.

പിന്നെ രണ്ട് തവണയും സ്വന്തം പുരയിൽ തന്നെ ആവട്ടേന്ന് കുഞ്ഞിമാതുവിനോട് അച്ചു പറഞ്ഞു. അച്ചുവിന്റെ നെഞ്ചിലൂടെ വിരലോടിച്ച് കുഞ്ഞിമാതു സമ്മതം മൂളി.

പേറ്റുനോവടുത്ത രണ്ടു തവണയും അച്ചുവിന്റെയുള്ളിൽ കയറി കൂടിയ ആധി ചില്ലറയൊന്നുമല്ല. അത് തിരിച്ചറിഞ്ഞ് ചെറിയി ആശ്വസിപ്പിച്ചു.

'ഭയപ്പാടൊന്നും വേണ്ട. ഇന്ന സമയത്ത് നടക്കും'

അത് കേട്ട് തലയനക്കി കെട്ട്യോളുടെ പെടാപ്പാട് കേൾക്കാൻ കഴിയാതെ പറമ്പിന്റെ ഏതെങ്കിലും ഒരു മൂലയിലിരുന്ന് നിർത്താതെ പുക വിടുകയാണ് അച്ചുവിന്റെ പതിവ്.

ചെറിയി മലയി ഒരു നേരം പറഞ്ഞാൽ അതിന് മാറ്റമുണ്ടാവില്ല.

ചിലപ്പോഴൊക്കെ കുഞ്ഞിക്കാലാവും ആദ്യം പുറത്തേക്ക് വരിക. പിന്നെ പ്രസവമല്ല കുഞ്ഞിനെ എടുക്കല് തന്നെയാണ്. ആ നേരം പെറുന്ന പെണ്ണിന്റെ നിലവിളിയിൽ മേൽക്കൂര പോലും വിറയ്ക്കും.

ചെറിയി മലയിയെ അതൊന്നും ഒട്ടും ആശങ്കപ്പെടുത്തുകയേയില്ല. എത് വിഷമഘട്ടവും തരണം ചെയ്യാനുള്ള കഴിവ് അവർക്ക് ജന്മനാ തന്നെയുണ്ട്. മിഴാവ്കുന്നിൽ അങ്ങനെ എണ്ണിയാൽ തീരാത്ത ജീവനുകളാണ് ചെറിയി മലയിയുടെ കൈയിലേക്ക് പിറന്ന് വീണ് ആകാശം കണ്ടത്.

അച്ചു വന്ന് വിവരം പറഞ്ഞതും മലയി ഒരു കെട്ടുമെടുത്ത് കൂടെയിറങ്ങി.

വന്നയുടൻ കുഞ്ഞിമാതൂന്റെ വയറിൽ അവർ കൈവെച്ചു.

'ഇന്ന്ണ്ടാവും. കുട്ട്യോളെയെല്ലാം മാറ്റിക്കോ'

അച്ചു മൂന്നു മക്കളെയും അയൽവക്കത്ത് മൂത്തമ്മായിയുടെ പുരയിലേക്ക് കൊണ്ടുപോയി.

കുഞ്ഞിമാതൂന്റെ നാഭിയിലും ശരീരത്താകമാനവും പ്രത്യേകമായി കൊണ്ടുവന്ന എണ്ണ ഇടയ്ക്കിടെ ചെറിയി തേച്ചുപിടിപ്പിച്ചു. മന്ത്രമൂതിച്ച ചരട് അരയിൽ കെട്ടി.

നാഴിക രണ്ട് തികച്ചില്ല കുഞ്ഞിമാതൂന്റെ കടുത്ത വേദനയ്ക്ക് വിരാമമിട്ട് ഒരാണിന്റെ കരച്ചില് കൂടി പുരയ്ക്കകത്ത് പൊന്തി.

അച്ചു നെഞ്ചിൽ കൈവെച്ച് ആശ്വാസം കൊണ്ടു.

മറു കണ്ടയുടൻ ചെറിയി പൊക്കിള് മൂർച്ചക്കത്തി കൊണ്ട് മുറിച്ചു. അതിനു മേൽ ചകിരിനാരുകൊണ്ട് കെട്ടി.

കുഞ്ഞിമാതൂന്റെ മൂത്തമ്മായി ചെറിയിക്ക് സോപ്പും തുവർത്തും കിണ്ണവും കൊടുത്തു. ചെറിയി കുട്ടിയെ കുളിപ്പിക്കാനുള്ള ഒരുക്കം നടത്തി.

അച്ചു ഇളനീര് കൊണ്ടുവന്ന് ചെത്തി മൂട് കളഞ്ഞു. ഇറയത്ത് നിലവിളക്ക് അഞ്ച് തിരിയിട്ട് തെളിച്ചു. നാഴിയിൽ അരി നിറച്ചു.

കുളിപ്പിച്ച ശേഷം ചെറിയി ഓരോരുത്തരെയായി കുഞ്ഞിനെ കാട്ടി. ചിലരൊക്കെ ചെറിയിക്ക് നാണയതുട്ട് നല്കി.

കുഞ്ഞിനെ കാട്ടൽ ചടങ്ങിന് ശേഷം മലയി കലശമാടലിലേക്ക് കടന്നു.

ഇറയത്തിരുന്ന് കാലുകൾ നീട്ടിവെച്ച് കുഞ്ഞിനെ മടിയിൽ കിടത്തിയ ശേഷം സ്വർണ്ണമോതിരം കൊണ്ട് ഇളനീര് വെള്ളം ചുണ്ടിൽ ചേർത്ത് ചെറിയി ചടങ്ങിന്റെ ഭാഗമായ പ്രാർത്ഥന ചൊല്ലാൻ തുടങ്ങി.

ഹരി മുന്നമേ മൂലദേവ
ഹരിയാന ശ്രീയാന
ഗുണവാന ധനവാന
ഇങ്ങനെ അഞ്ച് രണ്ട് ഏഴാനക്കെട്ടും
ബലവും വീര്യവും
വാണാലും വർദ്ധനവും
ദീനാലും ദീർഘായുസ്സും ഉണ്ടായിരിക്ക.
അരി കോരിയിട്ട് ആയുസ്സുണ്ടായിരിക്ക.
അന്നം വാണ്, വാഴ്ച്ച വാണ്
ആയുധ പരിഷം വാണിരിക്കണെ ഈശ്വരാ.
അച്ഛനെയും അമ്മയെയും പറയിപ്പിക്കററ്.
എടുത്ത പേറ്റിച്ചിയെ ഒട്ടും പറയിപ്പിക്കററ്.
കാർന്നോൻമാരെ തീരെ പറയിപ്പിക്കററ്.
ആരെടാ എന്ന് ചോദിച്ചാൽ ഞാനെടാ എന്ന് പറയണം.
പയ്യന്നൂർ പെരുമാൾ ആടിയകലശം.
മുതുകാട്ട് ശാസ്താവ് ആടിയകലശം.
കൊട്ടിയൂർ പെരുമാൾ ആടിയകലശം.
ആടിയകലശത്തിനും ചൂടിയ പുഷ്പ്ത്തിനും വാട്ടം വെരുത്തല്ല.'

ഈണത്തിൽ ചൊല്ലുന്നതിനൊപ്പം ഇളനീർ വെള്ളം ചെറിയി കുഞ്ഞിന്റെ ചുണ്ടിലേക്ക് പിന്നെയും പിന്നെയും തൊട്ടു വെച്ചു.

ചടങ്ങിന്റെ അവസാനം 'കൈനിറയെ മുത്തും പവിഴവും കോരി മടി

നിറയെ പൈതലിനെ കൈക്കൊണ്ടോ' എന്ന് മൂന്നുവട്ടം ചൊല്ലി ചെറിയി കുഞ്ഞിനെ അച്ചുവിന് കൈമാറി.

ചെറിയി പടിയിറങ്ങാൻ നേരം അച്ചു ഉറുപ്പികയും നെല്ലും, അരിയും, വെളിച്ചെണ്ണയും, പച്ചക്കറികളും കെട്ടാക്കി കൊടുത്തു. കുഞ്ഞിനെ കുളിപ്പിക്കാൻ ഉപയോഗിച്ച സോപ്പും കിണ്ണവും തോർത്തും മലയിക്ക് തന്നെ അവകാശപ്പെട്ടതാണ്.

കുഞ്ഞിമാതുന്റെ പേറ്റുചോര പുരണ്ട ഉടുവസ്ത്രങ്ങളൊക്കെയും ചുറ്റിക്കെട്ടി മൂത്തമ്മായി പുറത്തൊരു മൂലയിലേക്ക് മാറ്റി. ഉച്ചയോടെ മുടന്തി മുടന്തി പാറു ആ കെട്ടും ചുമന്ന് നടന്നു.

രാത്രിയിൽ അച്ചു ഏറെ നേരം കുഞ്ഞുമുഖത്തേക്കും കെട്ടിയോളെയും മാറിമാറി നോക്കി.

'എന്തേ'?

കുഞ്ഞിമാതു കണ്ണുകൾ വിടർത്തി.

'ഇന്റെ നെറാ'.

കുഞ്ഞിമാതു ചിരിച്ചു.

അയാൾ കെട്ട്യോളുടെയും കുഞ്ഞിന്റെയും നെറ്റിയിൽ പതുക്കെ തന്റെ ചുണ്ടുകൾ ചേർത്തു.

പിറ്റേ ദിവസം മൂത്തമ്മായി ചെറിയ ഉള്ളിയും വെളുത്തുള്ളിയും ചക്കരയുമിട്ട് വേവിച്ച് കുഞ്ഞിമാതൂന് കഴിക്കാൻ കൊടുത്തു. എഴാം നാളുവരെ അത് തുടർന്നു.

എട്ടാംനാൾ ജാതി മരുന്ന് അച്ചു കാക്കേങ്ങാട്ട് ചെന്ന് കൊണ്ടുവന്നു. മൂത്തമ്മായി അതിൽ നിന്ന് ഓരോ നുള്ള് വീതമെടുത്ത് അമ്മിയിലരച്ച് കുഴമ്പാക്കി കുഞ്ഞിമാതൂന് നീട്ടി.

പിഞ്ഞാണ കോപ്പയും കൈയിൽ പിടിച്ച് മടിച്ച് നിന്ന കുഞ്ഞിമാതുവോട് മൂത്തമ്മായി പറഞ്ഞു.

'കണ്ണടച്ച് എറക്കിക്കോ, വയറ്റിലെ പുണ്ണെല്ലാം ഒണങ്ങട്ടെ '

ഏഴു ദിവസവും കുഞ്ഞിമാതു ജാതി മരുന്ന് കണ്ണടച്ചിറക്കി.

ഇരുപത്തിയെട്ട് വിളിക്ക് പാറുവിനെയും ചെറിയിയെയും അച്ചു പ്രത്യേകം ക്ഷണിച്ചു. അവർക്ക് അരപുടവയും അരിയും തേങ്ങയും കൈമാറി. പടിയിറങ്ങുന്ന നേരം പാറുവിലും ചെറിയിയിലും അടുത്ത പുരയുടെ ചിത്രം തെളിഞ്ഞു നിന്നിരുന്നു.

29. കറക്റ്റ് ദാക്ഷായണി

'ഇതങ്ങനെ എളുപ്പം തീർക്കണ്ടതല്ല ഗോപാലൂട്ടി, മനസ്സിരുത്തി വാ

യിക്കണ്ടതാ'

തൊട്ടടുത്ത് എന്ന പോലെ ആ ശബ്ദം ഗോപാലൻകുട്ടിയിൽ മുഴങ്ങി.

ബാലൻ മിഴാവുകുന്നിൽനിന്ന് പോകുന്നതിനു മുമ്പ് ഏൽപ്പിച്ച ആ പുസ്തകത്തിന്റെ കടും ചുവപ്പാർന്ന പുറം ചട്ടയിൽ തഴുകി അയാൾ അക്ഷരങ്ങളെ ഉള്ളിലേക്കെടുത്തു.

'തിരഞ്ഞെടുത്ത കൃതികൾ'

ഗോപാലൻകുട്ടി ആദ്യത്തെ താളു മറിച്ചു.

'കർഷകർ അജയ്യമായ ഒരു കൊടുങ്കാറ്റുപോലെ, ഒരു ചക്രവാതം പോലെ ഉണർന്നെഴുന്നേൽക്കും. എത്ര തന്നെ വലിയ ശക്തികൾക്കു പോലും പിടിച്ചു നിർത്താനാവത്ത വിധം വേഗതയും അക്രമണോത്സുകതയും അതിനുണ്ടായിരിക്കും. തങ്ങളെ ബന്ധിച്ചിരിക്കുന്ന ചങ്ങലകൾ അവർ തകർത്ത് തരിപ്പണമാക്കും. വിമോചനത്തിന്റെ പാതയിലൂടെ മുന്നോട്ട് കുതിക്കും.'

'ഗോപാലൂട്ടീ'

പുരയുടെ മുറ്റത്ത് മാതുവിന്റെ വിളിയൊച്ച ഉയർന്നു കേട്ടപ്പോൾ അയാൾക്ക് നീരസം തോന്നി.

'ഓൻ പൊസ്തകത്തിന്റെ മുമ്പിലായിരിക്കും'.

മാതു പറയുന്നുണ്ട്.

'ബിളിക്ക് ഒരു കാര്യം ചോയ്ക്കാനാ '.

ദാക്ഷായണിയുടെ ശബ്ദം ഗോപാലൻകുട്ടി തിരിച്ചറിഞ്ഞു.

അയാൾ പുസ്തകം ഭദ്രമായി മടക്കി.

ഒരു കാരണവുമില്ലാതെ തന്നെ തേടി ദാക്ഷായണി വരില്ലാന്ന് ഉറപ്പാണ്. അരയിലെ തുവർത്തിന് പകരം മുണ്ടു ചുറ്റി കഴുക്കോലുകൾക്കിടയിൽ തിരുകിവെച്ച കത്ത് ഇടത് കൈയിൽ പിടിച്ച് ഗോപാലൻകുട്ടി പുറത്തിറങ്ങി. മാതു കുളിക്കാനും നനയ്ക്കാനുമായി തോട്ടുവഴിയിലേക്ക് നടന്നു കഴിഞ്ഞിരുന്നു.

'എന്നേനു?'

ഗോപാലൻകുട്ടി ചോദിച്ചു.

ശബ്ദം കേട്ട് ചേതിയിൽ ഇരിപ്പുറപ്പിച്ചിരുന്ന ദാക്ഷായണി പിന്നാമ്പുറത്തെ പൊടി തൂത്ത് എഴുന്നേറ്റു.

'കൊറച്ചീസായി ഇന്നോട് ഒരു കാര്യം ചോയ്ക്കണോന്ന് നിരീക്ക്ന്ന്?

ദാക്ഷായണി അത് പറയുമ്പോൾ ഗോപാലൻകുട്ടി അവരെ അടിമുടി നോക്കുകയായിരുന്നു.

ബാലനെക്കാൾ നാലോ അഞ്ചോ വയസ്സെങ്കിലും അധികമുണ്ടാവും. മാത്രമല്ല മിഴാവ്കുന്നിൽ നാക്കിന് നിയന്ത്രണമില്ലാത്ത ഒരേയൊരു പെൺ രൂപം കറക്റ്റ് ദാക്ഷായണിയാണ്. തെറ്റിയാൽ വായിൽ തോന്നുന്നതൊക്കെ ഒരു മടിയുമില്ലാതെ പുറത്തേക്ക് ഒഴുക്കും. തെറി വാക്കുകൾ കൊണ്ട് അഭിഷേകം നടത്തും. മിഴാവ്കുന്നിലെ ആരും ദാക്ഷായണിയോട് നോക്കിയും കണ്ടുമേ ഇടപെടു.

തോലിന്റെ ചെരിപ്പും കൈയ്യിൽ വാച്ചും സ്വർണ്ണമാലയും ചുറ്റി പാട്ടക്കാരൻ നാരായണൻ എല്ലാവരുടെയും ബഹുമാനവും പറ്റി നടക്കുന്ന സമയത്തും കുട്ടങ്ങാട്ടെ ഇടവഴിയിൽ വെച്ച് അയാളുടെ ചെകിടത്ത് കൈ വീശി അടിക്കാൻ ഒട്ടും മടികാട്ടാത്ത പെണ്ണാണ് ദാക്ഷായണി.

ആ പ്രഹരമേറ്റതിന് ശേഷമാണ് നാരായണൻ അടുത്ത ചങ്ങാതിമാരോട് ദാക്ഷായണിയെ കുറിച്ച് കൂടുതൽ ചോദിച്ചറിഞ്ഞത്.

കെട്ടിയോന്റെ ചില ദുർന്നടപ്പ് കണ്ടറിഞ്ഞ് മിഴാവ്കുന്നാകെ ഓടിച്ചിട്ടടിച്ച കാഴ്ച്ച പലരും കണ്ടതാണ്.

പത്തിരുപത്തഞ്ച് കൊല്ലം മുൻപ് ആരുമൊന്ന് കൊതിച്ചു പോകുന്ന ഭംഗിയായിരുന്നു ദാക്ഷായണിക്ക്. സ്വർണ്ണക്കതിരിന്റെ നിറവും, അരക്കെട്ടോളം നീളുന്ന മുടിയും, ഉയരത്തിനൊത്തവണ്ണവും മുത്തുകിലുങ്ങുന്ന ചിരിയും കണ്ട് മിഴാവ്കുന്നിലെ ആണുങ്ങൾ ദാക്ഷായാണിയെ സ്വന്തമാക്കാൻ കച്ചമുറുക്കി. പലരും അരിച്ചൽ മുറ്റത്ത് വെച്ച് കണ്ണും കൈയും കാട്ടി. തോട്ടുവക്കിലും ഇടവഴിയിലും വെച്ച് പ്രേമാഭ്യർത്ഥനയുടെ സ്വരവുമായി ചെന്നു.

പക്ഷേ, ദാക്ഷായണിക്ക് ആരെയും തന്റെ പുരുവനായി സങ്കല്പ്പിക്കാൻ കഴിഞ്ഞില്ല. ഒന്നു രണ്ടു പേർ ദാക്ഷായണിയെ കെട്ടിയില്ലേൽ മംഗലമേ വേണ്ടെന്ന നിലപാട് പറഞ്ഞിട്ടും ദാക്ഷായണി കുലുങ്ങിയില്ല.

അങ്ങനെയിരിക്കെ ഒരു ദിനം ദാക്ഷായണിയെ സ്വപ്നം കണ്ടു നടന്നവരിലേക്ക് തീ കോരിയിട്ടതു പോലെ ആ വാർത്തയുടെ ചൂട് തട്ടി.

പുറം നാട്ടുകാരനായിരുന്നു വരൻ. ദാക്ഷായണിയെ പോലെ തന്നെ വെളുത്ത നിറവും, കോലൻ മുടിയുമാണ്. ദാക്ഷായണിയെക്കാൾ അല്പം മെലിഞ്ഞതാണെങ്കിലും ആ രൂപത്തെ നോക്കി ചിരുതെയ്കുഞ്ഞി പറഞ്ഞു.

'ന്റെ മോക്ക് ഈാല്പരം ഒരു ബന്ധം ബേറെ ബെരാനില്ല, ഇത് കയിഞ്ഞിറ്റ് ബേണം കണ്ണടക്കാൻ '

'പലകവെച്ച് കല്യാണം' ആചാരങ്ങളോടെ നടന്നു. ദാക്ഷായണിയെ കിനാവുകണ്ടവരിൽ ചിലർ ശംഖുപാറയിലിരിപ്പായി. വില്ലൊടിച്ച വീരാളിയെ പോലെ മിഴാവ്കുന്നിലെ കാമുകൻമാരുടെ മുന്നിലൂടെ ദാക്ഷായണിയോടൊപ്പം പുരുവൻ നെഞ്ചും വിരിച്ചു നടന്നു. ആറാം മാസം മുൻകൂട്ടി പറഞ്ഞു വച്ചത് പോലെ ചിരുതെയ്കുഞ്ഞി കണ്ണടയ്ക്കുകയും ചെയ്തു.

ആണ്ട് മൂന്നാല് കഴിഞ്ഞിട്ടും ദാക്ഷായണിയിൽ പുതുജീവന്റെ തുടിപ്പൊന്നുമുണ്ടായില്ല. ഇതിനിടെയാണ് വില്ലാളിവീരനിൽ മറ്റൊരവതാരത്തിന്റെ ഗുണം പതുക്കെ ദാക്ഷായണി തിരിച്ചറിഞ്ഞത്.

കോങ്കത്തിയുമായി കരിയാപോതിയെ പോലെ ദാക്ഷായണി പുരുവന്റെ പിന്നാലെ പാഞ്ഞു ചെന്നു. അയാൾ പാടത്തും പറമ്പിലൂടെയും നിലവിളിച്ചു കൊണ്ടോടി. ഒപ്പം വന്ന പെണ്ണ് ചിണ്ടൻമൂപ്പന്റെ പീടികയിലൊളിച്ച് ഇരുട്ട് വീണപ്പോൾ എങ്ങോ പോയി.

അതിനു ശേഷം ദാക്ഷായണിയുടെ കെട്ടിയോനെ മിഴാവ്കുന്നിൽ ആരും കണ്ടിട്ടില്ല.

എങ്കിലും അതിന്റെ പരിസമാപ്തി എന്താണെന്നറിയാതെ അസ്വസ്ഥരായ ചിലർ രഹസ്യമായി പറഞ്ഞു.

'ബയ്യെ ഓള് ഓനെ ഏടേലും കുയിച്ച് മുടീറ്റ്ണ്ടാവും, ഓള് അയിനും മടിക്കൂല '.

ദാക്ഷായണിയുടെ ചെവിയിൽ ആരോ ആ രഹസ്യം പറച്ചിൽ കൊണ്ടെത്തിച്ചു.

'അതേ കുയിച്ച് മൂടി. ആരിക്കാ ഈടെ ചേതം? കുയിച്ച് മൂടിത് ആരിക്കെങ്കിലും കണ്ടു പിടിക്കാൻ കയ്യോ? കയ്യോങ്കിൽ പിടിക്ക് '.

അതും പറഞ്ഞ് ദാക്ഷായണി ഒരു തുപ്പും തുപ്പി.

ഒരു നിമിഷം തന്റെ ശരീരത്താകമാനം ചൂടുകയറുന്നതായി തോന്നി ഗോപാലൻകുട്ടിക്ക്.

ഇവരോടാണോ ബാലന് മോഹം തോന്നിയിരുന്നത്? ഇവർക്കുള്ളതാണോ തന്റെ കൈയിലിരിക്കുന്ന കത്ത്.? ഗോപാലൻകുട്ടിയിൽ സംശയങ്ങൾ തലപൊക്കി.

'ഞി എന്നാടാ ചെക്കാ ഇങ്ങനെ നോക്ക്ന്ന്?'

ദാക്ഷായണിയുടെ ആ ചോദ്യമാണ് ഗോപാലൻകുട്ടിക്ക് സ്ഥലകാല ബോധം നല്കിയത്.

'ഒന്നൂല്ല, എന്നാ ഇങ്ങക്ക് അറിയണ്ടെ ?'

ദാക്ഷായണി ഗോപാലൻകുട്ടിയുടെ അരികിലേക്ക് അല്പം കൂടി നീ

ങ്ങി നിന്നു.

'ഞ്ഞി ഇക്കാര്യം ആരോടും പറയൂല്ലാന്ന് അനക്ക് ബാക്ക് തെരണം'

'ഇങ്ങള് കാര്യം പറ'

'ഞ്ഞി ബാക്ക് താ'

ദാക്ഷായണി വലത് കൈ നീട്ടി. ഗോപാലൻകുട്ടി ആ വിരലുകളിലൊന്ന് തൊട്ടു.

ദാക്ഷായണി ശബ്ദം താഴ്ത്തിയതും ഗോപാലൻകുട്ടിക്ക് ചിരിയാണ് വന്നത്.

'നീ ഇളിക്കാണ്ട് നടക്കോന്ന് പറ ചെക്കാ?'

ദാക്ഷായണി മുറുക്കി ചുവപ്പിച്ച ചുണ്ട് തുടച്ചു.

'ഇങ്ങള് എങ്ങനാ ഇതറിഞ്ഞേ ?'

'ആ, ഹൈദ്രോസ് മാപ്പളേന്ന്'

'ഓറ് കണ്ടിനാ '?

'കാണാണ്ട് ആ മാപ്പള പറയ്വാ? '.

'ഉം, ഞാൻ അന്വേഷിക്കാം, എന്നിറ്റ് തരം കിട്ടിയാ തലശ്ശേരി വരെ പോകാം'.

ഗോപാലൻകുട്ടിയുടെ മറുപടിയിൽ തൃപ്തയായി മുറ്റത്തേക്കിറങ്ങുന്നതിനിടെ ദാക്ഷായണി നെറ്റി ചുളിച്ചു.

'അതെന്നാ ഇന്റെ കൈയില് '?

'ഇത് ഇങ്ങക്ക് ഇള്ളയല്ല. വേറെ ആരിക്കോ....'.

ഗോപാലൻകുട്ടി അതൽപ്പം നീട്ടിപറഞ്ഞ് പുരയ്ക്കകെത്തു കയറി കഴുക്കോലുകൾക്കിടയിലേക്ക് കത്ത് വീണ്ടും തിരുകിക്കയറ്റി.

സന്ധ്യയോടെ കഞ്ഞിയും പാത്രത്തിലാക്കി മുറിയിലേക്ക് വന്നപ്പോൾ അച്ചരന്റെ അരയ്ക്ക് ചുറ്റും ഈച്ചകൾ വീണ്ടും വട്ടമിട്ടു പറക്കുന്നതാണ് ജാനു കണ്ടത്.

ഞാറ് നടലും കഴിഞ്ഞ് പുരയിലെത്തിയപ്പോഴും ഇത് തന്നെയായിരുന്നു സ്ഥിതി. വല്ലാത്ത ഗന്ധവും പരന്നിരുന്നു. ജാനു ആ നേരം തന്നെ വെള്ളം ചൂടാക്കി മഞ്ഞകലർന്ന ഉടുമുണ്ട് പുറത്തേക്ക് കൊണ്ടുപോയി വെച്ച് അച്ഛന്റെ ദേഹം മുഴുവൻ സോപ്പും ചേർത്ത് നന്നായി നനച്ച് തുടച്ചതാണ്.

ശേഷം കുളി കഴിച്ച് നെല്ല് തരക്കി അരി വെന്ത സമയമേ കഴിഞ്ഞിരുന്നുള്ളു. ജാനു ഒരു നെടുവീർപ്പോടെ അടുക്കളയിലേക്ക് തന്നെ തിരിച്ചിറങ്ങി. കഞ്ഞിയും പാത്രവും അടുപ്പിൻ തണയിൽ വെച്ച് അവൾ പു

റത്തേക്കിറങ്ങി മുറ്റത്ത് തീ പിടിപ്പിച്ചു.

വെള്ളം ചൂടാക്കിയെടുത്ത് രണ്ടാമത്തെ നനയ്ക്കലും തുടയ്ക്കലും കുളിയും കഴിയുമ്പോഴേക്കും നാഴിക പിന്നെയും കടന്നു പോയി.

പുതിയൊരു ഉടുമുണ്ട് അച്ഛന്റെ അരയ്ക്ക് മേലെ പുതപ്പിച്ച് നിവരുമ്പോഴാണ് ആ കുഴിഞ്ഞ കണ്ണുകളിൽ നിന്ന് ഒലിച്ചിറങ്ങിയ നീർച്ചാല് ജാനു കണ്ടത്.

'അച്ഛാ'.

അവൾ ഇടർച്ചയോടെ വിളിച്ചു.

അതുകേട്ട് ഗുരിക്കൾ കണ്ണുകൾ താഴ്ത്തി.

30. പനയുടെ നൂറ്

ശ്രീധരന്റെ പുരയിൽ നിന്ന് ദാമു തിരികെയെത്തുമ്പോൾ വെയില് ചാഞ്ഞിരുന്നു.

പാടവരമ്പിൽ ദാമുവിന് വേണ്ടി വഴിയൊഴിഞ്ഞ് ഏറ്റുകാരൻ അനന്തൻ മറ്റൊരു വരമ്പിലേക്ക് കയറി. അയാളുടെ അരയോട് ചേർത്ത് കെട്ടിയ ചെരപ്പിയിൽ നിന്ന് കള്ളിന്റെ ഗന്ധം ചുറ്റിലും പരന്നു.

ദാമു തൊട്ടടുത്തെത്തിയതും അനന്തൻ പറഞ്ഞു.

'ഇന്ന് മൊഖത്ത് നല്ലൊരു തെളിച്ചോണ്ടല്ലോ ദാമു'

'ഈയായ്ച്ച സുലോയനേനെ കാണാൻ ഒരു കൂട്ടര് ബെര്ന്ന് അയിന്റെയാ'

'കൊള്ളാലോ, ഏട്ന്നാ?'

ചോദ്യത്തിനിടെ അനന്തൻ ചെരപ്പയ്ക്ക് ചുറ്റും വട്ടമിട്ട് പറക്കുന്ന തേനീച്ചകളെ കൈകൊണ്ട് വീശി.

'കൊട്ടിയൂര്, പേര് ദിവാകരൻ. ആടത്തെ സർക്കാരിന്റെ കീഴിലെ ഉസ്ക്കൂൾമാശാ'

'അപ്പോ ജോറന്നെ, അവരിക്ക് സുലോയനേനെ ബോധിച്ചാൽ ഇത് നടക്കും അല്ലേ?'

'ഉം'

ദാമു മൂളി.

'എന്നാ എല്ലാം അയിന്റെ ഏലിന് നീങ്ങട്ടെ, ഒര് രണ്ട് തെങ്ങ് കൂടീണ്ട് ഞായൻ അതൊന്ന് തീർത്തിറ്റ് ബെരാം.'

ദാമു തലയാട്ടിയതും പാടവരമ്പിനെ മുറിച്ച് കടന്ന് അനന്തൻ തെങ്ങിൻ ചുവട്ടിലേക്ക് ചെന്നു. മടലുകൾക്കിടയിലൂടെ നൂണ്ട് കയറി മലാന്റെ കാലുകൊണ്ട് തെങ്ങിൻ കുലയിൽ താളത്തിൽ തൊടുന്ന ശബ്ദം

വീണ്ടും മുഴങ്ങാൻ തുടങ്ങി.

കുറഞ്ഞത് ആറേഴ് തെങ്ങെങ്കിലും അനന്തൻ ചെത്തുകയുണ്ടാവും. ഒരു തെങ്ങ് ചെത്തി കള്ളെടുക്കാൻ തീരുമാനിച്ചാൽ രണ്ടുമൂന്ന് ദിവസം അതിൽ തളയിട്ട് കയറി തെങ്ങിൻ കുലയെ താഴോട്ടും മേലോട്ടും തടവി ചൂട് പിടിപ്പിക്കുകയാണ് ആദ്യം ചെയ്യുക. ചൂട് പിടിച്ചെന്ന് തോന്നിയാൽ തെങ്ങിൻകുലയുടെ അറ്റം അരിഞ്ഞ് കളഞ്ഞ് നേർത്ത പത വരുന്നതും കണ്ട് തളിരോലയാൽ പൊതിഞ്ഞ് കെട്ടി പിറ്റേന്ന് മുതൽ മലാന്റെ കാലു കൊണ്ട് പതിയെ കുലയ്ക്ക് അടിക്കും. പത്ത് ദിവസത്തിനുള്ളിൽ തെങ്ങിൻ കുല കള്ള് ചുരത്തി തുടങ്ങും.

ഏറ്റുകാർക്ക് മലാന്റെ കാല് കൊണ്ടു കൊടുക്കുന്നത് പുരളിമലയുടെ അങ്ങേ ചെരുവിൽ താമസിക്കുന്ന കുറിച്ച്യവിഭാഗക്കരാണ്. അമ്പെയ്ത് പോലും ഭീകരനായ മലാനെ വീഴ്ത്താൻ മിടുക്കുള്ളവരാണ് കുറിച്ച്യരുടെ കൂട്ടം. ആ പ്രദേശം കുറിച്ച്യൻമല എന്ന് തന്നെയാണ് അറിയപ്പെട്ടു വന്നതും. പണ്ട് പുരളിമലയുടെ താഴ്വാരത്ത് മുഴുവൻ കുറിച്ച്യവിഭാഗത്തിൽ പെടുന്നവർ മാത്രമേ ഉണ്ടായിരുന്നുള്ളുവെന്ന് താച്ചിയമ്മയും പ്രായം ചെന്ന മനുഷ്യരൊക്കെയും ഒരേ സ്വരത്തിൽ പറഞ്ഞ് പോയ കഥയാണ്. പഴശ്ശിയും ബ്രിട്ടീഷുകാരും തമ്മിലുള്ള പോരാട്ടത്തിനൊടുവിൽ വയനാട്ടിലേക്ക് പഴശ്ശിയുടെ കൂടെ ഏറിയ പേരും പോയി എന്നാണ് താച്ചിയമ്മ കേട്ടിട്ടുള്ളത്.

മുടക്കോഴി പ്രദേശമാകെ അവരുടെ കേന്ദ്രങ്ങളായിരുന്നു. മറ്റാരെയും അവിടേക്ക് പ്രവേശിപ്പിക്കാൻ അനുവദിക്കാതെ വഴികളെല്ലാം ഉണങ്ങിയ മരങ്ങളും കൂർത്ത മുള്ളുകളും ഉരുളൻ പാറകളും കൊണ്ട് തടസ്സം തീർത്തു. ഇങ്ങനെ മുടക്കം വന്ന വഴികളുള്ള പ്രദേശമാണ് മുടക്കോഴിയായി മാറിയതെന്നും ചിണ്ടൻ മൂപ്പനിലൂടെ പലരും കേട്ടിട്ടുണ്ട്.

കുറിച്ച്യൻമാരുടെ വേട്ടയാടലിനു പുറമെ തോക്കുമായി നായാട്ടിനിറങ്ങുന്നവരും മിഴാവ്കുന്നിലുണ്ട്. വീരവാദം ഗംഗനും ഉടുമ്പുരാജനും അതിനു മുന്നിലുണ്ടാവും.

നല്ല വേനലിൽ നായാട്ടുകാർ പുല്ലാഞ്ഞിയുടെ തണ്ട് മുറിച്ച് വെള്ളം കുടിച്ചും, ചെറിയ പന കൊത്തിമുറിച്ച് അതിന്റെ കണ്ട പൊളിച്ച് തിന്നും വിശപ്പടക്കും. പനയുടെ കണ്ട കിട്ടിയാൽ ഗംഗൻ നായാട്ടു പോലും മറന്ന് അതിന്റെ രുചിയിലേക്ക് മുഴുകിയിരിക്കുക പതിവാണ്. പനയോട് വീരവാദം ഗംഗന് ഒരു പ്രത്യേക താല്പര്യമാണ്. അവസാനത്തെ കുല വന്ന ആനപ്പനയെങ്ങാനും കണ്ണിൽപ്പെട്ടാൽ അതിന്റെ നൂറ് എടുക്കാൻ എത്ര ദിവസം വേണമെങ്കിലും ഗംഗൻ മെനക്കെടും.

പനയിൽ നിന്ന് നൂറ് എടുക്കുക എളുപ്പമുള്ള പണിയല്ല. ആദ്യം പനയെ ചെറുകഷ്ണങ്ങളായി മുറിക്കണം, പിന്നീട് മഴുകൊണ്ട് പൊളിച്ച് വയറ് മുഴുവൻ പുറത്തെടുത്ത് അടിച്ചൊതുക്കും. ശേഷം വലിയ ചെമ്പിലോ മറ്റോ വെള്ളം നിറച്ച് അതിൽ താഴ്ത്തി വെയ്ക്കും. അല്പനേരം കൊണ്ട് നാര് മുഴുവൻ മുകളിലേക്ക് പൊന്തും. അടിയിൽ ഊറി കൂടുന്ന സത്ത് തുണി വെച്ച് അരിച്ചെടുത്ത് വെയിലത്തുണക്കി കിട്ടുന്ന പൊടിയാണ് പനയുടെ നൂറ്. നൂറ്കൊണ്ട് അപ്പം ചുട്ട് അതിന്റെ രുചിയറിഞ്ഞവരാണ് മിഴാവ്കുന്നിൽ പലരും.

തെങ്ങിൻ കുലയിൽ അനന്തന്റെ താളമിടൽ ദൂരേക്ക് ദൂരേക്ക് നീങ്ങിയ നേരം ഉമ്മറ്ഹാജിയും പണിക്കാരൻ വെള്ളക്കണ്ടിയും കിട്ടന്റെ പീടികയിലേക്ക് കയറി.

തലയിലെ അടയ്ക്ക നിറച്ച ചാക്കുമേന്തി വെള്ളക്കണ്ടി ചോദിച്ചു.

'ചെട്ടിയാനെ, ഇത് ഏടെ എറക്കണ്ടെ'

ഉമ്മറ്ഹാജി ഒഴിഞ്ഞയൊരിടം വെള്ളക്കണ്ടിക്ക് ചൂണ്ടികാട്ടുന്നതിനിടയിൽ രണ്ട് ചായക്ക് പറഞ്ഞു.

വെള്ളക്കണ്ടി ചാക്ക് കെട്ട് നെഞ്ചുരച്ച് താങ്ങി നിലത്തിറക്കി.

ഉമ്മറ്ഹാജി മിഴാവ്കുന്നിൽ ഉദിച്ചു തുടങ്ങിയത് മുതൽ വെള്ളക്കണ്ടിയും കെട്ടിയോൾ കൈമയും ഒപ്പമുണ്ട്. നരിയാലപ്പൊയി കോളനിയിൽ താമസിക്കുന്നവരിൽ വെള്ളക്കണ്ടിയും കൈമയും മാത്രമാണ് ഉമ്മറ്ഹാജിയുടെ പണിക്കാരായി മാറിയവർ.

ഉമ്മറ്ഹാജിയെ 'ചെട്ടിയാനെ'യെന്നും അങ്ങേരുടെ ബീവിയെ 'അമ്മതേ' യെന്നും ഇരുവരും ബഹുമാനത്തോടെ വിളിക്കും.

'ഇത് ഏട്ത്തെ അടക്കയാ ഹാജ്ക്ക?'

ചോദ്യത്തോടെ പാട്ടക്കാരൻ നാരായണൻ ചാക്ക് കെട്ടിനെ ഒന്നുഴിഞ്ഞു.

'മ്മളെ, കൊല്ലൻ രാഘവന്റെ '.

ഉമ്മറ്ഹാജിയുടെ മറുപടിക്കിടെ നാരായണൻ ഓർമ്മകളെ അയവിറക്കി.

ചായ കുടിക്ക് ശേഷം വെള്ളക്കണ്ടി പുറത്തേക്ക് ഇറങ്ങി നിന്നതും ചെരപ്പയും തൂക്കി അനന്തൻ ആ ഒഴിവിലേക്ക് കയറി.

കിട്ടൻ ഗ്ലാസ് തിരികെയെടുത്ത് കഴുകി പാലും പഞ്ചസാരയും ചേർക്കുന്നതിനിടെ അനന്തൻ അയാളുടെ ചെവിയിൽ കുശുകുശുത്തു.

'നേരാ?'

കിട്ടന്റെ കണ്ണിൽ ആശ്ചര്യം വിടർന്നു.

'നേരന്നെ, ദാ ഇപ്പം അന്നോട് പറഞ്ഞിറ്റേയുള്ളു. '

അനന്തൻ ചായയിലെ പത ഊതി മാറ്റി.

'അല്ലേലും ഓൻ ഒരാങ്കുട്ടി തന്നെയാ, ഓൻ നീരീച്ചെടുത്ത് കാര്യങ്ങ ള് എത്തീലേ '

കിട്ടൻ ഉടുത്തിരുന്ന നിറം മങ്ങിയ തുവർത്തിൽ കൈ തുടച്ചു.

'ഉം, അതെ'. അനന്തൻ തല കുലുക്കി.

31. നെരിപ്പോട്

വായനശാലയിൽ നിന്നിറങ്ങി വയൽ വരമ്പിലൂടെ നീങ്ങുമ്പോൾ ഗോ പാലൻകുട്ടി മുകുന്ദനോട് പറഞ്ഞു.

'നമ്മളെ വായനശാല ഒന്നൂടെ മെച്ചപ്പെടുത്തണം മുകുന്ദേട്ടാ'

'അത് നേരാ'

മുകുന്ദൻ ശെരിവെച്ചു.

'ആദ്യം സ്വന്തായിറ്റ് ഒരു കെട്ടിടം ഒരുക്കണം അല്ലേ?'

'ബേണം അയിന് ഗോപാലൂട്ടിയെ പോലുള്ളവരാണ് മുമ്പില് നിക്ക ണ്ടത്.'

മുകുന്ദന്റെ വാക്കുകളോട് നേർത്തൊരു ആലോചനയ്ക്ക് ശേഷം ഗോ പാലൻകുട്ടി തല കുലുക്കി.

നടത്തം കുട്ടങ്ങാട് എത്തിയതും അയാൾ മുകുന്ദനോട് യാത്ര പറ ഞ്ഞ് കാനത്ത് നിന്ന് പൊരയിലേക്ക് നീങ്ങാതെ നമ്പീശന്റെ മാവിൻ തോപ്പ് ലക്ഷ്യം വെച്ചു.

താഴ്ഭാഗത്ത് നിന്ന് കൂറ്റൻ മരങ്ങൾക്കിടയിലൂടെ ശംഖുപാറയിലേ ക്ക് ഗോപാലൻകുട്ടി കണ്ണുനീട്ടി.

ഇല്ല. സുലോചന എത്തിയിട്ടില്ല. അയാൾ കാലുകളുടെ വേഗത കു റച്ചു.

പതുക്കെ പാറയുടെ പരപ്പിലിരുന്ന് ഗോപാലൻകുട്ടി വീണ്ടും സുലോ ചന കൊടുത്തയച്ച കത്ത് തുറന്നു. ഒറ്റവരി മാത്രം

'നാളെ വൈകുന്നേരം ശംഖുപാറയിൽ വരണം'

ഗോപാലൻകുട്ടി കത്ത് ഭദ്രമായി മടക്കി കുപ്പായക്കീശയിൽ തന്നെ താഴ്ത്തി.

മാവിൻകൊമ്പിൽ അണ്ണാറക്കണ്ണന്മാർ ഇണകളെ കാണാത്ത വേദന യിൽ ചിലച്ച് ശബ്ദമുണ്ടാക്കിക്കൊണ്ടിരുന്നു. പക്ഷികൾ ഒറ്റയ്ക്കിരുന്ന് തൂവലുകളൊതുക്കി.

പിന്നെയും അരനാഴിക കഴിഞ്ഞാണ് സുലോചന ഗോപാലൻകുട്ടി

യുടെ അരികിലേക്കെത്തിയത്.

ആ മുഖത്തെ നേർത്തൊരു ഭാവമാറ്റം അയാൾ വേഗത്തിൽ തിരിച്ചറിഞ്ഞു.

ഗോപാലൻ കുട്ടി ചോദിച്ചു.

'എന്തേ'?

സുലോചന മറുപടി പറഞ്ഞില്ല.

മൗനം ഗോപാലൻകുട്ടിയുടെ ആശങ്കയെ ഇരട്ടിയാക്കി. അയാൾ സുലോചനയുടെ മുഖം തന്റെ നേർക്ക് തിരിച്ചു.

'എന്തോ കാര്യായിറ്റ് ഇണ്ടല്ലോ?'

സുലോചന ഗോപാലൻകുട്ടിയുടെ കണ്ണുകളിലേക്ക് തന്നെ തെല്ലു നേരം നോക്കി. പിന്നെ ചോദിച്ചു.

'ഞാനൊരു കാര്യം ചോയ്ക്കട്ടെ? '

'ഉം'. ഗോപാലൻകുട്ടി മൂളി

'എനക്ക് ഗോപാലൂട്ടിയാട്ടനെ വിട്ട് പോകേണ്ടി ബന്നാൽ ഗോപാലൂട്ടിയാട്ടൻ എന്നെ വെറുക്ക്വോ? '

'സുലു .....'

അയാൾ നീട്ടി വിളിച്ചു.

'പറ വെറുക്ക്വോ?'

'എന്തേയിപ്പം ഇങ്ങനെ ചോയ്ക്കാൻ'

ഗോപാലൻകുട്ടി ശംഖുപാറയിൽ നിന്നെഴുന്നേറ്റു.

'ഞാൻ ചോയ്ച്ചേന് പറ, എന്നെ വെറുക്ക്വോ?'

സുലോചന ഉത്തരത്തിനായി നിന്നു.

'ഇല്ല'

'ഒരിക്കലും'

'മരണംവരെ.'

'സത്യം'

'സത്യം'

സുലോചനയുടെ കണ്ണുകളിൽ നിന്ന് രണ്ട് നീർമുത്തുകൾ ശംഖുപാറയിൽ വീണ് ചിതറി.

ഗോപാലൻകുട്ടി ആ മുഖം കൈകളിലെടുത്തു.

'എന്താണെങ്കിലും തെളിച്ച് പറയ് സുലൂ'

സുലോചന ഗോപാലൻ കുട്ടിയുടെ കൈയിൽ കൈയമർത്തി, പിന്നെ ഇടർച്ചയോടെ പറഞ്ഞു.

'നമ്മക്ക് ഒരുമിച്ച് ജീവിക്കാൻ കഴിയൂന്ന് തോന്നണില്ല ഗോപാലൂട്ടി

യാട്ടാ.'

തന്നിൽനിന്ന് എന്തൊക്കെയോ അടർന്നുമാറുന്നതുപോലെ അയാൾക്ക് തോന്നി.

സുലോചന തുടർന്നു

'ദാമുവേട്ടന്റെ മനസ്സില് കൊറെ കണക്ക് കൂട്ടല്ണ്ട്, അമ്മ നമ്മളെ കൂടെ നിക്കും, പക്ഷേ...'

അവൾ മുഴുവിപ്പിച്ചില്ല.

ഇരുവർക്കുമിടയിൽ നേർത്തൊരു മൗനം മറകെട്ടി.

ഏറെക്കഴിഞ്ഞ് ഗോപാലൻകുട്ടി സുലോചനയുടെ കൈപ്പടം തൊട്ടു.

'ദാമു സമ്മതിച്ചില്ലെന്നിരിക്കട്ടെ, ഞാൻ വിളിച്ചാൽ സുലു എന്റെ കൂടെ വരൂലേ '?

ഒരു നിമിഷം മരങ്ങളിലെ ഇലയനക്കം നിലച്ചു. ഇളംങ്കാറ്റ് ഒഴുകാൻ മറന്നു. കിളികൾ ചിറകു താഴ്ത്തി, അണ്ണാറക്കണ്ണൻമാർ കാതു കൂർപ്പിച്ചു.

'പറയ് '.

ഗോപാലൻകുട്ടി സുലോചനയുടെ മുഖം മെല്ലെയുയർത്തി.

'അറീല്ല'.

ആ കണ്ണുകൾ വീണ്ടും കലങ്ങി. കവിളിനെ നനച്ചിറങ്ങിയ നീർച്ചാലിനെ ഗോപാലൻകുട്ടി വിരലുകൊണ്ട് തുടച്ചു.

'സുലു കരയുന്നത് കാണാൻ ഒരു ഭംഗിയും ഇല്ല'

സുലോചന ഗോപാലൻകുട്ടിയുടെ കൈയിൽ മുറുകെ പിടിച്ചു.

ഗോപാലൻകുട്ടി സുലോചനയെ തന്നിലേക്ക് ചേർത്ത് നിർത്തി. ശംഖുപാറയിൽ ഇരുട്ട് തല നീട്ടുംവരെ അവരൊന്നായി നിന്നു. ഒടുക്കം സുലോചന ആ കരവലയത്തിൽ നിന്ന് സ്വയം പുറത്തേക്കിറങ്ങി.

'ഞാൻ പോട്ടേ ഗോപാലൂട്ടിയാട്ടാ, നേരം മയിമ്പായി'

'ഉം'

അയാൾ നേർത്ത് മൂളി.

ശംഖുപാറയിൽ നിന്ന് ഇറങ്ങാൻ നേരം സുലോചനയുടെ ചുണ്ടുകൾ ഗോപാലൻകുട്ടിയുടെ നെറ്റിയിലും കവിളിലും കണ്ണിലും ചെന്നു. അവളുടെ കണ്ണീരിന്റെ നനവിൽ അയാളുടെ മുഖം മുങ്ങി.

മാവിൻതോപ്പിലൂടെ സുലോചന അകലേക്ക് മായുന്നതും നോക്കി ഗോപാലൻകുട്ടി നിന്നു.

32. പെരുംമഴ

പുരളിമലയുടെ മുകളിൽ നിന്ന് വർഷകാലം കുത്തിയൊഴുകി. മിഴാവ്കുന്നിനെ ഒന്നാകെ നനച്ചിറങ്ങിയ നീരുറവകൾ ചെറുതോടുകളെയും വയലുകളെയും ചേർത്തുവെച്ച് ഒരു കടലായി രൂപാന്തരപ്പെടുത്തിക്കഴിഞ്ഞു.

നിർത്താതെ പെയ്ത ഏഴാം ദിവസവും ചക്കരനാണു എറയത്ത് തന്നെ കൂനിക്കൂടിയിരുന്നു. ഇടയ്ക്കിടെ അയാൾ മുണ്ടൊന്നഴിച്ച് മുറുക്കി ചുറ്റി. ഇത്തിരി വാട്ട്കപ്പ അകത്തേക്ക് ചെന്നിട്ട് നേരത്തോട് നേരം കഴിഞ്ഞിരുന്നു.

പുരയ്ക്കകത്തിരുന്ന് കണ്ണനും ജനകനും മാലതിയുടെ മുഖത്തേക്ക് നോക്കുമ്പോൾ അവൾ ആർത്ത് പെയ്യുന്ന മഴയിലേക്ക് മിഴിനട്ട് നെടുവീർപ്പിടുന്നത് നാണു കണ്ടു.

ഊറ്റി പെറുക്കിയതിന്റെ അങ്ങേയറ്റമായെന്ന് അയാൾക്കറിയാം. എങ്കിലും ഉള്ളിൽ നീറ്റല് കനക്കുന്നതോടൊപ്പം പ്രതീക്ഷയോടെ മുഖമുയർത്തുന്ന കുഞ്ഞുങ്ങളെ കണ്ട് നാണുവിന്റെ നെഞ്ച് കത്തി.

കണ്ണൻ ഇത്തരം അനുഭവങ്ങളെ പരിചയപ്പെട്ടു തുടങ്ങിയ ആളാണ്. ജനകൻ അങ്ങനെയല്ല, ഒരു പരിധി കഴിഞ്ഞാൽ നിലവിളിയാവും പിന്നത് അട്ടഹാസത്തിലേക്ക് വഴിമാറും.

അതോർക്കുമ്പോൾ രണ്ടും കല്പിച്ച് മഴയിലേക്കിറങ്ങിയാലോ എന്ന് അയാൾ പലവട്ടം ആലോചിച്ചതാണ്. മാലതിയോട് അത് പറയുകയും ചെയ്തു.

'ഉം, എന്നിറ്റ് മേണം പനീം *തൊരളേം ബന്ന് ബയ്യാണ്ട് കെടക്കാൻ?, മയ തോരും. നോക്കാം'.

അത് ശരിയാണെന്ന് അയാൾക്കും തോന്നി. ഒരു തവണ പനി പിടിച്ച് രണ്ടാഴ്ച്ച എടങ്ങേറായി ഇരിക്കേണ്ടി വന്നതാണ്.

നാണു ഒരു ദീർഘശ്വാസമെടുത്തു.

ചെറുപ്പത്തിൽ അയാൾ നാലും അഞ്ചും ദിവസം പച്ച വെള്ളം മാത്രം ഇറക്കി കഴിഞ്ഞിട്ടുണ്ട്. ചില ദിവസങ്ങളിലെല്ലാം അമ്മ ചക്കക്കുരുവും കൊണ്ട് വന്ന് അടുപ്പിനരുകിൽ കുത്തിയിരിക്കും.

ചക്കയുടെ കാലമെത്തിയാൽ അതിന്റെ കുരുവെല്ലാം പെറുക്കിയെടുത്ത് പൊട്ടലുള്ളതെല്ലാം മാറ്റി അമ്മയും അനിയത്തിമാരുമാണ് സൂക്ഷിക്കുക.

പുറ്റുമണ്ണ് കുഴച്ച് കുരുവെല്ലാം പൊതിഞ്ഞ് അടുക്കളയുടെ ഏതെ

*തൊരള - ജലദോഷം

ങ്കിലും ഒരു മൂലയിൽ ഭദ്രമായി വെയ്ക്കുകയാണ് പതിവ്. അതിൽ നിന്ന് അല്പം ചില്ലിയെടുത്ത് കനലിൽ ചുട്ട് ഉള്ളത് ഓരോരുത്തർക്കും വീതം വെച്ചു തരും. ആറോ ഏഴോ കുരുവും തിന്ന് വയറ് നിറയാൻ പാകത്തിന് വെള്ളവും കുടിച്ച് നീണ്ട് നിവർന്ന് കിടക്കും.

ഇന്ന് വയറ്റിലെ നീറ്റലിനേക്കാൾ നെഞ്ചിലെ നീറ്റലാണ് നാണുവിനെ അസ്വസ്ഥനാക്കുന്നത്. കുട്ടികളുടെ മുഖം കാണുമ്പോൾ അയാൾ വല്ലാതെ തളർന്നു പോവുന്നു.

കഴിഞ്ഞ കൊല്ലത്തെ മഴയ്ക്ക് ചെറിയൊരു ഇടവേള ഉണ്ടായിരുന്നു. വയലുകളിലെ വെള്ളം വലിയുന്ന നേരം കത്തിയുമായി ഇറങ്ങാം.

എന്തെങ്കിലും തടയാതിരിക്കില്ല. ഒലിച്ചു വരുന്ന തേങ്ങയാണെങ്കിൽ പോലും കാലി വയറിന് അത് നല്കുന്ന ആശ്വാസം ചെറുതല്ല. ഒരു തവണ മഴ ശമിച്ചനേരം നൊയ്ച്ചികളുടെ കൂട്ടമായിരുന്നു വയൽ മുഴുവനും. അന്ന് പലരും അവറ്റകളെ മത്സരിച്ച് പെറുക്കി കുത്തുപാളയിൽ നിറച്ചു. ഉരുണ്ട കട്ടിത്തോടാണ് നൊയ്ച്ചികൾക്ക്. തിളച്ച വെള്ളത്തിലിട്ട് പാതിവെന്താൽ മാത്രമേ അതിനുള്ളിലെ ഇറച്ചി പുറത്തേക്ക് എടുക്കാൻ കഴിയു. ഒന്നു രണ്ടു നാഴിക മെനക്കെട്ടാൽ ഒരു കോപ്പയിലൊതുങ്ങുന്ന ഇറച്ചി കിട്ടിയാൽ ആയി.

മഴ ഒന്നുകൂടി കനത്തു പെയ്തു. അടുക്കളയിൽ ശേഷിച്ച കാപ്പി തൊണ്ട് കൊണ്ട് മാലതി വെള്ളം തിളപ്പിച്ച് നാണുവിന് നീട്ടി. ഇത്തിരി അവിലിൽ പൂപ്പ് കയറിയിരുന്നെങ്കിലും അത് കഴുകി കണ്ണനും ജനകനും മാലതി പങ്ക് വെച്ചു.

അടുക്കളയിൽ രണ്ടുപിടി അരിയും രണ്ട് വെള്ളരിക്കയും കുറച്ച് ചക്കക്കുരുവും മാലതി സൂക്ഷിച്ചു വച്ചിട്ടുണ്ട്. അത് കർക്കിടകം അവസാനത്തോടെയെത്തുന്ന ആടിവേടൻമാർക്കുള്ളതാണ്.

വേടനും ആടിയും മുറ്റത്തെത്തുന്നതോടെ വന്നനുഭവിക്കാനുള്ള ദോഷങ്ങളെല്ലാം മാറിപ്പോകുമെന്ന് മാലതിക്ക് അറിയാം.

കർക്കിടകം ആദ്യമാവും വേടന്റെ വരവ്. ചെറിയി മലയിയുടെ കുടിയിൽനിന്നാണ് വേടൻ പുറപ്പെടുക. ചോരച്ചുറ്റാടയും ചെറുകിരീടവും മെയ്യാഭരണങ്ങളും അണിഞ്ഞ് മുഖത്ത് ചായില്യത്തേപ്പിട്ടാണ് കുഞ്ഞിത്തെയ്യത്തിന്റെ വേഷം. ചെണ്ടമുട്ടി തോറ്റം ഈണത്തിൽ ചൊല്ലി പെരുമലയനോ, കൃഷ്ണനുണ്ണിയോ കൂട്ടുണ്ടാവും.

വേടനെ സ്വീകരിക്കാൻ ഇറയത്ത് നിലവിളക്ക് തെളിച്ച്, ഒരു കിണ്ണത്തിൽ ചുവന്ന കുരിശിയും, മറ്റൊന്നിൽ കറുത്ത കുരിശിയും കലക്കി വെയ്ക്കും. മുറ്റത്ത് ചുവട് വെച്ച് തോറ്റം കഴിഞ്ഞാൽ കലക്കിയ കറു

ത്ത കുരിശിയിൽ ഒരു വിളക്ക് തിരി ചേർത്ത് തെക്കേ മൂലയിൽ കൊണ്ടുപോയി വേടൻ ഒഴുക്കും. ചുവന്ന കുരിശി വടക്ക് ഭാഗത്താണ് മറിക്കുക. വന്നനുഭവിക്കാനുള്ള ദോഷങ്ങളൊക്കെയും വേടന്റെ വരവോടെ അകത്ത് പിടിച്ച് കെട്ടിയിരിക്കുന്നു എന്നാണ് വിശ്വാസം.

വേടൻ ഇറങ്ങിയാൽ തൊട്ടടുത്ത ദിവസങ്ങളിൽ ആടിയുടെ വരവായി.

കരിപ്പായി മന്ദന്റെ പുരവരെ കോളിയാങ്കല്ലിലെ വണ്ണാൻ കുടിയിലുള്ളവർക്കാണ് അവകാശം. ഏതാണ്ട് വേടന്റെ സമാനമായ വേഷവിധാനമാണ് ആടി തെയ്യത്തിനും. ചെണ്ടയ്ക്ക് പകരം കിണ്ണം കൊട്ടിയാവും കൂട്ടത്തിലുള്ള കുഞ്ഞൂട്ടി പെരുവണ്ണാന്റെ തോറ്റംപാട്ട്.

ആടിക്ക് വിളക്ക് തെളിക്കുന്നതിനു പുറമെ ചുവന്നകുരിശിയും കൂടി വേണം.

ചുവന്ന കുരിശിയെ പുരയുടെ വലത് ഭാഗത്ത് ഒഴുക്കുന്നതോടെ വേടൻ പിടിച്ചുകെട്ടിയ ദോഷങ്ങളെയെല്ലാം ആടി പൂർണ്ണമായും ഇല്ലാതാക്കി ശുദ്ധിയാക്കും.

തങ്ങളുടെ ആധിയും വ്യാധിയും മാറ്റി രക്ഷയേകുന്നവരെ മിഴാവ്കുന്നിലെ ഒരു പുരയും വെറും കൈയ്യോടെ മടക്കിയയക്കാറില്ല. മുണ്ട് മുറുക്കിയുടുത്താണെങ്കിലും അവർക്കുള്ള വീതം ഓരോരുത്തരും ഭദ്രമായി നീക്കി വെച്ചിട്ടുണ്ടാവും.

കാണിക്കയായി 'പൊക്കണെ'യിലേക്ക് അരിയും, വെള്ളരിയും, ചക്കക്കുരുവും, ഉപ്പും തുടങ്ങി കഴിയുന്നതെല്ലാം നല്കുന്നതോടെയാണ് ആടിയും വേടനും അടുത്ത പുരയിലേക്ക് നീങ്ങുക. ആടിയും വേടനും മുറ്റത്ത് ചുവടു വെയ്ക്കുന്ന കാഴ്ച്ച കണ്ണിനു കുളിരും മനസ്സിന് പകരുന്ന ആശ്വാസവും ചെറുതല്ല മിഴാവ്കുന്നുകാർക്ക്.

ഉച്ച കഴിഞ്ഞിട്ടും മഴ ഒട്ടും ശമനം തന്നില്ല. നാണു മുണ്ട് ഒരിക്കൽ കൂടി അഴിച്ചു ചുറ്റി. രാത്രി വെളുപ്പിക്കേണ്ട കാര്യമോർത്തപ്പോൾ അയാളിൽ പിന്നെയും നെടുവീർപ്പുയർന്നു.

എതാണ്ട് സന്ധ്യയോടടുത്ത് ജനകന്റെ ചിണുങ്ങലുയർന്ന നേരത്താണ് കീച്ചിറു കയറി വന്നത്. അവൻ ചേതിയിൽ നിന്ന് നാണുവിന് നേരെ വാലാട്ടി.

അപ്പോഴേക്കും വാഴയില തലയ്ക്ക് മുകളിൽ പിടിച്ച് ഉടുമ്പുരാജനുമെത്തി.

'കേരി വാടാ'

നാണു കീച്ചിറുവിനോടാണ് പറഞ്ഞത്.

നനഞ്ഞു കുതിർന്ന ദേഹം ചേതിയിൽ വെച്ച് തന്നെ ശക്തിയിൽ കു

ടഞ്ഞ് അവൻ എറയത്തെ മൂലയ്ക്ക് കയറി ഇരിപ്പുറപ്പിച്ചു.

ഉടുമ്പുരാജൻ കൂടുതലൊന്നും പറയാതെ പൊതിഞ്ഞ് കെട്ടിയ തേക്കില നാണുവിന് നേരെ നീട്ടി. അയാൾ സംശയത്തോടെ നിന്നു.

ഉടുമ്പുരാജൻ കീച്ചറുവിനെ നേരെ തല തിരിച്ചു.

'മൊയലിന്റെ എറച്ചിയാടാ, ഓൻ നയിച്ച് കൊണ്ടെന്നയാ.'

ഒരു നിമിഷം നാണുവിന്റെ കവിളിനെ നനച്ച് രണ്ട് നീർച്ചാലുകൾ താഴേക്കിറങ്ങി.

അയാൾ പതുക്കെ കീച്ചിറുവിന്റെ അടുത്തേക്ക് വന്നിരുന്നു. അയാളുടെ നനഞ്ഞ കണ്ണുകൾ കണ്ട് അവൻ മുഖത്ത് മൂക്കു മുട്ടിച്ചു. പിന്നെ എന്തോ പറയാനെന്നവണ്ണം പ്രത്യേക ശബ്ദമുണ്ടാക്കി.

നാണുവിനെ പോലെ തന്നെ മഴയെ ശപിച്ച് കൊണ്ട് ഉടുമ്പുരാജനും അസ്വസ്ഥതയോടെ പുരയ്ക്കകത്തിരുന്ന നേരത്താണ് കീച്ചിറു മഴയിലേക്ക് ഇറങ്ങി പോയത്. ഒന്ന് രണ്ട് നാഴിക കഴിഞ്ഞ് തിരികെ വരുമ്പോൾ അവന്റെ വായിൽ സാമാന്യം വലിപ്പമുള്ള ഒരു മുയല് കൂടിയുണ്ടായിരുന്നു. കാലിന്റെ നഖങ്ങൾക്കിടയിലെ ഒട്ടിനിന്ന മണ്ണ് കണ്ട് അവന്റെ അദ്ധ്വാനം അയാൾ മനസ്സിലാക്കി.

ഉടുമ്പുരാജൻ സമയം ഒട്ടും കളഞ്ഞില്ല. കഴുക്കോലിനിടയിൽ നിന്ന് കത്തിയെടുത്ത് തോല് പൊളിച്ചു. തല കീച്ചറുവിന് വേണ്ടി മഞ്ഞളും ഉപ്പും ഇട്ട് പ്രത്യേകം വേവിക്കാൻ ലതയോട് പറഞ്ഞു.

ആ നേരം ലതയാണ് നാണുവിന്റെ കാര്യം ഓർമ്മിപ്പിച്ചത്. പകുതിയിറച്ചി തേക്കിലയിൽ കെട്ടി ഉടുമ്പുരാജൻ മഴയെ മുറിച്ചു കടന്നു.

'എന്നാലും രാജാ, ഇനിക്കിത് നാളേക്കും ഒക്കൂലേനാ'

'നാളത്തെ കാര്യം നാളെയല്ലേ, ഞിയും പിള്ളറും ഈടെ മുണ്ട് മുറുക്കിയുടുത്താൽ അനക്ക് ഇത് എറങ്ങ്വാ, അന്റെ പിള്ളറും ഇന്റെ പിള്ളറും ഒരുപോലെയല്ലേടാ'.

ഒരു നിമിഷം അയാൾ കനത്ത മഴയിലേക്ക് നോക്കി. നാണു ആ കൈകൾ ചേർത്തു പിടിച്ചു.

അത് കണ്ട് മഴ നനഞ്ഞ വിറയലിലും കീച്ചിറു വാലാട്ടി.

33. പുത്തരി വെള്ളാട്ടം

പുരളിമല പിന്നെയും പിന്നെയും ഇരുട്ടി വെളുത്തു. മിഴാവ്കുന്നിലെ മനുഷ്യർക്കും മറ്റ് ജീവജാലങ്ങൾക്കും, മരങ്ങൾക്കും, പുൽക്കാടുകൾക്കും, കരിമ്പാറക്കെട്ടുകൾക്കും മൂന്നാണ്ടിന്റെ കരുത്തുകൂടി.

അരിച്ചൽമുറ്റം മറ്റൊരു പുത്തരി വെള്ളാട്ടത്തിന്റെ ഒരുക്കങ്ങളിലേക്കെത്തിയിരുന്നു.

വെള്ളാട്ടത്തിന്റെ രണ്ടുനാൾ മുന്നെ മൂത്തേടത്ത് കുമാരന്റെ പുരയിൽ 'പുന്നെല്ല് 'കയറ്റാനുള്ള ചടങ്ങിന് കണ്ടത്തിൽ പെണ്ണുങ്ങളുടെ വലിയ കൂട്ടം നിരന്നു.

അരിവാളുമേന്തി പാടത്തേക്കിറങ്ങുന്ന നേരം മാതു മാധവിയോട് തിരക്കി.

'ഇന്നലെയല്ലേനാ കുഞ്ഞിന്റെ അരേക്കെട്ട് ?'

'ഉം' മാധവി മൂളി.

'എന്നാ പേരാ ചൊല്ലി ബിളിച്ചേ '?

'ദേവൻ'.

മാതു എന്തോ ഓർത്ത് ഒരു ദീർഘനിശ്വാസമെടുത്തു. ശേഷം മൂന്ന് പിടി നെൽക്കതിര് അരിഞ്ഞെടുത്ത് ചമതമരത്തിന്റെ ഇലയിൽ വെച്ച് തറവാട് വീടിന്റെ മുറ്റത്തേക്ക് നടന്നു. പറയും നിലവിളക്കുമായി പുന്നെല്ല് സ്വീകരിച്ച് കുഞ്ഞാതി അകത്തേക്ക് കൊണ്ടുപോയി.

പുത്തരി ദിവസം വൈകുന്നേരത്തോടെ അരിച്ചൽ മുറ്റത്ത് ചെണ്ടയിൽ കോലു വീണു. കുഞ്ഞൂട്ടി പെരുവണ്ണാൻ വെള്ളാട്ടമാടാൻ തയ്യാറായി. കേളൻ മടപ്പുരയുടെ വിളക്കുകളിൽ തിരിതെളിച്ചു. പീഠത്തറയ്ക്ക് മുന്നിൽ ഒരേ നീളത്തിൽ മുറിച്ച നാലു വാഴപ്പോള കൊണ്ട് കളമൊരുക്കി. രണ്ട് ചെറുകിണ്ടിയിൽ കള്ളൊഴിച്ച് കളത്തിൽ വച്ചു. ഒരു മൂലയിൽ രണ്ട് കാസേറ് ഉണങ്ങലരിയും, അവിലും തേങ്ങാക്കൊത്തും, ചുട്ട മുള്ളനും ചേർത്തു. മദ്ധ്യത്തിൽ ഒരു നാക്കിലയും കിഴക്കോട്ട് കണ്ണ് വരുന്ന വിധത്തിൽ ഒരു തേങ്ങയും കൂടി വെച്ച് അരയിൽ തിരുകിയ തുവർത്തിന്റെ മടക്കിൽ നിന്ന് അരിയെറിഞ്ഞ് ഉഴിഞ്ഞു.

കെട്ടിയിറങ്ങിയ വെള്ളാട്ടം പീഠത്തറയ്ക്ക് മുന്നിൽ വന്ന് നിവേദ്യത്തിലേക്ക് നോക്കി.

'ആളടിയാനെ, ആളടിയാനെ'

'കുറിപ്പുണ്ടാക്കണം ദൈവേ '.

കേളൻ വിളിക്ക് മറുപടി പറഞ്ഞ് വണങ്ങി നിന്നു.

'എല്ലാം ഇണ്ട് നാനാർക്ക് അല്ലേ'?

'കുറിപ്പുണ്ടാക്കണം ദൈവേ'

'വിളിച്ചറിയിക്കട്ടെ നാനാരെ'?

'കുറിപ്പുണ്ടാക്കണം ദൈവേ'.

കേളന്റെ സമ്മതം കിട്ടിയതും പ്രത്യേക ഈണത്തിൽ വെള്ളാട്ടം ഉ

റക്കെ മൊഴിഞ്ഞു.

'കരിങ്കലശ്, കോപ്പാട്, ഇരുനാഴിയരി, വെച്ചൂട്ട്, ഒരു തേങ്ങയും ഇണ്ട് നാനാരെ. പിന്നൊന്നും കാണുന്നില്ലല്ലോ നാനാരെ....., വെറും വാഴപ്പോള മാത്രം.'

വിളിച്ചറിയിക്കൽ ചടങ്ങിനുശേഷം കളത്തിലെ തേങ്ങ ഒരു മൂലയിലേക്ക് എറിഞ്ഞ് വെള്ളാട്ടം പള്ളിവേട്ട കഴിച്ചു. പിന്നാലെ ഭക്തർക്ക് അനുഗ്രഹം ചൊരിയാൻ പീഠത്തറയിലിരുന്നു. നിരന്നു നിന്ന എല്ലാ മുഖങ്ങളിലും പ്രതീക്ഷയുടെ ആശ്വാസം കണ്ടു.

ഒന്നൊന്നര നാഴിക കഴിഞ്ഞ് വെള്ളാട്ടത്തിന്റെ അവസാന ചടങ്ങായി മേലെപ്പടിയിൽ നീലകണ്ഠൻ നമ്പൂതിരിയുടെ അസാനിധ്യത്തിൽ കൊളുത്തിയ വിളക്കിന് മുൻപിലെ കൊടി നാക്കിലയിലേക്ക് തട്ട് കിണ്ണത്തിൽ നിന്ന് രണ്ട് കെട്ടുവെത്തില വെച്ച ശേഷം വെള്ളാട്ടം അനുവാദം തേടി.

'ഉറൂട്ടുംവാഴ്ച്ചേ.... കണ്ണിലെഴുതിയ കരിമഷി മായ്ക്കട്ടെ.?'

ആ നേരം എശ്മാനം നായര് ചിരിയോടെ കേളനെ നോക്കി.

ശ്രീനിവാസന്റെ മേൽനോട്ടത്തിൽ പുത്തരിയൂട്ടിന്റെ ഒരുക്കങ്ങളെല്ലാം ചെയ്തിരുന്നു. നീർക്കറി തൊട്ട് നാവിൽ വെച്ച് കരിപ്പായി മന്ദൻ ഉഷാറെന്ന് തലകുലുക്കുകയും ചെയ്തു.

അരിച്ചൽ മുറ്റത്തെ പുത്തരി വെള്ളാട്ടം കഴിഞ്ഞാൽ മിഴാവ്കുന്നിലെ മിക്ക പുരകളിലും പുത്തരി ആഘോഷം നടക്കും. അതുവരെ പുന്നെല്ലിന്റെ വെള്ളം പോലും ആരുമിറക്കില്ല. കൂലിയായി വാങ്ങിയതും ഉടമസ്ഥരിൽ നിന്ന് പുത്തരിയുടെ പേരിൽ കിട്ടയതുമായ നെല്ലും ചേർത്ത് കുത്തി പായസവും, ചോറുംവെച്ച് വിശിഷ്ടമായ പച്ചക്കറികളും കൂട്ടി എല്ലാവരും പുത്തരിയുണ്ണും. അയൽക്കാരെ പ്രത്യേകം ക്ഷണിക്കും. മണിയനും കുഞ്ഞിക്കും കുട്ടികൾക്കും പറമ്പിൽ പണിയെടുക്കുന്നവർക്കും മൂത്തേടത്ത് കുമാരന്റെ മുറ്റത്ത് തന്നെയാണ് പുത്തരി സദ്യ.

ഇത്തവണ ജാനുവിന്റെ പുരയിൽ മാത്രം ആഘോഷങ്ങളുടെ വിളിയൊച്ചയെത്തിയില്ല.

അച്ഛന്റെ കിടപ്പു നോക്കി അവൾ നെടുവീർപ്പിട്ടു.

കുഞ്ഞിരാമൻ ഗുരിക്കളുടെ നില കൂടുതൽ വഷളായി വന്നിരുന്നു.

കണ്ണുമിഴിച്ചുള്ള ശ്വാസമെടുക്കലോരോന്നും അവസാനത്തേതാണെന്ന തോന്നലുണ്ടാക്കി. അതു കാണുമ്പോൾ ഭൂമിയിൽ അനാഥമാക്കപ്പെടുന്നതിന്റെ മുന തലയ്ക്കു മുകളിൽ വന്നുനില്ക്കുന്നതായി ജാനു കണ്ടു. കിട്ടൻ അതൊരു സംസാരവിഷയമാക്കി.

'ഗുരിക്കള് പോയാ ഓക്ക് ഇനിയാരാ കൂട്ട് '

'ഓനുള്ളതും ഇല്ലാത്തതും ഒരുപോലെയല്ലേ കിട്ടാ'.

കരിപ്പായി മന്ദൻ പരിതപിച്ചു.

'ആ ചീരൻ എത്ര മംഗലം കൊണ്ടോന്നയാ. തലേമ്മലെ വര തൂത്താ മായൂലാലോ '.

ഏറ്റുകാരൻ അനന്തനിൽ സഹതാപം നിറഞ്ഞു കിട്ടനിലും കരിപ്പായി മന്ദനിലും അതിന്റെ പ്രതിഫലനമുണ്ടായി.

ആ നേരം ഉടുമ്പുരാജൻ കുട്ടികളോടൊപ്പം മുന്നിലെ പാടവരമ്പിലൂടെ നീങ്ങുന്നതുകണ്ട് കിട്ടൻ വിളിച്ചു ചോദിച്ചു.

'എങ്ങോട്ടാ രാജാ?'

'കാക്കേങ്ങാട്ട്'

ആ മറുപടിയിൽ ഒരു തലയാട്ടലോടെ കിട്ടൻ പിന്നാമ്പുറത്തേക്ക് നീങ്ങിയതും മുന്നിലിരുന്ന ചായ ഒറ്റവലിക്കകത്താക്കി പാട്ടക്കാരൻ നാരായണൻ ധൃതിയിൽ പീടികയിൽ നിന്നിറങ്ങി. ഉടുമ്പുരാജന്റെ പുരയിലേക്കാണ് അയാൾ ചെന്നുകയറിയത്.

ഉടുമ്പു രാജന്റെ മുറ്റത്തുനിന്ന് പാട്ടക്കാരൻ നാരായണൻ ചാരിവെച്ച മുളവാതിലിനു നേരെ ഒന്ന് ചുഴിഞ്ഞു നോക്കി.

ആളനക്കം ഇല്ലെന്ന് മനസ്സിലായതും പതുക്കെ തിരിച്ചിറങ്ങാൻ തുടങ്ങിയപ്പോഴാണ് അല്പം ദൂരെ നിന്ന് ലത കുളിയും നനവും കഴിഞ്ഞ് വരുന്നത് അയാൾ കണ്ടത്.

നാരായണൻ വേഗത്തിൽ മുറ്റത്തിന് താഴെയുള്ള വാഴക്കൂട്ടങ്ങളുടെ ഇടയിലേക്ക് മറഞ്ഞു നിന്നു.

നനഞ്ഞ തുണി ലത ഒന്നൊന്നായി അഴയിലേക്ക് നിവർത്തിയിടുമ്പോൾ നാരായണന്റെ മുന്നിലൂടെ ഉടുമ്പുരാജന്റെ പൂവൻ കോഴികളിലൊന്ന് പിടയുടെ പിന്നാലെ പാഞ്ഞു കീഴടക്കി.

പൂവന്റെ കാലുകൾക്കും കൊക്കിനും ഇടയിൽ കിടന്ന് പിടക്കോഴി ഞെരിഞ്ഞമരുന്നതും, നിർവൃതിയോടെ പൂവൻ ചിറക് വിടർത്തി കൂവിക്കരയുന്നതും നാരായണൻ കണ്ടു. അയാളുടെ കണ്ണുകളിലെ വന്യതയ്ക്ക് കരുത്തുകൂടി. വാഴയുടെ മറവിൽ നിന്ന് പുറത്തേക്കിറങ്ങി നാരായണൻ ലതയുടെ നേർക്ക് നടന്നു.

34. മാതുവിന്റെ നൊമ്പരം

ഇറയത്ത് ഗോപാലൻകുട്ടിയുടെ മുന്നിലേക്ക് കിണ്ണത്തിൽ അല്പം പുഴുങ്ങിയ കാച്ചിലും കാന്താരിയരച്ചതും കൊണ്ടുവെച്ച് മാതു പറഞ്ഞു.

'ഇന്നേം തെരക്കി കുഞ്ഞാണൻ ബന്നിനേനു.'

'ഉം.'

ഗോപാലൻകുട്ടി നേർത്തൊന്ന് മൂളുക മാത്രം ചെയ്തു.

വാതിൽപ്പടിയിൽ ശരീരം താങ്ങി മാതു മകനെ തന്നെ നോക്കി. നീണ്ട് തുടങ്ങിയ മുഖത്തെ കുറ്റി രോമങ്ങൾ, അടക്കമില്ലാത്ത മുടിയിഴകൾ കണ്ണുകളിൽ ഒരു കനം കെട്ടിക്കിടക്കുന്നുണ്ട്. ചോദ്യങ്ങൾക്ക് മാത്രം മറുപടി എന്ന നിലയിൽ സംസാരം പോലും ചുരുങ്ങിപ്പോയിരിക്കുന്നു. ഓർത്തപ്പോൾ മാതുവിന്റെ നെഞ്ചിൽ കാന്താരിയെരിവുപോലെ ഒരു നീറ്റലുണ്ടായി.

ഒരു നിമിഷം ഇടറിത്തുടങ്ങിയ മനസ്സിനെ നേരെയാക്കി മാതു വീണ്ടും പറഞ്ഞു.

'ആ ചീരനെ ഇന്നലേം കണ്ടിന്. കാക്കേങ്ങാട്ട് ഇനിക്ക് പറ്റ്ന്ന ഒരു പെണ്ണ്ണ്ട് പോലും, ഞായെന്നാ ഓനോട് പറേണ്ടെ?'.

അതു കേട്ട മാത്രയിൽ ഗോപാലൻകുട്ടി കിണ്ണം നീക്കിവെച്ച് എഴുന്നേറ്റു.

കിണറ്റിൻ കരയിൽനിന്ന് കൈയും കഴുകി അതുവഴി തന്നെ പുറത്തേക്കിറങ്ങിപ്പോയി. മാതു വിളിച്ചിട്ടും അയാൾ നിന്നില്ല.

ആ യാത്ര നമ്പീശന്റെ മാവിൻ തോപ്പിലേക്കാണ് ചെന്നത്. ശംഖുപാറയുടെ പരപ്പിൽ ഗോപാലൻകുട്ടി മലർന്ന് കിടന്നു. പതുക്കെ പതുക്കെ ഒരു നുണക്കുഴി ചിരിയിൽ മനസ്സ് പിന്നിലേക്ക് പാഞ്ഞു, നേർത്തൊരു വിളിയൊച്ച അയാളുടെ ഹൃദയത്തിലിറങ്ങി, കണ്ണുകൾ ചേർത്തടയുമ്പോൾ സുലോചന മുന്നിൽ വന്നു നിന്നു. ചെമ്പരത്തിത്താളിയുടെ ഗന്ധം ചുറ്റിലുമൊഴുകി. അത് ഇടത്നെഞ്ചിൽ ഒരു നീറ്റലായി പരിണമിച്ചതും ഗോപാലൻകുട്ടി ഓർമ്മകളുടെ പൊറ്റകളെ മെല്ലെയടർത്തി.

സുലോചന കണ്ണീരോടെ ഇറങ്ങിപ്പോയതിന്റെ മൂന്നാം ദിനം ചായപ്പീടികയിലിരുന്ന് കുഞ്ഞമ്പുആശാരി ഉളിതേച്ചു മിനുക്കുന്ന ലാഘവത്തോടെ കിട്ടനോട് പറയുകയുണ്ടായി.

'സുലോയനേനെ കാണാൻ ഇന്നൊരു കൂട്ടര് ബന്നിന്.'

ഗോപാലൻകുട്ടി മുഖമുയർത്തിയതും കിട്ടന്റെ ചോദ്യം വന്നു.

'പറഞ്ഞ പോലന്നെ, അത് ബന്ന് കണ്ടിറ്റ് എന്തായി ആശാരി'?

'കാരണോൻമാർക്ക് പെണ്ണിനെ പെരുത്ത് ഇഷ്ടായീന്ന്, അതോണ്ട് ദാമു ബാക്കും പറഞ്ഞ്. ബെര്ന്ന മകരം പത്തിന് ഒറപ്പ് കൊടുക്കലാ'

'ഇന്ന് മൂന്ന്, പത്ത്ന്ന് പറേമ്പം ഇനി അധികോല്ലാലോ'

കിട്ടൻ ദിവസങ്ങളുടെ കണക്കെടുത്തു.

പീടികയിൽ നിന്ന് എഴുന്നേറ്റ് നടക്കുമ്പോൾ കിട്ടന്റെ സ്വരം പിന്നിലെത്തി.

'ഗോപാലൂട്ടി, ഇഞ്ഞി ചായ തേച്ചും കുടിക്കായിന്'

തിരിഞ്ഞ് നോക്കാൻ കഴിഞ്ഞില്ല. തലയ്ക്കകത്ത് കൂടുതേടുന്ന തേനീച്ചക്കൂട്ടങ്ങളുടെ മാതിരി ഇരമ്പലുകളുയർന്നു തുടങ്ങിയിരുന്നു.

വൈകുന്നേരം ജാനുവാണ് കാര്യങ്ങൾ കൂടുതൽ വ്യക്തമാക്കിയത്.

'ഓക്ക് എന്ത് ചെയ്യാൻ കയ്യും ഗോപാലൂട്ടി. ദാമൂനെ തള്ളിപ്പറയാൻ ഓക്ക് പറ്റ്വോ'?

ജാനു ഒന്ന് നെടുവീർപ്പിട്ടു.

'അതോണ്ട് ഓളെ അവസ്ഥ മനസ്സിലാക്കി ഇഞ്ഞി ബേണം എല്ലാം സയിക്കാനും മറക്കാനും'

ജാനുവിന്റെ മുറ്റത്ത് നിന്നും ഒന്നും മിണ്ടാതെ തന്നെയാണ് ഗോപാലൻകുട്ടി ഇറങ്ങിയത്. ആ രാത്രി മുഴുക്കെ അയാൾ ശംഖുപാറയിലിരുന്ന് വെളുപ്പിച്ചു.

ആഴ്ച്ചകൾ കഴിഞ്ഞ് ചാത്തുക്കുട്ടി മാസ്റ്ററും മുകുന്ദനും കൂടി ഗോപാലൻകുട്ടിയെ തിരഞ്ഞെത്തി.

'ഇനിക്ക് എന്നാ പറ്റിയേ ഗോപാലൂട്ടി?'

മുകുന്ദന്റെ ചോദ്യത്തിൽ സ്നേഹത്തിന്റെ അംശം ഉണ്ടായി.

മാസ്റ്റർ തോളിലൂടെ കയ്യിട്ട് ഓർമ്മിപ്പിച്ചു.

'പഴയത് പോലെ തന്നെ നീ വായനശാലയിൽ വരണം, ഇന്നാടിന് വേണ്ടി ഒരുപാട് കാര്യങ്ങള് ചെയ്യാൻ കഴിവുള്ളോനാ നീ'

പെട്ടെന്ന് മുഖത്തൊരു നനവ് തൊട്ടതും ഗോപാലൻകുട്ടി കണ്ണു തുറന്നു. കീച്ചിറു വാലാട്ടി കൊണ്ട് വീണ്ടും അയാളുടെ ദേഹത്ത് മൂക്ക് മുട്ടിച്ചു.

വഴിയിലേക്ക് കണ്ണുനട്ടിരുന്ന മാതുവിന് നേരം വൈകും തോറും നെഞ്ചിൽ ഭാരം കനത്തു. അടക്കമില്ലാതെ മനസ്സ് പിടച്ചു.

ജീവിതത്തിൽ ദു:ഖങ്ങളുടെ പൊതി മാത്രമേ അവരുടെ മുന്നിൽ എന്നും തുറന്നു വയ്ക്കപ്പെട്ടിട്ടുള്ളു.

മാതു ജനിച്ച് പിറ്റേക്കൊല്ലം വീണ്ടുമൊരു പ്രസവസമയം അമ്മ പിറക്കാത്ത പുതുജീവനോടൊപ്പം പോയതാണ്. കോരിച്ചൊരിയുന്ന കർക്കിടകത്തിലായിരുന്നു അത്. അലമുറയിട്ടു കരഞ്ഞ മാതുവിനെയും മൂത്ത രണ്ട് ആൺകുട്ടികളെയും പിന്നീട് ജീവിതത്തിലങ്ങോളം താച്ചിയമ്മയാണ് മാറോട് ചേർത്തത്. കൊച്ചു മക്കൾ കാലുറച്ച് നില്ക്കാൻ തുടങ്ങുകയും മാതുവിനെ അരിച്ചലിലെ കൊട്ടന്റെ കൈയിലേൽപ്പിക്കുകയും ചെ

യ്തതോടെ താച്ചിയമ്മ ഉലകം ചുറ്റാൻ തുടങ്ങി.

ഗോപാലൻകുട്ടി ജനിച്ച് ആറാം മാസത്തിലാണ് മുളക് വള്ളിയിൽ നിന്ന് ഊർന്നിറങ്ങുമ്പോൾ കൊട്ടന്റെ വയറിന്റെ ഭാഗത്ത് രണ്ട് ചുവന്ന തുള്ളികൾ പൊന്തി വന്നത്. നിമിഷനേരം കൊണ്ട് വയറിന് ചുറ്റും കരി നീലിച്ചു. കുട്ടൻ വൈദ്യരുടെ അവസാന ശ്രമങ്ങളൊന്നും ഫലം കണ്ടില്ല.

രാമൂട്ടിയും കുഞ്ഞാണനും കൂടി മാതുവിന്റെ ചുമലിലായപ്പോൾ അവർ ചെയ്യാത്ത പണികളില്ല. മൂന്ന് നാല് കിലോമീറ്റർ നടന്ന് ആനക്കുഴി വഴി മുരിങ്ങോടിയിലിറങ്ങി വക്കച്ചന്റെയും പാപ്പിയച്ചന്റെയും കൃഷിയിടത്തിൽ ഏറെനാൾ പണി ചെയ്തു.

മിഴാവ്കുന്നിലെ ആണുങ്ങളും പെണ്ണുങ്ങളും അക്കാലത്ത് ഒരു ജാഥ പോലെയാണ് വക്കച്ചന്റെയും പാപ്പിയച്ചന്റെയും തോട്ടത്തിൽ പണിക്ക് പോവുക.

പുറം നാട്ടുകാരായിരുന്നു പാപ്പിയച്ചനും വക്കച്ചനും. കൃഷിയോടുള്ള അടങ്ങാത്ത ആവേശം മൂലം പുതിയ കൃഷിഭൂമി കണ്ടെത്താനുള്ള ശ്രമത്തിന്റെ ഭാഗമായാണ് കോട്ടയം രാജാവിന്റെ കാര്യസ്ഥൻമാരിൽ നിന്ന് അഞ്ഞൂറേക്കറോളം വരുന്ന ഭൂമി പാപ്പിയച്ചനും വക്കച്ചനും ചെറിയ ഉറുപ്പിക കൈമാറി സ്വന്തമാക്കിയത്. ചെമ്പുകണ്ണിമല മുതൽ ഇങ്ങ് കല്ലേരി മല വരെ അത് വ്യാപിച്ച് കിടന്നു.

തെങ്ങും മാവും കവുങ്ങും കുരുമുളകും ഇഞ്ചിയും മഞ്ഞളും കപ്പയും എന്നു വേണ്ട ആ ഭൂമിയിൽ ഇല്ലാത്തതായി ഒന്നുമില്ല. ആദ്യം റബർ കൃഷി ആരംഭിച്ചതും അവിടെയായിരുന്നു.

ചിണ്ടൻ മൂപ്പൻ ആദ്യകാലം പണിക്ക് പോയ സമയം മുറ്റത്ത് ഉണങ്ങാനിട്ട റബർ ഷീറ്റ് കണ്ട് ഇത് എന്ത് തുണിയാപ്പാന്ന് ചോദിച്ച കഥ വലിയൊരു കാലത്തോളം കിട്ടന് നേരെ പലരും പ്രയോഗിച്ചു വന്നിരുന്നു.

'അതച്ഛൻ തമാശിച്ചതല്ലേ'.

അതിന് മറുപടിയെന്നോണം കിട്ടൻ ചിരി വരുത്തി പറയും.

പണിക്കു ചെല്ലുന്നവരെല്ലാം വക്കച്ചന്റെ മുന്നിലും പാപ്പിയച്ചന്റെ മുന്നിലും നിരന്നു നില്ക്കും.

അവിടെ നിന്നാണ് തീരുമാനം വരിക.

'ഇരുപത്തിയഞ്ചാള് റബർ പാലെടുക്കാൻ പൊയ്ക്കോട്ടെ'.

വക്കച്ചൻ പറയും.

'ഇരുപത്തിയഞ്ചാള് ഇഞ്ചി കിളക്കാൻ പോയ്ക്കോട്ടെ '

പാപ്പിയച്ചൻ കൂട്ടിചേർക്കും.

ഇങ്ങനെ പണിക്ക് വന്ന ആളുകളെ ചെറിയ കൂട്ടങ്ങളായി പല ഭാഗ

ങ്ങളിലേക്ക് വിടും. തൊഴിലുതേടിയെത്തിയ ഒരാളെയും അവർ തിരിച്ചയച്ച സ്ഥിതിയുണ്ടായില്ല.

പത്ത് മണി നേരത്ത് പണിക്കാർക്കെല്ലാം പുഴുങ്ങിയ കപ്പയും മുളക് ചമ്മന്തിയും കാപ്പിയും കൊടുക്കും. ഓരോരുത്തർക്കും ഒന്നോ രണ്ടോ കഷ്ണം കിട്ടിയാൽ ആയി. ചില ദിവസങ്ങളിൾ പറമ്പിന്റെ മൂലയിൽ നിന്ന് ഓടിക്കിതച്ച് വരുമ്പോഴേക്കും മറ്റ് പണിക്കാർ ചെമ്പിൽ തൊട്ട് നാവിൽ വെയ്ക്കാൻ തുടങ്ങിയിട്ടുണ്ടാവും. പിന്നെ ഒറ്റ ഗ്ലാസ് കാപ്പിയിലാണ് ആ പണിനേരം പൂർത്തിയാക്കുക.

പെണ്ണുങ്ങൾക്ക് കൂലി അന്ന് അമ്പത് പൈശയാണ് ആണുങ്ങൾക്ക് എഴുപത്തിയഞ്ചും. നൂറു കണക്കിന് പണിക്കാരുടെ കൂലി കൂട്ടിയും കിഴിച്ചും ആഴ്ച്ചയിലൊരിക്കൽ എങ്ങനെ കണക്കൊപ്പിച്ച് കൊടുക്കുന്നുവെന്ന് മാതു ചിന്തിക്കും, ഉത്തരം കിട്ടാതാകുമ്പോൾ വെറുതെ ഒന്ന് ചിരിച്ച് വിടും.

കൂലി കൊടുക്കാൻ പൈസയ്ക്ക് ക്ഷാമം വരുമ്പോൾ പാപ്പിയച്ചനോ വക്കച്ചനോ ഒരാഴ്ച്ച മുൻപോ, രണ്ടോ മൂന്നോ ദിവസം മുൻപോ പറയും

'കാശൊക്കെ തീർന്നു. വടക്കേ ഭാഗത്തെ കപ്പയുടെ കാട് പറിച്ച് കഴിഞ്ഞാൽ, കുന്നുംപുറത്തെ വള്ളിത്തല കെട്ടി കഴിഞ്ഞാൽ, കല്ലേരിമലയിലെ ഇഞ്ചി കെളച്ച് കഴിഞ്ഞാൽ കൊറച്ച് ദെവസം പണിയ്ണ്ടാവില്ല, ഞങ്ങളൊന്ന് നാട്ടീ പോയിട്ട് വരട്ടെ, എന്നിട്ട് അറിയിക്കാം'.

ഇങ്ങനെ മുരുങ്ങോടി ഭാഗത്തെ മലയാകെ അടക്കിവാണ വക്കച്ചന്റെയും പാപ്പിയച്ചന്റെയും കടന്നുവരവിൽ നിന്നാണ് മണ്ണ് കുതിരുകൂട്ടി കപ്പ നടുന്ന രീതി ചിണ്ടൻ മൂപ്പൻ മിഴാവ്കുന്നിൽ പരീക്ഷിച്ചത്. എട്ട് പത്ത് റബർ കുരു ചിരട്ടയിൽ മണ്ണ് നിറച്ച് മുളപ്പിക്കാനുള്ള ശ്രമവും ചിണ്ടൻ മൂപ്പൻ നടത്തി നോക്കി.

ഇടയ്ക്ക് ഒന്നു രണ്ടു കൊല്ലം മൊങ്ങലോട്ടെ ജന്മിയിൽ നിന്ന് മാതു അഞ്ചാറ് കണ്ടം പാട്ടത്തിനെടുത്തു. കൈക്കോട്ട് പൊന്താത്ത കുഞ്ഞാണനും രാമൂട്ടിയും ഗോപാലൻകുട്ടിയും ചേർന്ന് ആവുംപോലെ ചളിയിൽ പുതഞ്ഞു. ചെറിയ പെരുന്നാളിനും വലിയ പെരുന്നാളിനും കോഴിയും നെയ്യും കാഴ്ച്ചയായി മാതു മൊങ്ങലോട്ടെ ജന്മി വീട്ടിലേക്ക് കൊണ്ടുപോയി. വയലിൽ കാവലിരിക്കാൻ ആളില്ലാത്തതിനാൽ മാതുവിന് കൃഷിയും അവസാനിപ്പിക്കേണ്ടി വന്നു.

കർക്കിടകത്തിലെ കോരി ചൊരിയലിനു മുന്നേ പറമ്പിലുള്ള കുരുമുളക് വള്ളികൾ കാട്ടി കടം വാങ്ങിയിട്ടുണ്ടാവും മിഴാവ്കുന്നിലെ പലരും. അങ്ങനെ പാട്ടം കൊടുത്ത് പൈസ വാങ്ങാൻ കുരുമുളകോ, അട

യ്ക്കയോ ഇല്ലാത്തതിനാൽ മുണ്ട് കുറെ കൂടി മുറുക്കിയുടുത്താണ് മാതു മൂന്നു മക്കളെയും വളർത്തികൊണ്ടുവന്നത്.

രാമൂട്ടിയും കുഞ്ഞാണനും നേരത്തെ പഠിത്തം നിർത്തി അവർക്ക് വേണ്ടത് സ്വയം തേടിയിറങ്ങിയപ്പോഴാണ് മാതുവിന് ഒരാശ്വാസമായതും.

'മാത്വേടത്തി കൊറച്ച് തീക്കനല് ബേണല്ലോ'.

മുന്നിൽ ചിരട്ട തൊണ്ടും പിടിച്ച് നില്ക്കുന്ന മീനാക്ഷിയുടെ ശബ്ദം കേട്ട് മാതു കണ്ണുതുടച്ചു.

അടുപ്പിലെ കനല് ചിരട്ടത്തൊണ്ടിലേക്ക് മാറ്റുന്നതിനിടെ മാതു തിരക്കി.

'ഇനിക്ക് ലേശം കാച്ചിൽ ബേണാണേ'?

'ബേണ്ടാ മാത്വേടത്തി, ആടേം ഇണ്ട്, തീപ്പറ്റിക്കണ്ടെ താമസേയുള്ളു.'

മീനാക്ഷി ചിരട്ടത്തൊണ്ട് വാങ്ങുമ്പോൾ അകലെ കീച്ചിറുവിന്റെ നിർത്താതെയുള്ള ഓരിയിടൽ കേട്ടു.

മിഴാവ്കുന്നിലേക്ക് ഒരു ദു:ഖവാർത്ത കയറി വരുന്നെന്ന ചിന്തയിൽ മാതുവും മീനാക്ഷിയും പരസ്പരം നോക്കി.

35. പറപ്പള്ളിക്കാട്

കരിപ്പായി മന്ദനും, കൊല്ലൻ രാഘവനും കുഞ്ഞമ്പു ആശാരിയും ചേർന്നാണ് കുഞ്ഞിരാമൻ ഗുരിക്കളെ നിലത്തിറക്കി കിടത്തിയത്. കാലിന്റെയും കൈയുടെയും തള്ളവിരലുകൾ കീറിയ തുണിക്കഷ്ണത്താൽ മന്ദൻ ചേർത്ത് കെട്ടി. കോറമുണ്ട് ശരീരത്തിനു മേൽ പുതപ്പിച്ചു. തലക്കുത്തിൽ നിലവിളക്ക് കൊളുത്തി, അരമുറി തേങ്ങയിൽ വെളിച്ചെണ്ണയൊഴിച്ച് തിരിവെച്ചു.

വിവരമറിഞ്ഞവർ ഒന്നൊന്നായി പുരയിൽ വന്ന് ഗുരിക്കളെ കണ്ടു.

'പറപ്പള്ളിക്കാട്ടിലേക്ക് കൊണ്ടോകാം അല്ലേ?'

കുളിപ്പിക്കാൻ നേരം അപ്പുവൈദ്യരാണ് അഭിപ്രായമിട്ടത്. ജാനുവിന് അതിന് എതിരൊന്നുമില്ലായിരുന്നു.

നിറയെ കാരമുള്ളുകളും, മനുഷ്യനോളം ഉയരമുള്ള കരടിപ്പുറ്റുകളും നിറഞ്ഞതാണ് പറപ്പള്ളിക്കാട്. ശരിക്കുമൊരു ഒറ്റപ്പെട്ട ശ്മശാനഭൂമി. മിഴാവ്കുന്നിലെ അനേകം മനുഷ്യരെ പറപ്പള്ളിക്കാട് മണ്ണാക്കി മാറ്റിയിട്ടുണ്ട്.

മുകുന്ദനും നാണുവും ചേർന്ന് രണ്ട് നീളൻ വടിക്കുമേൽ ഒരു കൈനീളം വീതിയിൽ അല്പം തടിച്ച കമ്പുകൾ വാഴനാര് കൊണ്ട് ചേർത്ത്

കെട്ടി ഗുരിക്കളുടെ ശരീരം പറപ്പള്ളിക്കാട്ടിലേക്ക് കൊണ്ടുപോകാനുള്ള ഒരുക്കങ്ങൾ നടത്തി.

അതിനിടെ മച്ചൂർ മലയിൽ ഗുരിക്കളുടെ വകയിലൊരമ്മാവന്റെ മകൻ ജീവിച്ചിരിപ്പുണ്ടെന്ന് കരിപ്പായി മന്ദൻ സൂചന കൊടുത്തു.

'ഇരുപത് കൊല്ലക്കാലം തിരിഞ്ഞ് നോക്കാത്തോര് ഇതറിഞ്ഞാ ബെരോ?'

കിട്ടനും എശ്മാനം നായരും അടക്കം പറഞ്ഞു.

ആർക്ക് വേണ്ടിയും കാത്തിരിക്കേണ്ടെന്ന് ജാനു തന്നെ തീർപ്പാക്കിയതും മന്ദനും രാമൂട്ടിയും കുഞ്ഞാണനും ഉടുമ്പുരാജനും ചേർന്ന് പറപ്പള്ളിക്കാട്ടിലേക്ക് നീങ്ങി.

ഒഴിഞ്ഞയൊരിടത്ത് കാട് വയക്കി കൈക്കോട്ടിനാൽ ചെത്തിക്കോരി മന്ദൻ അടയാളമിട്ട ഇടത്ത് ആഴത്തിൽ കൈക്കോട്ടും പിക്കാസും താഴ്ന്നു.

പണ്ട് വസൂരി താണ്ഡവമാടിയ ആദ്യകാലത്ത് ശരീരത്താകമാനം കുരുക്കൾ നിറഞ്ഞ് പഴുത്ത് പൊട്ടിയൊലിച്ച് പുരയുടെ അകത്തളങ്ങളിൽ ഒറ്റപ്പെട്ട് മരിച്ചു വീണവരെ പള്ള നിറച്ചും റാക്കും കേറ്റി പറപ്പള്ളിക്കാട്ടിൽ മണ്ണ് മാന്തി പൊത്തിയ ഭീകരതകൾ കരിപ്പായി ചാത്തനെ പോലുള്ളവരൊക്കെ പറയുന്നത് പലരും കേട്ടതാണ്. കാലങ്ങൾ കഴിഞ്ഞപ്പോൾ അതിന് തെളിവെന്നോണം തെങ്ങിന് തടമൊരുക്കുമ്പോഴും കപ്പയ്ക്ക് കുതിരുകൂട്ടുമ്പോഴും എല്ലിൻ കഷ്ണങ്ങളും തലയോട്ടികളും കിട്ടിയിട്ടുണ്ട്.

പിക്കാസ് കൊണ്ട് ഒരു ചെത്ത് പാറക്കഷ്ണം ഇളക്കി മാറ്റുന്നതിനിടയിൽ ഉടുമ്പുരാജൻ കേട്ട് മറന്ന ആ കഥകളെ ഒന്നുകൂടി നാവിൻതുമ്പിൽ കൊണ്ടുവന്നു.

മിഴാവ്കുന്നിൽ അവസാനം ഏഴുപേർക്കാണ് ഒരേ സമയം കുരിപ്പ് പൊന്തിയത്. കരിപ്പായി മന്ദന്റെ ഉള്ളിൽ ഒരിക്കലും മായാത്ത നീറ്റലാണത്. അതോർക്കുമ്പോൾ മന്ദന്റെ കണ്ണുകൾ നിറയുകയും നിയന്ത്രണം പോലും നഷ്ടപ്പെടുകയും ചെയ്യും.

അത് നന്നായറിയാവുന്ന ഉടുമ്പുരാജൻ ആ വർത്തമാനം അവിടെ തന്നെ മണ്ണിട്ട് മൂടി.

ഏതാണ്ടൊരു ഒന്നൊര നാഴികയോടെ ഗുരിക്കളെയും കൊണ്ട് ആണുങ്ങളെല്ലാം ചേർന്ന് പറപ്പള്ളിക്കാട്ടിലേക്ക് വന്നു. പിന്നെയെല്ലാം വേഗത്തിലായി.

പെല തീരും വരെ ജാനുവിന്റെ കൂട്ടിന് മാധവി തയ്യാറായപ്പോൾ മാ

തുവും, ലതയും നാളെ വരാമെന്ന് പറഞ്ഞ് ഇറങ്ങി.

ആഴ്ച്ച ഒന്നു കഴിഞ്ഞ് പന്ത്രണ്ടിന്റെ കാര്യങ്ങൾ ആലോചിക്കാൻ മന്ദനും അപ്പുവൈദ്യരും മുകുന്ദനും എശ്മാനം നായരും ജാനുവിന്റെ പുരയിലേക്ക് കയറി ചെന്നു.

മന്ദനാണ് തുടങ്ങിയത്.

'എങ്ങനെ ബേണോന്ന് മോളാന്ന് പറേണ്ടേ.'

ജാനു ഒന്നും മിണ്ടിയില്ല.

അല്പനേരം കഴിഞ്ഞ് മന്ദൻ പിന്നെയും തിരക്കി.

'മോളെന്നാ ഒന്നും പറയാത്തേ'

ഒരുവേള അകത്തെ കട്ടിലിലിനു നേരെ ജാനു കണ്ണയച്ചു. പിന്നെ അല്പം ദൃഢതയോടെ പറഞ്ഞു.

'ബലിയിടലും ചോറുരുട്ടലൊന്നും ബേണോന്നില്ല മന്ദേട്ടാ.

'മോളേ.... '

അയാൾ അറിയാതെ നീട്ടി വിളിച്ചുപോയി.

ജാനുവിൽ ഒരു ഭാവമാറ്റവും ഉണ്ടായില്ല.

ആദ്യത്തെ ഒരമ്പരപ്പ് മാറിയ നേരം മാതു വേഗത്തിൽ ജാനുവിന്റെ അരികിലേക്ക് വന്നിരുന്നു.

'ഇഞ്ഞിയെന്ത് ബർത്താനാ ഈ പറേന്ന്'

മാതു ജാനുവിന്റെ മുടിയിഴകളിൽ തഴുകി.

'അച്ഛന് മേണ്ടി ചെയ്യണ്ടത് ചെയ്യണ്ടെ മോളേ?'.

ജാനുവോടുള്ള എല്ലാ സ്നേഹവും കലർത്തി മാധവിയും ചേർന്നു.

ഒരു നിമിഷം ഇരുവരെയും മാറിമാറി നോക്കി ജാനു ചോദിച്ചു.

'ഇരുപത് കൊല്ലക്കാലം രണ്ട് നേരോം അച്ഛന്റെ വായിലേക്ക് കഞ്ഞി കോരിയൊഴിച്ചു കൊടുത്തത് ഞാനല്ലേ മാധവിയേച്ചി'?

'മൂത്രത്തിലും തീട്ടത്തിലും *ഈങ്ങിയ അച്ഛന്റെ ശരീരോം തുണിയും ഞാനല്ലേ നനച്ചതും *ഒലത്തിക്കൊടുത്തതും അമ്മേ'?.

മാതുവിനും മാധവിക്കും പെട്ടെന്നൊരുത്തരം പറയാൻ കഴിഞ്ഞില്ല.

'അയിനുമപ്പുറം ഇനിയെന്ത് കർമ്മാ ഞാൻ അച്ഛന് ബേണ്ടി ചെയ്യണ്ടേ? ഇങ്ങള് പറ.'

ജാനുവിന്റെ അവസാന ചോദ്യം എല്ലാവരോടുമായി.

മുകുന്ദനും, എശ്മാനം നായരുമൊഴിച്ച് മറ്റുള്ളവരൊക്കെ മുഖത്തോട് മുഖം നോക്കി. മറുത്തു പറയാൻ ഒരു വാക്കും അവർക്കിടയിൽ ഉണ്ടായില്ല.

പിറ്റേന്ന് ചായപ്പീടികയിലിരുന്ന് നായര് അഭിപ്രായപ്പെട്ടു.

'ഓള് പറഞ്ഞയാ അയിന്റെ ശെരി, മനുഷ്യന് മനുഷ്യനോടുള്ള കർ

*ഈങ്ങിയ - മുഷിഞ്ഞ

*ഒലത്തുക - തുടയ്ക്കുക

മ്മം ജീവിച്ചിരിക്ക്ന്നേരം ചെയ്യണ്ടയാ’.

കിട്ടനും, ഉടുമ്പുരാജനും പാതി മനസ്സോടെ അത് ശരിവെയ്ക്കുകയും ചെയ്തു.

കിട്ടൻ ചായഗ്ലാസ് തിരികെയെടുക്കുന്ന നേരം കുഞ്ഞമ്പു ആശാരിക്കൊപ്പം പാട്ടക്കാരൻ നാരായണൻ ഉച്ചത്തിൽ ചിരിച്ച് പീടികമുറ്റത്ത് പ്രത്യക്ഷപ്പെട്ടു.

മുന്നിലെ കാഞ്ഞിരമരത്തിന്റെ തണലിൽ മയങ്ങുകയായിരുന്ന കീച്ചിറു പെട്ടന്ന് രൗദ്രഭാവത്തോടെ അയാൾക്കു നേരെ കുതിച്ചു ചെന്നു.

ഒരു നിലവിളിയോടെ പാട്ടക്കാരൻ നാരായണൻ കുഞ്ഞമ്പു ആശാരിയുടെ മറവിൽ അഭയം തേടി.

കീച്ചിറു അയാളെ നോക്കി മുരളുകയും പല്ലിളിച്ച് കാട്ടുകയും ചെയ്തു. അവന്റെ കുഞ്ചിയിലെ രോമങ്ങൾ ഒന്നൊന്നായി എഴുന്ന് നിന്നിരുന്നു.

കീച്ചിറുവിന്റെ പതിവില്ലാത്ത ഭാവപ്രകടനം കണ്ട് പീടികയിലെ മുഴുവൻ പേരും ഒരു നിമിഷം അന്ധാളിച്ചു.

ഉടുമ്പുരാജൻ വേഗത്തിൽ മുറ്റത്തേക്കിറങ്ങി ശാസനോയോടെ ഒച്ചയെടുത്തതും അവൻ ഉടുമ്പുരാജനെയും നാരായണനെയും മാറി മാറി നോക്കി പതുക്കെ കാഞ്ഞിരമരത്തിന്റെ ചുവട്ടിലേക്ക് തന്നെ നീങ്ങി.

അരനാഴികയ്ക്ക് ശേഷം എശ്മാനം നായരും ഉടുമ്പുരാജനും പീടികയിൽ നിന്ന് ഇറങ്ങിയതും കുഞ്ഞമ്പു ആശാരി പുരികം ഒരു ചോദ്യചിഹ്നം പോലെ വളച്ചു.

‘അല്ല നാരാണാ, നാട്ടിലെ എല്ലാ മൻശ്യൻമാരോടും വാലാട്ടുവേം മുട്ടിയുരുമ്മേം ചെയ്യ്ന്ന ഓന് ഇന്നോടെന്നാ പെട്ടെന്നൊരു പക?’

അത് കേട്ട് കിട്ടനും അയാളെ നോക്കി.

നാരായണൻ മറുപടി പറഞ്ഞില്ല. തന്റെ വലത് തുടയിൽ ആഴത്തിൽ തറച്ച പല്ലിന്റെ കലയിൽ അയാളുടെ കൈ അറിയാതെ ചെന്ന് നിന്നു.

36. ആ രാത്രി

ആണ്ടുത്സവത്തോട് ചേർന്ന് കേളൻ മടപ്പുര മുറ്റത്ത് പന്തലിട്ട് നിലം തച്ചമർത്തി ചാണകം മെഴുകി. കുഞ്ഞൂട്ടി പെരുവണ്ണാനും ഒതേനൻ അഞ്ഞൂറ്റാനും മെയ്യാഭരണങ്ങൾ മിനുക്കിയെടുത്തു. മിഴാവ്കുന്നിലെ മനുഷ്യരെല്ലാം ദു:ഖങ്ങളുടെ പട്ടിക തയ്യാറാക്കി.

ആഴ്ച്ചകൾക്ക് മുന്നെ മാധവി കുഞ്ഞനന്തന്റെ മകള് ലീലയെ കൊണ്ട് സുലോചനയ്ക്കെഴുതി.

‘ഇത്തവണയെങ്കിലും മോള് ദിവാകരനെയും കൂട്ടി തിരുവപ്പനയ്ക്ക്

വരണം'

കത്ത് വായിച്ച് സുലോചനയുടെ ഉള്ളം വിങ്ങി. ഓർമ്മകളുടെ ഉഷ്ണക്കാറ്റിൽ ശരീരം വെന്തു. എറയത്തെ മരത്തൂണിൽ ചാഞ്ഞിരുന്ന് സുലോചന വീണ്ടും ആ രാത്രിയിലേക്ക് ചെന്നുവീണു.

കാലിളകിയ മേശയ്ക്ക് മേൽ പീശാത്തിയുടെ മുനയാൽ ഗോപാലൻകുട്ടീന്ന് വരഞ്ഞിടുമ്പോഴാണ് മാധവി മോളേയെന്ന വിളിയോടെ പിന്നിലൂടെ വന്നത്.

നനവുണങ്ങിയ മുടി ഇടത്ത് നിന്ന് വലത്തേ തോളിലേക്ക് മാറ്റി സുലോചന മുഖം തിരിച്ചു.

'മോളോട് ഒരൂട്ടം പറയാന്ണ്ട്'

അമ്മയിൽ പതിവില്ലാത്തൊരു ഭാവം സുലോചന തിരിച്ചറിഞ്ഞു.

'മോക്ക് ഒരാലോയന. കൊട്ടിയൂരുള്ള ഒരു മാശാ. പേര് ദിവാകരൻന്നാ ദാമു പറഞ്ഞെ. ചീരൻ കൊണ്ടോന്നയാ, ബന്ന് കാണാൻ അച്ഛനും കാർന്നോൻമാർക്കും ദാമു സമ്മതം കൊടുത്തൂന്ന് '

മാധവി മകളുടെ മുഖത്ത് നോക്കാതെയാണ് മുഴുമിപ്പിച്ചത്.

ഭയപ്പെട്ടതെന്താണോ അത് തൊട്ടുമുന്നിൽ വന്നു നില്ക്കുന്നു എന്ന തിരിച്ചറിവിൽ സുലോചനയുടെ ശരീരം വിറച്ചു. പൊട്ടിത്തെറിക്കാൻ പാകത്തിന് നെഞ്ചിനുള്ളിൽ മിടിപ്പുയർന്നു. അവൾ മേശയ്ക്ക് മുകളിലെ അക്ഷരങ്ങളിലൂടെ നോക്കി. പതുക്കെ കണ്ണീര് പടർന്ന് അത് കാഴ്ച്ചയിൽ നിന്ന് മാഞ്ഞു.

ദാമു കാര്യങ്ങൾ കുറെ കൂടി വ്യക്തമാക്കി.

അവൾ അമ്മയ്ക്കും ഏട്ടനും മുന്നിൽ മനസു തുറന്നു.

ഗോപാലൻകുട്ടിയുടെ പേര് സുലോചനയിൽ നിന്ന് വന്നപ്പോൾ മാധവിക്ക് യാതൊരു ഭാവവ്യത്യാസവും ഉണ്ടായില്ല.

എല്ലാം കേട്ട് കഴിഞ്ഞ് ദാമു പറഞ്ഞു.

'ന്റെ പെങ്ങള് എന്നെ അനുസരിക്കുന്നാ ബിശ്വാസം. അതോണ്ടാ ബാക്ക് കൊട്ത്തേ. മാശിന് നല്ല പഠിപ്പ്ണ്ട്, ഒരു തൊഴില്ണ്ട്, കാണാനും കൊയപ്പൂല. മാത്രല്ല, മംഗലം കയിഞ്ഞേന്റെ പിറ്റേന്ന് ഇനിക്ക് കോങ്കത്തീം കൊണ്ട് എറങ്ങേണ്ടീം ബെരൂല. ബാക്കിയെല്ലാം ഇഞ്ഞി പറേം പോലെ.'

പുക കൊണ്ട് കരുവാളിച്ച മുഖത്തെ വിയർപ്പൊപ്പി ദാമു പുരയുടെ തെക്ക് ഭാഗത്തേക്ക് ഇറങ്ങി നിന്നു.

മാധവി മകളുടെ മുടിയിഴകളിൽ തഴുകി.

'ദാമു ഇനിക്ക് ബേണ്ടി മാത്രം ജീവിച്ചോനാ, അതെന്റെ മോള് മറ

ക്കറ്'

അമ്മയുടെ കണ്ണിലും നനവ് കണ്ടു.

ഗോപാലൻകുട്ടീന്നുള്ള പേര് പീശാത്തിയുടെ മുനയാൽ മേശയിൽ നിന്ന് ചുരണ്ടി മാറ്റാൻ സുലോചന ശ്രമിച്ചെങ്കിലും നേർത്ത പാടുകൾ അവശേഷിച്ചു.

ശംഖുപാറയുടെ പരപ്പിൽ അവസാനമായി ഒരു വട്ടം കൂടി ചെന്നിരിക്കാൻ അവളുടെ ഉള്ളം കൊതിച്ചു. പക്ഷേ പുകയേറ്റ് കരുവാളിച്ചു പോയ മുഖം സുലോചനയെ അവിടെ തന്നെ തടഞ്ഞു നിർത്തി.

സന്ധ്യാനേരം സുലോചന ദാമുവിന്റെ അരികിലേക്ക് ചെന്നു.

'ദാമുവേട്ടാ'

മുഖം തിരിക്കുന്നതിനിടെ അയാൾ കണ്ണുകളൊപ്പി.

'കൊട്ത്ത ബാക്ക് ഞായൻ കാരണം തെറ്റണ്ട, പക്ഷേ ഒരു കാര്യോണ്ട്'

ദാമുവും മാധവിയും സുലോചനയെ നോക്കി.

'ഗോപാലൂട്ടിയാട്ടന്റെ മംഗലം കയിഞ്ഞാലേ ഇന്നാട്ടിലേക്ക് പിന്നെ ഞായൻ ബെരൂ'.

കൂടുതലെന്തെങ്കിലും പറയും മുൻപെ ഒരു ഏങ്ങൽ വാക്കുകളെ മുറിച്ചു. സുലോചന അകത്ത് കിടക്കപ്പായയിൽ തളർന്ന് കിടന്നു. കണ്ണുകളിലെ നനവിനെ തലയിണ ഒപ്പി.

'മോൻ കരയ്ന്നത് നീ കേൾക്ക്ന്നില്ലേ സുലോചനേ'?

കിണ്ടിയിലെ വെള്ളം കൊണ്ട് കാല് കഴുകി നിവരുന്നതിനിടെയായിരുന്നു ദിവാകരൻ മാഷിന്റെ ചോദ്യം.

അപ്പോഴാണ് ചുറ്റിലും പരന്ന രാത്രിയിരുട്ടിനെ സുലോചന വേർതിരിച്ചറിഞ്ഞത്. അവൾ ധൃതിയിൽ അകത്തേക്ക് കയറി.

പിറ്റേന്ന് ദിവകാരൻ മാഷ് വാങ്ങി സൂക്ഷിച്ച ഇല്ലൻഡുകളിലൊന്നിൽ സുലോചന മറുപടി കുറിച്ചു.

'അമ്മ ഇവിടേക്ക് വന്നോളൂ, ഏട്ടനേം നാത്തൂനേം കൂടെ കൂട്ടണം'

കത്ത് വന്നതും പോയതും ദാമു അറിഞ്ഞില്ല.

'ഇത്തവണ ഉത്സവത്തിന് സുലോചനേച്ചി വര്വോ അമ്മായി ?'

ലീല വായനയ്ക്ക് ശേഷം തലപൊന്തിച്ചു.

ഉത്തരമില്ലാതെ മാധവി വഴിയിലേക്ക് കണ്ണു പായിച്ചു.

രാത്രി ദാമുവിന്റെ മുൻപിലെ കിണ്ണത്തിൽ അല്പം കൂടി കഞ്ഞിയൊഴിച്ച് കൊടുക്കുന്നതിനിടയിൽ മാധവി പറഞ്ഞു.

'നാളെ കൊട്ടിയൂര് ബരെ ഒന്ന് പോയാലോ'?

ദാമു ഒന്നും മിണ്ടിയില്ല. അയാൾ കുറേനെരം പുറത്തേക്ക് നോക്കി. ശേഷം കൈയ്യും മുഖവും കഴുകി അകത്തു ചെന്ന് കട്ടിലിനടിയിലെ ഇരുമ്പ് പെട്ടി തുറന്ന് കുറെ നാണയത്തുട്ടുകളെടുത്ത് മാധവിയുടെ മുന്നിൽ വെച്ചു

'അമ്മ പോയിറ്റ് പോര്. ആരേങ്കിലും കൂട്ടീക്കോ, ബേണ്ടയെന്നാന്ന് വെച്ചാല് ചെയ്തോടുക്കണം'.

മുറ്റത്തേക്ക് ഇറങ്ങാൻ നേരം ദാമു തിരിഞ്ഞു നിന്നു.

'പറ്റൂങ്കിൽ ഒന്ന് ഈടംബെരെ ബെരാനും പറ'

മാധവിയുടെ കണ്ണുകൾ നിറഞ്ഞു.

സുലോചനയുടെ അടുത്തേക്ക് മീനാക്ഷിയെയും കൂട്ട് വിളിക്കാൻ മാധവി തീരുമാനിച്ചു.

സുലോചനയെ കാണാൻ മാധവിക്ക് ആഗ്രഹം കയറുന്ന നിമിഷം ആദ്യം തെളിയുന്ന മുഖങ്ങളിലൊന്ന് മീനാക്ഷിയുടെതാവും. അവിലിടിയുടെ തിരക്കുകൾക്കിടയിലും മാധവിയുടെ ആവിശ്യത്തിന് മീനാക്ഷി സമ്മതം മൂളും. കല്യാണം കഴിഞ്ഞതിന്റെ ആദ്യ സമയങ്ങളിൽ 'അമ്മായിയപ്പ്'വും ചുമന്ന് കൊട്ടിയൂരുവരെ നടന്നാണ് മീനാക്ഷി കൂട്ടു പോയിട്ടുള്ളത്.

പുലർച്ചെ മാധവിയും മീനാക്ഷിയും കൊട്ടിയൂരിലേക്ക് പുറപ്പെട്ടു. ഉച്ചയൂണ് കഴിഞ്ഞ ശേഷം മീനാക്ഷി സുലോചനയെ മാറ്റി നിർത്തി.

'എത്ര കൊല്ലായി ഞി മിഴാക്കുന്നിൽ ബന്നിറ്റ്ന്ന് ഓർമ്മേണ്ടാ?'

സുലോചന മുഖം കുനിച്ചു.

'ദാമു എപ്പോം പറയേനു, നല്ലയിടത്ത് തന്നെ സുലൂനെ അയക്കണോന്ന്, ഇല്ലേല് മംഗലം കയിഞ്ഞാ പിറ്റേസം മൊതല് ഓക്ക് ഒയലണ്ടി ബെരൂന്ന് '

മീനാക്ഷി ഒന്നു നിർത്തി.

'ആ ഓനെയാ ഞി നൊമ്പലപ്പെടുത്ത്ന്ന്, മറക്കണ്ടാ'

സുലോചനയുടെയുള്ളിൽ ചോര പൊടിഞ്ഞു.

'ഗോപാലൂട്ടിയാട്ടനോട് ഞായൻ ചെയ്തത് പൊറുക്കാൻ കയ്യാത്തതല്ലേ ഏച്ചി?

ആ സ്വരമിടറി.

'ഈ അവസ്ഥേല് ആ മൊഖം കാണാൻ എനക്ക് കയ്യൂലാ അതോണ്ടാ ഞായൻ.'

പൂർത്തിയാക്കും മുൻപേ സുലോചനയുടെ നിയന്ത്രണം വിട്ടു. അത് മീനാക്ഷിയേയും സങ്കടപ്പെടുത്തി.

മടങ്ങാൻ നേരം മകളുടെ മുന്നിൽ മാധവിയുടെ ചുണ്ടുകൾ വിറച്ചു.

അമ്മയുടെ മാറിലേക്ക് ചേർന്ന് സുലോചന നിന്നു.

മാധവിക്കും മീനാക്ഷിക്കും അല്പദൂരം കൂട്ട് പോയി തിരികെ വന്ന് നെറ്റിയിലേക്ക് വീണു കിടന്ന നീളൻമുടി കോതിയൊതുക്കി കൊണ്ട് ദിവാകരൻ മാഷ് ചോദിച്ചു.

'ഇനിയും ഈ വാശി എന്തിനാ സുലോചനേ?, അതുകൊണ്ട് എന്താ നേട്ടം' ?

ഞാൻ എല്ലാം പറഞ്ഞതല്ലേ എന്ന മട്ടിൽ സുലോചന പുരുവനിലേക്ക് രൂക്ഷമായൊന്ന് കണ്ണുപായിച്ച് മുറിക്കകത്തേക്ക് കടന്നു.

നിലത്ത് പായയിൽ കുഞ്ഞിനെ മാറോട് ചേർത്ത് റൗക്കയുടെ കെട്ടഴിച്ച് കൊടുക്കവേ സുലോചനയുടെ ഉള്ളം പുകഞ്ഞു കത്തി.

ഏറെ കഴിഞ്ഞ് മുലക്കണ്ണിൽ നിന്നും ഇളം ചുണ്ടുകൾ അകന്നു മാറിയിപ്പോൾ നേർത്തൊരു പുതപ്പ് ആ കുഞ്ഞു ശരീരത്തിലൂടെ പുതപ്പിച്ച് അവൾ നിശ്ശബ്ദമായി അടുക്കളയിലേക്കു ചെന്നു.

37. ഇല്ലത്തെ വേളി

ഞാറുനടാൻ ഒരുങ്ങി നിന്ന പാടങ്ങളിലെ തെളിനീരിൽ ആകാശമാകെ വീണ് കിടന്നു.

സന്ധ്യാനേരം നെരത്തിൻമേൽ പൊമ്മാണ്ടൻ മാപ്പിളയുടെ കെട്ടിടത്തിന്റെ രണ്ടാംനിലയിൽ വായനശാലയോട് ചേർന്നു തന്നെയുള്ള മുറിയുടെ പുറത്ത് ഒരു ചോരക്കൊടി ഇളം കാറ്റിനൊപ്പം പാറിക്കളിക്കാനും തുടങ്ങി.

അകത്ത് വെള്ളയടിച്ച ചുമരിൽ ഭംഗിയുള്ളൊരു ചിത്രം സ്ഥാനം പിടിച്ചിരുന്നു. അതിൽ നിന്ന് മുഖത്തെ രോമങ്ങളെല്ലാം നീക്കം ചെയ്ത ഒരു മനുഷ്യൻ പ്രകാശം പരത്തുന്ന കണ്ണുകളോടെ പുഞ്ചിരിച്ചു. മുകളിലേക്ക് ചീകിയൊതുക്കിയ ആ മുടിയിലൊരല്പം ഇടത് നെറ്റിയിൽ നിന്ന് നൂലിഴ പോലെ താഴേക്ക് ഇറങ്ങി നിന്നിരുന്നു. കുറച്ച് നേരം ആ ചിത്രത്തിലേക്ക് തന്നെ കണ്ണു നട്ടതും തന്റെയുള്ളിൽ മുന്നോട്ട് മുന്നോട്ട് എന്നൊരു കനത്ത ശബ്ദം മുഴങ്ങുന്നതായി മുകുന്ദനു തോന്നി.

ആ മുറിക്കുള്ളിൽ മുകുന്ദന്റെ പുരയിൽ സൂക്ഷിച്ചിരുന്ന ഒരു വലിപ്പ് മേശയും, കസേരയും വന്നിരുന്നു. ഒപ്പം കുഞ്ഞമ്പുആശാരി കൂലി വാങ്ങാതെ ഒരുക്കിയ രണ്ട് ബെഞ്ചും.

അപ്പുവൈദ്യരും, കുഞ്ഞിരാമനും, തുടങ്ങി ഏഴുപേരാണ് അതിൽ ആദ്യമായി ഇരിപ്പുറപ്പിച്ചത്.

കൂത്തുപറമ്പ് മണ്ഡലം സെക്രട്ടറിയായ പി.പി ഗോവിന്ദൻ ആമുഖമായി നടത്തിയ പ്രഭാഷണത്തിന് ശേഷം കൂട്ടിച്ചേർത്തു.

'ഇത് ഈ പ്രസ്ഥാനത്തിന്റെ കീഴ്ഘടകാന്ന്, മുകുന്ദൻ ഇതിന്റെ പ്രധാന ഉത്തരവാദിത്വം ഏറ്റെടുക്കണംന്നാ മേൽക്കമ്മിറ്റി തീരുമാനം, ആരിക്കെങ്കിലും എതിരഭിപ്രായം ഇണ്ടേൽ പറയാം.'

മുകുന്ദനാണ് യോഗ്യനെന്ന് എല്ലാവരും ഒരേ സ്വരത്തിൽ പറഞ്ഞു.

വരും ദിവസങ്ങളിൽ മുകുന്ദന് ഊണും ഉറക്കവും കൂടുതൽ നഷ്ടമായി. മേൽക്കമ്മിറ്റി വിളിച്ചു ചേർക്കുന്ന യോഗങ്ങളും കഴിഞ്ഞ് പലപ്പോഴും രണ്ടും മൂന്നും നാഴികനേരം കാൽനടയായി സഞ്ചരിച്ച് കോഴി കൂവുന്ന നേരത്താവും അയാൾ മിഴാവ്കുന്നിലേക്ക് തിരികെയെത്തുക.

പകൽനേരങ്ങളിൽ പ്രസ്ഥാനത്തിന്റെ മുന്നേറ്റത്തെ അയാൾ ചായപ്പീടികയിലും വായനശാലയിലും ഇരുന്ന് മറ്റുള്ളവരോടായി പങ്കുവെയ്ക്കുകയും ചെയ്യും.

ഒരു ദിനം കിട്ടന്റെ പീടികയുടെ മുന്നിലും ഒരു കൊടിമരമുയർന്നു. മന്ദനും, ഏറ്റുകാരൻ അനന്തനും, കേളനും ചേർന്നാണ് കവുങ്ങ് ചെത്തിയൊരുക്കിയത്. കൊല്ലൻ രാഘവനെ കൊണ്ട് ഇരുമ്പ് വിളക്കി ചേർത്ത് കൊടിമരത്തിനറ്റത്ത് തുളച്ചു കയറ്റി. മണ്ണിൽ ആഴത്തിൽ കുഴിയെടുത്ത് കൊടിമരം ഉറപ്പിച്ചു.

പുരളിമലയിറങ്ങി വന്ന ഇളം കാറ്റ് കതിരിട്ട നെൽവയലുകളെ തൊട്ട് കൊടിമരത്തെ ചുറ്റിനിന്നു. കാറ്റിനൊപ്പം ചോരക്കൊടി പാറിക്കളിക്കുന്നതും നോക്കി കിട്ടൻ അഭിമാനം കൊണ്ടു.

ആഴ്ച്ച ഒന്നു കഴിഞ്ഞ് നീലകണ്ഠൻ നമ്പൂതിരിയുടെ ഇളയമകന്റെ വേളിയുടെ കാര്യം ഇല്ലത്തെ കുടിയിടപ്പുകാരെ അറിയിക്കാൻ കാര്യസ്ഥൻ പരമുനായാർ കുട്ടങ്ങാടേക്ക് എത്തി.

പരമുനായരുടെ ആ യാത്ര ആദ്യം ചെന്നു നിന്നത് ഉടുമ്പുരാജന്റെ പുരയിലാണ്.

'നീ വേളീന്റെ കാര്യം അറിഞ്ഞ് കാണൂലോ അല്ലേ ? '

മുറ്റത്തേക്ക് കയറാതെ തന്നെ പരമുനായർ ചോദ്യമിട്ടു.

ഉടുമ്പുരാജൻ തലയനക്കി.

'ഒരു എണ്ണൂറ് നാക്കില വേണോന്നാ തമ്പ്രാന്റെ കണക്ക്, അത് നീ നോക്കണം'.

പരമുനായരിൽ ഇടയ്ക്കെപ്പഴോ നഷ്ടപ്പെട്ടു പോയ ഒരു അധികാര സ്വരം കയറി വന്നു.

രാജനെയും കുടുംബത്തെയും സദ്യയുണ്ണാൻ കൂടി ക്ഷണിച്ച് പരമു

നായർ മറ്റ് പുരകളിലേക്ക് നീങ്ങി.

തിരികെയുള്ള മടക്കം കാനത്ത് എത്തിയപ്പോൾ ചായപ്പീടികയുടെ മുന്നിലെ കൊടിമരം കണ്ട് അയാളൊന്ന് നിന്നു. നായരിൽ നേർത്തൊരു കലിപ്പ് അടിമുതൽ മുടി വരെ അരിച്ചു കയറാനും തുടങ്ങി.

ചോരക്കൊടിയെ പലതുണ്ടുകളായി പിച്ചി ചീന്തുന്നത് അയാൾ ഭാവനയിൽ കണ്ടെങ്കിലും തനിക്ക് കൈയെത്തുന്നതിനേക്കാൾ ഉയരത്തിലാണ് കൊടിയുടെ ഇപ്പോഴത്തെ നില്പ്പെന്ന ബോധം പരമുനായരെ തളർത്തി. പട്ടുകുട നിവർത്തി കൊടിമരത്തെ മറച്ച് അയാൾ വയൽ വരമ്പിലൂടെ വേഗത്തിൽ ഇറങ്ങി നടന്നു.

അടുത്ത ദിവസങ്ങളിൽ വേളിയോടനുബന്ധിച്ച് മിഴാവ്കുന്നിലെ വലിയൊരുകൂട്ടം ചേനയും ചേമ്പും വെള്ളരിയും കുമ്പളങ്ങയും വാഴക്കുലയുമായി ഇല്ലത്ത് ചെന്ന് കൈമാറി.

എശ്മാനം നായരും, കിട്ടനും അതൊന്നും തങ്ങളെ ബാധിക്കുന്നതേയല്ല എന്ന മട്ടിൽ തന്നെ നിന്നു.

വേളിയുടെ അന്ന് ഉടുമ്പുരാജൻ ലോഹ്യവും പറഞ്ഞ് പുര കടന്ന് നീങ്ങിയതും മാതു ഗോപാലൻകുട്ടിയുടെ മുന്നിലേക്ക് ചെന്നു.

'ഞി പോന്നില്ലേ ഇല്ലത്തെ സദ്യയ്ക്ക് '?

ഗോപാലൻകുട്ടി ഒന്നും മിണ്ടാതെ മുഖം തിരിക്കുകയാണ് ചെയ്തത്.

'ഇനിക്ക് ചെവീം കേക്കാണ്ടായാ? ഇന്നോടാ ചോയ്ച്ചേ പോന്നില്ലേന്ന്?'

മാതുവിന്റെ ശബ്ദം അല്പം ഉയർന്നിരുന്നു.

'സദ്യ വല്ല്യമുറ്റത്തിരുത്തി തെരുവാ അവര് '?

ഗോപാലൻകുട്ടിയുടെ തിരിച്ചുള്ള ചോദ്യം കേട്ട് മാതു ആദ്യമൊന്ന് അമ്പരന്നു. പിന്നെ സ്വരത്തിൽ ദേഷ്യവും സങ്കടവും കലർത്തി.

'ഇന്റെ തല തിര്ഞ്ഞ്ന്ന് നാട്ടാര് പറേന്നത് ബെറ്തെയല്ല. നേരന്നെയാ'.

പിറുപിറുത്ത് കൊണ്ട് മാതു ചേതിയിൽ കുത്തിയിരുന്നു.

ഗോപാലൻകുട്ടി അകത്ത് കയറി കിടക്കപ്പായയിൽ കണ്ണടച്ചു.

ആറേഴ് കൊല്ലം മുന്നെ മിഴാവ്കുന്നിൽ ഭാസ്ക്കരൻ നമ്പ്യാരുടെ മൂത്ത മകന്റെ കല്യാണം നടന്നത് അയാളിൽ മായാതെയുണ്ട്. അന്ന് മിഴാവ്കുന്നിലെ അധിക പുരകളിലും സദ്യക്ക് ക്ഷണമുണ്ടായിരുന്നു.

കുഞ്ഞാണനും രാമൂട്ടിക്കും ഒപ്പമാണ് ഗോപാലൻകുട്ടി പടിക്കൽ തറവാടിന്റെ മുറ്റത്തേക്ക് ചെന്നത്.

തില്ലങ്കേരിയിലായിരുന്നു പെണ്ണിന്റെ തറവാട്. അവിടെ നിന്നും പെണ്ണിന് ആറുമാസത്തേക്ക് ഉപയോഗിക്കേണ്ട തുണിയും ചാന്തും പൊ

ട്ടും വെളിച്ചെണ്ണയും പല്ല് തേക്കാനുള്ളതും എന്നു വേണ്ട എല്ലാ സാധനങ്ങളും താങ്ങി വണ്ണത്താൻ പുരയിലെ പെണ്ണുങ്ങൾ അകത്ത് കൊണ്ടു വെച്ചു. അതിന് ശേഷമാണ് മംഗലപ്പെണ്ണ് പടി കയറിയത്.

സദ്യയ്ക്കുള്ള വട്ടമായപ്പോൾ രാമൂട്ടി ഗോപാലൻകുട്ടിക്കും കുഞ്ഞാണനും നേരെ ഒച്ച താഴ്ത്തി.

'ബെല്യകയ്ക്കോരെല്ലാം കയിഞ്ഞിറ്റേ മ്മക്ക് എലയിടു.'

ഗോപാലൻകുട്ടി ചുറ്റിലും കണ്ണോടിച്ചു.

രാമൂട്ടി പറഞ്ഞ നിയമം നന്നായറിയാവുന്ന മട്ടിൽ മിഴാവ്കുന്നിലെ ആണുങ്ങളും പെണ്ണുങ്ങളും മുറ്റത്തിനു പുറത്ത് പരമാവധി ഒതുങ്ങി നിന്നിരുന്നു.

അതിലും അല്പം മാറിയാണ് ഹരിജൻ കോളനിയിൽ നിന്നും വന്ന കൈമയും കരിഞ്ചിയും ഉൾപ്പെടെയുള്ളവർ സദ്യ വിളമ്പുന്ന പന്തലിലേക്ക് കണ്ണു നട്ടത്. അവരുടെ കൈയിലെ ഒന്നു രണ്ടു കവുങ്ങിൻ പാളയും ഗോപാലൻകുട്ടിയുടെ ശ്രദ്ധയിൽ പെട്ടു.

ഓല പന്തലിന് താഴെ ചാണകം മെഴുകിയ നിലത്ത് മന്തിരിപ്പായയിൽ ഇരുന്ന് രാമൂട്ടി പറഞ്ഞ വെല്യകയ്ക്കോരുടെ ആദ്യ നിര ഉണ്ടെണീറ്റതും കൈമയും കരിഞ്ചിയും കൂടെയുള്ളവരും പന്തലിലേക്ക് കുതിച്ച് എച്ചിലയോരോന്നും ശ്രദ്ധയോടെ കൈയിലെടുത്തു.

പിന്നെ പുറത്തേക്ക് വന്ന് ഓരോ ഇലയിലെയും ബാക്കി ചോറ് അവരവരുടെ പാളയിൽ കൊണ്ടുവന്ന് മുട്ടി.

മൂന്നാലഞ്ച് പന്തിയിലും അത് തന്നെ തുടർന്നു. പാളയിൽ കാൽ ഭാഗം ചോറ് നിറഞ്ഞതും അതും ചുമന്ന് താഴെയുള്ള കവുങ്ങിൻ തോട്ടത്തിലേക്ക് കൂട്ടമായി അവരിറങ്ങി.

മുതിർന്നവരും കുട്ടികളുമെല്ലാം ഒന്നു ചേർന്നാണ് പാളയിലെ എച്ചിച്ചോറ് വാരി വാരി തിന്നത്. ഇടയിലൂടെ പിച്ചവച്ചു നടന്ന ഒന്നര വയസ്സുകാരന്റെ വായിൽ കൈമ അല്പം ചോറ് കൂടി വച്ചുക്കൊടുത്തതും ഗോപാലൻകുട്ടി അറിയാതെ മുഖം തിരിച്ച് പോയി. ചെറിയ നേരം കൊണ്ട് പാള തുടച്ച് വെടിപ്പാക്കി അവർ പിന്നെയും പന്തിക്ക് അരികിലേക്ക് വന്നു.

സദ്യയ്ക്കിരുന്ന ഗോപാലൻകുട്ടിക്ക് ഒരുരുള പോലും അകത്തേക്ക് ചെന്നില്ല. പന്തലിന് പുറത്ത് ഇലയിലേക്ക് നോക്കി നില്ക്കുന്ന കൈമയിലും കരിഞ്ചിയിലും അവരോടൊപ്പമുള്ളവരിലുമായിരുന്നു ശ്രദ്ധ.

അന്ന് രാത്രിയിൽ ആ അനുഭവം പങ്കുവെച്ചപ്പോൾ മാതു പറഞ്ഞു.

'ഓ, അയിനെന്നാ അതെല്ലാം സാധാരണയാന്ന്'.

ഒരു തവണ ബാലനു മുൻപിലും ഇതേ കാര്യങ്ങൾ അവതരിപ്പിച്ചു.

അയാൾ ഏറെ ശാന്തമായി.

'ഈ ഭൂമീല് അധിക മനുഷ്യരുടെയും ജീവിതം ഇങ്ങനൊക്കെ തന്നെയാണ് ഗോപാലൂട്ടി, ഒക്കെ മാറും. അതിനു വേണ്ടി നമുക്ക് ചെയ്യാൻ കഴിയുന്നതൊക്കെ നമ്മളും ചെയ്യണം'.

ഗോപാലൻകുട്ടി കണ്ണുകൾ ഒന്നുകൂടി അടച്ചു തുറന്നു. പിന്നെ ഭദ്രമായി മടക്കി വെച്ച ചുവന്ന പുറംചട്ടയുള്ള പുസ്തകമെടുത്ത് പതുക്കെ നിവർത്തി.

'എവിടെയെല്ലാം സമരമുണ്ടോ അവിടെയെല്ലാം ത്യാഗമുണ്ട്. ജനങ്ങളുടെ താല്പര്യവും ബഹുഭൂരിപക്ഷത്തിന്റെ കഷ്ടപ്പാടും നമ്മുടെ ഹൃദയത്തിലുണ്ട്. ആയിരമായിരം രക്തസാക്ഷികൾ തങ്ങളുടെ ജീവൻ ജനങ്ങൾക്ക് വേണ്ടി ധീരതയോടു കൂടി ബലിയർപ്പിച്ചിട്ടുണ്ട്. ആ പതാക പൊക്കിപ്പിടിച്ച് അവരുടെ രക്തം കൊണ്ട് കരിം ചുവപ്പാർന്ന പാതയിൽ കൂടി നാം മുന്നോട്ട് മാർച്ച് ചെയ്യുക.'

വെയിൽച്ചൂട് അതിന്റെ മൂർദ്ധന്യതയിലേക്കെത്തി. മിഴാവ്കുന്നിലെ ആണുങ്ങളിൽ പലരും ഇല്ലത്തിനടുത്ത് നിരന്നു.

വല്യമുറ്റത്തും ചെറിയ മുറ്റത്തും മൂന്ന് തട്ടുകളായി തിരിച്ച് സദ്യ വിളമ്പാനുള്ള ഒരുക്കങ്ങൾ തുടങ്ങി.

രണ്ടാമത്തെ ഭാഗത്ത് ഭാസ്ക്കരൻ നമ്പ്യാരുടെയും രാഘവൻ നമ്പീശന്റെയും പരമുനായരുടെയും കുടുംബാംഗങ്ങൾ ഉണ്ണാൻ ഇരുന്നു.

ചെറിയ മുറ്റത്തിന്റെയും പുറത്ത് പായ വിരിച്ച് ഇല നിരത്തി പട്ടൻമാർ സദ്യ വിളമ്പി കഴിഞ്ഞാണ് ഓരോ ഇലച്ചോട്ടിലും കാര്യസ്ഥന്റെ ക്ഷണം ലഭിച്ച മിഴാവ്കുന്നിലെ കുടിയിരിപ്പുകാർ ഇരിപ്പുറപ്പിച്ചത്.

പരിസരം മറന്ന് അഞ്ച് വിരലും ഓരോന്നായി വായിൽ തിരുകി കുഞ്ഞമ്പുആശാരി നീട്ടിയൊരു ഏമ്പക്കം വിട്ടപ്പോൾ പല കണ്ണുകളും അയാളിലേക്കായി. കുഞ്ഞമ്പു ആശാരി മൊഴക്കോൽ ഒന്നുകൂടെ ഉയർത്തിപ്പിടിച്ചു.

പിന്നീടുള്ള മൂന്ന് നാലു ദിവസം ചായപ്പീടികയിൽ വന്നിരുന്നവർ സദ്യയുടെ കേമത്തത്തെ കിട്ടന്റെ മുന്നിലും വിളമ്പി.

ചെറുമോന്റെ ഉപനയനത്തിന് കഴിച്ചതിന്റെ അടുത്തെത്തിയിട്ടില്ലെന്ന് കുഞ്ഞമ്പു ആശാരി അഭിപ്രായമിട്ടു.

ഉടുമ്പുരാജൻ പായസത്തെ കുറിച്ചാണ് പറഞ്ഞുകൊണ്ടിരുന്നത്.

കാളൻ കുറച്ചൂടെ കിട്ടിയിരുന്നേൽ തൃപ്തി ആയേനേന്ന് എറ്റുകാരൻ അനന്തനും കൂട്ടിച്ചേർത്തു.

കിട്ടൻ ഇതൊന്നും കേൾക്കാത്ത ഭാവത്തിൽ കൊടിമരത്തിനറ്റത്തേക്ക് നോക്കി സ്വയം പറഞ്ഞു.

'ഒന്നൂടി ഒയരുണ്ടാവണം എന്നാലെ എല്ലാം നേരെയാവൂ'

38. ചിണ്ടൻ മൂപ്പൻ

കുളിച്ചൊരുങ്ങി മാലതി നീട്ടിയ കാപ്പിയും നുണഞ്ഞ് വഴിയിലേക്ക് ശ്രദ്ധ കൊടുത്തിരുന്ന കുട്ടികളോട് നാണു വിളിച്ച് പറഞ്ഞു.

'പിള്ളറെ, കണ്ടൂറായി കടക്കുമ്പും സൂഷിക്കണെ'

കണ്ണനും ജനകനും അത് കേട്ടില്ല. അവരുടെയുള്ളിൽ സ്കൂളിലെത്താനുള്ള തിടുക്കമായിരുന്നു.

മുറ്റത്തെ കൊടിമരത്തിൽ ത്രിവർണ്ണ പതാക പതുക്കെ ഉയരുന്നതും ചുറ്റിലും ചങ്ങാതിമാരോടൊപ്പം ദേശീയഗാനം പാടുന്നതും, പിന്നാലെ ഉള്ളിലെ നീറ്റൽ പൂർണ്ണമായും കെടുത്താൻ കഴിയുന്ന പായസത്തിന്റെ മധുരവും ഇരുവരും ഭാവനയിൽ നുണഞ്ഞു.

ദൂരെ നിന്ന് ഓടി വരുന്ന കീച്ചിറുവിനെ കണ്ടതും കണ്ണൻ ജനകനെയും കൂട്ടി ധൃതിയിലിറങ്ങി. കീച്ചിറുവിന് പിന്നാലെയെത്തിയ വിനോദനും മധുവും അവർക്ക് നേരെ കൈയുയർത്തി കാണിച്ചു.

പീടിക മുന്നിലൂടെ കടലാസ് ചേർത്തൊട്ടിച്ച പതാകയുടെ രൂപവും ഏന്തി കുട്ടികളുടെ കൂട്ടം തുള്ളിച്ചാടി നീങ്ങിയപ്പോൾ ആ കാഴ്ച്ച കിട്ടൻ അല്പനേരം നോക്കി നിന്നു.

പിന്നെ പീടികയ്ക്ക് മറതീർത്ത മടഞ്ഞോലയിൽ നിന്ന് ദ്രവിച്ചു തുടങ്ങിയതെല്ലാം അഴിച്ചു മാറ്റാൻ തുടങ്ങി. ആ നേരം ഗോപാലൻകുട്ടിയും മുകുന്ദനും കിട്ടന്റെ മുന്നിലെത്തി.

തൊട്ടാൽ പൊടിഞ്ഞ് പോകും വിധമായ ഓലയെ ഒഴിഞ്ഞൊരു മൂലയിലേക്കിട്ട് നിവരുമ്പോഴും പതാകയുമേന്തി നീങ്ങിയ കുട്ടികളുടെ ചിത്രം തന്നെയായിരുന്നു അയാളുടെയുള്ളിൽ.

മുകുന്ദനെയും ഗോപാലൻകുട്ടിയെയും കണ്ടതും കിട്ടൻ ആ സംശയം പ്രകടിപ്പിച്ചു.

'അല്ല മുകുന്ദാ, മ്മളെന്താ ഈ ദിനം ആഘോശിക്കാത്തെ?'.

'ഈ സ്വാതന്ത്ര്യം ഒരു നൊണയാന്ന്'.

'നൊണയാ '?

കിട്ടന് മനസ്സിലായില്ല.

'ഉം. നൊണ'

മുകുന്ദൻ ആവർത്തിച്ചിട്ടും കിട്ടൻ സംശയത്തോടെ നിന്നു. അത് കണ്ട് ഗോപാലൻകുട്ടി കിട്ടനെ തൊട്ടു വിളിച്ചു.

'കിട്ടേട്ടാ, സ്വാതന്ത്ര്യം കിട്ടീറ്റ് മാസം എട്ട് കയിഞ്ഞിറ്റും വിഷൂന്റെ തലേന്ന് പൈപ്പ് മാറ്റാൻ ജന്മീന്റെ പൊരയിലേക്ക് നമ്മക്ക് മാർച്ച് ചെയ്യേണ്ടി ബന്നില്ലേ? പിറ്റേ ദിവസം ഏഴാള് ആടെയും, കൊല്ലം രണ്ട് കഴിഞ്ഞേരം സേലത്ത് അയിന്റെ മൂന്നിരട്ടി ആളോളും വെടികൊണ്ട് വീണില്ലേ? ഈ പറയ്ന്ന സ്വാതന്ത്ര്യം ഇണ്ടേൽ അത് സംഭവിക്കോ?'.

ഗോപാലൻ കുട്ടി ഒന്നു നിർത്തി.

'ഈ ചീഞ്ഞ വ്യവസ്ഥിതീന്റെ കൊമ്പുകള് മാത്രേ മുറിഞ്ഞ് വീണിറ്റുള്ളു. തായ്ത്തടിയും അടിവേരും ഇപ്പോം ബാക്കിയ്ണ്ട്, അതുകൂടി അറുക്കണം.'

കിട്ടൻ തല കുലുക്കുമ്പോൾ മുകുന്ദൻ ഗോപാലൻകുട്ടിയെത്തന്നെ ശ്രദ്ധിച്ചു. ആ വാക്കുകളിൽ പ്രകടമായ വല്ലാത്തൊരു തീക്ഷ്ണത മുകുന്ദൻ തിരിച്ചറിഞ്ഞു.

പുതിയ മടഞ്ഞോല കുത്തിനിർത്തിയുറപ്പിക്കാൻ കിട്ടനെ മുകുന്ദനും ഗോപാലൻകുട്ടിയും സഹായിച്ചു.

അവർക്കിടയിലേക്ക് ശ്രീനിവാസൻ ഓടിക്കിതച്ചെത്തി. മുഖത്താകെ വിയർപ്പ് തുള്ളികൾ ഉരുണ്ടു കൂടിയിരുന്നു. വിരലുകൊണ്ട് അയാളത് തുടച്ചുമാറ്റി.

'മ്മളെ മന്ദേട്ടൻ ബീണിറ്റ് കാലുളുക്കി പൊരേല് ഇരിപ്പാ'.

എന്താണ് സംഭവമെന്ന് മുകുന്ദൻ തിരക്കിയതും കേട്ടറിഞ്ഞതെല്ലാം ശ്രീനിവാസൻ വിശദീകരിച്ചു.

കാസേറ് കുരുമുളകും തുവർത്തിൽ കെട്ടി നിരത്തിൻമേലേക്ക് പേരോത്തിടയിലൂടെ കരിപ്പായി മന്ദൻ നീങ്ങുമ്പോഴാണ് 'തീണ്ടല്ല കൂട്ടരെ മാറി നിക്കണെ മാറി നിക്കണെ' എന്ന വിളിച്ചറിയിക്കലോടെ നമ്പീശന്റെ മൂത്തപെങ്ങൾ സുഭദ്രാമ്മ മുന്നിൽ പെട്ടത്.

സുഭദ്രാമ്മ മൃദംഗശൈലേശ്വരിയെ കണ്ട് തൊഴാൻ ഇറങ്ങിയതായിരുന്നു.

ഒരു നിമിഷം മന്ദൻ ഒന്നു പരിഭ്രമിച്ചു. പിന്നെ കിളപറ്റിപ്പിടിച്ച് കയറാനുള്ള ശ്രമം നടത്തി. കാലിടറി ഇടവഴിയിലേക്ക് തന്നെ അയാൾ മുഖമടിച്ചു വീണു. വിശപ്പടക്കാനുള്ള അരിയായി മാറേണ്ട കുരുമുളക് ഇടവഴിയിലാകെ ചിതറിക്കിടന്നു. വീഴ്ച്ചയുടെ ആഘാതത്തിൽ നിന്ന് എഴുന്നേൽക്കാൻ കഴിയാതെ മന്ദൻ സുഭദ്രാമ്മയെ ദയനീയമായി നോക്കി. സുഭദ്രാമ്മ മുഖം വീർപ്പിച്ച് തിരിച്ച് നടന്നു.

പിന്നെയും അരനാഴിക കഴിഞ്ഞ് കുഞ്ഞാണനനും സുഗതനും ചേർന്നാണ് മന്ദനെ പുരയിലെത്തിച്ചത്. പിന്നാലെ അപ്പുവൈദ്യർക്ക് വിവരമറിയിച്ചു

കാൽമുട്ടിന്റെ ചിരട്ടയിൽ തോലുരഞ്ഞ ഭാഗത്ത് മരുന്ന് പുരട്ടിയിരിക്കുന്ന കരിപ്പായി മന്ദന്റെയടുത്തേക്ക് മുകുന്ദനൊപ്പം ഗോപാലൻകുട്ടിയും കയറിച്ചെന്നു.

'ഇനി ഇങ്ങനൊരു ഘട്ടം വന്നാൽ ആടെ തന്നെ നിന്നോളി, മ്മളെ കണ്ടാൽ തീണ്ടലാണെന്ന് തോന്നുന്ന കൂട്ടർണ്ടേ അവര് വഴിമാറി പോട്ടെ'

മുകുന്ദന്റെ സ്വരത്തിൽ അമർഷം നിന്ന് കത്തി.

'അതാ അയിന്റെ ശരി'

മന്ദന്റെ കൊഴതെറ്റിയ വലുതുകാലിൽ മുട്ടയുടെ വെള്ളയും മരുന്നും കുഴമ്പാക്കി തുണിയിൽ തേച്ച് പത്തിയിടുന്നതിനിടെ അപ്പുവൈദ്യർ അതിനോട് ചേർന്നു.

കരിപ്പായി മന്ദന്റെ വേദന സഹിച്ചു നില്ക്കുന്ന മുഖം കണ്ട് മുകുന്ദൻ പിന്നെയും പറഞ്ഞു.

'നമ്മള് തന്നെയാ പഴയ ആചാരത്തീന്ന് മാറാൻ കൂട്ടാക്കാത്തത് അതാ അവരിക്ക് വളം'.

പിറ്റേന്ന് മുതൽ അയിത്തത്തിന്റെയും തീണ്ടലിന്റെയും പേരിൽ ഇനി ആരും വഴിയൊഴിഞ്ഞ് കൊടുക്കാൻ പാടില്ലായെന്ന നിർദ്ദേശം എല്ലാവരിലും എത്തിക്കാൻ മുകുന്ദനൊപ്പം ഗോപാലൻകുട്ടിയും ഉണ്ടായി.

കാര്യങ്ങൾ കേട്ടറിഞ്ഞ നീലകണ്ഠൻ നമ്പൂരിപ്പാട് ഉറക്കെ ചിരിച്ചു.

അയിത്തവും തീണ്ടലുമൊക്കെ മിഴാവ്കുന്നിൽ നിന്ന് ഒഴിഞ്ഞു തുടങ്ങും മുൻപേ ഇല്ലത്തിന് പുറത്ത് ഒരു പരിധിവരെ എല്ലാവരെയും ചേർത്ത് നിർത്താൻ മടി കാട്ടാത്ത ആളായിരുന്നു നമ്പൂതിരിപ്പാട്.

അളവില്ലാത്ത ഭൂമിയിൽ കുരുമുളക് വള്ളി പടർത്താനും കൃഷിയിറക്കാനും പണിക്കാരോടൊപ്പം ഇറങ്ങിച്ചെന്ന ചരിത്രമാണ് നമ്പൂതിരിപ്പാടിന്.

എന്നാൽ ഭാസ്ക്കരൻ നമ്പ്യാരും രാഘവൻ നമ്പീശനുമൊക്കെ കഴിയുന്ന ഇടങ്ങളിലെല്ലാം തകർന്നു തുടങ്ങിയ ജാതിയുടെ വരമ്പിനെ ഉയർത്തി കൊണ്ടുവരാൻ ശ്രമം നടത്തിക്കൊണ്ടേയിരുന്നു.

ഭാസ്ക്കരൻ നമ്പ്യാരുടെ വലിയ കാർന്നോർ വാസുദേവൻ നമ്പ്യാർ ഉള്ളത് കൊണ്ടാ താൻ കച്ചവടക്കാരൻ ആയതെന്ന് മരിക്കണ കാലത്തോളം ചിണ്ടൻ മൂപ്പൻ പറയും.

ആ കാലം നമ്പ്യാരുടെ വയലിൽ മൂരി തെളിക്കാൻ ചെന്ന ചിണ്ടൻ മൂപ്പനോടും കൂട്ടരോടും കഞ്ഞി കുടിച്ച കിണ്ണം കഴുകി കമഴ്ത്തി വയ്ക്കാൻ നമ്പ്യാർ കല്പിച്ചു.

കൂടെയുള്ളവരൊക്കെ മുറ്റത്തിന്റെ മൂലയിൽ കൊണ്ടു വച്ച പച്ചച്ചാണകത്തിൽ അല്പമെടുത്ത് കിണ്ണത്തിലിട്ട് നന്നായി തേച്ചുരച്ച് ചെമ്പു പാത്രത്തിൽ നിന്ന് വെള്ളമുപയോഗിച്ച് കിണ്ണം കഴുകി പറഞ്ഞതുപോലെ കമഴ്ത്തി. ചിണ്ടൻ മൂപ്പൻ അതൊക്കെയും നോക്കി നിന്നു.

'ഇന്നോട് ഇനി പ്രത്യേകം പറയണാ കഴ്കി *കുമ്പ്ട്ത്താൻ'

വാസുദേവൻ നമ്പ്യാരുടെ തനിക്ക് നേരെയുള്ള ആക്രോശം കേട്ടതും കിണ്ണം പറമ്പിലേക്ക് വലിച്ചൊരേറായിരുന്നു ചിണ്ടൻ മൂപ്പൻ.

പിന്നെ തിരിഞ്ഞ് നിന്ന് മൂന്നു നാല് ചീത്തയും പറഞ്ഞ് തോളിലിരുന്ന തോർത്തെടുത്ത് തലയിലും കെട്ടി നെഞ്ചും വിരിച്ച് ഒറ്റ നടത്തം. വാസുദേവൻ നമ്പ്യാര് ആദ്യമായി തരിച്ച് നിന്ന് പോയത് അന്നാണത്രേ.

ആ പ്രതിഷേധത്തിന് പിന്നാലെ ഇനി ആരെ കീഴിലും പണിക്ക് പോകില്ലാന്ന് ചിണ്ടൻ മൂപ്പൻ ഉറച്ച തീരുമാനമെടുത്തു. അങ്ങനെയാണ് അയാൾ ചായ കച്ചവടത്തിന് ഇറങ്ങിയതും കാനത്ത് ഒരു ഓലപ്പീടിക കെട്ടിപൊക്കിയതും.

മിഴാവ്കുന്നിൽ ആദ്യമായി മുട്ടിന് താഴേക്ക് മുണ്ടുടുത്ത് നടന്നതും ചിണ്ടൻ മൂപ്പൻ തന്നെയായിരുന്നു. കാര്യസ്ഥൻമാർക്കോ ജന്മിമാരുടെ ശിങ്കിടികൾക്കോ ചിണ്ടൻ മൂപ്പനെ ചോദ്യം ചെയ്യാനുള്ള ധൈര്യമൊട്ട് ഉണ്ടായതുമില്ല.

ചിണ്ടൻ മൂപ്പനെ ഓർക്കുമ്പോഴൊക്കെ മിഴാവ്കുന്നുകാർ ഒന്നടങ്കം പറഞ്ഞു.

'ഓറ് ഇന്നാട്ടിലെ വിപ്ലവകാരിയാ'

39. ഗോപാലൻകുട്ടിയുടെ സ്വപ്നം

എറയത്തെ മരത്തൂണിൽ ശരീരം താങ്ങി മുഖത്തെ കുറ്റി രോമങ്ങൾക്കിടയിലൂടെ വിരലുകളോടിച്ച് കുഞ്ഞമ്പു ആശാരി ആലോചനയിൽ മുഴുകിയിരിക്കുമ്പോഴാണ് വഴിവക്കിൽ നിന്ന് ദാമുവിന്റെ വിളി കേട്ടത്.

'കുഞ്ഞമ്പേട്ടാ അരിച്ചൽ മുറ്റത്ത് ബെർന്നാ'?

'എന്നാ ദാമു ബിശേഷം' ?

'പൈങ്കുറ്റിയ്ണ്ട്'

'അതെയാ എന്നായിതാ എത്തി'.

തോർത്ത് അരയിൽ ചുറ്റി കിണറ്റിൻകരയിൽ നിന്ന് രണ്ട് തൊട്ടി വെള്ളം തലയിലൂടെ ഒഴിക്കുമ്പോൾ ഇത്തിരി കള്ള് മോന്താലോയെന്ന ചിന്തയിൽ കുഞ്ഞമ്പു ആശാരി ഒന്നുഷാറായി.

*കുമ്പ്ട്ത്തുക - കമഴ്ത്തിവെയ്ക്കുക

അരിച്ചലിനും അമ്പലക്കണ്ടിക്കും ഇടയിലായുള്ള വയല് മുറിച്ച് കടന്നാണ് ഇരുവരും നീങ്ങിയത്. പണ്ട് മലയാമ്പള്ളി ഇല്ലത്തിന്റെ ഭാഗമായിരുന്നു ആ വയൽ മുഴുവനും. നിരവധി ബ്രാഹ്മണ കുടുംബങ്ങൾ അതിനടുത്ത് താമസിക്കുകയും ഇല്ലം പണിയുകയും ഉണ്ടായി. അതിനോട് ചേർന്ന ചിറ മലയിടിഞ്ഞ് നികന്നു പോയതാണെന്ന് കുഞ്ഞമ്പു ആശാരിയോട് കാർന്നോൻമാർ പറഞ്ഞു കൊടുത്തിട്ടുണ്ട്. അവരൊക്കെ ആ ഭാഗത്ത് താമസിച്ച ഓരോ ഇല്ലത്തിന്റെ പേരും ഓർത്തോർത്തെടുക്കും.

ഇല്ലത്ത് കണ്ടിപ്പറമ്പും, ഇല്ലത്ത് ഞാലിപ്പറമ്പും പുറവംകര ഇല്ലപ്പറമ്പുമൊക്കെ കുഞ്ഞമ്പു ആശാരി കാർന്നോരിൽ നിന്നാണ് കേട്ടത്.

ചിറ നിന്നിരുന്ന സ്ഥാനം മുഴുവൻ നുഞ്ഞി കണ്ടമാണ്. രണ്ടുമൂന്നാൾ ആഴത്തിൽ എരങ്കോൽ കുത്തിയിറക്കി പലരും ചളിയിൽ പുതഞ്ഞു കിടക്കുന്ന വയലിന്റെ ആഴം അറിയാൻ ശ്രമം നടത്തിയിട്ടുണ്ട്. വയൽ വരമ്പിൽ കയറി നിന്ന് കാലമർത്തി ചവിട്ടിയാൽ അല്പമകലെ വരെ അതിന്റെ ഇളക്കമുണ്ടാകും. വയലിൽ മാതുവൊക്കെ ചേർന്ന് ഞാറ് നടുക പലക നിരത്തി വെച്ച് അതിനു മുകളിൽ നിന്നാണ്.

അരിച്ചൽ മുറ്റത്ത് ചെന്നെത്തുമ്പോൾ കേളൻ മടപ്പുരയിൽ വീണു കിടന്ന കരിയിലകൾ എടുത്ത് മാറ്റുകയായിരുന്നു.

ഇരുവരെയും കണ്ടയുടൻ അയാൾ ഓലച്ചൂട്ടിന് തീ കൊടുത്ത് ഉണക്കമുള്ളൻ ചുട്ടെടുത്തു. ചേർത്തുവച്ച രണ്ട് നാക്കിലയിൽ അവില് നിരത്തുന്ന നേരം കേളൻ ദാമുവിനെ നോക്കി.

'പൈങ്കുറ്റിന്റെ അവകാശി ആരാ'?

'സുലോയന'

ദാമു പറഞ്ഞത് കേട്ട് കുഞ്ഞമ്പു ആശാരി മുഖം തിരിച്ചു.

പൈങ്കുറ്റിയുടെ ചടങ്ങെല്ലാം കഴിഞ്ഞ് കേളൻ മുട്ടിയയിൽ ഒഴിച്ചു കൊടുത്ത കള്ള് രണ്ട് തവണ കുഞ്ഞമ്പു ആശാരി അകത്താക്കി.

തിരികെയുള്ള മടക്കം വയൽ വരമ്പിലെത്തിയതും അയാൾ ദാമുവിനോട് ചോദിച്ചു.

'സുലോയനേന്റെ ചെക്കന് ഇപ്പോ എത്ര മാസായീ ദാമു'?

'ആറ്'

കുഞ്ഞമ്പു ആശാരി ഒന്ന് മൂളി.

'ഇന്റെ മംഗലത്തിനും ഓള് ബന്നിറ്റില്ലാലോ' ?

'ഇല്ല'.

'മംഗലത്തിന്റെ പോട്ടേന്ന് ബെക്കാം. എന്നാലും ആദ്യായിറ്റ് പെറ്റ്ന്ന

പെണ്ണ് സ്വന്തം പോരേലേക്ക് ബന്നിറ്റില്ലാന്ന് പറേമ്പം ഒരു *ചേപ്പ്റക്കേട് ഇല്ലേ ദാമു? '.

ചോദ്യത്തോടെ അയാൾ നീട്ടിയൊരു ഏമ്പക്കം വിട്ടു. കള്ളിന്റെ ഗന്ധം ചുറ്റിലും പരന്നു.

ദാമു മറുപടി പറഞ്ഞില്ല.

സുലോചന കൊട്ടിയൂരിൽ എത്തിയതിന്റെ ആദ്യ വർഷം തന്നെയായിരുന്നു ദാമുവിന്റെ കല്യാണവും. സുലോചന എത്തുമെന്ന് അയാൾക്കുറപ്പായിരുന്നു. പക്ഷേ തലേ ദിവസം രാത്രി ഏറിയിട്ടും കാണാതായതോടെ പുലർച്ചെയാവും വരുന്നതെന്ന് ദാമു അമ്മയോട് പ്രതീക്ഷ പ്രകടിപ്പിച്ചു.

രാവിലെ ദിവാകരൻമാഷ് ഒറ്റയ്ക്ക് കയറി വരുന്നത് കണ്ടതും ദാമുവും മാധവിയും ഒരു ചോദ്യചിഹ്നം പോലെ നിന്നു. മാഷ് പറഞ്ഞു.

'എനക്ക് നിർബന്ധിക്ക്ന്നേന് ഒരു പരിധിയില്ലേ, ദാമു.'

പിന്നീട് സുലോചന പെറാനായ നേരത്തും കഴിഞ്ഞതെല്ലാം മറന്ന് ദാമുവും മാധവിയും കൊട്ടിയൂരിലെത്തി വരാതിരിക്കരുതെന്ന് കേണു. പക്ഷേ സുലോചന താനെടുത്ത തീരുമാനത്തിൽ നിന്ന് പിന്നോട്ട് പോയില്ല.

അന്ന് ചീങ്കണ്ണി പുഴ മുറിച്ചുകടന്ന് മടങ്ങുന്നതിനിടെ ദു:ഖമാണോ ദേഷ്യമാണോ മനസ്സിൽ ഉയരുന്നത് എന്നറിയാതെ ദാമു മാധവിയോട് പറഞ്ഞു.

'ഇനി ഓളെ ക്ഷണിക്കണ്ടമ്മേ, ഓക്ക് തോന്നുമ്പം ബന്നോട്ടെ'.

കുഞ്ഞമ്പു ആശാരിയും ദാമുവും കൂടി ഇടവഴിയിലൂടെ കുട്ടങ്ങാട്ടിലേക്ക് കയറിയതും മൂന്ന് വഴി ഒന്നായി തീരുന്നിടത്ത് പുസ്തകവും തോളിലിറുക്കി ഗോപാലൻകുട്ടിയും അരി സഞ്ചി കൈയ്യിൽ തൂക്കി രാമൂട്ടിയും സംസാരത്തിൽ ഏർപ്പെട്ടത് കണ്ടു.

ഗോപാലൻകുട്ടി രണ്ടു പേരോടും ചിരിച്ചെങ്കിലും ദാമുവിന്റെ മുഖത്ത് ചിരി വിടർന്നില്ല.

കുഞ്ഞമ്പു ആശാരി ലോഹ്യവും പറഞ്ഞ് ദാമുവിനൊപ്പം വലത്തേക്കുള്ള വഴിയിലൂടെ നീങ്ങിയതും രാമൂട്ടി തുടർന്നു.

'കൊറച്ചീസായി ഞായിത് മനസ്സിൽ കൊണ്ട് നടക്ക്ന്ന്. ഇനീം നീട്ടി കൊണ്ടോകാൻ കയ്യൂല'.

ഗോപാലൻകുട്ടി രാമൂട്ടിയുടെ മുഖത്തേക്കുതന്നെ നോക്കി.

'ബേറോന്ന്വല്ല അമ്മേന്റെ കാര്യാ, അമ്മ ഞമ്മക്ക് മൂന്നാക്കും മേണ്ടി ഒരു പാട് ഒയന്നതാ, ഇപ്പോ ഇന്റെ കാര്യം നിരീച്ച് ദെവസോം നൊമ്പല

*ചേപ്പ്റക്കേട് - ശരിയില്ലായ്മ

പ്പെടലാ. ഇനീം ഞി അമ്മേനെ കണ്ണീര് കുടിപ്പിക്കറ്'

രാമൂട്ടി തുടർന്നു.

'കയിഞ്ഞതെല്ലാം നിരീച്ച് എപ്പോം ഇങ്ങനെ കയ്യാനാ ഇന്റെ പരിപാടി? '

ഗോപാലൻകുട്ടി കൈയ്യിലെ പുസ്തകത്താള് വെറുതെ മറിച്ചു.

'ഞി എന്നാ ഒന്നും മിണ്ടാത്തേ? '

രാമൂട്ടി പിന്നെയും തിരക്കിയതോടെ ഗോപാലൻകുട്ടി പുരളിമലയുടെ ഉയരങ്ങളിലേക്ക് കൈ ചൂണ്ടി.

'ഈ കാണ്ന്ന മലയില്ലേ, ഈ മലേന്റെ അപ്പുറത്തും കുറെ ലോകമുണ്ട് രാമൂട്ടി. മ്മക്ക് ദെവസം ഒരു നേരേങ്കിലും വയറ് നിറക്കാൻ പറ്റ്ന്നില്ലേ? അത് പോലും കയ്യാത്ത മനുഷ്യൻമാരുണ്ട്. അവരെ കണ്ണീരൊപ്പാൻ എനക്ക് എന്ത് ചെയ്യാൻ കഴിയൂന്നാ എന്റെ ആലോചന'.

ഗോപാലൻകുട്ടി ഒന്നു നിർത്തി.

'അതിലും വലിയൊരു സ്വപ്നം ഇപ്പം അനക്ക് ഇല്ലെടാ രാമൂട്ടി.'

ഗോപാലൻകുട്ടിയുടെ കണ്ണുകളിൽ ആ നേരം പ്രകടമായ ഒരു പ്രത്യേക തിളക്കം രാമൂട്ടി വേർതിരിച്ചറിഞ്ഞു.

ഒരു നിമിഷം എന്ത് പറയണമെന്നറിയാതെ അയാൾ നിന്നു. പിന്നെ പൊരയിലേക്കുള്ള വഴിയിലേക്ക് കയറി ഇത്രയും കൂടി ചേർത്തു.

'ഞി അമ്മേനെ നൊമ്പലപ്പെട്ത്തല്ല് എനക്കതേ പറയാന്ള്ളു.'

40. ഭയത്തിന്റെ നാളുകൾ

ഇല്ലപ്പറമ്പിൽ തുടക്കമിട്ട യു.പി സ്കൂളിനെ സർക്കാരിലേക്ക് ചേർക്കാനുള്ള ആലോചനയ്ക്ക് ഒടുക്കം തീരുമാനമായി. അക്കാര്യത്തിൽ കമ്മിറ്റിയംഗങ്ങൾക്കിടയിൽ യാതൊരു അഭിപ്രായവ്യത്യാസങ്ങളും ഉണ്ടായില്ല. നാടിന്റെ പൊതുവായ ആവശ്യം എന്ന നിലയിൽ ഒന്നോ രണ്ടോ ക്ലാസ് മുറി കൂടി ഒരുക്കി സൗകര്യം അൽപം മെച്ചപ്പെടുത്തിയാവാം കമ്മിറ്റിയുടെ നടത്തിപ്പവകാശമൊഴിയലെന്ന നിർദ്ദേശവും അംഗീകരിക്കപ്പെട്ടു.

അതുപ്രകാരം പണി തുടങ്ങി. കൊല്ലൻരാഘവനും, ഒതേനൻ അഞ്ഞൂറ്റാനും, സുഗതനും, കുഞ്ഞാണനും, ശ്രീനിവാസനും, രാമൂട്ടിയുമൊക്കെ തങ്ങളാൽ കഴിയും വിധം ശാരീരികമായി സഹായിച്ചു. നീലകണ്ഠൻ നമ്പൂതിരിപ്പാടിന്റെ അരിച്ചൽ പറമ്പിൽ നിന്ന് ഈർന്ന് കൊണ്ടുവന്ന ഉരുപ്പ് മരം കുഞ്ഞമ്പുആശാരി കഴുക്കോലുണ്ടാക്കി കുടുക്കി.

ക്ലാസ്സ് മുറികളുടെ പണി പൂർത്തിയായ ദിവസം കൊല്ലൻ രാഘവൻ

പുരയിലേക്കെത്തുമ്പോൾ കൗസു ഭണ്ഡാരത്തറയിൽ തിരി വെയ്ക്കുകയായിരുന്നു.

'എണേ ഇഞ്ഞി കൊറച്ച് ബെള്ളം ചൂടാക്കിയാ, മേലാകെ ഒരു *ബേന പോലെ '

കൗസു കെട്ടിയോനെ അടിമുടിയൊന്നു നോക്കി.

'പെട്ടന്നൊരു ബേന ഏട്ന്ന് ബന്ന് '

പിറുപിറുത്ത് മുറ്റത്തിന്റെ കോണിൽ ഓട്ടു ചെമ്പിൽ വെള്ളം വെച്ച് അടിയിൽ ഉണങ്ങിയ ഓലയിട്ട് കത്തിച്ചു.

കൊല്ലൻ രാഘവൻ നന്നായൊന്ന് കുളിച്ചു. കുളി കഴിഞ്ഞിട്ടും പതിവില്ലാത്തയൊരു കുളിര് ശരീരത്തെ ചുറ്റി നില്ക്കുന്നതായി രാഘവന് തോന്നി. ഒരു ചെറിയ പിഞ്ഞാണത്തിൽ ചൂടുകാപ്പി ഊതിയിറക്കി ക്ഷീണമകലാൻ ഓലപ്പായയിൽ അയാൾ നടുനിവർത്തി കിടന്നു.

ഇല്ലപറമ്പിൽ യു.പി സ്കൂൾ തുടങ്ങി രണ്ടു മൂന്ന് കൊല്ലക്കാലം കൊണ്ട് നിരവധിപേർ പഠിതാക്കളായി ചേർന്നിരുന്നു. സ്കൂൾ ആരംഭിക്കുന്നതിനായി നീലകണ്ഠൻ നമ്പൂതിരിയും, നാരായണവാര്യരും, അപ്പു വൈദ്യരും മുകുന്ദനും ചേർന്നാണ് കുത്തുപറമ്പ് തൊക്കിലങ്ങാടിയിലെത്തി അവിടുത്തെ ഹൈസ്കൂൾ അധ്യാപകനായ അടിയോടി മാഷെ കണ്ടതും സർക്കാരിന്റെ അംഗീകാരത്തിന് വേണ്ട നടപടിക്രമങ്ങൾക്ക് മാഷിന്റെ എല്ലാ പിന്തുണയും ഉറപ്പാക്കിയതും.

ഇറങ്ങാൻ നേരം അടിയോടി മാഷ് പറഞ്ഞു.

'ചാവശ്ശേരിയില് ഒരു കൃഷ്ണൻ നായര് ഇണ്ട് ഒന്ന് ചെന്നു കണ്ടു നോക്ക്, നന്നായി ഇംഗ്ലീഷെല്ലാം കൈകാര്യം ചെയ്യും, കൃഷ്ണൻ നായരെ കിട്ടിയാ ഇങ്ങളെ ഭാഗ്യാ '

മൂവരും തലകുലുക്കി. കൃഷ്ണൻ നായരെ കണ്ടപ്പോൾ അദ്ദേഹം സമ്മതമറിയിച്ചു. ഒപ്പം ഭാര്യ ജാനകി ടീച്ചറും മിഴാവ്കുന്നിലേക്ക് വന്നു. പിന്നെയും നാടിന് പുറത്തുള്ള പല അധ്യാപകൻമാരും അവിടെക്കേത്തി.

'മിഴാവ്കുന്ന് വില്ലേജ് വിദ്യാഭ്യാസ സഹകരണ സംഘം' എന്ന പേരിലാണ് യു .പി സ്കൂൾ അറിയപ്പെട്ടത്.

അന്നത്തെ സ്കൂൾ കമ്മിറ്റി അംഗങ്ങളായ നീലകണ്ഠൻ നമ്പൂതിരിയും, മുകുന്ദനും ഉൾപ്പെടെയുള്ളവർ നിരന്തരം സ്കൂളിന്റെ സൗകര്യം മെച്ചപ്പെടുത്താനുള്ള നിർദ്ദേശങ്ങൾ മുന്നോട്ട് വെച്ച് അത് നടപ്പിലാക്കാൻ പ്രയത്നിച്ചു.

ആ സമയം നമ്പീശന്റെ കെട്ടിടത്തിന്റെ മുകളിലേക്ക് മാറിയ എൽ.പി

*ബേന - വേദന

ക്ലാസിൽ കുട്ടികളെ അയക്കാൻ മിഴാവ്കുന്നിലെ രക്ഷിതാക്കൾ ഒന്നട ങ്കം മടിച്ചു തുടങ്ങി. രണ്ടാം നിലയിലേക്ക് കോണിപ്പടി കയറുമ്പോൾ കുട്ടികളിലൊരാൾക്ക് വീണ് പരിക്കേറ്റതായിരുന്നു കാരണം.

'അസ്സരം അറീലേൽ അറീലാന്നേ ഉള്ളു. ബീണിറ്റ് കാലോ കൈയോ പൊട്ടിയാ പിന്നെ അതോണ്ടില്ലേ എടങ്ങാറ് ചില്ലറയാ?'

ഒന്നിലധികം അച്ഛനമ്മമാരുടെ പ്രതിനിധിയായി കാര്യങ്ങൾ തുറന്ന് പറഞ്ഞ് കാതിയൻ കുഞ്ഞാമൻ ഷേവ്കത്തി കല്ലിൽ ഒന്നു രണ്ടു തവ ണ ഉരസി വിട്ടു.

മെല്ലെ മെല്ലെ എൽ.പി സ്കൂളിൽ കുട്ടികളുടെ എണ്ണം കുറഞ്ഞ് വ ന്ന് പൂട്ടേണ്ട അവസ്ഥതയിലേക്കെത്തി.

യോഗത്തിൽ എൽ.പി കൂടി ഏറ്റെടുത്താലെന്താ എന്ന ചോദ്യം ന മ്പൂരിപ്പാട് കൊണ്ടുവന്നു.

'അയിന് സ്ഥലോം സൗകര്യോം വേണ്ടേ നമ്പൂരിപ്പാടെ '?

നമ്പീശൻ ഇടയ്ക്ക് കയറി.

'അതിനല്ലേ ന്റെ ഇല്ലപറമ്പ് '

നീലകണ്ഠൻ നമ്പൂതിരിക്ക് അക്കാര്യത്തിൽ രണ്ടാമതൊന്ന് ആലോ ചിക്കാൻ ഉണ്ടായില്ല.

പിന്നെയും നമ്പൂതിരിപ്പാട് സ്ഥലം കൊടുത്തു. ആദ്യം ഒന്നു മുതൽ എട്ടുവരെയും പിന്നീട് ഏഴായി ചുരുങ്ങിയും ഇല്ലപ്പറമ്പിൽ മിഴാവ്കുന്ന് വില്ലേജ് വിദ്യാഭ്യാസ സഹകരണ സംഘത്തിന്റെ നേതൃത്വത്തിൽ യു.പി സ്കൂൾ പ്രവർത്തിച്ചു. ഒടുക്കം നടത്തിപ്പ് ദുഷ്ക്കരമായതോടെയും സർ ക്കാരിലേക്ക് ചേർത്താൽ കിട്ടുന്ന ആനുകൂല്യങ്ങളെയോർത്തും കമ്മിറ്റി ആ തീരുമാനത്തിലേക്ക് എത്തിച്ചേരുകയായിരുന്നു.

രാത്രി ഒന്നുകൂടി കനത്തു. കൗസു നിർബന്ധിച്ചപ്പോൾ കൊല്ലൻ രാ ഘവൻ അല്പം കഞ്ഞിയിറക്കി. കുട്ടികൾ നാലും ഓലപ്പായയിൽ തിരി ഞ്ഞും മറിഞ്ഞും കിടന്നു. പഴയ മുണ്ടിൽ നിന്നും കീറിയെടുത്ത തുണി ക്കഷ്ണം പിരിച്ച് ചിമ്മിണിവിളക്കിന്റെ നാളത്തിലിറക്കി തിരി തെളിച്ച് കൗസു കെട്ടിയോന്റെ നെറ്റിയിൽ വിരല് തൊട്ടു.

'ബല്ലാത്ത ക്ഷീണാങ്കില് പൊലച്ചെ വൈദ്യരെ കാണാം '

'ഉം'.

രാഘവൻ നേർത്ത് മൂളിയ ശേഷം ചുണ്ടു നനച്ച് പായയിലേക്ക് തല ചായ്ച്ചു.

നാഴിക പലതും കടന്നു പോയിട്ടും രാഘവന് ഉറക്കം വന്നില്ല, വയറി നുള്ളിൽ വല്ലാത്തൊരു പിരിമുറുക്കം, അയാൾ പതുക്കെ മുള പരത്തി

ചേർത്ത് കെട്ടിയ വാതിൽ എടുത്തു മാറ്റി പറമ്പിന്റെ വടക്കെ മൂലയിലേക്കിറങ്ങി.

ഉടുത്തിരുന്ന മുണ്ട് അരയ്ക്കുമേലേക്ക് ഉയർത്തി കുത്തിയിരുന്നതും കൊടലാകെ ഇളകി മറിഞ്ഞ് പുറത്തേക്ക് വരുന്നതായി രാഘവന് തോന്നി.

ഒരാശ്വാസം കണ്ടെത്തുംവരെ അയാൾ അതേ ഇരിപ്പിരുന്നു. ഇരുളിലെ കാഴ്ച്ചകൾ അയാൾക്ക് മുന്നിൽ നേർത്ത് തെളിഞ്ഞു.

കഴുകി തുടച്ച് രാഘവൻ എറയത്തേക്ക് ചെന്ന് ചാണകം മെഴുകിയ നിലത്ത് തളർന്ന് കിടന്നു.

ഇടയ്ക്കെപ്പഴോ ഉറക്കം ഞെട്ടിയ രാഘവന് തന്റെ അസ്വസ്ഥത ഇരട്ടിച്ചതായി തോന്നി. വലതുകൈ മുഖത്തൂടെ ഇഴഞ്ഞപ്പോൾ വിരലുകളിൽ ഒരു തടിപ്പ് വന്ന് തൊടുന്നതു പോലെ.

അയാളുടെ കൈ ശരീരത്താകമാനം തൊട്ടിറങ്ങി. ഒന്നല്ല, രണ്ടല്ല ശരീരത്ത് തൊടുന്നിടത്തെല്ലാം കുരുക്കൾ തടയുകയാണ്.

കൊല്ലൻ രാഘവനിൽ ഒരു തണുത്ത വിറയൽ കയറി.

ദൂരെ നിന്നും ചുവന്ന പട്ടുടുത്ത ഒരു രൂപം വാൾചിലമ്പിന്റെ ശബ്ദത്തോടെ തനിക്ക് നേരെ വരുന്നതായി അയാൾക്ക് തോന്നി.

രാഘവൻ പിടഞ്ഞെഴുന്നേറ്റ് മുറ്റത്തിന്റെ കോണിലെ ഭണ്ഡാരത്തറയ്ക്ക് നേരെ നോക്കി.

രണ്ടര പതിറ്റാണ്ട് പിന്നിലേക്ക് അയാളുടെ ഓർമ്മകൾ ഒരു ഗർത്തത്തിലേക്കെന്നപോൽ ചെന്നു വീണു.

മിഴാവ്കുന്നാകെ ഭീകരത പടർന്നു കയറിയ നാളുകളായിരുന്നു അത്. മനുഷ്യരൊന്നും പുറത്തിറങ്ങാതെ വീടുകളിൽ തന്നെ കഴിഞ്ഞു. മിഴാവ്കുന്നിൽ ഒരേ സമയം വസൂരി പൊന്തിയ ആറാമത്തെ ആളായിരുന്നു കൊല്ലൻ വേലാണ്ടി.

'മറ്റുള്ളവരൊക്കെ തല്ക്കാലം പൊരയൊഴിഞ്ഞ് രോഗിക്ക് ഒറ്റയ്ക്ക് കഴിയാൻ *ഏല്ണ്ടാക്കണം.'

കുട്ടൻ വൈദ്യർ എല്ലാവർക്കും നിർദ്ദേശം നല്കി. എന്തിനുമേതിനും മരുന്നുണ്ടായിരുന്ന വൈദ്യർക്ക് കൊടുങ്ങല്ലൂരമ്മയ്ക്ക് മുൻപിൽ വഴിയുണ്ടായില്ല.

അമ്മയോടൊപ്പം താനും നാല് അനിയത്തികളും പുരയുടെ പടി കടക്കുമ്പോൾ അച്ഛൻ വാതിൽപ്പടിയിൽ നിന്ന് നിറകണ്ണുകളോടെ നോക്കി നില്ക്കുന്നുണ്ടായിരുന്നു.

അല്പം നടന്നപ്പോൾ പിന്നിൽ നിന്ന് വിളി കേട്ടു.

'ചീരു ഒന്ന് നിക്കണെ'.

*ഏല് -സൗകര്യം

അമ്മയും പെങ്ങൻമാരും തല തിരിച്ചു. എറയത്തെ തൂണിൽ ശരീരം താങ്ങി അച്ഛൻ കുറേനേരം തങ്ങളെ നോക്കി. പിന്നെ ഇടർച്ചയോടെ പറഞ്ഞു.

'ഇനി പൊയ്ക്കോ, ഒരിക്കേം കൂടി ഇന്നേം പിള്ളറേം കാണാനേനു. ഇനി എനക്ക് ഇങ്ങളെ കാണാൻ കയ്യൂല്ലാലോ'.

അമ്മയും അനിയത്തിമാരും മിഴാവ്കുന്ന് നടുങ്ങുമാറ് അലമുറയിട്ട് കരഞ്ഞു.

തിരിച്ചറിയാൻ കഴിയാത്ത വിധം വികൃതമായ അച്ഛന്റെ രൂപം ദേവിയേന്ന് വിളിച്ച് പതുക്കെ അകത്തേക്ക് മാഞ്ഞു.

കുരിപ്പ് പൊന്തിയ ആളിന്റെ പുരയിൽ നിന്നുള്ള വരവായിരുന്നതിനാൽ ആരും പുറത്തേക്ക് വന്നില്ല. സഹതാപം നിറഞ്ഞ കണ്ണുകളോടെ എല്ലാവരും ചെറ്റ വാതിലിനുള്ളിലൂടെ തങ്ങളെ നോക്കി. തല ചായ്ക്കാൻ ഒരിടവും ഒത്തില്ല. കുട്ടൻ വൈദ്യർ ചായ്പ്പിൽ കിടന്നോളാൻ പറഞ്ഞു.

രണ്ടാം ദിനം ആലയാട്ട്ന്ന് കോമരവും, മൂപ്പനും വന്നു. അവശനായ വേലാണ്ടിയുടെ ദേഹത്ത് അവർ മഞ്ഞൾപ്പൊടി വിതറി. ഇടയ്ക്കിടെ അരയിലെ കുപ്പിയുടെ മൂടി തുറന്ന് റാക്ക് സ്വന്തം വായിലേക്ക് കമഴ്ത്തി.

ആ സമയം വേലാണ്ടിയുടെ ശരീരത്തിന്റെ ചലനം ഏതാണ്ട് നിലച്ചിരുന്നു. കോമരവും മൂപ്പനും പഴുപ്പൊലിച്ചിറങ്ങുന്ന ശരീരത്തെ വെള്ള പുതപ്പിച്ച ശേഷം 'വടക്കുംഭാഗം'കഴിച്ചു. വിളക്ക് തെളിച്ച് കർമ്മങ്ങൾ ചെയ്തു. ചെമ്പ് പാത്രത്തിൽ മഞ്ഞപ്പൊടി കലക്കി അതിൽ ചുണ്ണാമ്പ് ചേർത്തിളക്കി. ചുവപ്പ് കലർന്ന വെള്ളം വേലാണ്ടിയെ പുതപ്പിച്ച തുണിയിലാകെ തളിച്ചു. ഇടയ്ക്കിടെ ദേവിയേന്ന വിളിയോടെ കുപ്പിയുടെ മൂടി തുറന്ന് ചുണ്ടോട് ചേർത്തു.

പൊതിഞ്ഞ് കെട്ടിയ ദേഹത്തിന്റെ കാലിനും തലയ്ക്കും അരയ്ക്കും 'കോത്തിരി' കത്തിച്ച് വെച്ച് 'കൊടുങ്ങല്ലൂരമ്മ'യെ കൊണ്ടു വരുന്നേ എന്ന ശബ്ദത്തോടെ പുറത്തേക്ക് എടുത്തു.

ആലയാട്ട്ന്ന് ഒപ്പം വന്ന രണ്ട് സഹായികൾ തന്നെ മണ്ണെടുത്ത് ഇരുവശവും കല്ല് കെട്ടിയ കുഴിയിൽ തല പടിഞ്ഞാറ് വരുന്ന വിധം വേലാണ്ടിയുടെ ശരീരമിറക്കി. മുകളിൽ മൂട്ടുകല്ല് നിരത്തിയ ശേഷം മണ്ണിട്ടു. കരയ്ക്ക് വെച്ച് കോത്തിരി മണ്ണിലേക്ക് കുത്തി നിർത്തി.

നാല്പ്പത്തിയൊന്നാം നാൾ തറ കെട്ടി ചാന്ത് തേച്ച് കാൽച്ചുവട്ടിൽ വിളക്ക് വെയ്ക്കാൻ സൗകര്യമൊരുക്കി.

കരിപ്പായി മന്ദന്റെ കെട്ട്യോളായിരുന്നു വസൂരി പിടിമുറുക്കിയ ഏഴാ

മത്തെയാൾ. ആ ശരീരവും കുരുക്കൾ നിറഞ്ഞ് പൊട്ടിയൊലിച്ചു. ഒരു വയസ് മാത്രമുള്ള മകനെയും മാറോട് ചേർത്ത് മന്ദൻ പുരയിൽ നിന്ന് ഇറങ്ങി. പിന്നിൽ നിന്ന് ഒരു തേങ്ങൽ നേർത്ത് നേർത്ത് വന്നു. അയാൾ തിരിഞ്ഞു നോക്കിയില്ല.

അല്പം നീങ്ങിയപ്പോഴാണ് മകന്റെ മുഖത്തും നാലഞ്ച് തടിപ്പുകൾ മന്ദന്റെ ശ്രദ്ധയിൽ പെട്ടത്. മരണം തൊട്ടു മുൻപിൽ കണ്ടെങ്കിലും അവനെ ഉപേക്ഷിക്കാൻ അയാൾ തയ്യാറായില്ല.

കുട്ടങ്ങാട്ടെ ഒരു പാറയുടെ മറവിൽ അയാൾ അവനൊപ്പം ദിവസങ്ങളോളം ഇരുന്നു. അവസാന പ്രതീക്ഷയെന്നോണം ഓരോ നിമിഷവും ദേവിയെ വിളിച്ച് പ്രാർത്ഥന ചൊല്ലി.

പൊന്തി വന്ന എട്ട് പത്തോളം കുരുക്കളിൽ അയാൾ വേപ്പിൻ നീരുറ്റിച്ചു. പഴുത്ത് പൊട്ടിയ കുരുക്കൾ കൂടുതൽ പടരാതെ പതുക്കെ അമരുകയും ചെയ്തു.

കൊല്ലൻ രാഘവൻ അച്ഛന്റെ ഭണ്ഡാരത്തറയ്ക്ക് നേരെ പിന്നെയും നോക്കി. അതിനടുത്ത് മറ്റൊന്നുകൂടി ഉയരുന്നത് അയാൾ കണ്ടു. ഓരോ നിമിഷവും കുരുക്കൾ കൂടിക്കൂടി വരികയാണ്.

മിഴാവ്കുന്നാകെ ആ വാർത്ത പരന്നു. കൗസുവും കുട്ടികളും പുരയിൽ നിന്നിറങ്ങി. അയാളുടെ ഒലിച്ചിറങ്ങിയ കണ്ണീര് കുരുക്കൾക്ക് മുകളിലൂടെ താഴേക്ക് ഇറ്റുവീണു.

വിവരമറിഞ്ഞ് രാഘവന്റെ പുരയിലേക്ക് നീങ്ങാൻ ശ്രമിച്ച ഗോപാലൻകുട്ടിയെ മുകുന്ദൻ തടഞ്ഞു.

'ഒരു മനുഷ്യനല്ലേ മുകുന്ദേട്ടാ, തിന്നാനും കുടിക്കാനുമെങ്കിലും കൊടുക്കണ്ടെ?'

'അതോണ്ടൊന്നും കാര്യമില്ല ഗോപാലൻകുട്ടി. അത്രയ്ക്കും വല്ലാണ്ടായി കയിഞ്ഞ് '

മുകുന്ദൻ തടയാൻ ശ്രമിച്ചിട്ടും ഗോപാലൻകുട്ടി നിന്നില്ല. അയാൾ സുഗതനെയും കൂട്ടി കൊല്ലൻ രാഘവന്റെ പുരയിലെത്തി. പക്ഷേ ഒരു തുള്ളി വെള്ളമിറക്കാൻ പോലും കഴിയാത്ത നിലയിലേക്ക് അപ്പോഴേക്കും കൊല്ലൻ രാഘവന്റെ സ്ഥിതി മാറിയിരുന്നു.

ആലയാട്ട് നിന്ന് തന്നെയാണ് കോമരവും മൂപ്പനും വന്നത്. എത്തിയയുടൻ രാഘവന്റെ ശരീരത്തിൽ അവർ മഞ്ഞൾപ്പൊടി വിതറി, ചടങ്ങുകൾക്കുള്ള ഒരുക്കം കൂട്ടി.

പിന്നീടുള്ള ദിനങ്ങളിൽ മിഴാവ്കുന്നിന്റെ വഴിയോരങ്ങളെല്ലാം ആളനക്കമില്ലാതെ തീർത്തും മൂകമായി കിടന്നു.

41. മാതു വിവാഹാലോചനയുമായി മുന്നോട്ട്

ചിലതെല്ലാം മനസ്സിൽ ചിന്തിച്ചുറപ്പിച്ചാണ് മാതു പുരയിൽ നിന്ന് ഇറങ്ങിയത്.

അടുത്തിടെയായി എന്തെന്നില്ലാത്തൊരു ആധി മനസ്സിനെ വല്ലാതെ പിടിമുറുക്കി കഴിഞ്ഞിരുന്നു. അത് ഒന്നുകൂടി കനപ്പെട്ട് വന്നത് ലത മാതുവിന്റെ മുന്നിൽ ചില കാര്യങ്ങൾ സൂചിപ്പിച്ചതോടെയാണ്.

'ഗോപാലുട്ടിനെ പോലെ അറിവും വെവരോം ഉള്ള ആളോള് ഈ മിഴാക്കുന്നില് കൊറവാ പോലും മാതേ്വടത്തി, പീടികേന്ന് മുകുന്ദനും അപ്പുവൈദ്യരും പറഞ്ഞൂന്ന്'

ലത ഇത്രയും കൂടി ചേർത്തു.

'ചെലരെല്ലാം പറേന്ന്ണ്ട് പൊസ്തകം മനുശ്യൻമാരെ എടങ്ങേറാക്കൂന്ന്'.

പിന്നീട് ഓരോ രാത്രിയും ചിമ്മിണി വിളക്ക് കരിമ്പുക പടർത്തി കെടുംവരെ പുസ്തകത്തിന്റെ മുൻപിൽ കുത്തിയിരിക്കുന്ന മകനോട് എന്ത് പറയണമെന്നറിയാതെ മാതു കുഴങ്ങി.

കഴിഞ്ഞ ദിവസം മാധവി വന്നപ്പോൾ മാതു അതെല്ലാം ചേർത്ത് സങ്കടങ്ങളുടെ കെട്ടഴിച്ചു.

മാധവി മാതുവിന്റെ കൈപ്പടത്തിൽ കൈയമർത്തി.

'മ്മള് മനസ്സില് നീരീക്കണതൊന്നും നടക്കണോന്നില്ലാലോ മാതേ്വടത്തി.'

'ഉം'

മാതു മൂളി.

ഇറങ്ങാൻ നേരം മാധവി പറഞ്ഞു.

'ഓനെ മംഗലം കയിപ്പിക്കണം മ്മക്ക്, അതേയുള്ളു ഒരു ബയി. ഓന്റെ ബാക്കൊന്നും ഇങ്ങള് കാര്യാക്കണ്ടാ. നാളത്തന്നെ ആ ചീരനെ പോയി കാണ്, എന്നിറ്റ് ഓന് ചേര്ന്ന കുട്ട്യോള് ഇണ്ടേൽ ആലോയിക്കാൻ പറ'

മാധവിയുടെ വാക്ക് മാതുവിന് നേർത്തൊരു പ്രതീക്ഷ നല്കി. അതിന്റെ കരുത്തിലാണ് ഈ ഇറങ്ങി തിരിക്കൽ.

ഇടനിലക്കാരൻ ശ്രീധരന്റെ അടുത്തേക്ക് മാതു ചെന്നെത്തുമ്പോൾ അയാൾ എങ്ങോട്ടോ പുറപ്പെടാൻ തുടങ്ങുകയായിരുന്നു.

മാതുവിനെ കണ്ടതും അയാൾ എറയത്ത് തന്നെ നിന്നു.

വളച്ച് കെട്ടില്ലാതെ തന്നെയാണ് മാതു കാര്യത്തിലേക്ക് കടന്നത്.

'ഇനിയും നീണ്ടാ ശെരിയാവൂലാ ചീരാ, ഇപ്പത്തന്നെ പ്രായം തോ

നെയായി. ഓനാങ്കില് അങ്ങനത്തെ ഒരു ചിന്തേം ഇല്ലാന്താനും.'

ശ്രീധരൻ മാതുവിനെ ആശ്വസിപ്പിച്ചു

'ഇങ്ങള് *ബേജാറ് ആകണ്ടേക്കി. അടുത്തൂസം തന്നെ ഓന് പറ്റ്ന്ന ഒന്ന് ഞായൻ കൊണ്ടേരും. ഓനെ സമ്മയിപ്പിക്കുന്ന കാര്യേം ഇങ്ങള് അനക്ക് വിട്ടേക്ക്.'

മാതുവിന് അത് കേട്ട് ആശ്വാസമുണ്ടായി.

വരുന്ന വഴിയിൽ മാതു കുഞ്ഞാണന്റെയും രാമൂട്ടിയുടെയും പുരയിൽ കയറി. തിരിച്ചിറങ്ങുമ്പോൾ അവർക്ക് വലിയ പ്രതീക്ഷ കൈവന്നിരുന്നു.

സന്ധ്യയോടടുത്ത നേരം ഗോപാലൻകുട്ടി പുരയിലെത്തി. വന്നയുടൻ അയാൾ കട്ടിലിലേക്ക് അലക്ഷ്യമായി വീണു. ഏറെ നാളായി ഒരു ലക്ഷ്യബോധമില്ലായ്മ തന്നെ വല്ലാതെ തളർത്തുകയാണെന്ന് ഗോപാലൻകുട്ടിക്ക് തോന്നിത്തുടങ്ങിയിരുന്നു. പുസ്തകങ്ങളിലൊന്നും മനസ്സുറയ്ക്കുന്നതേയില്ല. കണ്ണുകൾ ചേർത്തടയുമ്പോൾ കൈകൂപ്പി നില്ക്കുന്ന അനേകം മനുഷ്യർ മുന്നിലെത്തുന്നു. അവർക്ക് പിന്നിൽ വയറൊട്ടി നില്ക്കുന്ന കുട്ടികൾ, ചോര വറ്റിയ അമ്മമ്മാർ. അതിന്റെ നിരയാവട്ടെ അറ്റമില്ലാതെ നീണ്ടുകിടക്കുന്നതായും അയാൾ കണ്ടു.

നാഴിക പിന്നിട്ടതും ആശ്വാസത്തിനെന്നവണ്ണം മുറിക്കകത്തെ ചിമ്മിണിക്കൂടിലേക്ക് അല്പം എണ്ണയൊഴിച്ച് തിരി നീട്ടി രണ്ടു ദിവസം മുൻപ് കൊണ്ടു വച്ച പുസ്തകം ഗോപാലൻകുട്ടി തുറന്നു.

> *'വിവാഹത്തിന് യോജിച്ച സമയമല്ലിത്. നമ്മുടെ രാജ്യത്തിന് എന്റെ സേവനമാവശ്യമുണ്ട്. ആ രാജ്യത്തെ രക്ഷിക്കാൻ ഞാൻ കടപ്പെട്ടവനാണ്. അതിന് വേണ്ടി ഹൃദയവും ആത്മാവും കൊണ്ട് എനിക്ക് പ്രതിജ്ഞ എടുക്കേണ്ടതുണ്ട് '*

രണ്ടു മൂന്നു തവണ ആ വരികൾ ആവർത്തിച്ച് വരികൾക്കടിയിലെ ചിത്രത്തിലേക്ക് അയാൾ സാകൂതം നോക്കി.

വലത് ഭാഗത്തേക്ക് ചെരിച്ചു വെച്ച വട്ടത്തൊപ്പി, മുകളിലേക്ക് ഉയർന്നു നില്ക്കുന്ന മീശ, മുഖത്തെ കനത്ത ഗാംഭീര്യം. ചുണ്ടുകളിൽ ഇങ്കിലാബിന്റെ മുഴക്കം. ആ ചെറുപ്പക്കാരന്റെ കണ്ണുകളിൽ നിന്ന് പ്രവഹിക്കുന്ന വിപ്ലവാഗ്നി തന്നിലേക്കും പടരുന്നുണ്ടോ? ഗോപാലൻകുട്ടി സംശയിച്ചു.

*ബേജാറ് – ടെൻഷൻ

തൊട്ടടുത്ത് കാല് പെരുമാറ്റം കേട്ടപ്പോഴാണ് അയാൾ തല പൊന്തിച്ചത്.

മകന്റെ മുന്നിലേക്കിരുന്ന് മാതു മുഖവുര ഒട്ടുമില്ലാതെ പറഞ്ഞു.

'ഞായൻ ഇന്ന് ഒരെടം ബെരെ പോയിനേനു.'

ഗോപാലൻകുട്ടി പുസ്തകം മെല്ലെ മടക്കി.

പതുക്കെ കാര്യങ്ങളെല്ലാം അവതരിപ്പിക്കുമ്പോഴേക്കും മാതുവിന്റെ സ്വരം ഇടറി തുടങ്ങിയിരുന്നു.

'ഇനീം ഞി ഈ അമ്മേനെ നൊമ്പലപ്പെടുത്തല്ല്.'

ഒന്നു നിർത്തി മാതു തുടർന്നു.

'എനക്ക് എന്തേലും പറ്റിയാ പിന്നെ ഇനിക്കാരാ കൂട്ട്, അത് ആലോശിച്ചിനാ ഞി.'

ഗോപാലൻകുട്ടി ജനലഴികളിലൂടെ പുറത്തേക്ക് കണ്ണയച്ചു.

എങ്ങു നിന്നോ ഒരു കാറ്റ് വീശിയെത്തി. ചിമ്മിണിക്കൂടിന്റെ തിരിനാളം ഉലഞ്ഞ് കെട്ടു.

മാതു വേഗത്തിൽ തീപ്പെട്ടിക്കൊള്ളിയുരച്ച ശേഷം ഗോപാലൻകുട്ടിയുടെ നെറുകയിൽ തലോടി.

'കയിഞ്ഞതെല്ലം ന്റെ മോൻ മറന്നാളാ'

പുസ്തകം താഴെ വെച്ച് ഗോപാലൻകുട്ടി അമ്മയുടെ മെല്ലിച്ച വിരലുകളിൽ തൊട്ടു.

'ഞാൻ എന്ത് വേണംന്നാ അമ്മ പറയുന്നത്?'

'ഞി മംഗലത്തിന് സമ്മയിക്കണം അതന്നെ, അത് കയ്യാണ്ട് ന്റെ മനസ്സിന് ഒരടക്കം കിട്ടൂല'

അവസാനം മാതു കരച്ചിലിലേക്ക് മാറി.

ഒരു നിമിഷം കഴിഞ്ഞ് അവർ ചോദിച്ചു.

'പറ, അനുസരിക്കോ ഞി ?'

ഗോപാലൻ കുട്ടിയുടെ ഉള്ളിൽ നിരവധി ചിത്രങ്ങൾ തെളിഞ്ഞു.

നേർത്തൊരാലോചനയ്ക്ക് ശേഷം അയാൾ മാതുവിന്റെ കൈയിൽ അമർത്തിപ്പിടിച്ചു.

'അനുസരിക്കാം, അമ്മ കാര്യങ്ങള് ആലോചിച്ചോളൂ'.

അത് കേൾക്കേ നീർത്തുള്ളികൾക്കിടയിലും മാതുവിന്റെ കണ്ണുകൾ തിളങ്ങി. മകന്റെ നെറുകയിൽ മാതു ചുണ്ടമർത്തി. അരിച്ചൽ മുത്തപ്പന് ഒരു നേർച്ച ആ നിമിഷം അവർ മനസിൽ കുറിച്ചു.

നെഞ്ചിൽ വീർപ്പുമുട്ടിച്ചൊരു ഭാരം ഒഴിഞ്ഞതുപോയതിന്റെ ആശ്വാസത്തിലാണ് ആ രാത്രി മാതു കിടക്കപ്പായയിലേക്ക് തല ചായ്ച്ചത്. രാവിലെ തന്നെ മാധവിയെ കണ്ട് ഈ വിവരം പറയാൻ മാതുവിന്റെ മന

സ് കൊതിച്ചു.

നാഴിക പിന്നെയും നീങ്ങി മിഴാവ്കുന്ന് പൂർണ്ണ നിശബ്ദതയിലേക്ക് മാറി. ആ നേരം പരിചിതമായ ഒരു നിഴൽ രൂപം ഇരുട്ടിന്റെ മറവിൽ കാനത്തെ വയൽ വരമ്പ് മുറിച്ച് കടന്ന് ഗോപാലൻകുട്ടിയുടെ പുരയുടെ മുറ്റത്തേക്ക് കയറി.

42. ഉത്തരം തേടി ജാനു

ആകാശം കോടമഞ്ഞിലൂടെ പുരളിമലയെ തൊട്ട് നിന്നു.

ജാനു ബ്ലൗസും മുണ്ടും ചുറ്റി ഗോപാലൻകുട്ടിയുടെ പുര ലക്ഷ്യമാക്കിയിറങ്ങി. ചളിയുറച്ചു തുടങ്ങിയ പുതിയ വരമ്പിലൂടെയാണ് ജാനു പതിയെ കാലു വെച്ചത്. ഒഴുക്കു വെള്ളത്തിലേക്ക് അവൾ ആദ്യമെന്ന പോൽ നോക്കി. ചെറുപ്പത്തിൽ എഴുത്തുപുരയിലേക്കുള്ള വഴിയിലാണ് തോടിന്റെ കരയിൽ നിന്ന് ചിറക് ഇളക്കി താഴോട്ടും മേലോട്ടും നീന്തിക്കയറുന്ന നെറ്റിപ്പൊട്ടനെയും വാഴക്കുറിയനെയെയും പരലിനെയും ഇത് പോലെ കണ്ടു നില്ക്കാറുള്ളത്. ഓണമെത്തിയാൽ ഇതേ വയൽ വരമ്പിലൂടെയാണ് കാക്കപ്പൂവും, പുല്ലരിയും, കമ്മൽപ്പൂവും തേടിയിറങ്ങിയിട്ടുള്ളത്. ജീവിതത്തിന്റെ ആ സുഖമുള്ള കാഴ്ചകളെല്ലാം മങ്ങിയത് എത്ര പെട്ടന്നായിരുന്നു.

രക്തബന്ധം കൊണ്ട് പലതെങ്കിലും മിഴാവ്കുന്നുകാരുടെ മനസ്സിന്റെ വലുപ്പം ആ നാളുകളിൽ ജാനു നന്നായി അനുഭവിച്ചറിഞ്ഞതാണ്. കിട്ടുന്നതിൽ ഒരു പങ്കെങ്കിലും ചുറ്റുവട്ടങ്ങളിലെത്തിച്ചും മറ്റുള്ളവരുടെ വേദനകൾക്കൊപ്പം കൂട്ടുനിന്നും മിഴാവ്കുന്നുകാർ സ്നേഹബന്ധങ്ങൾ എപ്പോഴും ദൃഢപ്പെടുത്തിക്കൊണ്ടിരുന്നു. ആ ദൃഢപ്പെടുത്തലിലാണ് താൻ ഇപ്പോഴും നില നില്ക്കുന്നതെന്ന് ജാനുവിന് അറിയാം.

വയലും കടന്ന് കാട്ട്യാല് വഴി ഗോപാലൻകുട്ടിയുടെ പുരയിലേക്ക് കയറിയതും മാതുവിന്റെ നേർത്ത തേങ്ങലാണ് കാതിലേക്കെത്തിയത്. ദേവുവും മാധവിയും ആശ്വസിപ്പിക്കാനുള്ള ശ്രമം നടത്തുന്നുമുണ്ട്.

മുറ്റത്ത് നിന്ന് ജാനു ഒരു നിമിഷം ശങ്കിച്ചു. ആ നേരം കാർത്യായനി അടുക്കള ഭാഗത്ത് കൂടി ഇറങ്ങി വന്നു.

പുരയ്ക്കകത്തേക്കും കാർത്ത്യായനിയുടെ മുഖത്തേക്കും ജാനു മാറി മാറി നോക്കി.

കാർത്ത്യായനി അല്പം ശബ്ദം കുറച്ചു.

'ഗോപാലൂട്ടീനെ രണ്ടീസായിറ്റ് കാണ്ന്നില്ല ജാനേട്ടത്തി, പൊരേല് ബെരാൻ കയ്യാത്തതാണേൽ അമ്മയോട് പറഞ്ഞിറ്റേ പോക്കുള്ളു. വെ

വരറിയാത്തോണ്ട് എല്ലാരിക്കും ഒരു പേടി.'

ജാനു ഒന്നും മിണ്ടിയില്ല. അവൾ അകത്ത് കയറി മാതുവിനെ നോക്കി. ആ മുഖം കൂടുതൽ കറുത്ത് കരുവാളിച്ചിരുന്നു.

'മോളേ '.

ജാനുവിനെ കണ്ടതും മാതു നീട്ടി വിളിച്ചു.

ജാനു ആ കൈപ്പടം കവർന്ന് നിലത്തെ പായയിലിരുന്നു.

'മോള് കണ്ടിനാ ഗോപാലൂട്ടിയെ?'

ചോദ്യത്തോടൊപ്പം മാതുവിൽ ഏങ്ങലുണ്ടായി.

ജാനു ആ ചുമലിൽ തൊട്ടു.

കണ്ടില്ലെന്നോ കണ്ടുവെന്നോ പറയാൻ ജാനുവിന് കഴിഞ്ഞില്ല. അവൾ കുട്ടിക്കാലം ഓർക്കുകയായിരുന്നു.

ചെറുപ്പത്തിൽ ഏറെ നേരവും ഈ പുരയിൽ തന്നെയായിരുന്നു ജാനു. കുഞ്ഞാണനും, രാമൂട്ടിയും, ഗോപാലൻകുട്ടിയുമൊത്ത് നേരം പോക്കുകൾ പറഞ്ഞും പലതരം കളികളിൽ ഏർപ്പെട്ടും എത്രയോ നാള് കഴിഞ്ഞു.

ആദ്യമൊക്കെ താച്ചിയമ്മയുടെ പിന്നാലെ ഗോപാലൻകുട്ടി നീങ്ങുമ്പോൾ ജാനുവും കൂടെ ചേരാറുണ്ടായിരുന്നു. താച്ചിയമ്മയുടെ കഥയുടെ മാധുര്യം ജാനുവും ഏറെ നുണഞ്ഞതാണ്.

കുഞ്ഞാണന്റെയും രാമൂട്ടിയുടെയും ഇളയതാണ് ഗോപാലൻകുട്ടിയെങ്കിലും അവരെക്കാളൊക്കെ പക്വതയും കാര്യവിവരവും നിറഞ്ഞവനായിരുന്നു അവൻ. എഴുത്തും വായനയും ഗോപാലൻകുട്ടി വേഗത്തിൽ പഠിച്ചു. അഞ്ചാം തരം കഴിഞ്ഞപ്പോൾ തുടർന്ന് പഠിക്കാൻ വാശി പിടിച്ച മിഴാവ്കുന്നിലെ ആൺതരികളിലൊരാൾ ഗോപാലൻകുട്ടിയാണ്.

അന്ന് ജാനുവിന്റെ മുൻപിൽ വെച്ച് മാതു പറഞ്ഞു.

'മ്മളെ കുട്ട്യോളെല്ലാം തോനെ പഠിച്ചിറ്റ്ന്നാ കാര്യം? അസ്സരം കൂട്ടി വായിക്കാനായത് തന്നെ മതി'.

ഗോപാലൻകുട്ടിയുടെ മുഖം വാടിയത് ജാനു കണ്ടതാണ്.

അമ്മ പോയതോടെ മാതുവിന്റെ പുരയിലേക്കുള്ള ജാനുവിന്റെ വരവ് നിന്നു. ജാനുവിനെ സംബന്ധിച്ച് ജീവിതത്തിലെ ഏറ്റവും കടുപ്പമേറിയ നാളുകളായിരുന്നു അത്. ഒരു വേനൽച്ചൂടിൽ ഗുരിക്കളെ കട്ടിലിൽ തന്നെ താങ്ങിയിരുത്തി ഏറെ പ്രയാസപ്പെട്ട് നനച്ച് തുടയ്ക്കുമ്പോഴാണ് വാതിൽപ്പടിയിൽ നിന്ന് സ്വരം കേട്ടത്.

'ഞാൻ സഹായിക്കണോ ജാനേടത്തി'?

മറുപടി പറയും മുൻപേ ഗോപാലൻകുട്ടിയുടെ കുഞ്ഞുകൈകൾ ഗുരിക്കളെ താങ്ങി. പിന്നീട് നീണ്ട കാലം ഗുരിക്കൾക്ക് വിസ്തരിച്ച് കുളി

ക്കാനുള്ള സൗകര്യമുണ്ടായത് ഗോപാലൻകുട്ടിയുടെ കൈത്താങ്ങലിലാണ്. അത് ജാനുവിന് പകർന്ന ആശ്വാസം അത്രമേൽ വലുതായിരുന്നു.

പുറത്ത് നിരവധി കാല് പെരുമാറ്റം കേട്ടതും ജാനു ഓർമ്മകളെ ചാണകം മെഴുകിയ നിലത്തുപേക്ഷിച്ച് പായയിൽ നിന്നെഴുന്നേറ്റു. തോളിലെ തുവർത്ത് നേരെയാക്കി.

മുറ്റത്ത് മുകുന്ദനോടൊപ്പം വലിയൊരു ഭാഗം ആണുങ്ങളും നിന്നിരുന്നു. എല്ലാ മുഖങ്ങളിലെയും ആകാംക്ഷ ജാനു കണ്ടു.

അധികനേരം അവിടെ തങ്ങാൻ ജാനുവിന് തോന്നിയില്ല.

'ഞാൻ പോയിറ്റ് ബെരാം അമ്മേ'.

ജാനു ഒന്നു കൂടെ മാതുവിന്റെ കൈപ്പടത്തിൽ കൈ തൊട്ടു.

മുറ്റത്ത് കൂടി നിന്നവരോട് തലയനക്കി തിരികെ തോടും വയലും കടക്കുമ്പോൾ ഗോപാലൻകുട്ടിയെ അടുത്ത ദിവസം തന്നെ കണ്ടുമുട്ടാൻ ആവുമെന്ന പ്രതീക്ഷയിലായിരുന്നു ജാനു.

എന്നാൽ മാതു തീർത്തും തളർന്നു.

മുറ്റത്തെ ആൾക്കൂട്ടം കണ്ട് മാതുവിന്റെ കണ്ണുകൾ നിറഞ്ഞൊഴുകി. പിന്നീടുള്ള ദിവസങ്ങളിൽ കാർത്ത്യായനിയും ദേവുവും എത്ര നിർബന്ധിച്ചിട്ടും കഞ്ഞിയും വെള്ളവും ഒരിറക്ക് പോലും അവർ കുടിച്ചില്ല. പുറത്തൊരു കാല് പെരുമാറ്റം കേട്ടാൽ എഴുന്നേറ്റ് നോക്കും, പിന്നെയും കിടക്കും. ഗോപാലൻകുട്ടി എവിടേക്കാണ് പോയതെന്ന ഉത്തരമില്ലാത്ത ചോദ്യത്തെ ആ അമ്മ മനസ്സിലിട്ട് ഉലയൂതി.

ആഴ്ച്ച ഒന്നു കഴിഞ്ഞപ്പോൾ ചാത്തുക്കുട്ടി മാസ്റ്റർ കഴകപ്പുരയിലേക്ക് വന്നിരുന്നു.

ശ്രീനിവാസൻ കൊരണ്ടിപ്പലക നീക്കി.

'മാശ് ഇത്തോണ നാട്ട് പോയില്ലേ?'

ചോദ്യത്തോടെ കേളൻ അരയിലെ തോർത്തൊന്നഴിച്ചു ചുറ്റി.

'ഇല്ല കേളാ, മിഴാവുകുന്നിൽ എന്റെ അവസാനത്തെ വിഷുവല്ലേ, അത് ഇവിടെ തന്നെ ആവട്ടേന്ന് വിചാരിച്ചു. '

മാസ്റ്റർ കണ്ണട നേരെയാക്കി കൊരണ്ടിയിലേക്ക് ശരീരം താങ്ങി.

ചാത്തുക്കുട്ടി മാസ്റ്റർ ഇനി ഒരാണ്ട് തികച്ചേ മിഴാവ്കുന്നിൽ ഉള്ളു എന്ന് കേട്ടപ്പോൾ ശ്രീനിവാസനിൽ ഒരു നോവുണർന്നു.

നെല്ലെടുപ്പ് സമരത്തിന്റെ തുടർച്ചയിൽ അക്കരമ്മലിൽ പ്രവർത്തിച്ചു വന്ന സ്കൂൾ രേഖകളൊന്നും അവശേഷിക്കാതെ അഗ്നിക്കിരയായപ്പോൾ ശ്രീനിവാസനുൾപ്പെടെയുള്ള പലരുടെയും അക്ഷരം പഠിക്കാനുള്ള

മോഹവും കൂടിയാണ് അന്ന് ചാരമായത്.

പിന്നീട് കൊല്ലം നാലു കഴിഞ്ഞ് മുടക്കോഴി പ്രദേശത്ത് സ്കൂൾ വീണ്ടുമാരംഭിച്ചപ്പോൾ നാലു വർഷത്തെ പഠനം നിലച്ച് കുട്ടികളെല്ലാം മുതിർന്നിരുന്നു. ഒന്നു മുതൽ നാലുവരെ ഒരുമിച്ച് ഒരേ സമയം ക്ലാസ് തുടങ്ങേണ്ടി വന്നതോടെ പ്രായം തിരിച്ച് ഓരോ ക്ലാസിലും പരീക്ഷിച്ച് ചേർത്തു എന്ന രേഖയോടെയാണ് കുട്ടികളെ ഇരുത്തിയത്.

അങ്ങനെ ഒന്നിലും രണ്ടിലും മൂന്നിലും ഇരിക്കാതെ നേരിട്ട് നാലിലെത്തി ചാത്തുക്കുട്ടി മാസ്റ്ററിൽ നിന്നാണ് ശ്രീനിവാസൻ അക്ഷരങ്ങളെ അറിഞ്ഞതും.

ശ്രീനിവാസൻ നീട്ടിയ കാപ്പിയും കുടിച്ച് മാസ്റ്റർ കേളനോട് ഗോപാലൻകുട്ടിയെ തിരക്കി.

'വെവരമൊന്നും ഇല്ല മാശേ, മുകുന്ദൻ ഓന്റെ കയിവിന്റെ പരാമാവധി ശ്രമിക്കന്ന്ണ്ട്'

അയാൾ മാഷിന്റെ മുഖത്തേക്ക് നോക്കിയില്ല.

കേളൻ പറഞ്ഞത് നേരായിരുന്നു. മുകുന്ദനും അപ്പുവൈദ്യരും ഗോപാലൻകുട്ടിയെ കുറിച്ചുള്ള അന്വേഷണം അവരാൽ കഴിയുംവിധം ശക്തമാക്കി. പക്ഷേ അതെങ്ങുമെത്തിയില്ല.

കുഞ്ഞാണനും രാമൂട്ടിയും മുകുന്ദനെ തേടി നിരന്തരം പുരയിലേക്ക് ചെന്നു. അവരോട് എന്ത് പറയണമെന്നറിയാതെ അയാൾ കുഴങ്ങി.

അതേ അവസ്ഥയിലായിരുന്നു കിട്ടനും. പീടികയിൽ ചായക്ക് മുന്നിലിരുന്ന് പലരും അയാളോട് ചോദിച്ചു.

'ഗോപാലൻകുട്ടി ഏടെ പോയതായിരിക്കും' ?

ഉത്തരമില്ലാതെ കിട്ടനും നിന്നു.

ഓരോ വാർത്തയും കൂടുതൽ കൂടുതൽ പാളികളടർത്തി പുറത്തേക്ക് കൊണ്ടുവന്ന് മറ്റുള്ളവരോടായി ആവേശത്തോടെ പങ്കുവെയ്ക്കാറുള്ള അയാൾ ഇത്തവണ തീർത്തും മൗനത്തിലേക്ക് മാറി. ആരും അറിയുകയോ പറയുകയോ ചെയ്യാതെ മിഴാവ്കുന്നിൽ നിന്ന് അപ്രത്യക്ഷരാകുന്ന രണ്ടാമത്തെ ആളാണ് ഗോപാലൻകുട്ടി, ആയൊരു ചിന്ത കിട്ടനിൽ ചെറുതല്ലാത്തൊരു പരിഭ്രമം നിറച്ചു.

43. മണിയന്റെ രാത്രിക്കാഴ്ച്ച

ശരീരത്തിൽ ഉണങ്ങി പിടിച്ച മണ്ണും പൊടിയുമെല്ലാം തോട്ടിലെ ഒഴുക്ക് വെള്ളത്തോടൊപ്പം വിട്ട് നെല്ലുമായെത്തുമ്പോഴേക്കും മണിയൻ ക്ഷീ

ണിതനായി കഴിഞ്ഞിരുന്നു.

കുഞ്ഞി മുളങ്കുറ്റിയിൽ നെല്ലളന്ന് ചെമ്പിലിട്ട് ചൂടാക്കാൻ തുടങ്ങിയതും ക്ഷീണം വകവയ്ക്കാതെ തന്നെ അരയിലൊരു കത്തിയും തിരുകി മണിയൻ ധൃതിയിൽ പുരളിമല കയറി. ഇന്നവൻ 'അടിച്ചിലി'ൽ കുടുങ്ങുയിട്ടുണ്ടാവുമെന്ന് അയാളുടെ മനസ് മന്ത്രിച്ചു.

പത്ത് ദിവസമായി മണിയൻ ഒരു മുള്ളൻപന്നിയുടെ പിന്നാലെ കൂടിയിട്ട്. കോട്ടക്കുളത്തിന്റെ അല്പം താഴെയായി പാറകളുടെ ഇടുക്കിലായാണ് മുള്ളന്റെ മട കണ്ണിൽ പെട്ടത്. മൂന്ന് നാല് ദിവസത്തെ പരീക്ഷണത്തിനൊടുവിൽ മുള്ളൻ മടയിലുണ്ടെന്ന് ഉറപ്പായ ശേഷമാണ് കെണിയൊരുക്കിയതും.

മറ്റ് ജീവികളെ പോലെയല്ല മുള്ളനെന്ന് മണിയനറിയാം. സംശയം തോന്നിയാൽ തീറ്റയും വെള്ളവുമില്ലെങ്കിലും ദിവസങ്ങളോളം മടയ്ക്കകത്ത് തന്നെ കഴിയും, പറ്റാവുന്നയിടത്തെല്ലാം മാന്തിക്കുഴിച്ച് രക്ഷപ്പെടാനുള്ള ശ്രമം നടത്തും. പാറയിടുക്കിൽ ആയതിനാൽ അതിനുള്ള സാധ്യതയില്ലാന്ന് അയാൾക്ക് ഉറപ്പായിരുന്നു.

കെണിയൊരുക്കിയ ഇടമെത്തുമ്പോഴേക്കും ഇരുട്ടിനോടൊപ്പം നിലാവും കൂടിക്കലർന്നു. അടിച്ചിൽ അമർന്നതിൽ നിന്ന് തന്നെ മണിയന്റെ മുഖം തെളിഞ്ഞു.

മണ്ണിലേക്ക് മുട്ടുകുത്തിയിരുന്ന് അടിച്ചിലിനു മുകളിലെ ഭാരമൊരോന്നായി മണിയൻ എടുത്തു മാറ്റാൻ തുടങ്ങി. മുള്ളൻ ചെറുതായൊന്നിളകി ജീവനുണ്ടെന്നറിയിച്ചു.

അടിച്ചിലിന് ഭാരം കയറ്റിയ കല്ലുകൾ ഒഴിഞ്ഞപ്പോൾ മണിയന്റെ മുഖത്തെ തെളിച്ചം പതുക്കെ മാഞ്ഞു.

നിരാശയോടെ അയാൾ വേഗത്തിൽ മുകളിലെ മറ്റ് ഭാരംകൂടി എടുത്ത് മാറ്റി മുള്ളനെ സ്വതന്ത്രനാക്കി. ഒന്ന് രണ്ട് മുള്ളുകൾ കൂടി തെറുപ്പിച്ച് അത് ഇരുളിലേക്ക് ചേർന്നു.

കെണിയിലോ അമ്പിന് മുന്നിലോ വന്ന് പെടുന്നത് പെണ്ണാണെങ്കിൽ കഴിവതും ഒഴിവാക്കണമെന്ന് മണിയന് കുഞ്ഞിയുടെ പ്രത്യേക ഉപദേശമുണ്ട്.

ഒരിക്കൽ ഒരു മരപ്പട്ടിയെയും കൊണ്ട് പുരയിലെത്തിയതും അതിന്റെ വീർത്ത വയറ് കണ്ട് കുഞ്ഞിയുടെ കണ്ണിൽ നിന്ന് അടർന്നു വീണ നീർത്തുള്ളി മണിയന്റെ ഹൃദയത്തെയും പൊള്ളിച്ചതാണ്.

ആ രാത്രി കുഞ്ഞി ആഹാരമൊന്നും കഴിച്ചില്ല. മണിയൻ അടുത്ത് വന്നിരുന്ന നേരം കുഞ്ഞി ചോദിച്ചു.

'കൊറച്ചീസം കയിഞ്ഞാൽ അയിറ്റേളും ഈ ഭൂമീല് പെറേണ്ടതല്ലേ നാ ?'

മണിയൻ കുഞ്ഞിയുടെ മുഖത്തുനിന്ന് നോട്ടം മാറ്റി.

കുഞ്ഞി കണ്ണ് തുടയ്ക്കുമ്പോൾ ചിമ്മിണി വിളക്കിന്റെ നേർത്ത തിളക്കത്തിൽ ഉറക്കത്തിലേക്ക് വീണ മക്കളുടെ നെറ്റിയിൽ മണിയൻ പതുക്കെ വിരലുകൊണ്ട് തഴുകി.

അതിനു ശേഷം ഓരോ ഇരയിലും മണിയന് നല്ല നിരീക്ഷണമുണ്ടായിരുന്നു. ഒരു കൈപ്പിഴ പോലും വരാതെ ശ്രദ്ധ കൊടുത്തു. മരണത്തെ മുന്നിൽ കണ്ട ചെറുജീവികളിൽ പലതും അടിച്ചിലിന്റെ ഞെരുക്കത്തിൽ നിന്ന് പുറത്തു പോയി പുതുജീവന്റെ തുടിപ്പുകളെ മണ്ണിലേക്ക് ഇറക്കി വിട്ടു.

മണിയൻ നാട്ടയും കല്ലും ഒരു ഭാഗത്തേക്ക് ഒതുക്കി പതുക്കെ തിരിച്ചിറങ്ങി. ചീവീടുകളുടെ മത്സരിച്ചുള്ള കരച്ചലിനിടയിലും മറ്റെന്തെങ്കിലും നേർത്ത ശബ്ദം കേൾക്കുന്നുണ്ടോയെന്ന് കാത് കൂർപ്പിച്ചു.

അല്പദൂരം നടന്നതും അയാൾ മുന്നിലെ കാഴ്ച്ചയിൽ ഒന്നു നിശ്ചലമായി. മരങ്ങൾ പൊഴിച്ചിട്ട കരിയിലകൾക്ക് മുകളിലൂടെ കാലുകൾ അറിയാതെ വഴുതുകയും ചെയ്തു. കുറ്റിമരത്തിൽ പിടിമുറുക്കി മണിയൻ ഒരുവിധം വീഴാതെ നിന്നു.

വലിയൊരു പാറയുടെ മറവിലേക്ക് വേഗത്തിൽ മറഞ്ഞ് അയാൾ നോക്കി.

ഇരുളിലൂടെ കുറെ മനുഷ്യരൂപങ്ങൾ തലയിൽ കെട്ടും കൈയിൽ സാധനങ്ങളുമായി ധൃതിയിൽ നീങ്ങുകയാണ്. തന്റെ രാത്രി യാത്രയ്ക്കിടയിൽ ഇത്തരമൊരു അനുഭവം ആദ്യമാണല്ലോയെന്ന് മണിയൻ ഓർത്തു. മുന്നിൽ നടക്കുന്ന രണ്ട് രൂപങ്ങളെ പരിചിതമായി തോന്നിയെങ്കിലും ഇരുളിൽ അതാരെന്ന് തിരിച്ചറിയാൻ അയാൾക്ക് കഴിഞ്ഞില്ല.

സംഘം നമ്പീശന്റെ മാവിൻ തോപ്പും കടന്ന് പേരാവൂരിലേക്ക് പോകാനുള്ള വഴിയിലൂടെ തിരിഞ്ഞതും അവരുടെ ലക്ഷ്യം ഏറെ ദൂരെക്കാണെന്ന് മണിയനുറപ്പിച്ചു.

പുരയ്ക്കകത്തിരുന്ന് കുഞ്ഞി വിളമ്പിയ വറ്റും വെള്ളോം വായിലേക്ക് ഒഴിക്കുമ്പോഴും മണിയനിൽ നിന്ന് ആ കാഴ്ച്ച വിട്ടു പോയില്ല. ഏതെങ്കിലും പരദൈവങ്ങളുടെ പരീക്ഷണമാണോ? അയാൾ സംശയിച്ചു.

അതൊരു മായക്കാഴ്ച്ചയല്ല എന്ന ഉത്തമബോധ്യം മണിയനെ വല്ലാതെ അലോസരപ്പെടുത്തിയെങ്കിലും തല്ക്കാലം ആരോടും പങ്കുവെയ്ക്കാതെ ഉള്ളിലൊതുക്കാൻ തന്നെ അയാൾ തീരുമാനിച്ചു.

ചിമ്മിണി വിളക്കണച്ച് കുഞ്ഞി മണിയനോട് ചേർന്നു. കുഞ്ഞിയുടെ വിരലുകൾ മണിയന്റെ നെഞ്ചിൻ കൂട്ടിൽ മൃദുവായി തഴുകി. കുഞ്ഞിയുടെ ശരീരത്തിന്റെ ഇളംചൂട് മണിയനിലേക്കും പടർന്നപ്പോൾ അയാളിലെ അസ്വസ്ഥത പതുക്കെ എങ്ങോ മാഞ്ഞു.

ഒന്ന് രണ്ട് ദിവസങ്ങൾ കൂടി കഴിഞ്ഞ് ഉമ്മറ്ഹാജിയുടെ ആലയുടെ കഴുക്കോലിനു മേൽ ചിതലരിച്ച പട്ടികയ്ക്ക് പകരം പുതിയത് തറച്ച് ഓടുമേഞ്ഞ് വരുന്ന വഴിയിൽ കുഞ്ഞമ്പു ആശാരി അമ്പരപ്പ് കലർന്ന സ്വരത്തിൽ കിട്ടനോട് പറഞ്ഞു.

'തലശ്ശേരില് പോലീസ് സ്റ്റേഷൻ ഒരു സംഘം തരിപ്പണാക്കീന്ന് റേഡിയോല് കേട്ട്'

കിട്ടനും നാണുവും എശ്മാനം നായരും വായ് പൊളിച്ചു.

'ഞങ്ങൾ കലാപം ചെയ്തിരിക്കുന്നൂന്ന് എഴുതിയ കടലാസും ഇണ്ട് പോലും '.

കുഞ്ഞമ്പു ആശാരി ശ്വാസമൊന്ന് നേരെയാക്കി.

'അവരെ കൈയ്യില് ബോംബും, കൊടുവാളും, കത്തിയും, വാരികുന്തോം, ചൈനേലെ ഏതോ നേതാവിന്റെ ചിത്രോം ഇണ്ടേനൂന്ന് '

മുളയേണിയും ചുമലിൽ താങ്ങി ചുവട് വെയ്ക്കാൻ ഒരുങ്ങിയ ഉടുമ്പുരാജൻ ഏണിമുള മുന്നിലെ കാഞ്ഞിരത്തിന്റെ മേലേക്ക് ചായ്ച്ചു. കാര്യം ഗൗരവമാണല്ലോ എന്ന മട്ടിൽ കീച്ചിറുവും കുഞ്ഞമ്പു ആശാരിയുടെ മുഖത്തേക്ക് തന്നെ നോക്കി.

ഒരു നിമിഷം പീടിക കോലായിൽ പടർന്നു പിടിച്ച നിശ്ശബ്ദതയ്ക്ക് ശേഷം കുഞ്ഞമ്പു ആശാരി തുടർന്നു.

'ആ സംഘം വയനാട്ടിലേക്ക് നീങ്ങീന്നാ വാർത്ത '.

അല്പനേരം അയാൾ ഗാഢമായെന്നോണം ആലോചിച്ച് ആത്മഗതം പോലെ പറഞ്ഞു.

'ബയ്യെ ഈാലെയെങ്ങാനും അക്കൂട്ടര് പോയിറ്റ്ണ്ടാവ്വാ..?'

'ഈാലെയെന്തിനപ്പാ അയിറ്റോള് പോന്ന്'

ഉടുമ്പുരാജന്റെ പുരികം ചോദ്യചിഹ്നം പോലെ വളഞ്ഞു.

'അതല്ലെ പറയ്ന്ന് '

കിട്ടൻ ഉടുമ്പുരാജനെ പിന്താങ്ങി.

'എന്നാലും, ആരായിരിക്കും അവര് ?'

ആ ചോദ്യമാണ് എശ്മാനം നായരിൽ നിന്ന് വന്നത്.

അതോടെ കിട്ടൻ ചെവിക്കിടയിൽ തിരുകി വെച്ച മുറിബീഡിക്ക് തീ പിടിപ്പിച്ചു. ഒതേനൻ അഞ്ഞൂറ്റാനും കുഞ്ഞൂട്ടി പെരുവണ്ണാനും കുറച്ച്

പുകയില പങ്കിട്ട് വായിലേക്ക് തള്ളി.

ആലോചന ഒരറ്റവുമില്ലാതെ നീണ്ട് നീണ്ട് നിന്നപ്പോൾ ആരെങ്കിലും ആകട്ടെ എന്ന് സ്വയം പിറുപിറുത്ത് ഉടുമ്പുരാജൻ കാഞ്ഞിരമരത്തിൽ നിന്നും ഏണിമുള ചുമലിലേക്ക് ചായ്ച്ചു. ഒന്ന് രണ്ട് ചുവടുകൾ കൊണ്ട് ഏണിയുടെ ചഞ്ചാട്ടം നേരെയാക്കി അയാൾ നടത്തത്തിന് വേഗം കൂട്ടി. ഒന്ന് മയങ്ങിപ്പോയ കീച്ചിറുവും എഴുന്നേറ്റ് ശരീരമൊന്ന് ശക്തിയിൽ കുടഞ്ഞ് പിന്നാലെ നടന്നു.

44. കേളൻ കഥ തുടരുന്നു

കുട്ടികളുടെ കൂട്ടം പുരളിമലയിലൂടെ കയറിയിറങ്ങി.

സ്കൂളിലാത്ത സമയം ഈ നടപ്പ് മിഴാവ്കുന്നിലെ പലരിലും പതിവാണ്. നടപ്പിനിടയിൽ കിട്ടുന്ന ചക്കയോ മാങ്ങയോ കിഴങ്ങോ പറിച്ച് ഉള്ളിലെരിയുന്ന നീറ്റലിന് താല്ക്കാലിക ശമനമുണ്ടാക്കുകയാണ് ലക്ഷ്യം.

ഏതാനും മാസങ്ങൾക്ക് മുൻപാണ് വിനോദനും മധുവും കണ്ണനും ജനകനും ചേർന്ന് കരിമമ്മദിന്റെ ചൂളക്കരികെ നിന്ന് പഴുത്ത വരിക്ക ചക്ക തിന്നു തീർത്തത്. മമ്മദ് കരിമുട്ടുല് പുരളിമലയിലേക്ക് മാറ്റിയ സമയമായിരുന്നു അത്.

ചെരപ്പയിൽ വെള്ളവും താങ്ങി മമ്മദ് തിരികെ വരുമ്പോഴേക്കും വിശപ്പടക്കാൻ മാറ്റി വെച്ചിരുന്ന ചക്കയിരുന്നയിടം ചവിണിയും മടലും നിറഞ്ഞ് യുദ്ധക്കളമായിരുന്നു.

നിലത്ത് കരിക്കട്ടയിൽ എഴുതിയത് മമ്മദ് ഒരു വിധം തപ്പിപ്പിടിച്ച് വായിച്ചു.

'ചക്ക തിന്നത് ഞങ്ങളാണ്'

പിന്നീട് കരിമമ്മദ് ചക്കരനാണുവിന്റെയും ഉടുമ്പുരാജന്റെയും പുരയുടെ മുന്നിലൂടെ നീങ്ങുമ്പം ഉച്ചത്തിൽ പറയും.

'ചക്ക തിന്നത് ആരാന്നെല്ലാം തിരിഞ്ഞിന്, എയ്ത്ത് അറീന്ന എത്ര കുട്ട്യോള് ഈടെ ഇണ്ട്ന്ന് എനക്ക് അറിയാത്തയല്ലല്ലോ '

കണ്ണനും ജനകനും വിനോദനും മധുവും അത് കേൾക്കാത്ത പോലെ നടിച്ച് പരസ്പരം നോക്കി ചിരിക്കും.

നടത്തം മയിലാടുംപാറയുടെ അടുത്തെത്തിയതും ചുമലിൽ പച്ചമുളയും താങ്ങി കേളൻ അവരുടെ മുന്നിലേക്ക് വന്നിറങ്ങി.

'എല്ലാറും ഉണ്ടല്ലോ?'

അയാൾ ചിരിച്ചു.

'കോമരേ ഈട്ന്ന് ഒരു കഥ പറഞ്ഞ് തര്വോ?

കണ്ണൻ പെട്ടെന്ന് തന്നെ തന്റെ ഉള്ളിലെ ആഗ്രഹം പുറത്തെടുത്തു.

'ഈ നേരത്ത് എന്ത് കഥയാപ്പാ'

'ഏതെങ്കിലും ഒന്ന്'

വിനോദൻ കണ്ണനെ പിന്തുണച്ചു.

'പിന്നെയാകാം പിള്ളറേ'

'പോരാ, ഇപ്പം ബേണം. പറയ് കോമരേ'

കണ്ണൻ ആവർത്തിച്ചു. ജനകനും മധുവും വിനോദനും കണ്ണനോടൊപ്പം കൂടി.

ഒടുക്കം പച്ചമുള മരത്തണലിലിറക്കി മയിലാടുംപാറയുടെ പരപ്പിലിരുന്ന് തന്നെ കേളൻ കഥ പറയാൻ സമ്മതിച്ചു.

'ഏത് കഥയാ ബേണ്ടേ ?'

'കുന്നത്തൂർപാടീന്ന് ദൈവം മ്മളെ പൊരളിമലേമലേക്ക് ബന്നില്ലേ ആ കഥ'

'ഞായൻ എത്രോണ പറഞ്ഞയാ പിള്ളറെ അത്'

'കേളൻ കണ്ണനെ ചിരിയോടെ നോക്കി.

'ഒന്നൂടെ'

കണ്ണൻ അയാളുടെ കൈപ്പടം തൊട്ടു.

'ഉം.'

നേർത്തൊരു മൂളലോടെ കേളൻ തന്റെ ദൈവത്തെയും കുന്നത്തൂർ പാടിയെയും മനസ്സിലേക്ക് കൊണ്ടുവന്നു.

കനകഭൂമിയിൽ നിറം കാട്ടിയതിന് ശേഷം എല്ലാ വൈകുന്നേരങ്ങളിലും പാടിയിൽ വെച്ച് കാർന്നോരും മരുമോനും കൂടി മധുഅമൃതും, ചുട്ട മീനും, കാട്ടിറച്ചിയും, പകുതി വേവിച്ച തുവരയും, തേങ്ങാക്കൊത്തും ദൈവത്തിന് സമർപ്പിച്ചു. ദൈവം അതിലൊക്കെ സന്തുഷ്ടനായി.

അങ്ങനെയിരിക്കെ ഒരു ദിവസം ദൈവം പുരളിമല കണ്ട് കൊതിച്ച് പുറപ്പെടാൻ തയ്യാറെടുത്തു. ആ വിവരം ദൈവം കാർന്നോരെയും മരുമോനെയും അടിയാത്തികളെയും അറിയിച്ചു.

എന്നാൽ അവർക്കത് താങ്ങാൻ കഴിയുന്നതിനെക്കാൾ വലുതായിരുന്നു. അവരുടെ ഒച്ചയിടറി.

'ഞാളും മനുശ്യരാണ്, ഞാക്കും ഒരു ദൈവോണ്ടെന്ന് അങ്ങാന്ന് മനസ്സിലാക്കി തന്നത്. ഞാളെ രക്ഷ അങ്ങ് മാത്രാന്ന്, അങ്ങ് ഊട്ന്ന് പോകറ് '

ഉടനെ ദൈവം പറഞ്ഞു.

'നിങ്ങളെ പോലെ കഷ്ടപ്പെടുന്ന അനേകം മനുഷ്യരുണ്ട് പലയിട

ങ്ങളിലും, അവരുടെയെല്ലാം കണ്ണീരൊപ്പുകയാണ് എന്റെ ലക്ഷ്യം. അതുകൊണ്ട് അവരുടെ വേദനകൾക്ക് പരിഹാരം കാണാൻ എനിക്ക് പോയേ തീരു. നിങ്ങളുടെ അഗ്രഹം മനസ്സിലാക്കി എല്ലാ ധനുമാസരാത്രികളിലും ഞാൻ നിങ്ങളുടെ കൂടെ ഇവിടെ ഉണ്ടാവുകയും ചെയ്യും.'

അങ്ങനെ അവരെ ആശ്വസിപ്പിച്ച് ദൈവം യാത്ര തുടങ്ങി. പാടിക്കുറ്റിയിൽ എത്തിയപ്പോൾ കൂട്ടിന് ഒരു നരച്ച താടിരോമക്കാരനും ചേർന്നു.

ഇരുവരുടെയും പുരളിമലയിലേക്കുള്ള നടത്തം ആദ്യം നെല്ലിക്കാം പൊയിലും അവിടെ നിന്ന് കണ്ണ്യത്ത് വഴി പാലുകാച്ചി പാറയും കടന്ന് ചിത്രവട്ടം പൊൻമുടിയിലുമെത്തി. ഊവക്കരക്കരിയിൽ നിന്ന് ചവിട്ടിമാടി ഒറ്റക്കോളിയൻ കൊമ്പൻ മരച്ചുവട്ടിൽ രണ്ടുപേരും വിശ്രമിച്ചു.

തുടർന്നുള്ള യാത്രക്കിടെ തണുപ്പുള്ള ആലിന്റെ കീഴിലിരുന്നും അവിടെ നിന്നും ചേലശ്ശേരി വഴി ചെറിയ മയിലാടുംപാറയിലേക്കും വന്നു കയറി.

തൊട്ടടുത്തുള്ള വലിയ മയിലാടുംപാറയിൽ എത്തിയപ്പോൾ കണ്ണു കാണാത്ത കുരുടൻ നരച്ച താടിരോമക്കാരനോട് പറഞ്ഞു.

'ചെറുക്കാ, വല്ലാതെ അറുതിയുണ്ടല്ലോ'

ഉടനെ നരച്ച താടിരോമക്കാരൻ തലകുലുക്കി.

'കേട്ട് നാനാറെ കേട്ട്, ഈടെത്തന്നെ നമുക്ക് ജലം ഇണ്ടാക്കാം'.

അങ്ങനെ വലിയ മയിലാടുംപാറയിൽ നരച്ച താടിരോമക്കാരൻ കാല് അകത്തിവെച്ച് നേർങ്ങനെയും വിലങ്ങനെയും ഒരു വരയിട്ട് അമ്പിനാൽ ആഞ്ഞൊരു കുത്ത് കുത്തി. പാറയുടെ ഉള്ളിൽ നിന്ന് ജലം പുറത്തേക്കൊഴുകി.

അറുതി മാറ്റിയ ശേഷം ഇരുവരും ഹരിശ്ചന്ദ്ര കോട്ടയിലേക്കാണ് നീങ്ങിയത്. അല്പം മാറിയുള്ള കോട്ടക്കുളത്ത് ചെന്നതും അറുത്ത് മാറ്റിയ മൃഗങ്ങളുടെ തലയും രക്തവും അവശിഷ്ടങ്ങളും കണ്ടു.

ഭരണം നടത്തുന്നവരോട് നാനാറ് കോപിച്ചു.

'എന്തായിത്, ഈ കനകഭൂമി ആരാ ഇങ്ങനെ അശുദ്ധമാക്കിയത്?'

ധിക്കാരപൂർവ്വമായിരുന്നു അവരുടെ മറുപടി.

'തെറ്റിയാൽ ഇന്റെ തലയും കൊത്തും'

അതു കേട്ട് നാനാറ് ഉറക്കെയൊന്ന് ചിരിച്ചു. പിന്നെ നിലത്തേക്ക് കാലമർത്തി ചവുട്ടി. ആ ശക്തിയിൽ പുരളിമലയൊന്നാകെ നടുങ്ങി. നാനാറ് പറഞ്ഞു.

'നമുക്ക് കാണാം. ഞാൻ തിരിച്ച് വരുമ്പോഴേക്കും എന്താണ് സംഭവിക്കാൻ പോകുന്നതെന്ന്.

അങ്ങനെ താക്കീതും നല്കി ഇരുവരും വില്ലൂന്നി പാറയിലെത്തി.

അവിടെ വെച്ച് നാനാറ് പാറയിലൂന്നി വില്ല് കുലച്ചു. പിന്നെയും നീണ്ട യാത്ര പേരാവൂർ പെരുന്തളികയെത്തിയതും നാനാറ് നിന്നു.

'ഇതിനപ്പുറം കൊട്ടിയൂർ പെരുമാളിന്റേതാണ്. ഇനി നമുക്ക് തിരിച്ച് പോകാം ചെറുക്കാ'

ചെറുക്കന്റെ സമ്മതത്തോടെ ഇരുവരും തിരിച്ച് കോട്ടക്കുളത്ത് എത്തിയപ്പോൾ എന്താ കഥ, ദൈവത്തോട് അഹങ്കാരം കാട്ടിയവരൊക്കെയും പല ദിക്കുകളിലായി ബോധംകെട്ട് വീണിരുന്നു.

നാനാറ് പറഞ്ഞു.

'ചെറുക്കാ അവര് അവിടെ തന്നെ കിടന്നോട്ടെ, നമുക്ക് മടങ്ങാം. '

കോട്ടക്കുളത്ത് നിന്ന് രണ്ടു പേരും അരിച്ചൽമുറ്റം ലക്ഷ്യമാക്കി നീങ്ങാൻ തീരുമാനിച്ചു. പാറക്കെട്ടുകൾ നിറഞ്ഞ ചെങ്കുത്തായ ഇടവും കൊടും കാടും കടന്നാലെ അരിച്ചൽമുറ്റത്ത് എത്താൻ കഴിയൂ.

അതു മനസ്സിലാക്കിയ ചെറുക്കൻ നാനാറെ നോക്കി.

നാനാറ് പ്രത്യേക രീതിയിൽ തല ചലിപ്പിച്ചു.

പെട്ടന്ന് മുന്നിലെ മണ്ണ് ഇളകിമാറി ഒരു ചാലുപോലെ രൂപപ്പെടാൻ തുടങ്ങി. ഓരോ ചുവട് വെയ്ക്കുമ്പോളും മണ്ണ് കിളന്ന് കിളന്ന് അവർക്ക് മുന്നിൽ വഴി തെളിഞ്ഞു.

ഇരുവരും കൂവക്കുണ്ടിൽ നിന്ന് ജലം കുടിച്ച് നടപ്പ് തുടർന്ന് അരിച്ചൽ മുറ്റത്തെത്തി.

അരിച്ചൽമുറ്റം കണ്ട് നാനാർക്ക് സന്തോഷമായി.

'ഈടെ അടിച്ചു തളിയേ വേണ്ടൂ, വേറൊരു കർമ്മോം വേണ്ട'.

അരിച്ചൽ മുറ്റത്ത് മലവാഴുന്ന ദൈവങ്ങളെ നാഗമാതാവാണ് എതിരേറ്റത്. മാതാവ് അരുളി.

'എന്റെ കോലത്തിൽ തന്നെ മലവാണവരും നിറം കാണിച്ചോട്ടെ.'

അങ്ങനെ അരിച്ചൽ മുറ്റത്ത് നാഗമാതാവിന്റെ കോലത്തിൽ തന്നെ തിരുവപ്പനയും പിന്നാലെ വെള്ളാട്ടവും നിറം കാട്ടി. ദൈവത്തിന്റെ വരവോടെ കണ്ണീരിലും പ്രയാസങ്ങളിലും ആണ്ടുപോയ മനുഷ്യർക്കാകെ ഒരു രക്ഷ കൈവന്നു.

കണ്ണനിൽ ആകാംക്ഷയുണ്ടായി.

'അപ്പോ എല്ലാറെയും രക്ഷിക്കാനാണോ കോമരേ ദൈവം ഓരോരോ ഇടങ്ങളിൽ യാത്ര ചെയ്തത് ?

'ഉം, അതെ'

കേളൻ തലകുലുക്കി പിന്നെ തന്റെ രക്ഷകനെ ഒരിക്കൽ കൂടി അയാൾ മനസ്സിൽ നിറച്ചു.

45. രണ്ട് ആണ്ടുകൾക്ക് ശേഷം

പുരയോട് അല്പം മാറി കരിയിലകൾ കത്തിച്ച് കൈകൾ ചേർത്ത് ജാനു ചൂട് പിടിപ്പിച്ചു. തീയിലേക്ക് ഉണങ്ങിയ രണ്ട് ചപ്പ് കൂടിയിട്ട് അത് ആളുന്നതും നോക്കി ഉമിക്കരികൊണ്ട് പല്ലിലുരസാൻ തുടങ്ങിയപ്പോഴാണ് പിന്നിൽ മുറിഞ്ഞ് വീണ വിളി കേട്ടത്.

ജാനു മുഖം തിരിച്ചു.

വിറച്ച് വിറച്ച് മുറ്റത്തിന്റെ പടി കയറാൻ കഴിയാതെ നില്ക്കുന്ന മെലിഞ്ഞ രൂപം കണ്ടതും അവൾ പിടഞ്ഞെഴുന്നേറ്റു.

'അമ്മ എന്തിനാ ഈ തണുപ്പിന് എറങ്ങി നടന്നേ.'?

മാതുവിനെ കൈപിടിച്ച് കയറ്റുന്നതിനിടെ ജാനു ചോദിച്ചു.

'ഗോപാലൂട്ടി ഇന്നലേം പൊരേല് ബന്നിറ്റില്ല മോളേ, മംഗലം കയിക്കാൻ പറേന്നോണ്ട് ഓനന്നെ ഒളിച്ച് കളിക്കല'

അതു കേട്ട് ജാനു മാതുവിനെ ചേർത്ത് പിടിച്ചു. തന്റെ ദേഹത്ത് ചുറ്റിയിരുന്ന കമ്പിളി പുതപ്പ് ജാനു മാതുവിനെ പുതപ്പിക്കുകയും ചെയ്തു.

ആ നേരം രാമൂട്ടി അവിടേക്ക് കിതച്ചെത്തി.

'ഞാൻ പേടിച്ച് പോയി ജാമ്പേടത്തി, ദേവൂന്റെ കണ്ണൊന്ന് തെറ്റീറ്റേയുള്ളു , അപ്പളേക്കും അമ്മ എറങ്ങി നടന്നിന്'

'ഉം'

ജാനു മൂളി.

രാമൂട്ടിയെ കണ്ടിട്ടും മാതുവിൽ യാതൊരു ഭാവവ്യത്യാസവും ഉണ്ടായില്ല.

അല്പം കഴിഞ്ഞ് കിതപ്പടങ്ങി നില്ക്കുന്ന രാമൂട്ടിയോട് ജാനു തിരക്കി.

'ഇനിക്ക്ന്ന് പണിയില്ലേ' ?

'ഇണ്ട്'

'എന്നാ ഇഞ്ഞി പൊയ്ക്കോ, അമ്മേനെ ബയ്യെ ഞായൻ കൊണ്ടാക്കാം, ദേവൂനോട് പറഞ്ഞാ മതി'.

'ഉം'

രാമൂട്ടി നേർത്തൊരു മൂളലോടെ തിരികെ നടന്നു.

ഉടുത്തിരുന്ന മുണ്ടിന്റെ അറ്റം കൈവിരലിൽ ചുറ്റിയും അഴിച്ചും കൊണ്ടിരുന്ന മാതുവിന്റെ മുഖം വിരല് കൊണ്ട് ജാനു മെല്ലെയുയർത്തി.

'അമ്മക്ക് കാപ്പി തെരട്ടെ?

അവർ കൊച്ചു കുട്ടിയെ പോലെ തലകുലുക്കി.

ജാനു മാതുവിനെ അകത്തേക്ക് കൊണ്ടിരുത്തി അടുക്കളയിൽ നി

ന്ന് കാപ്പി കുഞ്ഞിക്കിണ്ണത്തിലേക്ക് പകർന്ന് ചക്കര കഷ്ണവുമായി വന്നു.

ഊതിയൂതി കുഞ്ഞിക്കിണ്ണം ചുണ്ടോട് ചേർക്കുന്ന മാതുവിനെ ജാനു സഹതാപത്തോടെ നോക്കി.

കവിളുകൾ വല്ലാതെ ഒട്ടി പോയിരുന്നു. തീർത്തും ശുഷ്ക്കിച്ച ശരീരം. മുടിയിഴകളിൽ മുക്കാൽ ഭാഗവും നരവിഴുങ്ങി. രണ്ടാണ്ടു കൊണ്ട് ഇരുപതാണ്ടിന്റെ ജീവിതം അവർ ജീവിച്ചത് പോലെ. ജാനു ഒരു നിമിഷം ഗോപാലൻകുട്ടിയെ ഓർത്തു. അത് അവളുടെ കണ്ണുകളെ നനച്ചു,

മാതുവിൽ നിന്ന് കുഞ്ഞിക്കിണ്ണം തിരികെ വാങ്ങുമ്പോൾ മുന്നിലെ വയൽ വരമ്പിലൂടെ പുത്തരി വെള്ളാട്ടത്തിന്റെ ഒരുക്കത്തിനായി കേളൻ പനയോലയും താങ്ങി നീങ്ങുന്ന കാഴ്ച്ച കണ്ട് ആഴ്ച്ചകൾക്കും മാസങ്ങൾക്കും ആയിരം കാലുകളുണ്ടെന്ന് ജാനുവിന് തോന്നി.

അൽപം കഴിഞ്ഞ് ജാനു മാതുവിനെയും കൂട്ടി രാമൂട്ടിയുടെ പുരയിലേക്ക് നടന്നു. ഓരോ ചുവടിലും മാതു ജാനുവിന്റെ കൈകളിൽ ശരീരം താങ്ങി. തന്റെ പുത്തൻ പീടികയുടെ ചായ്പ്പിലിരുന്ന് കിട്ടനും കരിപ്പായി മന്ദനും സഹതാപത്തോടെയാണ് അത് കണ്ടു നിന്നത്.

ജാനുവും മാതുവും കാഴ്ച്ചയിൽ നിന്ന് മറഞ്ഞതും കിട്ടൻ ഒരു ദീർഘനിശ്വാസമെടുത്തു.

താടിക്ക് കൈ കൊടുത്ത് പുറത്തേക്ക് നോക്കിയിരുന്ന കരിപ്പായി മന്ദനോട് അയാൾ തിരക്കി.

'എന്നാലും മ്മളെ ഗോപാലൂട്ടി ഏടെ പോയതായിരിക്കും മന്ദാ'?

മന്ദൻ ഒന്നും മിണ്ടിയില്ല. കിട്ടന്റെ മുഖത്തേക്ക് ദൃഷ്ടിമാറ്റി അയാൾ അതേ ഇരിപ്പ് തുടർന്നു.

അവർക്കിടയിലേക്ക് മൂരി മമ്മദിന്റെ കാളവണ്ടിയിൽ ഹൈദ്രോസ് മാപ്പിള വന്നിറങ്ങി. അയാൾ സാധനങ്ങളുടെ കെട്ട് പീടികയിലിറക്കി പകരം ചാക്കിൽ നിറച്ച നെല്ലുമെടുത്ത് മടങ്ങി. കിട്ടൻ ഉപ്പുചാക്ക് കെട്ടഴിച്ച് പെട്ടിയിൽ നിറച്ചു. ചായപ്പൊടിയും വെല്ലവും അകത്ത് പലകയിൽ ഭദ്രമായി നിരത്തി.

കഴിഞ്ഞ രണ്ട് കൊല്ലങ്ങൾക്കിടയിൽ മിഴാവ്കുന്നിൽ വന്ന വലിയൊരു മാറ്റങ്ങളിലൊന്ന് കിട്ടന്റെ ചായപ്പീടികയായിരുന്നു.

കാലാകാലങ്ങളായി ഓലകുത്തി നിർത്തി മറ തീർക്കുന്നതിന് പകരം ഇത്തവണ അയാൾ കേളനെ വിളിപ്പിച്ച് കട്ട മുറിച്ചു. തോലൂട്ടി മേസ്ത്രിയെ കൊണ്ട് സമചതുരത്തിൽ ചെറിയൊരു മുറിയൊരുക്കി. ഉറുപ്പിക കൊടുത്ത് സ്വന്തമാക്കിയ നല്ലൊരു ആയിനിമരം കോടാലി ചന്തുവിനെ കൂട്ടി മുറിയിട്ടു. കുഞ്ഞമ്പു ആശാരി അലട്ടിത്തുടങ്ങിയ നടുവേദന

കടിച്ചൊതുക്കി ചിന്തേര് തള്ളി. മുകളിലും താഴെയും മരത്തിന്റെ വലിയ പിട്ടം വച്ച് നിരപ്പലകൾ ചേർത്തു. മേൽക്കൂരയിൽ കാട്ടുകഴുക്കോലും കവുങ്ങിന്റെ ചീന്തിയ വാരിയും കൊണ്ട് മൂന്ന് ഭാഗത്തും ചായ്പ്പ് ഉണ്ടാക്കി ഓല മേഞ്ഞു. വലിയൊരു ഉപ്പുപ്പെട്ടി പണിത് ഉപ്പു നിറച്ചു. അത്യാവശ്യം വേണ്ട സാമാനങ്ങൾ കൊണ്ടുവന്നു നിരത്തി.

ചിങ്ങം കഴിഞ്ഞാൽ ഒന്നു രണ്ടു മാസം മിഴാവ്കുന്നിൽ പണമിടപാട് തീരെ കുറയും. പീടികയിലെ സാധനങ്ങൾ വാങ്ങാനെത്തുന്നവർ നെല്ലുമായി വരും, കിട്ടൻ സേറിന് നെല്ലളന്ന് അതിന് കണക്കായി വേണ്ടതൊക്കെ കൊടുക്കും. രണ്ടാഴ്ച്ച കൂടുമ്പോൾ ഹൈദ്രോസ് മാപ്പിള മൂരിമമ്മദിന്റെ വണ്ടിയിൽ പീടികയിലേക്ക് ആവിശ്യമുള്ളതുമായി വന്ന് പകരത്തിന് നെല്ലുമെടുത്ത് മടങ്ങും.

പുതിയ പീടികയിൽ പുട്ടിനും പഴത്തിനും അവിലിനും വട്ടയ്ക്കും പുറമെ പല ബിസ്ക്കറ്റും, ഉണ്ട ബിസ്ക്കറ്റും, ചായയോടൊപ്പം വില്പ്ന യ്ക്കായി കിട്ടൻ കൊണ്ടുവെച്ചു.

അപ്പോഴും മുണ്ടോൻ നെല്ലിന്റെ അവിലിനോടുള്ള പ്രിയം മിഴാവ്കുന്നിലെ മനുഷ്യരിൽ ഏറ്റവും മുന്നിൽ തന്നെ നിന്നു. അതിന്റെ കരുത്തിൽ കുഞ്ഞനന്തൻ അവില് ഇടിക്കുന്ന ഒരു ചെറു വ്യവസായം തന്നെ തുടങ്ങി. ഉമ്മറ്ഹാജിയെ കണ്ട് പറമ്പിലെ കവുങ്ങും, കുരുമുളകും പാട്ടം കൊടുത്തു. നിരത്തിന്മേൽ അരയാൽപ്പീടികയുടെ മുകളിലാരംഭിച്ച ഐക്യനാണയസംഘത്തിൽ നിന്ന് അൻപത് രൂപ വായ്പ വാങ്ങി. സംഘത്തിന്റെ പ്രസിഡന്റായ നാരായണവാര്യർ ഒറ്റ നിബന്ധനയേ പറഞ്ഞുള്ളൂ.

'ആഴ്ച്ചയ്ക്ക് ഒന്നര ഉറുപ്പിക വെച്ച് തിരിച്ചടയ്ക്കണം'

കുഞ്ഞനന്തൻ തലയാട്ടി. പുരയോട് ചേർന്നു തന്നെ അവിലിടിക്കാനുള്ള ഒരുക്കവും തുടങ്ങി.

കുഞ്ഞമ്പു ആശാരിയെ കൂട്ടി മരത്തിന്റെ ഉപകരണമുണ്ടാക്കി. ഉലക്കയുടെയറ്റത്ത് ഭാരമുള്ള ഇരുമ്പിന്റെ കഷ്ണം ഘടിപ്പിച്ചു. പുളിമരം കൊണ്ട് തന്നെ പുതിയൊരു ഉരലുകുഴിച്ചു. ഉരലിൽ നിന്ന് നിശ്ചിത അകലത്തിൽ ഒരു കുഴികുത്തി, കുഴിയുടെ ഭാഗത്തെ മരപ്പലകയിൽ കാലമർത്തി ചവിട്ടുമ്പോൾ പലക കുഴിയിലേക്ക് താഴുകയും പൊങ്ങുകയും ചെയ്യും. അതേ നേരം മറ്റേ അറ്റത്തെ ഇരുമ്പുലക്ക ശക്തിയിൽ ഉരലിൽ വന്ന് വീണ് നെല്ല് പരക്കും.

മൂത്തേടത്ത് കുമാരനിൽനിന്ന് ആവിശ്യമുള്ള നെല്ല് കുഞ്ഞനന്തൻ അണ കൊടുത്ത് അളന്ന് വാങ്ങി. ഒരു പാകത്തിൽ പുഴുങ്ങി വെയില

ത്ത് നേർത്തൊന്നുണക്കിയ നെല്ല് മീനാക്ഷി ചെമ്പു പാത്രത്തിലിട്ട് വറുത്ത് ഉരലിലേക്കിട്ടു. ഇടിച്ച അവിൽ നെല്ലും ഉമിയും പാറ്റി മീനാക്ഷി അളന്ന് വെയ്ക്കും. അത് പൈസ കൊടുത്ത് വാങ്ങി ചെറിയൊരു വക കൂട്ടി കിട്ടൻ വില്പ്ന നടത്തി .

ഈ കാലയളവിൽ തന്നെയാണ് നിരത്തിൻ മേലെ വായനശാലയുടെ ഇടുങ്ങിയ മുറിക്ക് നേരിയൊരു മാറ്റം വന്നതും.

അല്പം കൂടി സൗകര്യമുള്ളയിടം എന്ന കാഴ്ച്ചയോടെ പൊമ്മാണ്ടൻ മാപ്പിളയുടെ താഴത്തെ നിലയിലെ മുറിയിലേക്ക് പുസ്തകങ്ങൾ അടുക്കി വെയ്ക്കപ്പെട്ടു.

അധിക വൈകുന്നേരങ്ങളിലും മുകുന്ദനും അമ്പുമാഷും, കെ.എം. മാഷും ഉൾപ്പെടെയുള്ളവർ അവിടെ ഒത്തുചേരും. അമ്പുമാഷിന് ഖദറ് ധാരികളോടാണ് ഏറെ അടുപ്പമെങ്കിലും വായനശാല പ്രവർത്തനങ്ങളിൽ എല്ലാവർക്കും ഒരേ മനസ്സും ഒരേ ലക്ഷ്യവുമാണ്.

വായനശാലയുടെ മുന്നോട്ട് പോക്കിനെക്കുറിച്ച് ചർച്ച ചെയ്തും, പുസ്തകങ്ങളിലെ അഭിപ്രായങ്ങൾ രേഖപ്പെടുത്തിയും, തോളോട് തോൾ ചേർന്ന് രാഷ്ട്രീയം പറഞ്ഞും പുലരുവോളം വായനശാലയിൽ ആളനക്കം കാണും. പലപ്പോഴും നിരത്തിൻമേലേ ചായപ്പീടിക തുറന്ന് ആദ്യത്തെ ചായയും രുചിച്ചാവും പലരുടെയും പുരയിലേക്കുള്ള മടക്കം.

വായനശാലയിലെ ഈ ഒത്തുചേരൽ കണ്ട് കുഞ്ഞമ്പു ആശാരി മനസ്സിലുള്ളത് പരസ്യമായി തന്നെ പറഞ്ഞു തുടങ്ങി.

'പൊസ്തകം മനുശ്യൻമാരെ എടങ്ങേറാക്കും ഒറപ്പാ'

ഒരു തവണ ചായപ്പീടികയിൽ വെച്ച് കുഞ്ഞമ്പു ആശാരി അതാവർത്തിച്ചപ്പോൾ കേളൻ വെറുതെ ഇരുന്നില്ല. അയാൾ ചോദിച്ചു.

'അല്ല കുഞ്ഞമ്പു ഇഞ്ഞിയിത് എടക്കിടെ *നൊടിയ്ന്ന്ണ്ടല്ലോ, പൊസ്തകം മനുശ്യൻമാരെ എടങ്ങേറാക്കൂന്ന്, എങ്ങനെ എടങ്ങേറാക്കുന്നാ ഞി പറേന്ന്'?

അന്ന് വരെ കുഞ്ഞമ്പു ആശാരിയുടെ ആ വാക്കുകളോട് ഐക്യദാർഢ്യം പ്രഖ്യാപിച്ച് തല കുലുക്കുക എന്നതാണ് ചായപ്പീടികയിലെ രീതി. അതിനാൽ കേളന്റെ ആ ചോദ്യത്തിന് പെട്ടൊന്നൊരുത്തരം കണ്ടെത്താൻ അയാൾക്കായില്ല.

ചായ കുടിയും കഴിഞ്ഞ് കേളൻ പീടികയിൽ നിന്ന് നടന്ന് നീങ്ങുന്നത് വരെ കുഞ്ഞമ്പു ആശാരി ഒരക്ഷരം ഉരിയാടാതെ നിന്നു.

*നൊടിയുക- പറയുക

46. ആശങ്കകളുടെ പിരിമുറുക്കം

സുലോചനയുടെ പുരയിൽ നിന്ന് ദാമുവും മാധവിയും ഉച്ചയൂണ് കഴിച്ചു. വെയില് ചാഞ്ഞതോടെ ദാമു അമ്മയെ നോക്കി.

'പോണ്ടേ'?

'ഉം'.

സുലോചനയുടെ ഇളയതിനെ മടിയിലിരുത്തി താലോലിക്കുന്നതിനിടെ മാധവി മൂളി.

ഇറങ്ങാൻ നേരം മാധവി മകളുടെ കൈ പിടിച്ചു.

'ഇന്റെ മംഗലം കയിഞ്ഞിറ്റ് ഇത് ആറാമത്തെ തിരുവപ്പനയാ ബെരാൻ പോന്ന്."

സുലോചന ഒന്നും മിണ്ടിയില്ല. ഉള്ളിൽ പെട്ടന്നൊരു നീറ്റൽ ഉരുണ്ടുകൂടുന്നതും അത് ചോർന്നൊലിക്കാൻ നിമിഷങ്ങളെ വേണ്ടു എന്ന തിരിച്ചറിവിലും സുലോചന അമ്മയുടെ കരം വിടുവിച്ച് വേഗത്തിൽ അകത്തേക്ക് കയറി.

കഴിഞ്ഞ വരവിന് മീനാക്ഷിയിലൂടെയാണ് ഗോപാലൻകുട്ടി മിഴാവ് കുന്നിൽ നിന്ന് പോയ കാര്യം സുലോചനയിലേക്കെത്തിയത്.

സുലോചനയെ കൂടെ കൊണ്ടുപോവുക എന്ന ലക്ഷ്യം കൂടി മുൻനിർത്തിയാണ് മാധവിയുടെ സമ്മതത്തോടെ മീനാക്ഷി അത് പറഞ്ഞതും.

ഗോപാലൻകുട്ടിയില്ലാത്ത നാട് തനിക്ക് ഏറെ അന്യമായി തീരുമെന്ന് സുലോചനയിൽനിന്ന് കേട്ടതോടെ മീനാക്ഷിയുടേയും മാധവിയുടേയും ആ ശ്രമങ്ങൾ അവിടെത്തന്നെ വീണുടഞ്ഞു.

കൊട്ടിയൂരിൽ നിന്ന് മടങ്ങുമ്പോൾ കരിമേഘങ്ങൾ നിറഞ്ഞ ആകാശം പോലെ മാധവിയുടെ ഉള്ളും ഇരുണ്ടു കിടന്നു.

കാക്കേങ്ങാട്ടിൽ നിന്ന് മിഴാവ്കുന്നിലേക്ക് നടക്കുമ്പോൾ ദാമു ആവർത്തിച്ചു.

'ഇനിയും ഓളെ നിർബന്ധിക്കണ്ടമ്മേ, ഓക്ക് ഇഷ്ടുള്ളേരം ബന്നോട്ടെ'

ആ വർഷകാലം കൂടി മിഴാവ്കുന്നിനെ നനച്ചിറങ്ങിപ്പോയി. വെയിലുദിച്ചു. കുരുമുളക് വള്ളികളിലെല്ലാം പ്രതീക്ഷകളുടെ തിരി വിരിഞ്ഞു.

ആഴ്ച്ച ഒന്നു കഴിഞ്ഞ് കിട്ടന്റെ പീടികയുടെ ബഞ്ചിലിരുന്ന് കോഴിതൂവലിനറ്റം ചെവിയിൽ തിരുകി എശ്മാനം നായര് ചെറുതായി വിരലനക്കി. ഇടയ്ക്കയാൾ തല അല്പം ചെരിച്ച് അനുഭൂതിയുടെ മൂർദ്ധന്യതയിലേക്കെത്തി.

കിട്ടൻ നായരുടെ മുന്നിൽ ഗ്ലാസ് നീക്കിവെച്ചതും കോഴിത്തൂവലു

പേക്ഷിച്ച് അയാൾ നെടുവീർപ്പിട്ടു.

'വള്ളിത്തലേമെലെല്ലാം ഒരു വാട്ടം, ഇലയെല്ലാം ആകെ മഞ്ഞ പിടിച്ചിരിക്ക്ന്ന പോലെ'.

അതു കേട്ട് പീടികയിലുള്ളവർ ഒന്നടങ്കം നായരെ നോക്കി.

വരും ദിവസങ്ങളിൽ അത് നായരുടെ അനുഭവം മാത്രമായി ചുരുങ്ങിയില്ല. മിഴാവ്കുന്നുകാർക്ക് ഇല്ലായ്മകളെ ഒരു പരിധി വരെ അകറ്റി നിർത്താൻ മുന്നിൽ നിന്ന കുരുമുളക് വള്ളികളിൽ അതിരുവ്യത്യാസമില്ലാതെ രോഗം പടർന്നു കയറുകയായിരുന്നു.

മണിയൻ ആവുന്ന ശ്രമങ്ങളൊക്കെ നടത്തി. നനയ്ക്കാൻ പറ്റുന്നതൊക്കെ നനച്ചു. ചാണകവും ചാരവും ചേർത്ത് വിതറി. പക്ഷേ പച്ചയിലകളിലാകെ മൂടി തുടങ്ങിയ മഞ്ഞപ്പ് ഓരോ ദിനവും ഏറി വന്നു. ഗതകാല സ്മരണകൾ അയവിറക്കി കുരുമുളക് വള്ളികൾ ഉണങ്ങാൻ തുടങ്ങി.

കാട് വയക്കലും, കളമൊരുക്കലും, കുരുമുളക് പറിച്ച് ചവിട്ടിമെതിച്ച് കുച്ച് വേറെയാക്കി കളത്തിൽ നിരത്തിയുണക്കി ചാക്കിൽ നിറച്ച് മൂത്തേടത്ത് കുമാരന്റെയോ ,ഉമ്മറ്ഹാജിയുടെയോ പുരകളിൽ ചുമന്ന് എത്തിക്കുന്നത് വരെയുള്ള പണി ഒന്നു രണ്ടു മാസം തരപ്പെടുന്നതാണ്. അതു മനസ്സിൽ കണ്ട് പല കണക്കുകൂട്ടലുകളും നടത്താറുള്ള മിഴാവ് കുന്നിലെ മനുഷ്യരിലെല്ലാം പെടുന്നനെ ആശങ്കയുടെ പിരിമുറുക്കമുണ്ടായി.

അരയേക്കറിലെ കുരുമുളക് പാട്ടത്തിനെടുക്കാൻ വന്ന ഉമ്മറ്ഹാജി ഒന്നും ഉരിയാടാതെ തിരിച്ചിറങ്ങി പോയപ്പോൾ ഉടുമ്പു രാജന്റെ ഉള്ളിൽ അങ്കലാപ്പുയർന്നു.

അതു തന്നെയായിരുന്നു മറ്റ് പുരകളിലെയും ആണുങ്ങളുടെ അവസ്ഥ.

പുരമേയാനും ആണ്ടിൽ രണ്ടു തവണ കുപ്പായത്തുണി വാങ്ങാനും വള്ളികളിൽ വിടരുന്ന കറുത്ത പൊന്നിനെ ആശ്രയിച്ച് കാത്ത് കാത്തിരുന്നവർ ഇനിയെന്ത് എന്ന മട്ടിൽ മനസ്സ് നീറ്റാൻ തുടങ്ങി.

ഒടുക്കം മുന്നിൽ മറ്റൊരു വഴിക്കും സാധ്യത തെളിയാതെ വന്നപ്പോൾ അവരൊക്കെയും ഉമ്മറ്ഹാജിയുടെ മുന്നിലേക്ക് തന്നെ ചെന്നു.

'കായ് ഒന്നും ഇല്ലാലോ'.

ഉമ്മറ്ഹാജി തഴമ്പ് വന്ന നെറ്റിയിൽ വിരലോടിച്ചു.

മിഴാവ്കുന്നുകാർ അവരുടെ ആവലാതികൾ ഒന്നൊന്നായി നിരത്തി.

ഒടുക്കം കുറെ മനക്കണക്ക് കൂട്ടിയും കിഴിച്ചും ഉമ്മറ്ഹാജി ഒടുക്ക

ത്തെ വാക്ക് പറഞ്ഞു.

'ഇങ്ങള് കണ്ടിറ്റില്ലേ എലമേലെ വാട്ടം? മൊളക് മൂപ്പാവുമ്പേഴേക്കും എത്ര ബള്ളി ബാക്കീണ്ടാവൂന്ന് പടച്ചോന് അറിയാം. അതോണ്ട്.... '

ഓരോരുത്തരും ഉമ്മറ്ഹാജി മുഴുവിപ്പിക്കുന്നത് കേൾക്കാൻ കാതു കൂർപ്പിച്ചു.

'അതോണ്ട്, മ്മള് ഒരു കായ് അങ്ങ് തരും അയിന് പറ്റൂങ്കിൽ പറയ് '

കുപ്പായത്തുണി വാങ്ങിയില്ലേൽ പഴയത് കൊണ്ട് ഒപ്പിക്കാം. പക്ഷേ പുര പുതയ്ക്കാതിരുന്നാലോ,? മിഴാവ്കുന്നുകാർ രണ്ടും കല്പ്പിച്ച് സമ്മതം മൂളി.

കള്ളിലുങ്കി അല്പമുയർത്തി ട്രൗസറിന്റെ കീശയിൽ ഉമ്മറ്ഹാജി കൈയിട്ട് മനസിൽ കണ്ട ഉറുപ്പികയുടെ നോട്ട് വിരലുകളിൽ തടയും വരെ തിരഞ്ഞു. കാക്കി ട്രൗസറിന്റെ കീശയിൽ നിന്നും പുറത്തേക്ക് വരുന്ന കൈയിലേക്ക് ആകാംക്ഷയോടെ മിഴാവ്കുന്നുകാർ നോക്കി. ഒടുക്കം കിട്ടിയതും വാങ്ങി നിഴൽവീണ മനസ്സുമായി പുരപുതയ്ക്കേണ്ടി വന്നു പലർക്കും. ചിലരൊക്കെ രണ്ടു കൊല്ലത്തെയും മൂന്ന് കൊല്ലത്തെയും പാട്ടം ഒരുമിച്ചു തന്നെ കൊടുത്തു.

വൈകാതെ ഉമ്മറ്ഹാജിയുടെ ആശങ്ക നേരായിത്തീർന്നു. കുരുമുളക് വള്ളികളിൽ പകുതിയിലധികവും ഉണങ്ങിച്ചുരുണ്ടു.

പണിയില്ലാതെ ഉടുമ്പുരാജനും, കുഞ്ഞാണനും, രാമുട്ടിയും, സുഗതനും തുടങ്ങി പലരും പുരയിൽ അരവയറോടെ ഇരിപ്പായി. ചിലരൊക്കെ ആനക്കുഴി ചെന്നിറങ്ങി പാപ്പിയച്ചനെയും വക്കച്ചനെയും ചെന്നു കണ്ടു.

വിഷുവിന് കുപ്പായത്തുണി വാങ്ങാനും പുരമേയാനുമുള്ള ഉറുപ്പികയില്ലാതെ നാണു വലഞ്ഞു. ഒടുക്കം മാലതി പോറ്റി വളർത്തിയ പെറാനായ ആടിന് ഹൈദ്രോസ് മാപ്പിള വിലയിട്ടു. മാപ്പിള ആടിനെ കെട്ടിയ കയറും പിടിച്ച് മുറ്റത്ത് നിന്ന് ഇറങ്ങാൻ തുടങ്ങിയതും ആട് തല തിരിച്ച് മാലതിയെ നോക്കി. അതുകണ്ട് മാലതിക്ക് സങ്കടം വന്നു.

ഉടുമ്പുരാജന്റെ പുരയിലാവട്ടെ വിഷുസദ്യയ്ക്കുള്ള ഒരുക്കങ്ങൾ ഒന്നുമുണ്ടായില്ല. സംക്രമത്തിനും പിറ്റേന്നും അയാൾ കുട്ടികൾക്ക് മുഖം കൊടുക്കാതെ അകത്ത് ചുരുണ്ടു കൂടിക്കിടന്നു.

ദിവസങ്ങളും ആഴ്ചകളും മാറ്റങ്ങളേതുമില്ലാതെ തുടർന്നുപോയി. ഒരു വൈകുന്നേരം അസൈനാർച്ചയ്ക്ക് മുൻപിൽ പാട്ടക്കാരൻ നാരായണൻ തന്റെ എല്ലാ അടവും പ്രയോഗിച്ചു.

'ഇത് ബരെ ഇള്ള കായ് മുയുവനും തന്നിറ്റ് മാത്രേ ഇനി ബീഡിയുള്ളു നാരാണാ.'

അസൈനാർച്ച തീർത്ത് പറഞ്ഞതോടെ ബീഡിക്കുള്ള പൈസ ഒപ്പിക്കാൻ മറ്റൊരു വഴിയോർത്ത് നാരായണൻ തല പുകച്ചു. ഒടുക്കം നിരാശയോടെ കിട്ടന്റെ പീടിക ലക്ഷ്യമാക്കി നീങ്ങി.

പീടികയുടെ മുന്നിൽ ചെന്നപ്പോൾ ചാക്കു കെട്ടുമായി നില്ക്കുന്ന കരിമമ്മദിനെയാണ് നാരായണൻ കണ്ടത്. ആ നിമിഷം അയാളിൽ പുതിയ ആശയമുദിച്ചു. പിന്നെ ഒട്ടും അമാന്തിച്ചില്ല, മമ്മദിന്റെ മുന്നിൽ നാരായണൻ നടുവളച്ചു നിന്നു.

'മ്മള് കരിമുട്ടി തന്നാ ഇങ്ങള് എടുത്തോളാ?'

മമ്മദ് നാരായണനെ അടിമുടിയൊന്ന് നോക്കി.

കരിക്കുള്ള ആവിശ്യകത ഏറി വരികയാണെന്ന കാര്യം മമ്മദിന് നന്നായറിയാം. മാത്രമല്ല അത് വഴി തനിക്ക് ഉണ്ടാവുന്ന നേട്ടം കൂടി ഓർത്തപ്പോൾ മറ്റ് ആലോചനയ്ക്ക് നില്ക്കാതെ അയാൾ സമ്മതം മൂളി.

പിറ്റേന്ന് നാരായണൻ ചക്കരനാണുവിനെയും കൂടെക്കൂട്ടി ഇത്ര ചാക്ക് കരി തന്നോളാം എന്ന വാക്കിൽ മമ്മദിനോട് ചെറിയൊരു പൈസ മുൻകൂറായി വാങ്ങി ചാക്കുകളുമെടുത്ത് പുരളിമല ലക്ഷ്യം വെച്ചു.

പല പറമ്പുകാരോടും ചെറിയ വിലയ്ക്ക് പടുമരങ്ങളും ചെറിയമരങ്ങളും സംഘടിപ്പിച്ചു. മരങ്ങൾ കൈമഴുവിനാൽ കൊത്തി മുറിച്ച് കഷ്ണം കഷ്ണമായി പ്രത്യേക രീതിയിൽ അടുക്കി. ഒരു ഭാഗം തീ പിടിപ്പിക്കാൻ പാകത്തിന് തുറന്ന് വച്ച് വിറകുകൾ ചേർത്ത് ചപ്പുകൾ നിരത്തി. മണ്ണ് കുഴച്ച് അതിന് മേൽ പൊത്തിപ്പിടിപ്പിച്ചു. ശേഷം തുറന്ന് ഭാഗത്ത് തീ കൊടുത്തു. തീ പിടിച്ചു എന്നുറപ്പായതും തുറന്ന ഭാഗം കൂടി മണ്ണ് കൊണ്ട് മൂടി.

അങ്ങനെ വായു കടക്കാതെ നീറ്റിനീറ്റി ഇരുവരും കരി ഉണ്ടാക്കി ചാക്കിൽ നിറച്ചു. മുട്ടുന്ന കരിയൊക്കെയും മമ്മദ് കൊണ്ടുപോയി അയാൾ കൃത്യമായി പൈസയും കൈമാറി.

അതോടെ നാരായണനും നാണുവിനും പുറമെ ഉടുമ്പുരാജനും പല മിഴാവ്കുന്നുകാരും കരിമുട്ടാൻ ഇറങ്ങി. വൻ കാതല് നിറയേണ്ട മരങ്ങളെയെല്ലാം ചെറുപ്രായത്തിൽ തന്നെ കൊത്തിമുറിച്ച് അവർ നീറ്റി നീറ്റി കരിയാക്കി.

പുരളിമലയുടെ പല ഭാഗങ്ങളിലും പുകയുയർന്നു. പുരളിമലയുടെ പല ഭാഗങ്ങളും മരങ്ങളൊഴിഞ്ഞ് വെളുത്ത് വന്നു.

47. മിഴാവ്കുന്ന് മാറുന്നു

മാസങ്ങൾ നീങ്ങി. മിഴാവ്കുന്ന് പഴയതിലേക്ക് തിരിച്ചു പോയില്ല. അതോടെ കണ്ണെത്താവുന്ന ദൂരങ്ങളിലെല്ലാം ഇടവിട്ടിടവിട്ട് ചൂള പുകഞ്ഞു.

ഒരു രാത്രിയിൽ കരിമുട്ടലിന് കാവിലിരിക്കാൻ മല കയറുമ്പോൾ വലിയൊരു ഇരുമ്പ് ടിന്നും കൂടി നാരായണൻ ചുമലിലേറ്റിയിരുന്നു.

നാണുവിന്റെ കൈയിൽ കരുതിയ വെല്ലവും നവസാരവും മുതിരയും ആ ടിന്നിലിട്ട് വെള്ളവും ചേർത്ത് അയാൾ ഒരു പാറയുടെ മറവിലേക്ക് നീക്കി വെച്ചു.

മൂന്നാം ദിവസം വെല്ലവും നവസാരവും മൂത്ത് അത് വാഷായി മാറി. വാഷിനെ നാരായണൻ വലിയൊരു ചെമ്പിലേക്ക് മാറ്റുമ്പോൾ ചക്കര നാണു ചോദിച്ചു.

'അല്ല നാരാണാ ഇനിക്കിത് മുമ്പ് ശീലം ഇണ്ടാ.? '

'അങ്ങനല്ലേ ഓരോന്ന് പഠിക്ക്യാ.'

നാരായണൻ പല്ലിളിച്ചു.

വാഷ് ഒഴിച്ച ചെമ്പു പാത്രം അയാൾ അടുപ്പിന് മുകളിലേക്ക് കയറ്റി. പിന്നെ നിരവധി ചെറു ദ്വാരങ്ങളുള്ള ഒരു പാത്രവും മരപ്പലക കൊണ്ട് ഉണ്ടാക്കിയ ഒരു പ്രത്യേക തട്ടും അതിനോട് ചേർത്തു. മരപ്പലകയുടെ പുറത്തേക്കുള്ള തുളയുടെ നേരെ കറുമൂസിന്റെ തണ്ട് പൈപ്പുപോലെ ഘടിപ്പിച്ച് നാരായണൻ നാണുവിനെ നോക്കി.

'ആ പുറ്റുമണ്ണ് കൊയക്ക്, എന്നിറ്റ് ചെമ്പിന്റെ വായ് ഭാഗത്തെല്ലാം ആവി പൊറത്ത് പോകാണ്ട് തേച്ച് പിടിപ്പിക്കണം'

നാണു ഒരു ബീഡി ചുണ്ടിൽ തിരുകി പുറ്റുമണ്ണ് കുഴച്ചു.

ആ നേരം ഏറ്റവും മുകളിൽ മറ്റൊരു ചെമ്പു പാത്രവും കൂടി വെച്ച് അതിൽ തണുത്ത വെള്ളം നിറച്ച് നാരായണൻ അടുപ്പിൽ തീ കൊടുത്തു.

നാഴിക ഒന്നു കഴിഞ്ഞില്ല. വാഷ് തിളയ്ക്കുന്നതോടൊപ്പം നീരാവി ചെറുദ്വാരമുള്ള പാത്രത്തിലൂടെ കടന്ന് തണുത്ത വെള്ളം നിറച്ച ചെമ്പിന്റെ അടിയിൽ തട്ടി മരപ്പലകയിലേക്ക് വീണു. കറുമൂസ് തണ്ടിലൂടെ പുറത്തേക്ക് വന്ന ആ ലഹരി വെള്ളത്തിൽ വിരല് തൊട്ട് നാരായണൻ തീയുടെ നേരെ കൊണ്ടുപോയി.

ഒരു പന്തം പോലെ നീല വെളിച്ചം നിന്ന് കത്തി.

ആദ്യ തവണ ഊറ്റിയെടുത്ത ചാരായം കേനിലേക്ക് മാറ്റാനുള്ള ക്ഷമയൊന്നും ഇരുവർക്കും ഉണ്ടായില്ല.

ആർത്തിയോടെ അവരത് ഉള്ളിലാക്കി. ചക്കര നാണുവിന്റെയും പാ

ട്ടക്കാരൻ നാരായണന്റെയും തലച്ചോറിനും കരളിനും അതോടെ തീ പിടിച്ചു.

ചാരയമൂറ്റൽ ആഞ്ചും ആറും തവണ കഴിഞ്ഞതോടെ നാണു ചക്കര ഉണ്ടാക്കലിൽ നിന്ന് പൂർണ്ണമായും പിൻവലിഞ്ഞു.

നാരായണന്റെയും നാണുവിന്റെയും ചൂളയൊരുക്കൽ ചാരായം വാറ്റുക എന്നതിലേക്ക് മാറി.

ലഹരി തേടി സംഘത്തിലേക്ക് പിന്നെയും ആൾക്കൂട്ടം ചേർന്നു.

അതോടെ പലയിടങ്ങളിലും ചൂളയ്ക്ക് മറവിൽ ലഹരി വെള്ളം കുപ്പിയിൽ നിറയാൻ തുടങ്ങി.

'കശുമാങ്ങ കൊണ്ട് നല്ല സൊയമ്പൻ സാധനം കാച്ചാം'

കുഴഞ്ഞ നാവുകൊണ്ട് അത് പറഞ്ഞത് കേളകത്ത് നിന്ന് വാറ്റുചാരായം തിരഞ്ഞു വന്ന ഒരച്ചായനായിരുന്നു.

പാട്ടക്കാരൻ നാരായണനും ചക്കരനാണുവും അണ്ടി പിഴുത കശുമാങ്ങ തേടിയിറങ്ങി.

കുറഞ്ഞ കാലംകൊണ്ട് മിഴാവ്കുന്നിലെ ആണുങ്ങളിൽ പലരെയും ലഹരി വരുതിയിലാക്കി. അതോടെ ഒരോ പുരകളിലെയും ദുരിതം ഇരട്ടിയോളം വർദ്ധിച്ചു.

ഒരു പകലിൽ വയറൊട്ടി നില്ക്കുന്ന കുഞ്ഞുങ്ങളുടെ മുഖം കണ്ട് സഹിക്ക വയ്യാതെ കുഞ്ഞിമാതു സഞ്ചിയുമായി അസൈനാർച്ചയുടെ പീടികയിലേക്കിറങ്ങി.

'അച്ചൂന്റെ പറ്റ് ഇപ്പം തന്നെ തോനെയായി, അതോണ്ട്... '

അസൈനാർച്ച പൂർത്തീകരിച്ചില്ലെങ്കിലും കുഞ്ഞിമാതൂന് കാര്യം മനസ്സിലായി.

നിറഞ്ഞ കണ്ണ് മുണ്ടിന്റെ കോന്തല കൊണ്ട് തുടച്ച് കുഞ്ഞിമാതു തിരിച്ച് നടന്നു. മുറ്റത്തേക്ക് കയറുമ്പോൾ കുട്ടികള് നാലും വഴിയിലേക്ക് കണ്ണും നട്ട് ഇറയത്ത് നിരന്ന് നിന്നിരുന്നു. അത് കണ്ടതും കുഞ്ഞിമാതു വായ്പൊത്തി കരഞ്ഞു പോയി.

ഇടയ്ക്കെപ്പഴോ പുറകിലെ ചായ്പ്പിന്റെ ഭാഗത്ത് നിന്ന് ഇളം കാറ്റിനൊപ്പം ഒരു രൂക്ഷഗന്ധം മൂക്കിൻതുമ്പിനെ തൊട്ടപ്പോൾ അവൾ തലയുയർത്തി.

കെട്ടിയോൻ അച്ചു ചായപ്പെട്ടിയിൽ നിറച്ചു വെച്ച വാഷിലേക്ക് നോക്കി കുഞ്ഞിമാതു ചിലത് മനസ്സിലുറച്ചു.

അച്ചു കൊണ്ടു വെച്ച തട്ടും പാത്രവും ചേർത്ത് കുഞ്ഞിമാതു ചെമ്പിലേക്ക് വാഷ് ഒഴിച്ചു. അടുപ്പിൽ തീയെരിഞ്ഞ് അല്പനേരത്തിനകം

ചാരായം കേനിലേക്ക് വീഴാൻ തുടങ്ങി.

പറമ്പിനോട് ചേർന്ന വഴിയിലൂടെ പണിയും കഴിഞ്ഞ് നീങ്ങുകയായിരുന്ന കോടാലി ചന്തുവിനെ കൈകൊട്ടി വിളിച്ച് കുഞ്ഞിമാതു ചോദിച്ചു.

'സാനം ബേണാ '?

കോടാലി ചന്തു ഒന്ന് അന്തിച്ചു. പിന്നെ തലയനക്കി.

കൈയിലേക്ക് വന്ന രണ്ടു രൂപയും കൊണ്ട് കുഞ്ഞിമാതു അമൈസെനാർച്ചയെ കണ്ടു. അരിക്കും സാധനങ്ങൾക്കും പുറമെ മൂന്ന് റാത്തൽ വെല്ലവും അല്പം നവസാരവും തൂക്കിയാണ് കുഞ്ഞിമാതു തിരികെ വന്നത്.

സന്ധ്യയോടെ അച്ചു കെട്ടിയോൾക്ക് നേരെ പാഞ്ഞടുത്തപ്പോൾ ഒരു അരക്കുപ്പി വാറ്റ് കുഞ്ഞിമാതു കെട്ടിയോന് നേരെ നീട്ടി. അടിക്കാൻ ഓങ്ങിയ കൈ കൊണ്ട് അയാൾ കുഞ്ഞിമാതുവിനെ തന്നിലേക്ക് ചേർത്തു.

മൂന്നാം നാളു മുതൽ പുറംനാട്ടുകാർ കുഞ്ഞിമാതൂന്റെ പുര തിരഞ്ഞ് വരാൻ തുടങ്ങി. മാസം ഒന്ന് കഴിയുമ്പോഴേക്കും കുഞ്ഞിമാതു സാമ്പത്തികമായി പുഷ്ടിച്ചു. ആ മാറ്റം തിരിച്ചറിഞ്ഞ് പല പുരകളുടെയും പിന്നാമ്പുറത്ത് വാഷ് തിളക്കാൻ തുടങ്ങി. പുറം നാട്ടുകാർ ഓരോ പുരയിലൂടെയും രാവും പകലുമില്ലാതെ കയറിയിറങ്ങി.

എത് പുരയിലും നാടൻ വാറ്റ് സുലഭമായി കിട്ടുന്ന സ്ഥിതി വന്നപ്പോൾ കാതിയൻ കുഞ്ഞാമന്റെ നിറച്ച് വെച്ച കേന് അനക്കം തട്ടാതെ നിന്നു.

ഒടുക്കം നെരത്തിൻമേലേക്ക് ചെന്ന് കയറുന്ന വഴിയോരത്ത് കുഞ്ഞാമൻ കന്നാസ് നിറയെ ചാരയവും അളവു പാത്രവുമായി ഇരിപ്പുറപ്പിക്കുകയും ചെയ്തു.

കോടാലി ചന്തുവും ചക്കരനാണുവും പാട്ടക്കാരൻ നാരായണനും ധൃതിയിൽ അയാൾക്കരികിലേക്ക് അടുത്തു. ഒയക്കിന് അമ്പത് പൈശയും കുപ്പിക്ക് രണ്ട് രൂപയുമായി ആ നിമിഷം തന്നെ കച്ചവടം പൊടിപാറി. കുഞ്ഞാമന്റെ അത്തരമൊരു നീക്കം നാട്ടുകാർക്ക് പുരകളിലൂടെ കയറിയിറങ്ങാതെ തന്നെ സുഗമമായി ചാരായം കിട്ടുമെന്ന നില വന്നു. അതോടെ പലരും കുഴഞ്ഞ നാവിനാൽ കുഞ്ഞാമനെ പ്രശംസിച്ചു.

48. അസ്വസ്ഥതകളുടെ തുടക്കം

ആണ്ടുത്സവത്തിന് അരിച്ചൽ മുറ്റത്ത് ആൾക്കൂട്ടം നന്നേ കുറവായി

രുന്നു. കേളന്റെയുള്ളിൽ അതൊരു നീറ്റലായി മാറി.

പുലർച്ചയോടെ തമ്പുരാട്ടിയുടെ കോലമഴിച്ചതിന് പിന്നാലെ ഒതേനൻ അഞ്ഞൂറ്റാൻ മേത്ത് തേപ്പിനിരുന്നതും അമ്പു മാസ്റ്റർ തിരക്കി.

'ഗോപാലൻകുട്ടിയെക്കുറിച്ച് എന്തേലും വിവരമുണ്ടോ മുകുന്ദാ?'

'ഇല്ല'

മുകുന്ദന്റെ സ്വരം താഴ്ന്നു.

'ഉം'

മാസ്റ്റർ ഒരു മൂളലോടെ തല കുലുക്കി.

ആ നേരം പിന്നിൽ നിന്ന പാട്ടക്കാരൻ നാരായണന്റെ പുലമ്പല് വന്നു.

'ഓൻ ഏടെയെങ്കിലും പോയി ചത്തിറ്റ്ണ്ടാവും മാശേ, അല്ലാണ്ട് ഇത്രയായിറ്റും ഒരു വെവരോം കിട്ടാണ്ടിരുക്കാ'

ഒരുനിമിഷം അരിച്ചൽ മുറ്റമൊന്നാകെ തരിച്ചു നിന്നു.

അടുത്തുണ്ടായ ജാനുവിന്റെ കണ്ണുകൾ പുകഞ്ഞു കത്തി. നാരായണന് നേരെ അവൾ കുതിക്കാൻ ഒരുങ്ങിയതാണ്, അതിനു മുൻപേ കുഞ്ഞാണൻ അയാളുടെ കഴുത്തിന് കുത്തിപ്പിടിച്ചിരുന്നു.

ശ്വാസം കിട്ടാതെ പിടഞ്ഞ നാരായണനെ മുകുന്ദനും അപ്പു വൈദ്യരും സുഗതനും ചേർന്നാണ് രക്ഷിച്ചെടുത്തത്.

'ഇന്റെ പുയ്ത്ത നാവ്കൊണ്ട് ഇമ്മാതിരി ബർത്താനം പറഞ്ഞാൽ കൊന്ന് കളയും, ഓർത്തോ.'

ഒരു താക്കീതോടെ കുഞ്ഞാണൻ നാരായണനെ ഒന്നുകൂടി ഉലച്ചു.

ഗോപാലൻകുട്ടിയുടെ മടങ്ങിവരവ് ആഗ്രഹിച്ചു നിൽക്കുന്നവരായിരുന്നു മിഴാവ്കുന്നിലെ അധികമനുഷ്യരും. നിനയ്ക്കാത്ത നേരത്ത് നാരായണനിൽ നിന്നുവന്ന പ്രയോഗം കൂടിനിന്നവരെയൊന്നാകെ മൂകതയിലേക്കാഴ്ത്തി.

അരനാഴിക കഴിഞ്ഞ് ഉള്ളിലെ വിങ്ങലടുക്കി കൃഷ്ണനുണ്ണിയും കൂടെ പെരുമലയനും ചെണ്ട പെരുക്കുകയും അതിനോട് ചേർന്ന് ഒതേനൻ അഞ്ഞൂറ്റാൻ ചുവടുവെയ്ക്കാൻ തുടങ്ങിയതോടെയുമാണ് അരിച്ചൽ മുറ്റം പതിവുനില കൈവരിച്ചത്.

തിരുവപ്പന മുടിയഴിക്കാൻ നേരത്ത് മീനാക്ഷിയുടെ അരികിലേക്ക് ഇടനിലക്കാരൻ ശ്രീധരൻ കടന്നു വന്നു.

മീനാക്ഷി കണ്ണുകൾ വിടർത്തി.

ശ്രീധരൻ പറഞ്ഞു തുടങ്ങിയത് ചെണ്ടമേളങ്ങളിൽ മുങ്ങിയതും ഇരുവരും അല്പം താഴോട്ട് ഇറങ്ങി നിന്നു . അത് കണ്ട് അടുത്ത് നിന്ന കുമ്പേടത്തി ലീലയുടെ ചെവിയിൽ ചുണ്ടനക്കി.

ലീലയുടെ കവിളുകൾ തുടുത്തു.

'പയ്യന്നൂരുള്ള കൂട്ടരാ, ചെക്കന് ആടത്തെ ഒരു ബീഡി കമ്പനീൽ പണീണ്ട്. പെങ്ങൻമാര് നാലാ, നാലും ഓരോ വയിക്കായി. '

ശ്രീധരൻ അല്പം ശബ്ദമെടുത്തു.

'ചെക്കൻ കാണാൻ നല്ല ചേലാ, അതോണ്ട് കാരണോൻമാർക്ക് ഒറ്റ നിർബന്ധേ ഉള്ളു. പെണ്ണ് ഓന്റെ ചേലിന് ഒക്കണം.'

മീനാക്ഷി ലീലയ്ക്ക് നേരെ മുഖം തിരിച്ചു. ലീല ഇരുവരിലേക്കും നോക്കി നില്ക്കുകയായിരുന്നു. അമ്മയുടെ നോട്ടം തന്നിലേക്ക് വീണപ്പോൾ ലീല തിടുക്കത്തിൽ കാഴ്ച്ച മാറ്റി.

'ഓക്ക് ചേലിന് എന്തേലും കുറവ്ണ്ടോ ചീരേട്ടാ, മിഴാക്കുന്നില് ഓളൊപ്പം നിക്കണെ കുട്ട്യോള് ബേറെ കാണ്വാ? സംശയാ'

മീനാക്ഷി അല്പം കടത്തി തന്നെ പറഞ്ഞു.

'ഇല്ല, അതല്ലേ ഞായൻ ഇന്നെ കാണാൻ ബന്നേ. ശ്രീധരൻ ഏതൊരാക്കും ചേരുന്നതുമായേ എത്തൂന്ന് മീനാക്ഷിക്ക് അറീന്നയല്ലേ'?

ശ്രീധരന്റെ ചോദ്യത്തിന് മീനാക്ഷി ചിരിച്ചു.

'എന്നാ ബെർന്ന ആയിച്ച എപ്പോ ബേണേലും പ്രതീക്ഷിക്കാം.'

മീനാക്ഷി സന്തോഷത്തോടെ തല കുലുക്കി.

കുഞ്ഞനന്തനെ കാര്യങ്ങള് ബോധ്യപ്പെടുത്താൻ മീനാക്ഷി അരിച്ചൽ മുറ്റത്ത് വച്ച് തന്നെ തീരുമാനമെടുത്തു.

പിറ്റേന്ന് അവിലിലെ തൂളി പാറ്റുന്നതിനിടയിൽ മീനാക്ഷി പറഞ്ഞു.

'നല്ല കൂട്ടരാന്ന്, ഓളെ ഭാഗ്യാന്നാ ചീരേട്ടൻ പറയ്ന്ന് '

മീനാക്ഷി ഒന്ന് നിർത്തി.

'ഇങ്ങള് ഓളെ അച്ഛനാന്ന്ള്ള ഓർമ്മ ബേണം, മംഗലത്തിന് മ്മള് രണ്ടാളും ഒന്നായിറ്റൊയന്നാലെ നന്നായി കയ്യൂ'.

അതു കേട്ടതും കുഞ്ഞനന്തൻ ദേഹത്തെ പൊടി തട്ടി മാറ്റിക്കൊണ്ട് എഴുന്നേറ്റു.

'ഞി പറേന്നത് അനക്ക് കുടുംബത്തോടും മോളോടും സ്നേഹോം ഉത്തരവാദിത്വോം ഇല്ലാന്നാ'

'ഇങ്ങളെ ചെറിയ മാറ്റെല്ലാം തിരിയ്ന്ന്ണ്ട്.'

മീനാക്ഷി കുഞ്ഞന്തനെ അടിമുടിയൊന്ന് നോക്കി. ഇത്രയുംകൂടി ചേർത്തു.

'സംഘത്തിന് ആഴ്ച്ചക്ക് അടക്കണ്ട ഉറുപ്പിക മാസൊന്നായിറ്റ് ബാക്കിയാന്ന് വാര്യറ് ഓർമ്മിപ്പിച്ചിന്'

കുഞ്ഞനന്തൻ ചെറുതായൊന്ന് പതറിയെങ്കിലും അത് പുറത്ത് കാട്ടാതെ വേഗം നാവ് ചലിപ്പിച്ചു.

'മിഴാക്കുന്നില് ബള്ളിയെല്ലാം പോയതോടെ ആരെ കൈയ്യിലും ഉറുപ്പികയില്ലാന്ന കാര്യം വാര്യർക്കും അറിയാത്തതൊന്നുമല്ലാലോ'.

അയാൾ തുവർത്ത് ശക്തിയോടെ കുടഞ്ഞ് തോളിലിട്ട് അകത്തേക്ക് നീങ്ങി.

ആഴ്ച്ച ഒന്ന് കഴിഞ്ഞ് ഇടനിലക്കാരൻ ശ്രീധരൻ നാലഞ്ച് പ്രായം ചെന്നവരോടൊപ്പം കുഞ്ഞനന്തന്റെ പുരയിലെത്തി.

ചെക്കന്റെ അച്ഛനും അമ്മാവൻമാർക്കും ലീല ചായയും അവില് നനച്ചതും കൊടുത്തു.

ചായകോപ്പ തിരികെ വെച്ച് മുറുക്കാൻ ചെല്ലത്തിൽ നിന്ന് തളിര് വെറ്റില കൂട്ടി ഓരോരുത്തരായി വായിലിട്ട് ചവയ്ക്കാൻ തുടങ്ങി.

ഇറങ്ങാൻ നേരം കൂട്ടത്തിൽ പ്രായം ചെന്നയാൾ കുഞ്ഞനന്തനോടും മീനാക്ഷിയോടുമായി പറഞ്ഞു.

'മ്മള് മനസ്സിൽ നീരിച്ച കുട്ടി തന്നെയാ ലീല, ഇനി കാര്യങ്ങള് വിഷു കയിഞ്ഞ പാടെ നീക്കാം'

അത് കേട്ട് കുമ്പേടത്തിയുടെ പിന്നിലായി നിന്ന ലീലയുടെ മൂക്കിൻ തുമ്പിൽ സ്ഫടികം പോലെ മൂക്കുത്തി തിളക്കമുണ്ടാക്കി.

കാണാൻ വന്ന കൂട്ടര് വയൽ വരമ്പിലേക്കിറങ്ങിയതും പിന്നാലെ നെല്ല് വാങ്ങാനെന്ന പേരിൽ കുഞ്ഞനന്തനും പുര വിട്ടു. നേരെ അസൈനാർച്ചയുടെ പീടികയിൽ ചെന്ന് അവില് കൊടുത്ത വകയിലെ ഉറുപ്പിക വാങ്ങി അയാൾ അരയിൽ തിരുകി. നെല്ലുമായി വരുന്ന കുഞ്ഞനന്തനെയും കാത്ത് മീനാക്ഷിയിരുന്നു. രാത്രിയേറിയിട്ടും അയാൾ തിരിച്ചെത്തിയില്ല.

പുലർച്ചെ ദേഹമാകെ ചളി പുരണ്ട് തലയുയർത്താൻ ശക്തിയില്ലാതെ ആടിക്കുഴഞ്ഞ് കുഞ്ഞനന്തൻ എറയത്ത് വന്നു വീണു. ഉടുമുണ്ടിലാകെ ശർദ്ദിലിന്റെ അവശിഷ്ടങ്ങളുണ്ടായി. രൂക്ഷമായ ദുർഗന്ധം കാരണം ലീലയ്ക്ക് ഓക്കാനം വന്നു.

മീനാക്ഷി ഒന്നും മിണ്ടിയില്ല. പിറ്റേന്ന് മുതൽ അവിലിടിക്കുന്ന ഉപകരണം മുറ്റത്ത് അനാഥയെ പോലെ കിടന്നു.

'പൊരേൽ കേരീറ്റ് ദെവസം രണ്ടായി.'

ചീഞ്ഞു തുടങ്ങിയ കശുമാങ്ങയുമായി കാട്ടുവഴിയിലൂടെ പാട്ടക്കാരൻ നാരായണനോടൊപ്പം നീട്ടിവെലിച്ച് നടക്കുമ്പോൾ ചക്കരനാണുവിന് ആത്മഗതമുണ്ടായി.

'ഓ പൊരയെല്ലാം അങ്ങനെ കെടക്കും'.

നാരായണൻ മാങ്ങ നിറച്ച ചായപ്പെട്ടി ഇടത് ചുമലിൽ നിന്ന് വലത് ചുമലിലേക്ക് മാറ്റി വെച്ചു.

ഇരുവരും ഉണ്ണിക്കുണ്ടിൽ നിന്നും തട്ടൻപറമ്പിലേക്ക് ഇറങ്ങിയപ്പോഴാണ് അപ്രതീക്ഷിതമായി കീച്ചിറു മുന്നിൽ പെട്ടത്.

പതിവുപോലെ നാണുവിനെ നാരായണൻ ഒരു മറയാക്കി നിർത്തി.

രാത്രി ഊറ്റിയെടുത്തതിൽ നിന്ന് അല്പം വായിലൊഴിച്ച് നാണുവും സംശയത്തിന്റെ കെട്ടഴിച്ചു.

'അല്ല നാരാണാ, ഓന് ഇന്നോട് മാത്രം എന്നാ ഒരു പക?'

നാരായണൻ കൂടെ കൂടെ രണ്ട് ഔൺസിറക്കി. അയാളുടെ ഉള്ളിൽ ലതയുടെ മുഖം തെളിഞ്ഞു.

'ഒരീസം ഓള് കുളീം കയിഞ്ഞ് ബെരുമ്പം ആ കൈയിലൊന്ന് ഞായൻ കേരി പിടിച്ചിന്. രണ്ടാമത്തെ കടിയേൽക്കും മുന്നേ തോട്ടിലേക്ക് ബീണോണ്ട് രക്ഷയായി.'

അയാൾ അടുപ്പിലെ തീക്കനലിനെ കണ്ണുകളിലെടുത്തു.

'ഓളത് മറന്നിറ്റും ആ നായിന്റെ മോൻ അത് മറന്നിറ്റില്ല.'

നാരായണൻ പല്ലിറുമുമ്പോൾ നാണു അയാളെ മിഴിച്ചു നോക്കി.

രാത്രി ഒന്നു കൂടി കനത്ത നേരം നാരായണൻ ചോദിച്ചു.

'ഓനെ തീർക്കാൻ ബല്ല ബയ്യും ഇണ്ടാ നാണു'.

'കാഞ്ഞിരത്തിന്റെ ബേര് ബേണം, അയിന്റെ മോളില് ഒരു മഞ്ഞപ്പൊടിയ്ണ്ട്. അയില് ബെല്ലോം ചേർത്ത് അരച്ച് കൊട്ത്താ ആടെ കെടന്നോളും'.

'ഉം. എന്നാൽ അയിനും അനക്ക് ഇന്റെ സഹായം ബേണം.'

ബോധം മറഞ്ഞ് തുടങ്ങിയ നേരത്താണ് നാണു അത് കേട്ടത്. തലയനക്കിക്കൊണ്ട് അയാൾ ശരീരം പതുക്കെ ഒരു പാറയുടെ മേലേക്ക് ചായ്ച്ചു.

49. ദാക്ഷായണിയുടെ തലശ്ശേരി യാത്ര

കിട്ടന്റെ പീടികയോട് ചേർന്ന് മൂരിമമ്മദ് കാളകൾക്ക് മുന്നിൽ അല്പം പച്ചപ്പുല്ല് കൊണ്ടു നിരത്തി. ഹൈദ്രോസ്മാപ്പിള വിരല് പല തവണ മടക്കിയും നിവർത്തിയും വണ്ടിയിൽ നിന്ന് ഇറക്കുന്ന സാധനങ്ങളുടെ കണക്കൊപ്പിച്ചു. വെല്ലവും നവസാരവും പീടികയിലേക്ക് കയറിയ ഉടൻ കറക്റ്റ് ദാക്ഷായണി അളവ് പറഞ്ഞു. അഞ്ച് റാത്തൽ വെല്ലവുമായി ദാക്ഷായണി ധൃതിയിൽ നീങ്ങി.

എത്ര വാറ്റിയാലും ദാക്ഷയണിയുടെ ചാരായം നിമിഷനേരം കൊണ്ട് കാലിയാവും എന്നതാണ് മിഴാവ്കുന്നിലെ സ്ഥിതി. തെങ്ങിന്റെ കൊരലും പട്ടത്തോലും കറുകയും കൂടി ദാക്ഷായണി വാഷിനൊപ്പം ചേർക്കും. ആ ചാരയം മോന്തിയവരൊക്കെ ചുണ്ട് തുടച്ച് ഒന്നൊന്നായി പറഞ്ഞു.

'ഓള് വാറ്റിയാ അയിനൊരു പ്രത്യേക കൊണാ'.

മിഴാവ്കുന്നിലെ അധിക പുരകളിലും വാറ്റ് ജോറായി നടന്നതിനും ഏറെ കഴിഞ്ഞാണ് ദാക്ഷായണിക്കും ആ പുത്തൻ പരീക്ഷണത്തോട് അടുപ്പം തോന്നിയത്.

പട്ടത്തോലും കറുകയുമെല്ലാം തലശ്ശേരിയിൽ ചെന്നാണ് ദാക്ഷായണി കൊണ്ടുവരിക. കാക്കേങ്ങാട്ടേക്ക് നടന്ന് പോയി ബസ്സ് കയറി കാഴ്ച്ചകളെല്ലാം കണ്ട് തലശ്ശേരിക്കുള്ള യാത്ര ദാക്ഷായണിക്ക് പെരുത്തിഷ്ടോം കൂടിയാണ്.

കൃത്യം രണ്ട് ആണ്ട് മുന്നെയാണ് ദാക്ഷായണി ആദ്യമായി തലശ്ശേരിയിലേക്ക് പുറപ്പെട്ടത്. അന്ന് ദാക്ഷായണിക്ക് ഒറ്റ ലക്ഷ്യമേ ഉണ്ടായിരുന്നുള്ളൂ.

ഹൈദ്രോസ് മാപ്പിള പറഞ്ഞ സിനിമാപ്പുരയിൽ ചെല്ലുക, അതിന് മുന്നിലെ ഓല മറച്ച ജാഗയിൽ മുറുക്കാൻ വില്പ്പന നടത്തുന്നത് തന്റെ പുരുവൻ തന്നെയാണോന്ന് ഉറപ്പിക്കുക. ആണെങ്കിൽ ആ ചെകിടത്ത് കനപ്പിനൊന്ന് പൊട്ടിക്കുക.

മിഴാവ്കുന്നിൽ ഗോപാലൻകുട്ടിയോട് മാത്രമേ ദാക്ഷായണി തന്റെ ഈയൊരാഗ്രഹം പങ്ക് വെച്ചിട്ടുള്ളൂ. കൂട്ട് വരാമെന്ന് ഗോപാലൻകുട്ടി വാക്ക് ഉറപ്പിച്ചതാണ്. പക്ഷേ ആ കണക്കുകൂട്ടലുകളെയെല്ലാം ഗോപാലൻകുട്ടി തെറ്റിച്ചു കളഞ്ഞു.

അന്ന് വയൽ വരമ്പിലൂടെ പുരുവന് പിന്നാലെ കോങ്കത്തിയുമായി പാഞ്ഞ് ചെന്നെങ്കിലും ജീവൻ ഭയന്നുള്ള അയാളുടെ ഓട്ടം ദാക്ഷായണിയെ ഏറെ പിന്നിലാക്കി.

ഒടുവിൽ കിതപ്പോടെ തെങ്ങിൻച്ചുവട്ടിലേക്ക് കുത്തിയിരുന്നപ്പോൾ ദാക്ഷായണിയുടെ കണ്ണുകൾ കലങ്ങിമറിഞ്ഞു.

തന്നെ അയാൾ ചതിച്ചതിലായിരുന്നില്ല ദാക്ഷായണിക്ക് മനഃപ്രയാസമേറിയത്, ആ ചെവിക്കല്ല് നോക്കി ഒന്ന് പൊട്ടിക്കാൻ കഴിയാത്തതിലായിരുന്നു. അതാവട്ടെ ദാക്ഷായണിയുടെ ഉള്ളിൽ ഉരുകാത്ത മഞ്ഞുകട്ടപോലെ നില്ക്കുകയും ചെയ്തു

'ഇടയ്ക്കെപ്പഴോ ഹൈദ്രോസ് മാപ്പിളയെ വീണ്ടും തഞ്ചത്തിൽ കിട്ടി

യ നേരം ദാക്ഷായണി തിരക്കി.

'ആ കാലമാടൻ ആടെ തന്നെ ഇണ്ടാ?'

'ഇണ്ട്. രണ്ട് മൂന്ന് മാസം മുന്നെയും ഞായൻ കണ്ടയല്ലേ'.

ഹൈദ്രോസ് മാപ്പിളയിൽ നിന്ന് ആ ഉത്തരം കേട്ടതും ദാക്ഷായണിക്ക് വീണ്ടും പിരിയിളകി.

മുണ്ടും ബ്ലൗസും അതിനുമേൽ ഒരു തോർത്തും പുതച്ച് ആദ്യമായി ബസ്സിൽ കയറി തലശ്ശേരിയിൽ ചെന്നിറങ്ങിയ ദാക്ഷായണിയെ ചുറ്റുമുള്ള കാഴ്ച്ചകളൊന്നും അലോസരപ്പെടുത്തിയതേയില്ല.

സൈക്കിൾ റിക്ഷയിൽ സിനിമാപ്പുരയുടെ മുറ്റത്തിറങ്ങിയ ദാക്ഷായണി മുന്നിലെ ദ്രവിച്ച് തുടങ്ങിയ ഓല മറച്ച ജാഗയിലേക്ക് കുറെ നേരം നോക്കി. തൊട്ടുമുന്നിലെ ചായപ്പീടികയിൽ നിന്നാണ് അങ്ങേരെ ഒന്നര മാസം മുന്നേ ഏതോ ഒരു മാറാരോഗം വന്ന് കൊണ്ടുപോയീന്ന് കേട്ടത്.

തിരികെ മടങ്ങുമ്പോൾ ദാക്ഷായണിക്ക് ചിരിയും കരിച്ചിലും ഒരുമിച്ച് വന്നു.

മിഴാവ്കുന്നിൽ ചാരായ വില്പ്പനയ്ക്ക് മത്സരം മൂത്തപ്പോൾ ഹൈദ്രോസ് മാപ്പിള തന്നെയാണ് ദാക്ഷായാണിക്ക് ആ ഉപദേശവും ചൊരിഞ്ഞത്.

'തലശ്ശേരിൽ പട്ടയും കറുകയും ചെറിയ പൈശക്ക് കിട്ടും '.

അതും പറഞ്ഞ് അയാൾ മൂക്കിൻ തുമ്പ് നന്നായൊന്നു വിറപ്പിച്ചു.

അതോടെ തന്റെ പരിചയസമ്പത്ത് ഉപയോഗപ്പെടുത്തി ദാക്ഷായണി രണ്ടാമതും തലശ്ശേരിക്ക് യാത്ര തിരിച്ചു. പിന്നീട് അത് മാസത്തിൽ ഒന്നെന്ന മട്ടിലെത്തി.

മൂത്തേടത്ത് കുമാരന്റെ മക്കളായ ചന്ദ്രനും ദാസനുമാണ് ദാക്ഷായണിയുടെ സ്ഥിരം പറ്റുകാർ. ചെറിയൊരു സംഘം ശിങ്കിടികളായി അവരുടെ പിന്നാലെ കൂടുകയും ചെയ്തു. പൈസയ്ക്ക് ക്ഷാമം വരുമ്പോൾ പടിഞ്ഞിറ്റയിൽ സൂക്ഷിച്ച കുരുമുളക് ചാക്കുമെടുത്ത് ചന്ദ്രനും ദാസനും ഇറങ്ങി നടക്കും.

ഇങ്ങനെ നശിപ്പിക്കല്ലേടാന്ന് കുഞ്ഞാതി രണ്ടു പേരോടും കരഞ്ഞു പറഞ്ഞു. അവരതൊന്നും കേട്ടതായി പോലും ഭാവിച്ചില്ല.

മൂത്തേടത്ത് കുമാരൻ ഈ കാഴ്ച്ചകളൊക്കെ കണ്ട് പഴയ ഓർമ്മകളെ അയവിറക്കി.

ഒരു ദിവസം ഉറയ്ക്കാത്ത കാലുകളോടെ ചന്ദ്രൻ കൊട്ടടയ്ക്കയുടെ നിറച്ച ചാക്ക് ശിങ്കിടിയുടെ തലയിൽ വെച്ചു കൊടുക്കുമ്പോൾ കുഞ്ഞാതി സർവ്വശക്തിയും സംഭരിച്ച് തടയാൻ ശ്രമിച്ചു.

ചന്ദ്രൻ കൈയും ഓങ്ങി അമ്മയ്ക്ക് നേരെ ചെന്നു.

'എന്നാൽ അടിക്കെടാ കുരിപ്പേ'.

കുഞ്ഞാതി മകന് നേരെ അലറി.

അടിക്കാൻ ഓങ്ങിയ കൈകൊണ്ട് അയാൾ അമ്മയ്ക്ക് നേരെ ഒരു തള്ള് വെച്ചു കൊടുത്തു. അവർ എറയത്ത് മലർന്നടിച്ചു വീണു.

ആ കാഴ്ചയും കണ്ടാണ് ലത കുഞ്ഞാതിയുടെ മുറ്റത്തേക്ക് കയറിയത്. കഴിഞ്ഞ ദിവസം അസൈനാർച്ചയിൽ നിന്ന് അരി കടം വാങ്ങി. ഇന്ന് ഏത് വാതിലിലാണ് ചെന്നു മുട്ടുക എന്ന ആലോചന നീണ്ടുപോയപ്പോൾ കുഞ്ഞാതിയുടെ മുഖമാണ് മനസ്സിൽ തെളിഞ്ഞത്.

ലത ഓടിവന്ന് കുഞ്ഞാതിയെ താങ്ങി എഴുന്നേൽപ്പിച്ചു. അവർ ഇരിത്തിപ്പടിയിൽ തളർന്നിരുന്നു. ലതയ്ക്ക് കുഞ്ഞാതിയോടോ കുഞ്ഞാതിക്ക് തിരിച്ചോ ഒന്നും പറയാൻ കഴിഞ്ഞില്ല.

ഒടുക്കം വന്ന കാര്യം ഉള്ളിൽത്തന്നെ ഒതുക്കി ലത പടിയിറങ്ങാൻ തുടങ്ങിയതും കുഞ്ഞാതി വിളിച്ചു.

'ലതേ നിക്ക്'

അതും പറഞ്ഞ് കുഞ്ഞാതി ചുമരും താങ്ങി പടിഞ്ഞിറ്റ മുറിയിലേക്ക് ചെന്ന് ഒരു കുത്തുപാളയിൽ കുരുമുളക് നിറച്ച് ലതയ്ക്ക് നീട്ടി.

കരച്ചിൽ വന്നെങ്കിലും ലത അത് അടക്കിപ്പിടിച്ചു. തിരിച്ചെത്തുമ്പോൾ ഉടുമ്പു രാജൻ എറയത്ത് തൂണും ചാരിയിരിപ്പുണ്ടായിരുന്നു.

അകത്ത് കയറി ഏറെ ആലോചനയ്ക്ക് ശേഷം തന്നെയാണ് അയാൾക്ക് മുന്നിലേക്ക് ലത *കവുപ്പനും സഞ്ചിയും നീട്ടിയത്.

'മോന്തിക്ക് പിള്ളർക്ക് എന്തേലും കൊടുക്കണേൽ അരി മാങ്ങണം'.

അയാൾ ഒന്നും മിണ്ടാതെ തല കുനിച്ചിരുന്നു.

അത് കണ്ട് ലത അകത്ത് നിന്ന് കുരുമുളക് കുത്തുപാളയടക്കം മുന്നിൽ കൊണ്ടു വെച്ചു.

'കടം മാങ്ങീതാ, തല്ക്കാലം അരിക്കും, ഉപ്പും മൊളകിനും തെകയും, നേരം കളയാണ്ട് പോയിറ്റ് പോര്'.

ഉടുമ്പുരാജൻ കുറെ നേരം ലതയെ തന്നെ നോക്കി.

പിന്നെ തോർത്തിന് പകരം മുണ്ട് ചുറ്റി നിരത്തിൻമേലേക്ക് നടന്നു. കൂടെ കീച്ചിറുവും ഇറങ്ങി. ലത കഞ്ഞിക്കലം കഴുകിയെടുത്ത് അടുപ്പിൽ തീ പറ്റിച്ചു.

ഇടവഴി കടന്ന് നെരത്തിനോട് ചേർന്ന വയൽ വരമ്പിലേക്ക് ഉടുമ്പു രാജൻ ചെന്നതും മുന്നിലതാ നില്ക്കുന്നു കാന്തികവലയം തീർത്ത പോലെ കുഞ്ഞാമൻ. റാഞ്ചിക്കൊണ്ടുപോകാൻ എത്തുന്ന പരുന്തിൻ കാ

*കവുപ്പൻ - റേഷൻ കാർഡ്

ലിൽ നിന്നും ചിറകുകൾക്കുള്ളിലേക്ക് കുഞ്ഞുങ്ങളെ ഒതുക്കി നിർത്തുന്ന അമ്മക്കോഴിയുടെ മനസോടെ രാജൻ കുത്തുപ്പാള നെഞ്ചിലമർത്തി പിടിച്ചു.

കുഞ്ഞാമന് നേരെ കണ്ണ് പായിക്കാതെ തോടിന് കുറുകെയിട്ട പാലം കയറി അയാൾ മുന്നോട്ട് നീങ്ങാനാഞ്ഞതും പിന്നിൽ വിളിയൊച്ചയെത്തി.

'ഒരു അര ഒയക്ക് എട്ക്കട്ടെ രാജാ'.

കുഞ്ഞാമൻ ചോദ്യത്തോടൊപ്പം തന്നെ വാഴയുടെ ചുവട്ടിൽ നിന്ന് കേനെടുത്തു.

ആ ചെയ്തികൾ ഉടുമ്പുരാജന്റെ കാലുകളെ പിടിച്ചു നിർത്തി.

കീച്ചിറു കുഞ്ഞാമനെ നോക്കി മുരളുകയും പിൻകാലുകൊണ്ട് നിലത്ത് മാന്തി ശബ്ദമുണ്ടാക്കുകയും ചെയ്തു. ഉടുമ്പുരാജൻ ഉടുത്തിരുന്ന മുണ്ടിൽ കടിച്ച് അവൻ പിന്നിലേക്ക് വലിക്കാൻ നോക്കി. പക്ഷേ കീച്ചിറുവിന്റെ ആ ശ്രമങ്ങളൊന്നും അയാളെ പിന്തിരിപ്പിക്കാൻ പോന്നതായിരുന്നില്ല.

ഒന്നിന് പുറകെ ഒന്നായി രണ്ടൊയക്ക് ഉടുമ്പുരാജൻ അകത്താക്കിയതും കുത്തുപാളയിലെ കുരുമുളക് കുഞ്ഞാമൻ തന്റെ കേനിനടുത്തേക്ക് നീക്കി വെച്ചു.

50. പുതിയ രീതികൾ

'ഒരു അര ഒയക്കൂടി ഇഞ്ഞി താ ദാക്ഷാണി '

പുരയുടെ പിന്നാമ്പുറത്ത് ആടിക്കുഴഞ്ഞ് നിന്ന് ചക്കരനാണു അപേക്ഷയുടെ അങ്ങേയറ്റത്തെത്തി.

'പൈശ ഇണ്ടാ?'

ദാക്ഷായണി ചോദിച്ചു.

നാണു കൈ മലർത്തി.

'പൈശ ഇണ്ടേൽ എത്ര ബേണേലും തെരാം, കടായിറ്റ് കേത്താൻ ഇത് ദാക്ഷാണിക്ക് ബെറ്തേ കിട്ട്ന്നയല്ല, നല്ലോണം ഒയന്നിറ്റാ'.

അഴിഞ്ഞു പോയ ഉടുമുണ്ട് വാരിച്ചുറ്റി നാണു ദാക്ഷായണിയെ തുറിച്ചു നോക്കി. പിന്നെ ചാരായം മോന്താൻ വന്ന കോടാലി ചന്തുവിന് നേർക്ക് തിരിഞ്ഞു..

'ന്റെ പൊരേം സ്ഥലോം ഇയ്യെടുത്തോ ചന്തു, പകരം ഒരു അയിമ്പത് ഉറുപ്യാ ഞി അനക്ക് തെരിം. രൊക്കം ബേണോന്നില്ല. തവണയായിറ്റായാലും മതി.'

ഒരൊയക്ക് ചാരായം ഒറ്റ വലിക്കകത്താക്കി ചന്തു ചിറി കോട്ടി.

'ന്നിറ്റ് അയിന്റെ കരം കൂടി ഞായടക്കണം അല്ലേ? ഇന്റെ സൂത്രം ആടയിരിക്കട്ടെ നാണൂ. പൈശ ഇല്ലേൽ ഞി ബേം സ്ഥലം ബിടാൻ നോക്ക് '.

അല്പം ചാരായത്തിനായി എന്തിനും തയ്യാറായ വിധത്തിൽ മനസ്സ് മാറിയ നാണു ചന്തുവും കൂടി കൈയൊഴിഞ്ഞതോടെ അരയിൽ ചുറ്റിയ തുവർത്തിന്റെ മടക്കിലൂടെയെല്ലാം വിരലോടിച്ച് മൂത്തേടത്ത് കുമാരന്റെ ഇഞ്ചിത്തോട്ടം ലക്ഷ്യമാക്കി വേച്ചു വേച്ചു നടന്നു.

പിറ്റേന്ന് രാവിലെ അസൈനാർച്ചയുടെ പടികയിലേക്ക് ജാനു ചെല്ലുമ്പോൾ അയാൾ ഇഞ്ചിയുടെ വേര് കളഞ്ഞ് വൃത്തിയാക്കുകയായിരുന്നു.

'നാണൂന്റെ ഇഞ്ചിയാ മോളേ, ഓന്റെ ഓക്ക് എന്തോ ബരിത്തം, ആശൂത്രി കാണിക്കാൻ കായ് വേണോന്നും പറഞ്ഞ് നേരം വെളുക്കുമ്പം ഇതും കൊണ്ട് ബന്നതാ'

വേരും മണ്ണും കളഞ്ഞ ഇഞ്ചി അയാൾ ഒരു ചാക്കിലേക്ക് മാറ്റി.

ജാനു വന്നത് പുതിയൊരു ഓലപ്പായ വാങ്ങാനായിരുന്നു. ഉണ്ടായിരുന്ന ഒന്ന് അരികും മൂലയും കീറി തൊട്ടാൽ പൊടിഞ്ഞു പോകുന്ന വിധമായി കഴിഞ്ഞു.

ഒറ്റയോലയും ഇരട്ടയോലയും കൊണ്ട് തീർത്ത പായയിൽ ജാനു വിരലുകൊണ്ട് തടവി. കൈയിലെ നാണയത്തുട്ടിന്റെ വലുപ്പത്തിനൊക്കുന്ന ഒന്നിനെ ജാനു അസൈനാർച്ചയെ കാട്ടി.

മടക്കിക്കെട്ടിയ പായ തോളിലമർത്തി പിടിച്ച് തെങ്ങിന്റെ ഒറ്റത്തടി പാലത്തിലൂടെ ശ്രദ്ധയോടെ ചുവട് വെയ്ക്കുമ്പോൾ നേർത്തൊരു ഞെരക്കം ജാനുവിന്റെ കാതിൽ വന്നു തൊട്ടു.

അവൾ ഒന്നുകൂടി കാതു കൂർപ്പിച്ചു. ഞരക്കം കേട്ട ഭാഗത്തേക്ക് തലയുയർത്തി.

വാഴത്തട്ടുകൾക്കിടയിലെ വെള്ളമൊഴിഞ്ഞ ആണിയിൽ ചളിപുതഞ്ഞ ഒരു മനുഷ്യരൂപം കിടന്നുരുളുന്നു.

എന്തു ചെയ്യണമെന്നറിയാതെ അല്പനേരം ജാനു ആ കാഴ്ച്ച നോക്കി.

അവൾ മാലതിയെ കണ്ടു വിവരം കൈമാറി. അസൈനാർച്ച പറഞ്ഞത് മൂടിവെച്ചു.

'ആടെ കിടക്കട്ടെ, പോതം ബെരുമ്പോ എണീറ്റോളും, അല്ലാണ്ട് ഞായെന്ത് പറയാനാ '

മാലതി കണ്ണ് തുടച്ച് ചക്കരകെട്ട് അടുക്കി.

ചക്കര ഉണ്ടാക്കുന്ന ജോലി മാലതി ഒറ്റയ്ക്കാണ് ഇപ്പോൾ ചെയ്യുന്നത്. പഴയത് പോലെ ആളുകൾക്ക് ചക്കരയോട് മതിപ്പില്ലെങ്കിലും മാലതി അത് തുടർന്നു പോന്നു.

നാണുവിന്റെ പുരയിൽ നിന്നിറങ്ങിയാൽ ഇരുവശത്തും ഉയർന്നു നില്ക്കുന്ന മൺകിളയുള്ള ഇടവഴിയിലൂടെ ചെന്ന് മാതുവിന്റെ മുറ്റം കടന്നു വേണം ജാനുവിന് പോകാൻ.

പൊരയിലേക്കടുത്തതും 'ജാനേച്ചീ' എന്ന വിളിയോടെ ഗോപാലൻകുട്ടി അരികിൽ വന്നെങ്കിലെന്ന് ആഗ്രഹിച്ച് ജാനു അൽപനേരം മുറ്റത്ത് നിന്നു. പിന്നെ കണ്ണുകളിലെ നീരുറവ തുടച്ച് അവൾ വേഗത്തിൽ നീങ്ങി.

പുലർച്ചെ കുഞ്ഞമ്പുആശാരി നടുവേദനയ്ക്ക് അപ്പുവൈദ്യര് നിർദ്ദേശിച്ച കൊഴമ്പ് ഇടുപ്പിന് മേൽ തേച്ചു പിടിപ്പിച്ചു കൊണ്ട് വാതിലു തുറന്നപ്പോൾ കണ്ടത് തന്റെ ഉരലിരിക്കുന്ന സ്ഥാനത്ത് വലിയൊരു കുമ്പളങ്ങയാണ്.

കുഞ്ഞമ്പു ആശാരി കെട്ടിയോളെ വിളിച്ചു.

കല്യാണി കുമ്പളങ്ങ കണ്ട് ഇതെന്ത് കഥ എന്ന മട്ടിൽ നിന്നു.

ആ നേരം ദേ ഉരലും താങ്ങി പിടിച്ച് എറ്റുകാരൻ അനന്തൻ വീടിന്റെ പടി കയറി വരുന്നു.

'തലക്ക് ബെളിവില്ലാത്ത ആരെയോ പണിയാന്ന്, ഇന്നലെ മയിമ്പിന് പറിച്ച് വെച്ച കുമ്പളങ്ങയാ, അതെട്ത്ത് ഈടേം, ഇങ്ങളെ ഒരല് ന്റെ പൊരേലും'.

ഏറ്റുകാരൻ അനന്തൻ പറഞ്ഞത് കേട്ട് കുഞ്ഞമ്പുആശാരി കൊഴമ്പ് പുരണ്ട കൈ തലയിൽ വച്ചു.

കുഞ്ഞൂട്ടി പെരുവണ്ണാന്റെ പുരയിൽനിന്ന് രാത്രി ആട് അപ്രത്യക്ഷമായതോടെ മിഴാവ്കുന്നിൽ വീണ്ടും നരിയിറങ്ങിയെന്നാണ് വാർത്ത പരന്നത്.

ആ വിവരം ഒന്നു രണ്ടു പേർ കുഞ്ഞപ്പചേട്ടനെ അറിയിക്കാൻ ചെന്ന് അങ്ങേരോട് കരുതിയിരിക്കാൻ പറഞ്ഞു.

മൂന്നാം നാൾ ഹൈദ്രോസ് മാപ്പിള പാട്ടക്കാരൻ നാരായണൻ തനിക്ക് ആടിനെ വിറ്റ കഥ ചായപ്പീടികയിൽ വച്ച് പറഞ്ഞപ്പോൾ എശ്മാനം നായര് തലയനക്കി.

'ഓ, മനുഷ്യൻ നരിയായി മാറിക്കഴിഞ്ഞ്'.

ഒരു സന്ധ്യയിൽ അച്ചുവിന്റെ ഇടത് നെറ്റിയിൽ ആഴത്തിൽ ഒരു മു

റിവ് വീണതും വാറ്റ് ചാരയത്തിന്റെ പേരിൽ തന്നെയായിരുന്നു.

ചായപ്പെട്ടിയിൽ വെല്ലവും നവസാരവും ചേർത്തതിന്റെ മൂന്നാം ദിവസം ഉച്ച കഴിഞ്ഞാണ് അച്ചു പുരയുടെ പിന്നാമ്പുറത്തേക്ക് നീങ്ങിയത്.

തീ കൂട്ടി ചെമ്പു പാത്രം അയാൾ അടുപ്പിന് മുകളിലേക്ക് കയറ്റി. വാഷ് നിറച്ചു വെച്ചയിടത്ത് ചെന്നപ്പോൾ അച്ചു ഒന്നു സംശയിച്ചു.

വാഷ് ഒഴിച്ചു വെക്കാറുള്ള ചായപ്പെട്ടി ഇരുന്നയിടം ശൂന്യമായിരിക്കുന്നു.

അയാൾ ഉച്ചത്തിൽ കുഞ്ഞിമാതൂനെ വിളിച്ചു.

വിളിയൊച്ച കേട്ട് പിന്നാമ്പുറത്തേക്ക് വന്ന കുഞ്ഞിമാതുവും അച്ചുവിനെ മിഴിച്ച് നോക്കി.

വൈകുന്നേരത്തോടെ രണ്ടോയക്ക് ഉള്ളിലാക്കാൻ പൂതി കയറി നിന്നതാണ് അച്ചു. അതിന് തടസ്സം നേരിട്ടത് അയാളുടെ ഉള്ളിൽ കലിപ്പ് കയറ്റി.

അച്ചു കെട്ട്യോളുടെ മുടിയിൽ കുത്തിപ്പിടിച്ച് അലറി.

'നേര് പറഞ്ഞോ, ഏട്ത്തുണെ കൂട്ട് '

വേദന കൊണ്ട് പുളഞ്ഞ കുഞ്ഞിമാതൂ അച്ചുവിനെ ശക്തിയിൽ പിടിച്ച് തള്ളി. കാലിടറിപ്പോയ അയാൾ വിറകു കൂനയുടെ മുകളിലേക്ക് മറിഞ്ഞു വീണു.

അടുപ്പ് കൂട്ടിയ കല്ലിൽ തട്ടി അച്ചുവിന്റെ നെറ്റി ചുവന്നു. ചോര കണ്ടതും കുഞ്ഞിമാതു നിലവിളിയോടെ ഓടി വന്ന് തന്റെ പുരുവനെ എഴുന്നേൽപ്പിച്ചു.

തൊട്ടാവാടിയിലയും തെങ്ങോലയുടെ പൂപ്പും ചേർത്ത് അച്ചുവിന്റെ നെറ്റിയിൽ കുഞ്ഞിമാതു പുരട്ടി. ആ നേരം ചക്കരനാണുവും പാട്ടക്കാരൻ നാരായണനും പുരളിമലയുടെ ചുവട്ടിലിരുന്ന് അച്ചുവിന്റെ കൂട്ടും കൊണ്ട് ചാരായമൂറ്റാനുള്ള തത്രപ്പാടിലായിരുന്നു.

51. എക്സൈസുകാരുടെ വരവ്

'ഇഞ്ഞിയൊന്ന് വേഗം നോക്ക് കുഞ്ഞാമാ'.

പുരയുടെ പിന്നാമ്പുറത്തിരുന്ന് അസ്വസ്ഥതയോടെ കുഞ്ഞനന്തൻ നീണ്ട് വളർന്ന തലമുടിയിലൂടെയെല്ലാം വിരല് പായിച്ചു.

'നേരം ഒന്ന് പൊലന്ന് കിട്ടണ്ടെടോ'.

കുഞ്ഞാമൻ അടുപ്പിലേക്ക് ഒരു മരക്കുട്ട കൂടി തിരുകി. പണിയായുധമായിരുന്ന ഷേവു കത്തികൊണ്ട് കറുമൂസിന്റെ തണ്ട് മുറിച്ച് മരത്തി

ന്റെ തട്ടോട് ചേർത്തു. ചെമ്പിൽ കൂട്ടൊഴിച്ച് തട്ടും പാത്രവും വെച്ച് മണ്ണ് കുഴച്ചു തേച്ചു. ചെമ്പിന് ചൂടുപിടിച്ചതും കറുമൂസിന്റെ തണ്ട് ചാരായം ചുരത്തി തുടങ്ങി.

കുഞ്ഞനന്തൻ നല്കിയ നാണയത്തുട്ട് എണ്ണി രണ്ടൊയക്ക് ചാരായം കുഞ്ഞാമൻ അയാൾക്ക് പകർന്നു.

കുഞ്ഞനന്തൻ ചിറിയും തുടച്ച് തിരിച്ചിറങ്ങുമ്പോൾ വെയില് ഉദിച്ചു തുടങ്ങിയിരുന്നില്ല.

വെറും വയറ്റിൽ ഒരൗൺസ് കണ്ണടച്ചിറക്കി കുഞ്ഞാമനും മുഖം കോട്ടി.

ഇത്തവണ കശുമാങ്ങയാണ് കുഞ്ഞാമൻ വാഷാക്കി മാറ്റിയത്. പലയിടങ്ങളിൽ നിന്നായി അണ്ടി മുരടിയ മാങ്ങ കൊണ്ടുവന്ന് വലിയൊരു പാളയിൽ വച്ച് ചവിട്ടിപ്പിഴിഞ്ഞു.

ചീഞ്ഞ മാങ്ങയിൽ നിന്ന് വെളുത്ത പുഴുക്കൾ കുഞ്ഞാമന്റെ കാലിലൂടെ ഇരച്ച് കയറും. പുഴുക്കൾ മുട്ടോളമെത്തുമ്പോൾ അയാൾ കാല് ശക്തിയിലൊന്നു കുടയും. നിലത്ത് ചിതറി വീണ അവറ്റകൾ പിന്നെയും കുഞ്ഞാമന്റെ കാലിന്റെ ചുവട്ടിലേക്ക് തന്നെ വരും.

ചവിട്ടി പിഴിഞ്ഞ മാങ്ങയെ പാളയോടെ തന്നെ കിളയുടെ ഉയരത്തിൽ കയറ്റി വെച്ച് ഒരു കല്ലുകൂടി സ്ഥാപിച്ച് നീര് വീഴാൻ ഒരു പാത്രവും ഒരുക്കി അവസാന തുള്ളിയും കൂടി ഊറ്റിയെടുക്കും.

മാങ്ങയുടെ നീരും മൂന്ന് ദിവസം കൊണ്ടാണ് വാഷാക്കി മാറ്റുന്നത്.

കറുമൂസ് തണ്ട് പിന്നെയും പിന്നെയും ചാരായം ചുരത്തുമ്പോൾ കുഞ്ഞാമൻ ഏറ്റവും മുകളിലെ പാത്രത്തിലെ വെള്ളം തണുപ്പിച്ചു കൊണ്ടിരുന്നു. കുപ്പിയിൽ വീഴുന്ന ചാരായം അയാൾ കറുത്ത കേനിൽ നിറച്ചു. ഈ സമയം താഴ്ഭാഗത്ത് നിന്ന് ചൂളം വിളിയുയരുന്നത് മാത്രം എന്തോ കുഞ്ഞാമൻ കേട്ടില്ല.

അല്പനേരത്തിനകം അയാളുടെ പൊരയ്ക്കു ചുറ്റും എക്സൈസുകാർ ഒരു വൃത്തം തീർത്തു. പതുക്കെ ആ വൃത്തം ചെറുതായി വന്ന് കുഞ്ഞാമനെന്ന കേന്ദ്രബിന്ദുവിലേക്ക് ചുരുങ്ങി.

രണ്ട് മൂന്ന് എക്സൈസുകാർ ചേർന്ന് കുഞ്ഞാമന്റെ കൈകൾ പിന്നിലേക്ക് ചേർത്ത് കെട്ടി. വാഷും, കേനും, നാടൻ വാറ്റും പാത്രങ്ങളുമായി കുഞ്ഞാമനെ മലയിറക്കി.

മൂന്ന് നാല് മാസങ്ങൾക്കിടെ എക്സൈസുകാർ നാലഞ്ച് തവണ മിഴാവ്കുന്നിലൂടെ നിരങ്ങിയിറങ്ങിയെങ്കിലും തെളിവോടെ ആരെയും കൈയ്യിൽ കിട്ടിയിരുന്നില്ല.

ആദ്യത്തെ പരിശോധനയ്ക്ക് ശേഷം എക്സൈസുകാർ മിഴാവ്കുന്നിലേക്ക് എത്തിയാൽ പല ദിക്കുകളിൽ നിന്നായി നീണ്ട ചൂളം വിളികൾ ഉയരും വാറ്റുന്നവർ അതൊരു അപായ സൂചനയായി കണ്ട് മുൻകരുതലുകൾ കൈക്കൊള്ളും.

മലയിറക്കം കാനത്ത് എത്തിയപ്പോൾ കുഞ്ഞാമൻ പറഞ്ഞു.

'നിക്ക് മൂത്ര്യോയിക്കണം'

എക്സൈസുകാരിൽ ഒരാൾ കുഞ്ഞാമന്റെ തലയ്ക്ക് ശക്തിയിൽ ഒരു കിഴുക്ക് കൊടുത്തു.

'ഞായൻ നേര് പറേന്നയാ, ഇല്ലേൽ ഇപ്പം മുണ്ട് നനയും'

എസ്.ഐ ആംഗ്യം കാട്ടി. ഒരുവൻ പുറകിൽ നിന്ന് കുഞ്ഞാമന്റെ മുണ്ടിന്റെ കുത്തിന് പിടിച്ചു. മറ്റൊരാൾ കൈയുടെ കെട്ടഴിച്ചു.

പിന്നെയെല്ലാം വേഗത്തിലായി. ഉടുത്തിരുന്ന മുണ്ടിന്റെ ചുറ്റഴിച്ച് ഒരു പന്ത് പോലെ കുഞ്ഞാമൻ പാറക്കെട്ടുകൾ കടന്നു മറഞ്ഞു. പൂർണ്ണനഗ്നനായ ഇരുണ്ട നിറമുള്ള ആ രൂപം ദൂരേക്ക് മായുന്നതും നോക്കി മുണ്ടും പിടിച്ച് എക്സൈസുകാരൻ അന്തിച്ചു നിന്നു.

മരം ഈർന്ന് കൊണ്ടിരുന്ന അബുവിന് മുന്നിലൂടെ കറുത്ത് കുറുകിയൊരു രൂപം തടയും കടന്ന് മറയുന്നത് ഒരു മിന്നായം പോലെയാണ് അയാൾ കണ്ടത്. അബുവും താഴെ നിന്ന സഹായികളും ഇത് എന്ത് ജീവിയെന്ന് അത്ഭുതപ്പെട്ടു. ആ നേരം എക്സൈസുകാരുടെ സംഘം അവിടേക്ക് കിതച്ചെത്തി. അപ്പോഴാണ് അബുവിന് കാര്യങ്ങൾ ഏതാണ്ടൊരു രൂപമായത്.

കുഞ്ഞാമന്റെ ഓട്ടം ഉമ്മറ് ഹാജിയുടെ ചാരക്കുണ്ടിനടുത്താണ് അവസാനിച്ചത്. അയാൾ നേരെ കുണ്ടിലേക്ക് ഇറങ്ങിക്കിടന്നു.

എക്സൈസുകാർ മിഴാവ്കുന്നാകെ അരിച്ചു പെറുക്കി തിരിച്ചു പോയി. സന്ധ്യയോടെ ഉമ്മറ്ഹാജിയുടെ പുരപ്പണിക്കാരത്തി കൈമ അടുപ്പെല്ലാം തുടച്ച് മൊറത്തിൽ ചാരവും കോരി വന്നപ്പോൾ കുണ്ടിൽ നിന്നും ചാരത്തിൽ പൊതിഞ്ഞ ഒരു മനുഷ്യരൂപം എഴുന്നേറ്റ് നിന്നു.

കൈമ ബോധം മറഞ്ഞ് വീണതും കുഞ്ഞാമൻ ഇരുളിലൂടെ പുരളി മല കയറി.

'ഈടത്തെ മനുഷ്യൻമാർക്ക് ഇപ്പം മീനൊന്നും വേണ്ടി വരൂല അന്ത്രു. അവരെല്ലാം ചാരായം മോന്താനുള്ള പരക്കം പാച്ചലിലാ'.

'ഞാനും കേട്ടിന് നായരെ, ഇത്രേം കടുപ്പാന്ന് നിരീച്ചിറ്റില്ലേനു'.

അന്ത്രു മാപ്പിള എശ്മാനം നായരോട് പറഞ്ഞ് വട്ടി വീണ്ടും തലയി

ലേറ്റി. രാവിലെ മുതൽ വിയർത്തൊലിച്ച് നടക്കാൻ തുടങ്ങിയിട്ടും, കൂവി കൂവി തൊണ്ട വരണ്ടിട്ടും മീൻ കുട്ടയിൽ പകുതിയിലധികം മീനും അ തേപടി നില്ക്കുകയാണ്.

വല്ലപ്പോഴുമൊക്കെ മീൻ തീരാതെ വന്നാൽ അന്ത്രു നിരത്തിൻമേൽ ചെന്ന് ഇരിപ്പുറപ്പിക്കാറുണ്ട്. കിട്ടുന്ന അണയിൽ അല്പം ഏറ്റക്കുറച്ചി ലുകൾ വന്നാലും ചീഞ്ഞ് പോകാതെ മീൻ കുട്ട കാലിയാവും.

ഇന്നും അത് തന്നെ വഴിയെന്ന് കണക്കുകൂട്ടി അയാൾ അസൈനാർ ച്ചയുടെ പീടികയോട് ചേർന്ന് മീൻകുട്ട ഇറക്കി വെച്ചു.

ആ നേരം ചട്ടമ്പി വാസു അയാളുടെ മുന്നിലേക്ക് വന്നു.

മിഴാവ്കുന്നിലെ പുതിയ രീതി പ്രകാരം വാസുവിന് എല്ലാം വെറു തെ കിട്ടണം. ഒരു വട്ടം അന്ത്രു അതിന് വഴങ്ങിയിട്ടുമുണ്ട്.

ഇത്തവണ കുറുന്തോട്ടിയുടെ കമ്പിലേക്ക് മീൻ കോർത്ത് വെയ്ക്കു മ്പോൾ അന്ത്രു പറഞ്ഞു.

'കച്ചോടം തീരെ മോശാന്ന് വാസു, ബെറുക്കനെ കൊടുത്താല് ഒരു തരത്തിലും ഒക്കൂല, അതോണ്ട് കായ് ബേണം'.

അയാൾ അന്ത്രുമാപ്പിളയെ രൂക്ഷമായി ഒന്നു നോക്കി. പിന്നെ ആ നെഞ്ചിനു നേരെ കാലുയർത്തി. മെലിഞ്ഞ രൂപം അള്ളാന്നാ നിലവിളി യോടെ അസൈനാർച്ചയുടെ പീടിക കോലായിലേക്ക് ചുരുണ്ടു.

നെറ്റിയിൽ നിന്ന് ചോരത്തുള്ളികൾ കണ്ണിന് മുകളിലൂടെയും കവി ളിനെ നനച്ചും താഴോട്ടിറങ്ങി.

കലിയടങ്ങാത്ത വാസു മീൻകുട്ടയടക്കം എടുത്തുയർത്തി ശക്തിയോ ടെ നിലത്തേക്കിട്ടു. മീൻകുട്ട തവിട് പൊടിയായി. അയിലയും മത്തിയും വഴിയിലെ മണ്ണിൽ മുങ്ങിക്കിടന്നു. നെഞ്ച് തടവികൊണ്ട് അന്ത്രുമാപ്പിള അത് ദയനീയമായി നോക്കി. കാഴ്ച്ച കണ്ടവരൊക്കെയും തല കുനിച്ചു.

അന്ത്രുവിന് ശരീരത്തെക്കാൾ കൂടുതൽ മനസ്സിനാണ് നൊന്തത്. വീ ഴ്ച്ചയിൽ തലയിൽ നിന്ന് അഴിഞ്ഞു പോയ തോർത്തെടുത്ത് കണ്ണൊ പ്പി അയാൾ വേച്ചു വേച്ചു നടന്നു. പിന്നീട് ആഴ്ച്ചകളും മാസങ്ങളും ക ഴിഞ്ഞിട്ടും അന്ത്രു മാപ്പിള മീനുമായി മിഴാവ്കുന്നിലേക്ക് വന്നില്ല.

മറ്റൊരു ദിവസം കിഴക്കേ വയലിൽ വെച്ച് വഴിമാറി നിന്നില്ല എന്ന കാരണത്താൽ പോക്കിരി അമ്പൂട്ടി കരിപ്പായി മന്ദന്റെ മുഖത്തടിച്ചത് കേ ട്ടതും കുഞ്ഞമ്പു ആശാരിയുടെ രക്തം തിളച്ചു.

'നാട്ടാരിക്കും കൂടി *പെരിയ നടക്കാൻ കയ്യൂല്ലാന്ന് ബന്നാൽ ഇത് ഇ ത്തിരി കടുപ്പാന്ന്'

എശ്മാനം നായരും ശാന്തത കൈവിട്ടു.

* പെരിയ-വഴി

'ഇങ്ങനെയാ പോക്കെങ്കില് മ്മളെ നാട് കാണൂല, ഇന്നാട്ടിലെ മൻ ഷ്യൻമാരും'

കിട്ടൻ രണ്ടു പേരും പറഞ്ഞതിനോട് തലകുലുക്കി. പിന്നെ മുന്നി ലെ കൊടിമരത്തിലേക്ക് പ്രത്യാശയോടെ നോട്ടമയച്ചു.

52. ലീലയുടെ ദു:ഖം

ഉച്ചവെയിലിന്റെ ചൂടേറ്റ് വിയർപ്പിൽ മുങ്ങി ഇടനിലക്കാരൻ ശ്രീധ രൻ മീനാക്ഷിയുടെ മുറ്റത്തേക്ക് കയറി. ആ വരവിലെ അസ്വാഭാവികത കണ്ട് പൊടിപിടിച്ചു കിടന്നിരുന്ന അവിലിടിക്കുന്ന ഉപകരണങ്ങൾ തുട ച്ച് വൃത്തിയാക്കുന്നത് നിർത്തി മീനാക്ഷി വേഗം മുൻവശത്തേക്കു ചെന്നു.

ചേതിയിൽ നീക്കിയിട്ട കൊരണ്ടിയിലിരുന്ന് മുണ്ടിന്റെ കോന്തല കൊ ണ്ട് ശ്രീധരൻ നെറ്റിയിലെ വിയർപ്പൊപ്പി.

'എന്നേനു ചീരേട്ടാ ഈ നേരത്ത് ? '

മീനാക്ഷിയിൽ ആകാംക്ഷ കനത്തു. ഈ വെയിൽച്ചൂടുമേറ്റ് അയാൾ പുരയിലേക്ക് വന്നു കയറണമെങ്കിൽ എന്തോ കാര്യമായ കാര്യമുണ്ടാ വണമെന്ന് ഉറപ്പാണ്.

മറുപടി പറയാതെ ശ്രീധരൻ വെള്ളത്തിന് ആംഗ്യം കാട്ടി.

മീനാക്ഷി കിണറ്റിൻകരയിൽ ചെന്ന് മൊന്തയിൽ വെള്ളവുമായി വന്നു.

ശ്രീധരൻ ഒന്നു രണ്ടു തവണ മൊന്ത വായിലേക്ക് കമഴ്ത്തി. പതു ക്കെ ശ്വാസമൊന്ന് വലിച്ചെടുത്ത ശേഷം ചോദിച്ചു.

'കുഞ്ഞനന്തൻ ഏട്ത്തു? ഈടെയില്ലേ?'

മീനാക്ഷിയുടെ മുഖം താഴ്ന്നു. കുറച്ച് കാലങ്ങളായി അത്തരമൊരു ചോദ്യത്തിന് മീനാക്ഷിക്ക് കൃത്യമായ ഒരുത്തരം നല്കാൻ പ്രയാസമാ ണ്. ഏതെങ്കിലും വഴിവക്കിലോ ആളൊഴിഞ്ഞയിടത്തോ വെളിവില്ലാതെ കിടപ്പുണ്ടാവും.

'ഇങ്ങള് കാര്യം പറഞ്ഞോളീ, ഓറെ ഇപ്പളത്തെ കളിയെല്ലാം അറീ ന്നയല്ലേ'

'ലീലയോ?'

ശ്രീധരൻ അകത്തേക്കൊന്ന് തല തിരിച്ചു.

'തോട്ടില് തിരുമ്മാൻ '

'ഉം '.

അയാൾ ഒന്നുമൂളി.

'ഇങ്ങക്കെന്തോ കാര്യായിറ്റ് പറേൻണ്ട്ന്ന് തോന്ന്ന്നല്ലോ?'

തലയാട്ടി കൊണ്ടാണ് ശ്രീധരൻ കാര്യത്തിലേക്ക് കടന്നത്.

'അക്കൂട്ടര് ഈ ആലോയനേന്ന് ഒയിഞ്ഞ് മീനാക്ഷി'.

ഉള്ളാകെ പൊള്ളിച്ച് മീനാക്ഷിയിലൂടെ ഒരു മിന്നൽപ്പിണർ പാഞ്ഞു.

'ആര്?'

മീനാക്ഷി അറിയാതെ ചോദിച്ചു പോയി.

'ചെക്കന്റെ ആളോള് '

'ഇങ്ങളെന്നാ ചീരേട്ടാ പറേന്ന്, മംഗലത്തിന് ഇനി മാസം തെകച്ചി ല്ലാലോ'

മീനാക്ഷിയുടെ സ്വരം ഇടറുകയും ശരീരം വിറയ്ക്കുകയും ചെയ്തു.

'ഇന്നാട്ട്ന്ന് പെണ്ണ് വേണ്ടാന്നാ അക്കൂട്ടര് പറേന്ന്'.

ശ്രീധരൻ ഒന്നു നിർത്തി.

'കുഞ്ഞനന്തന്റെ കളിയൊക്കെ എല്ലാടേം പാട്ടല്ലേ '?

കുറച്ചു നേരം അയാൾ മിഴാവ്കുന്നിന്റെ വിദൂരങ്ങളിലേക്ക് നോക്കി.

'ഇന്നാട്ടിന്റെ പേര് എല്ലാട്ത്തും ബെടക്കായി കൊണ്ടിരിക്ക്യാ മീനാക്ഷി. കള്ള് പോലീസ് കേരി എറങ്ങാത്ത എത്ര പൊരേണ്ട് ആടേന്നാ പൊറംനാട്ടാര് ചോയ്ക്കന്നെ, ചെക്കന്റെ അച്ഛനും കാർന്നോൻമാരും ഒറ ച്ച തീരുമാനത്തിലാ'

അതുകൂടി കേട്ടതോടെ മീനാക്ഷിയുടെ നിയന്ത്രണം പൂർണ്ണമായും വിട്ടു. എറയത്തെ തൂണിൽ തല താങ്ങി മീനാക്ഷി കരഞ്ഞു.

'ബേജാറായിറ്റെന്നാ കാര്യോം, മ്മക്ക് ഇനിയും അലോയന കൊണ്ടാ രാല്ലോ'.

ശ്രീധരൻ മീനാക്ഷിയെ ആശ്വസിപ്പിക്കാനുള്ള ശ്രമം നടത്തി.

എത്രയേറെ കാത്തിരിപ്പുകൾക്ക് ശേഷമാണ് ഇത് ഒത്തുവന്നത് എന്ന ചിന്തയിൽ മീനാക്ഷി പിന്നെയും ഏങ്ങലടിച്ചു.

ലീല വരും മുൻപേ ശ്രീധരൻ അവിടെ നിന്നിറങ്ങി. അമ്മയുടെ കര ഞ്ഞു കലങ്ങിയ മുഖം കണ്ട് കാര്യങ്ങൾ ചോദിച്ചറിഞ്ഞ ലീലയുടെ ഉ ള്ളിലെവിടെയോ ഒരു മുറിവുണ്ടായി.

ഒരു പേമാരിയോടൊപ്പമാണ് ആ സന്ധ്യയിൽ ഇരുട്ട് കയറി വന്നത്. തലയിൽ പിരിയോല ചൂടി കറക്റ്റ് ദാക്ഷായണി കൈതക്കാടിന്റെ മറ വിൽ നിന്ന് വാഷ് അടുക്കളയിലേക്ക് കയറ്റി വാതില് ചാരി.

ആ നേരം ദാക്ഷായണിയുടെ മുറ്റത്തേക്ക് കുഞ്ഞനന്തൻ ഉറയ്ക്കാ ത്ത കാലുമായി ചെന്നു. പേരിനൊരു ചേമ്പില കൂടെയുണ്ടായിട്ടും അ യാൾ മുഴുവനായും നനഞ്ഞിരുന്നു.

വാതിലിൽ തെരുതെരെ മുട്ടുകേട്ട് ദാക്ഷായണി ഒന്ന് സംശയിച്ചു. കുഞ്ഞനന്തന്റെ ശബ്ദം തിരിച്ചറിഞ്ഞപ്പോൾ പുറത്തേക്കു വന്നു.

'സാധനം ഇല്ലാലോ കുഞ്ഞനന്താ'

കറക്റ്റ് ദാക്ഷായണി മുണ്ടിന്റെ കോന്തല ഉയർത്തി മടിക്കുത്തിൽ തിരുകി.

കുഞ്ഞനന്തൻ ദയനീയമായ നോട്ടമെറിഞ്ഞു.

'ഒന്ന് ചുണ്ട് നനക്കാൻ മതി ദാക്ഷാണി'

'ഇല്ല, ഈ മാരി മയേത്ത് തീ പറ്റണ്ടേ?, അതോണ്ട് സാധനം ഇല്ലാ'.

ദാക്ഷായണി മുറുക്കാൻ മുറ്റത്തേക്ക് നീട്ടി തുപ്പി മുറ്റത്തെ മഴവെള്ളത്തിൽ കലർന്ന് അത് താഴേക്ക് ഒലിച്ചുപോയി.

'ഞി നോക്ക് ദാക്ഷാണി ലേശം ഏടേലും കാണും'

കുഞ്ഞനന്തൻ മടിക്കുത്തിൽ നിന്ന് നാണയത്തുട്ട് പുറത്തെടുത്തു.

ദാക്ഷായണിയുടെ കണ്ണുകൾ തിളങ്ങി. കൈവെള്ളയിൽ നനഞ്ഞ തുട്ടുകൾ നിരത്തി വെച്ച് എണ്ണിയ ശേഷം നോക്കട്ടേന്ന് പറഞ്ഞ് അകത്തേക്ക് കയറി രണ്ടൊയക്ക് ചാരായവുമായി തിരിച്ചു വന്നു.

കുഞ്ഞനന്തൻ ചിറി തുടയ്ക്കുന്നതിനിടയിൽ ദാക്ഷായണി മുഖം കോട്ടി.

'ഇപ്പം തന്നെ ഇനിക്ക് നേരെ നിക്കാൻ കൈയാണ്ടായീ, എന്തിനാ പിന്നേം പിന്നേം ഈ കേത്ത്ന്ന്,

'ഉള്ളിലെ ബെശമം കൊണ്ടാ ദാക്ഷാണി, ബെശമം കൊണ്ട്. ഇന്ന് മോളേ മംഗലം മൊടങ്ങി. അയിന്റെ ബെശമം, അയിന്റെ ബെശമം'

കുഞ്ഞനന്തൻ പിറുപിറുത്തു.

ദാക്ഷായണി അതിനു ചെവി കൊടുത്തില്ല.

പുലർച്ചെ കിട്ടൻ പീടികയിലെത്തുമ്പോൾ എറയത്ത് ഉടുതുണി പോലുമില്ലാതെ ബോധം മറഞ്ഞു കിടന്ന കുഞ്ഞനന്തനെയാണ് കണ്ടത്.

കിട്ടൻ അല്പം വെള്ളം മുഖത്ത് തളിച്ച് അയാളെ കുലുക്കി വിളിക്കാൻ ശ്രമം നടത്തി.

ചില ഞരക്കവും മൂളലും മാത്രം കുഞ്ഞനന്തനിൽ നിന്ന് വന്നു.

ഒടുക്കം ചായക്ക് വന്ന ഒതേനൻ അഞ്ഞൂറ്റാന്റെ സഹായത്തോടെ എറയത്ത് നിന്ന് പിന്നിലെ ചായ്പ്പിലേക്ക് അയാളെ മാറ്റി കിടത്തുമ്പോൾ കിട്ടൻ പറഞ്ഞു.

'ബാല്യക്കാർത്തികൾക്കും കുട്ട്യോൾക്കും ബെളിച്ചത്ത് പെരിയേമലൂടെ നടക്കാൻ കയ്യാത്ത സ്ഥിതിലേക്കാ കാര്യങ്ങള് പോന്ന്.'

ഒതേനൻ അഞ്ഞൂറ്റാൻ തലകുലുക്കി.

'ഇത് കലികാലാ, അനുഭവിച്ചാലേ തീരു.'

53. ഗ്രാമോദ്ധാരണസംഘം

നിരത്തിൻമേൽ പൊമ്മാണ്ടൻ മാപ്പിളയുടെ കെട്ടിടത്തിന്റെയകത്ത് യോഗത്തിന്റെ നടപടികൾ അവസാനഘട്ടത്തിലെത്തിയതും മുകുന്ദൻ എഴുന്നേറ്റു.

'ഇനി ഒരു പ്രധാനപ്പെട്ട കാര്യം കൂടി മുന്നോട്ട് ബെക്കാന്ണ്ട് '

കമ്മറ്റിയംഗങ്ങൾ അയാളിലേക്ക് തന്നെ ശ്രദ്ധചെലുത്തി.

'മ്മളെ നാട്ടിന്റെ പോക്ക് ഏടെയാ ഇള്ളേന്ന് ഇപ്പോ ഓരോ ആക്കും അറിയാരിക്കും അല്ലേ?.'

മുകുന്ദൻ എല്ലാ മുഖങ്ങളിലേക്കും മാറി മാറി നോക്കി.

'മിഴാക്കുന്നിലെ ഏറിയ ആണുങ്ങക്കും ഇപ്പം ഒരു ചിന്തയേ ഉള്ളു, ചാരായം കാച്ചാ, അത് കുടിക്ക്യാ. അതോണ്ടില്ലേ എടങ്ങാറ് എത്ര ബെലുതാന്ന് കൊറഞ്ഞ കാലം കൊണ്ട് മ്മള് മനസ്സിലാക്കി കയിഞ്ഞ്. ആളോൾക്ക് പെരിയ നടക്കാൻ കൂടി കയ്യാത്ത സ്ഥിതിയിലാ ഇപ്പം നാട് '

അയാൾ തുടർന്നു.

'നാട്ടില് കക്കലൊണേൽ കൂടി കൂടി ബെർത്താ. ചെലപ്പം ആരെങ്കിലുമൊക്കെ ചക്കേം മാങ്ങേം കക്കല്ണ്ട്, അത് പൈപ്പ് മാറ്റാനാ. പക്കേങ്കില് ഇത് അങ്ങനല്ല. നാളെ പൈശക്ക് വേണ്ടി ആര് ആരെയെങ്കിലും കുത്തി കൊന്നൂടാന്നും ഇല്ല. അതോണ്ട് ഇങ്ങനെ പോകാൻ വിട്ടാ ഇത് ബെല്യ ദുരന്തത്തിലാവും എത്ത്വാ'.

മുകുന്ദന്റെ ശബ്ദം പതുക്കെ ഗൗരവത്തിലേക്ക് മാറി.

'ഞായൻ പറഞ്ഞ് ബെർന്നത് ഈല്ന്ന് നാട്ടിനെ മാറ്റിയേ പറ്റു. അയിന് മ്മക്കെ എന്തേലും ചെയ്യാൻ കയ്യൂ. അയിന്റെ ആലോയനയാന്ന് മ്മള് നടത്തണ്ടെ'.

മുകുന്ദൻ പറഞ്ഞു നിർത്തിയതും അപ്പുവൈദ്യർ എഴുന്നേറ്റു.

'നാട്ടിന്റെ ഈ ലക്കും ലഗാനുമില്ലാത്ത പോക്കില് പരിഹാരം ബേണം. കുടിക്കുന്നോരും വാറ്റുന്നോരും മാത്രേല്ല, ചട്ടമ്പികളെ കൊണ്ടുള്ള കളിയും ഒരു ബല്ലാത്ത എടങ്ങാറ് തന്നെയാ. '

'നാട്ടില് വർദ്ധിച്ച് വെർന്ന നാടൻ വെള്ളം കാച്ചല് നിർത്തണം അതാ ആദ്യ വഴി '

നാരായണവാര്യറ് പറഞ്ഞതിനോട് എല്ലാ അംഗങ്ങളും ഒരേ സ്വരത്തിൽ പിന്താങ്ങിയപ്പോൾ കുഞ്ഞിരാമൻ മാത്രം നെറ്റി ചുളിച്ചു.

'ഈലെ ഒരു കൊയപ്പെന്നാന്ന് വെച്ചാല് വാറ്റുന്നേലും കുടിക്കുന്നേലും മ്മളോട് ചേർന്ന് നിക്ക്ന്നോരാ അധികോം, അത് കാണാണ്ട് പോയാ പ്രശ്നാവൂലേന്നാന്ന്'

മറുപടി മുകുന്ദനിൽ നിന്നാണ് വന്നത്.

'ഈല് മൊഖം നോക്കണ്ട കാര്യം ഇല്ലാന്നാന്ന് അന്റെ പക്ഷം, മ്മളെ ലക്ഷ്യം നാട്ടിന്റെ ശാന്തീം സമാധാനോം മാത്രാ. അയിനാന്ന് മ്മള് എറങ്ങണ്ടത്. ഇനിയും വൈകിയാ ചെലപ്പോ പിടിച്ചാ കിട്ടണോന്നില്ല'.

അതു തന്നെയാണ് ശരിയെന്ന മട്ടിൽ എല്ലാ അംഗങ്ങളും തലകുലുക്കിയതും ആ യോഗത്തിൽ തന്നെ തീരുമാനം വന്നു.

പിറ്റേന്ന് മുകുന്ദനും അപ്പുവൈദ്യരും ചേർന്ന് നാട്ടിലെ യുവാക്കളുടെ യോഗം വിളിച്ചു കൂട്ടി. കിട്ടനും, കുഞ്ഞമ്പുആശാരിയും, എശ്മാനം നായരും മുകുന്ദനെ കണ്ട് പിന്തുണ അറിയിച്ചു.

അതോടെ മിഴാവ്കുന്നിൽ 'ഗ്രാമോദ്ധാരണ സംഘം' എന്ന പേരിൽ ആക്ഷൻ കമ്മിറ്റി രൂപീകരിക്കപ്പെട്ടു.

അടുത്ത ദിവസങ്ങളിൽ മുകുന്ദനും അപ്പുവൈദ്യരും കുഞ്ഞിരാമനും നാരായണവാര്യരും ചേർന്ന് ഓരോ പുരകളിലൂടെയും കയറിയിറങ്ങി.

'മ്മളെ നാടിന്റെ ഇപ്പത്തെ പോക്ക് നല്ല നെലക്കല്ല. അയിന്റെ കാരണോം ഇങ്ങക്ക് അറിയാലോ? അതോണ്ട് നെലവിലെ കൂട്ട് എട്ത്ത് കയിഞ്ഞ് എല്ലാറും ഇത് നിർത്തണം'

മുറ്റത്ത് വന്ന് കമ്മിറ്റിയംഗങ്ങൾ പറഞ്ഞത് വാറ്റുന്നവരൊക്കെ തലയാട്ടി കേട്ടു. അവർ പുരവിട്ടിറങ്ങിയതിന് പിന്നാലെ പഴയ ചായപ്പെട്ടിയിൽ പുതിയ വാഷ് കൂട്ടുകയും നെരത്തിൻമേൽച്ചെന്ന് വെല്ലവും നവസാരവും കെട്ടുകെട്ടായി കൊണ്ടുവരികയും ചെയ്തു.

മുകുന്ദന്റെയും അപ്പു വൈദ്യരുടെയും താക്കീതിനെ കുഞ്ഞനന്തനും പാട്ടക്കാരൻനാരായണനും ചക്കര നാണുവും പുച്ഛത്തോടെയാണ് കണ്ടത്.

'അയിറ്റോള് പറഞ്ഞാ ആര് കേക്കാനാ'

കുഞ്ഞനന്തൻ നീട്ടിയൊരു തുപ്പ് തുപ്പി.

'നല്ല സൊയമ്പൻ സാധനത്തിന്റെ കൊണറിയാത്തേന്റെ കൊയപ്പാ അവരിക്ക് '

ചക്കര നാണു പല്ലിളിച്ചു.

'ഇപ്പത്തെ ഈ ബെറയല് നിക്കാൻ എന്നാ വഴി, അത് പറ ഇങ്ങള്'

നാരായണന് രണ്ടൊയക്ക് അകത്താക്കാനുള്ള ധൃതിയായി.

'ദാക്ഷാണീന്റെ പൊരേൽ പോയാലോ?'

ചക്കര നാണു വേഗത്തിൽ ആ അഭിപ്രായമിട്ട് കുഞ്ഞനന്തനു നേരെ തിരിഞ്ഞു.

'ഉം നല്ല കാര്യായി. ഉറുപ്പിക എണ്ണി കയ്യീ കൊടുക്കാണ്ട് ഓള് കുപ്പി പോലും കാട്ടൂലാ'

'പിന്നെ ബേറെന്നാ ബയി'

നാരായണൻ തല പുകച്ചു.

'തല്ക്കാല ആശ്വാസത്തിനാങ്കില് ഒരു ബയീണ്ട്'

അത് പറഞ്ഞ നാണുവിലേക്ക് ഇരുവരും പ്രതീക്ഷയർപ്പിച്ചു.

നാണു തന്നെയാണ് മുന്നിൽ നടന്നത്. കുഞ്ഞാമന്റെ പൊരയുടെ മുകളിലെത്തിയതും ശബ്ദമുണ്ടാക്കരുതെന്നയർത്ഥത്തിൽ അയാൾ ചുണ്ടിലേക്ക് വിരലു ചേർത്തു.

പതുക്കെ ഒരു പാറയുടെ ചുവട്ടിൽ കൂട്ടി വെച്ച വാഷിനടുത്തേക്ക് മൂവരും ചെന്നിരുന്നു.

അടുത്തുണ്ടായിരുന്ന ഒരു ചിരട്ട കൊണ്ട് വാഷിന് മുകളിലെ പത ഒരു ഭാഗത്തേക്ക് നീക്കി അതിൽ നിന്ന് അല്പം മുക്കിയെടുത്ത് നാണു സ്വന്തം വായിലേക്കൊഴിച്ചു.

ചായപ്പെട്ടിയുടെ മുകളിലൂടെ ഇഴഞ്ഞു നീങ്ങിയ ഒരച്ചിളിനെ തോണ്ടിച്ചാടി കുഞ്ഞനന്തനും ചിരട്ട കൊണ്ട് പല തവണ മുക്കി. നാരായണനും പിന്നെ മടിച്ചു നിന്നില്ല.

തിരികെ മടങ്ങുമ്പോൾ ഇരുട്ട് വീണ് തുടങ്ങിയിരുന്നു. ഏറ്റുകാരൻ അനന്തന്റെ പുരയുടെ മുന്നിലെത്തിയതും ആട്ടിൻകൂട്ടിൽ നിന്നും അനക്കം കേട്ട് മൂന്നുപേരും നിന്നു.

രാത്രി ഏറെ വൈകി മിഴാവ്കുന്നിലെ എല്ലാ പുരകളിലും വെളിച്ചമണഞ്ഞതും അനന്തന്റെ ആടുകൾ പതിവില്ലാത്ത വിധത്തിൽ ശബ്ദമുണ്ടാക്കാൻ തുടങ്ങി. അടുപ്പിലെ കനലിൽ നിന്ന് ചൂട്ടയ്ക്ക് തീപിടിപ്പിച്ച് ഏറ്റുകത്തിയുമായി ആരെടാ എന്ന ചോദ്യത്തോടെ അനന്തൻ മുറ്റത്തേക്ക് ചാടിയിറങ്ങിയതും അയാളുടെ മുന്നിലൂടെ മൂന്ന് നിഴൽ രൂപങ്ങൾ ഇരുട്ടിലേക്ക് മറഞ്ഞു.

പുലർച്ചെ രഹസ്യമായി തന്നെ അനന്തൻ മുകുന്ദന് ആ വിവരങ്ങൾ കൈമാറി.

വൈകുന്നേരം ചേർന്ന ഗ്രാമോദ്ധാരണസംഘത്തിന്റെ യോഗത്തിൽ അപ്പു വൈദ്യർ പറഞ്ഞു.

'ഉപദേശം കൊണ്ട് മാത്രം കാര്യോല്ലാന്നാ തോന്ന്ന്ന്'

54. പ്രതിരോധത്തിന്റെ വഴി

രാത്രിയുടെ കനപ്പിനെ വകവെയ്ക്കാതെ ചക്കരനാണു കിടക്കപ്പായയിൽ നിന്നെഴുന്നേറ്റു. ഉമ്മറ്ഹാജിയുടെ വടക്കേ പറമ്പിൽ മൂപ്പെത്തി നില്ക്കുന്ന ഒരു പൂവൻകുല അയാൾ പകൽ നേരത്തു തന്നെ നോട്ടമിട്ട

താണ്.

തെങ്ങിൻ തോപ്പ് കഴിഞ്ഞ് വയൽ വരമ്പിലേക്ക് ഇറങ്ങുമ്പോൾ നാണുവിന് കാലിടറി. മുട്ടോളം ചളിയിൽ താഴ്ന്നു പോയ കാലിനെ വരമ്പിൽ കൈയമർത്തിയാണ് അയാൾ വലിച്ചെടുത്തത്.

അരയോളം ചളിയിൽ പുതഞ്ഞിട്ടും തോട്ടിലിറങ്ങാതെ തന്നെ നാണു വാഴത്തട്ടിലേക്ക് കടന്നു. അറ്റമൊടിഞ്ഞ തുരുമ്പിച്ച കത്തിയാളുകൊണ്ട് വാഴത്തടയിൽ ആഞ്ഞാഞ്ഞ് കൊത്തി.

പെട്ടന്നാണ് ഇരുളിൽ ഒരു നേർത്ത ശബ്ദം തന്റെ പേര് ചൊല്ലി വിളിക്കുന്നതു പോലെ നാണു സംശയിച്ചത്.

അയാൾ ചുറ്റിലുമൊന്ന് തല തിരിച്ചു. മങ്ങിയ ഇരുട്ട് മാത്രം കണ്ണുകളിൽ തൊട്ടു. അല്പനേരം കാതു കൂർപ്പിച്ച് നിന്ന ശേഷം നാണു പൂവൻകുല പതുക്കെ തോളിലേക്ക് വലിച്ചു കയറ്റി.

'നാണു'.

ഇത്തവണ വിളിയൊച്ച അയാൾ വ്യക്തമായും കേട്ടു.

നാണു കണ്ണൊന്നടച്ചു തുറന്നു.

തനിക്ക് ചുറ്റും ചലിക്കുന്ന ആറേഴ് നിഴൽ രൂപങ്ങളെ കണ്ട് അയാളുടെയുള്ളിൽ ഒരു വിറയലുണ്ടായി.

നാണു വാഴക്കുല പതുക്കെ തിരിച്ചിറക്കി. ഒരുവിധം ധൈര്യം സംഭരിച്ച് അയാൾ ചോദിച്ചു.

'ആ..രാ..ത്..'

പിൻകഴുത്തിൽ ശക്തിയുള്ള ഒരടിയായിരുന്നു മറുപടി. വാഴത്തട്ടിലേക്ക് മൂക്കുകുത്തിപ്പോയ നാണുവിന് പിന്നെ ഒച്ച പൊന്തിയില്ല.

'ഇനി ഇതുപോലൊന്നാവർത്തിച്ചാൽ ഈലും ബെലുത് നേരിടേണ്ടി വരും ഓർത്തോ'.

നിഴൽ രൂപങ്ങളിലൊന്ന് പരുക്കൻ ശബ്ദത്തിൽ നാണുവിനോട് പറഞ്ഞ് അപ്രത്യക്ഷമായി.

രണ്ടാം ദിവസം ഭാസ്ക്കരൻ നമ്പ്യാരുടെ പുരയിൽ നിന്ന് ഒരു കോഴിയെയും കക്ഷത്തിലാക്കി വരികയായിരുന്ന പാട്ടക്കാരൻ നാരയണൻ കുട്ടങ്ങാട് എത്തി ഇടവഴി പകുതി പിന്നിട്ടതും അറിയാതെ നിന്നു.

അല്പം മുന്നിൽ ഒരു വെളിച്ചം മിന്നി മറഞ്ഞതുപോലെ അയാൾക്ക് തോന്നി. അത് വെറുമൊരു തോന്നല്ല നേരാണെന്ന് ഉറപ്പാക്കും വിധത്തിൽ വെളിച്ചം ഒന്നു രണ്ടു തവണ കൂടി തെളിഞ്ഞ് കെട്ടു.

അയാൾ പതുക്കെ പിന്നിലേക്ക് ചുവട് വെയ്ക്കാൻ ആഞ്ഞതും ഇടവഴിയുടെ അങ്ങേയറ്റത്തുമുണ്ട് വെളിച്ചം.

ചെറിയ നേരത്തിൽ പാട്ടക്കാരൻ നാരായണന്റെ തൊണ്ടവരണ്ടു. വിയർപ്പ് ശരീരത്തെ നനച്ചു. കിള കടന്ന് മറയുക എന്നത് അസാധ്യമെന്ന് തിരിച്ചറിഞ്ഞ അയാൾ എന്ത് ചെയ്യണമെന്നറിയാതെ കുഴങ്ങി.

'ഇത്തവണ കോഴിയാ അല്ലേ നാരാണാ?'

ഇരുട്ടിൽ ഒരു ചോദ്യം നാരായണന്റെ അടുത്തേക്ക് വന്നു.

ഒപ്പം എന്താണ് സംഭവിക്കുന്നതെന്നറിയും മുൻപേ അയാളുടെ വായിലും മൂക്കിലും ചോര കിനിയാൻ തുടങ്ങി. തോളത്തിരുന്ന കോഴി ചിറകടിച്ച് കിളകയറി ഒരു മരക്കൊമ്പിൽ അഭയം കണ്ടു. മുന്നിലെ ഇരുട്ടിനെ നോക്കി പാട്ടക്കാരൻ നാരായണൻ കൈകൂപ്പി.

പിറ്റേ ദിവസം കുഞ്ഞാമന്റെ മുറ്റത്തിരുന്ന് രണ്ടോയക്ക് ചാരായം അകത്താക്കി നാരാണനും നാണുവും തങ്ങൾക്ക് നേരിട്ട അനുഭവം വള്ളിപുള്ളി വിടാതെ അവതരിപ്പിച്ചു.

മുകളിലെ ചെമ്പുപാത്രത്തിൽ അല്പം കൂടി തണുത്ത വെള്ളം ചേർക്കുന്നതിനിടെ കുഞ്ഞാമൻ പറഞ്ഞു.

'ഇങ്ങക്ക് ബെറ്തേ തോന്നിയതായിരിക്കും.'

അതു കേട്ട് നാണു പിൻകഴുത്തിലും നാരായണൻ മുഖത്തും വിരലോടിച്ച് പരസ്പരം നോക്കി.

'അല്ല കുഞ്ഞാമാ, സംഭവം നേരാ. ആരോ ഇണ്ട് പിന്നില്.'

കുഞ്ഞാമൻ പാട്ടക്കാരൻ നാരായണനു നേരെ തിരിഞ്ഞു.

'ആര്?'

അതിനയാൾക്ക് ഉത്തരമുണ്ടായില്ല.

അരനാഴികയ്ക്ക് ശേഷം ഇരുവരും പുരയിൽ നിന്നിറങ്ങിയതിനു പിന്നാലെ ബാക്കി വന്ന ചാരായം കേനിലേക്ക് മാറ്റി ഒരു ബീഡി കത്തിച്ച് നിവരുമ്പോഴാണ് കുഞ്ഞാമന്റെ മുന്നിലെ മൺപാത്രം ഉടഞ്ഞു വീണത്.

അടുപ്പിലെ വെളിച്ചത്തിൽ അയാൾ ആളുകളെയെണ്ണി.

ഒന്ന്, രണ്ട്...... ആറ്

കേനുമെടുത്ത് അകത്തേക്ക് ഓടിക്കയറാൻ ശ്രമിച്ച കുഞ്ഞാമനെ കൂട്ടത്തിലൊരാൾ ഉടുമുണ്ടിന്റെ കുത്തിന് പിടിച്ച് പുറത്തേക്ക് തന്നെ വലിച്ചിട്ടു.

'കുഞ്ഞാമാ ഇത് ഒടുക്കലത്തെ താക്കീതാന്ന്, ഇനി ഇതായിരിക്കൂലാ ഗതി'

ആ ശബ്ദം കുഞ്ഞാമൻ തിരിച്ചറിഞ്ഞു.

പിന്നാലെ തട്ടും പാത്രവും തകരുന്നതും ഊറ്റിയെടുത്ത വാറ്റ് കേ

നിൽ നിന്ന് മണ്ണിലൂടെ ഒഴുകുന്നതും മങ്ങിയ വെളിച്ചത്തിൽ കുഞ്ഞാമൻ പതർച്ചയോടെ കണ്ടു.

രാത്രികാലങ്ങളിൽ പാറയിടുക്കിലും വാഴച്ചോട്ടിലും മരത്തിന്റെ പൊത്തിലും കന്നാസുകളിലും, ചായപ്പെട്ടിയിലും, ടിന്നുകളിലും മറ്റുമായി നിറച്ച് വെച്ച വാഷ് അപ്രത്യക്ഷമാകാൻ തുടങ്ങുകയും വാറ്റ് ഉപകരണങ്ങൾ പലയിടങ്ങളിലും തച്ചുതകർക്കപ്പെടുകയും ചെയ്തതോടെ വാർത്ത ചൂടും ചൂരും ഏറി പ്രചരണം ഏറ്റെടുത്തു.

ഒളിച്ചിരുന്നാക്രമിക്കുന്നവരെ തന്റെ കൈയിൽ കിട്ടിയാൽ കുടല് പുറത്തിടുമെന്നും വാറ്റു കേന്ദ്രത്തിന് താൻ കാവലിരിക്കുമെന്നും അലറി പോക്കിരി അമ്പൂട്ടി കത്തിയെടുത്ത് നിരത്തിലൂടെ തലങ്ങും വിലങ്ങും നടന്നു.

അന്ന് വൈകുന്നേരം വയൽ വരമ്പിൽ വെച്ച് പോക്കിരി അമ്പൂട്ടിക്ക് മുൻപിൽ ആറംഗസംഘം പ്രത്യക്ഷപ്പെട്ടു.

'ഇനിക്ക് ആരെ കൊടല്മാലയാ കുത്തി പൊറത്തിടണ്ടത്?'

മുകുന്ദൻ അമ്പൂട്ടിയെ തറച്ചു നോക്കി.

'പെരിയ മാറി നിന്നില്ലേൽ ഞി ആളോളെ കൈവെക്കും അല്ലെ'?

അടുത്ത ചോദ്യം സുഗതനിൽ നിന്നായിരുന്നു. ചോദ്യത്തോടൊപ്പം സുഗതൻ മുന്നോട്ടുവന്ന് അരയിലെ പീശാത്തിമുന പോക്കിരി അമ്പൂട്ടിയുടെ കൊടലിന് ചേർത്തു.

അയാളുടെ കാലുകൾക്കിടയിലൂടെ നനവ് താഴോട്ടിറങ്ങി. മൂത്രത്തിന്റെ രൂക്ഷഗന്ധം ചുറ്റിലും പരന്നു. പതറിനിന്ന അമ്പൂട്ടിയുടെ അടിവയറ്റിൽ കുഞ്ഞാണന്റെ മുട്ടുകാല് പലതവണ വന്ന് വീണു.

അടുത്ത ദിവസങ്ങളിൽ മിഴാവ്കുന്നിലെ മനുഷ്യർക്കിടയിൽ രണ്ട് ചേരികളുണ്ടായി. വാറ്റുന്നവരും കുടിക്കുന്നവരും ചേർന്ന വലിയ സംഘവും, എതിർക്കുന്ന ചെറിയൊരു കൂട്ടരും. മുകുന്ദനും അപ്പുവൈദ്യരും അടങ്ങുന്ന കമ്മിറ്റിക്കാരോട് അച്ചു ചോദിച്ചു.

'അല്ലേൽ ഇങ്ങള് പറ, ഞാള് ബേറെന്ത് തൊഴിലാ എട്ക്കാ, മ്മക്കും ജീവിക്കണ്ടെ, പൈപ്പ് മാറ്റണ്ടെ?'.

വാറ്റുന്നവരും കുടിക്കുന്നവരും അതിനെ പിന്തുണച്ചു. അവർക്ക് നേരെ മുകുന്ദൻ ശബ്ദമുയർത്തി.

'മ്മളെ നാട് ബല്ലാത്തൊരു സ്ഥിതിവിശേഷത്തിലൂടെയാ കടന്ന് പോന്ന്, കൂടുതൽ ദുരിതത്തിലേക്ക് അതു ചെന്നെത്താണ്ടിരിക്കാൻ വാറ്റ് നിക്കലല്ലാണ്ട് ബേറെ ബഴിയില്ല. അതോണ്ട് ഒരു കാര്യം പറയാ. ഇക്കാര്യ

ത്തില് മ്മള് മൊഖം നോക്കൂലാ. അത് എല്ലാരും ഓർത്താ അത്രേം നല്ലത് '.

അതു കേട്ട് കിട്ടന്റെ പീടികത്തൂണിൽ പിടിച്ച് ഗംഗൻ പൊന്താത്ത തലയുയർത്താൻ കഠിന ശ്രമം നടത്തി വീരവാദം മുഴക്കി.

'ഞാൻ കുടിക്കും. ബെള്ളം കാച്ചും, ബെള്ളം കൊണ്ടരും. അന്നെ തൊട്ടാൽ ഒറ്റയെണ്ണം കാണൂലാ, എല്ലാത്തിന്റെയും നെഞ്ചത്ത് ഓട്ട വീഴും. നരീന്റെ കണ്ണിന് വെടി പൊട്ടിക്ക്ന്ന കയ്യാ ഇത് '

സുഗതൻ ഗംഗന്റെ അടുത്തേക്ക് ചെന്ന് അയാളുടെ ഇരു ചെവികളും കൂട്ടി തിരുമ്മി. അതോടെ ഗംഗന്റെ വീരവാദം നിലവിളിയായി മാറി.

കറക്റ്റ് ദാക്ഷായണിയുടെ പുരയിലേക്ക് മുകുന്ദനും സുഗതനും കുഞ്ഞാണനും രാമൂട്ടിയും ദാമുവും ചെന്നു കയറിയതും ദാക്ഷായാണിയുടെ മുഖം വല്ലാതെ വലിഞ്ഞ് മുറുകി.

'ഈടെയില്ല മുകുന്ദാ, ഞായത് നിർത്തീന് '.

ദാക്ഷായണി കൈ മലർത്തി.

'ദാക്ഷാണി, വാറ്റ് നിക്കാണ്ട് ഈ ദുരിതത്തിൽ നിന്ന് നമ്മക്ക് കര കേരാൻ പറ്റൂല, കര കേറ്റ്ന്നത് വരെ മ്മക്ക് വിശ്രമോം ഇല്ല. മ്മക്ക് ഈന്റെ ചുറ്റുപാടെല്ലാം ഒന്ന് പരിശോധിക്കണം, ബെറ്തേ തടസ്സം നിക്കണ്ട'.

മുകുന്ദൻ ഗൗരവം പൂണ്ടു.

ദാക്ഷായണി അപ്പോഴും കൈമലർത്തിക്കാട്ടി.

തിരച്ചിലിനൊടുവിൽ ചാരക്കുണ്ടിൽ പൂഴ്ത്തിവെച്ച ആറേഴ് ചാരായം നിറച്ച കുപ്പികൾ ദാമുവും കുഞ്ഞാണനും ചേർന്നാണ് കണ്ടെത്തിയത്.

അതോടെ ദാക്ഷായണിയുടെ മട്ടും ഭാവവും രൗദ്രമായി.

ചാരായക്കുപ്പികൾ പൊട്ടിത്തകർന്നതും ചാരായത്തിന്റെ ഗന്ധത്തിനെക്കാൾ രൂക്ഷമായി തെറിപറഞ്ഞ് കറക്റ്റ് ദാക്ഷായണി കോങ്കത്തിയുമായി വന്നു. സുഗതൻ കത്തി പിടിച്ചു വാങ്ങി മുറ്റത്തേക്കിട്ടു.

ചെമ്പു പാത്രങ്ങളും തട്ടും മറ്റും അടിച്ച് ഉടയ്ക്കപ്പെട്ടു.

ദാക്ഷായണി കൂടി മുട്ടുമടക്കിയെന്ന വാർത്ത ചക്കരനാണുവും നാരായണനും ദീർഘനിശ്വാസത്തോടെയാണ് കേട്ട് നിന്നത്.

'ഇനി ഇന്നാട്ട്ന്ന് സാനം കിട്ടൂല....മ്മക്ക് പാർട്ടി മാറാം, കമ്മൂണിസ്റ്റ്കളെ ഒരു പാഠം പഠിപ്പിക്കാം'

നാരായണനും നാണുവും പരസ്പരം പറഞ്ഞു.

ഗ്രാമോദ്ധാരണസംഘത്തിന്റെ യോഗത്തിൽ വാറ്റുന്നവരുടെയും കുടിക്കുന്നവരുടെയും ഇടയിൽ അത്തരമൊരു ചർച്ച ഉയരുന്നുവെന്ന് കുഞ്ഞിരാമൻ സൂചന നലകി.

മറുപടിയായി മുകുന്ദൻ തീർത്തു പറഞ്ഞു.

'എത്രയാള് ബേണേലും ഈല്ന്ന് പൊയ്ക്കോട്ടെ, ന്നാലും ഈനൊരന്ത്യം കണ്ടേ പറ്റൂ'

55. ഒരു ദു:ഖ വാർത്ത

ലത ആകാശച്ചെരുവിലേക്ക് കണ്ണു നട്ടു. വൈകുന്നേരത്തിനിടയിൽ തന്നെ ശക്തമായൊരു മഴയുടെ കോളുണ്ട്.

പറമ്പിന്റെ മൂലയിൽ മൂപ്പെത്താത്ത ഒരു കപ്പയുടെ മെരട് മാന്തിയെടുത്ത് ലത ഉപ്പിട്ട് പുഴുങ്ങിയിരുന്നു. കാന്താരി അരച്ച് ചമ്മന്തിയാക്കി ചില്ലുകുപ്പിയിലെ അവസാന തുള്ളി വെളിച്ചെണ്ണയും കൂടി അതിലുറ്റിച്ചു.

ശേഷിച്ച നാലു മെരട് കപ്പ കൂടി കഴിഞ്ഞാൽ വിശപ്പടക്കാൻ മറ്റൊരു പോംവഴി എന്താവുമെന്ന് അവൾ നെടുവീർപ്പോടെ ഓർത്തു.

ആകാശത്ത് മിന്നലും ഇടിമുഴക്കങ്ങളും ഉണ്ടായി. വിനോദനും മധുവും സ്കൂളും വിട്ട് വരുന്നതും നോക്കി ലത എറയത്ത് ഇരിപ്പുറപ്പിച്ചു. ഉടുമ്പുരാജൻ വരുന്നതും പോകുന്നതും യാതൊരു ഊഹവുമില്ലാത്ത ഒന്നായി കഴിഞ്ഞു. ശുദ്ധീകരണ കമ്മിറ്റി വാറ്റ് കേന്ദ്രങ്ങൾ തകർത്തു തുടങ്ങിയതോടെ ചില രാത്രികളിൽ അയാൾ പുരയിലേ എത്താറില്ല.

മഴ കനത്ത തുള്ളികളോടെ പുല്ല് മേഞ്ഞ മേൽപ്പുരയിൽ വീണു. പലയിടങ്ങളിലും മഴത്തുള്ളികൾ അകത്തേക്ക് വന്നതോടെ അടുത്ത ദിവസം തന്നെ തരിപ്പപ്പുല്ലിന് വേണ്ടി മയിലാടുംപാറയിലേക്ക് പോകണമെന്ന് ലത മനസ്സിൽ കരുതി.

പുസ്തകക്കെട്ടും മാറോട് ചേർത്ത് വാഴയിലയും ചൂടിയെത്തിയ വിനോദന്റെയും മധുവിന്റെയും തല തുവർത്തി ലത കപ്പയും കാന്താരിയും വിളമ്പി.

ഇലത്തുമ്പിലെ അവസാന നനവും നാവിലേക്കാക്കിയ ശേഷം മധു അമ്മയെ നോക്കുന്നത് കണ്ട് വിനോദൻ അവനെ ചെറുതായൊന്ന് തൊട്ടു. ഇലത്തുമ്പ് മടക്കി ആദ്യം വിനോദനും പിന്നാലെ മധുവും എഴുന്നേറ്റു.

ലതയുടെ കണ്ണുകൾ നനഞ്ഞു. മധുവിന്റെ നോട്ടത്തിൽ തന്നെ അവരിലെ വിശപ്പിന്റെ ആഴം എത്ര വലുതാണെന്ന് ലതയ്ക്ക് അറിയാമായിരുന്നു.

ഉടുമ്പുരാജൻ പൂർണ്ണമായും കുടുംബത്തെ മറന്ന് തുടങ്ങിയതോടെ ഓരോ ദിനവും അളന്ന് മുറിച്ചാണ് ലത മുന്നോട്ട് നീക്കുന്നത്.

ശേഷിച്ച രണ്ട് കഷ്ണം കപ്പ ചവച്ചരച്ച് അവൾ ഉടുമ്പുരാജന്റെ വരവും കാത്തിരുന്നു. പിന്നെ ചിമ്മിണിക്കൂട് ഊതിക്കെടുത്തി.

പുലർച്ചെ ലത അടുപ്പിൽ തീപ്പറ്റിക്കാൻ ഒരുങ്ങുമ്പോഴാണ് മുറ്റത്ത് നിന്ന് വിനോദന്റ നിലവിളി കേട്ടത്.

അവൾ പിടഞ്ഞെഴുന്നേറ്റ് പുറത്തേക്ക് കുതിച്ചു.

'എന്നാടാ'?

വിനോദന്റെ വല്ലാത്തൊരു മുഖഭാവം കണ്ട് ലത അവന്റെ തോളിൽ പിടിച്ച് കുലുക്കി.

വിനോദൻ പതുക്കെ ലതയുടെ പിന്നിലേക്ക് കൈ ചൂണ്ടി.

ആ കാഴ്ച കണ്ട് ലതയും നിലവിളിച്ചു.

മുറ്റത്തിന്റെ കോണിൽ കീച്ചിറു അനക്കമില്ലാതെ കിടക്കുകയാണ്.

അവന്റെ വായിൽ നിന്ന് നുരയും പതയും വരുന്നുണ്ടായിരുന്നു. വയറ് വല്ലാതെ ഉയർന്നു താണു.

ലത അടുത്തേക്ക് ചെന്നു.

'കീച്ചിറു'

വിളി കേട്ട് കീച്ചിറു കിടന്ന കിടപ്പിൽ ചെറുതായൊന്ന് വാലനക്കി.

അവന് തലയുയർത്താനുള്ള ശേഷി ഉണ്ടായിരുന്നില്ല.

അത് കണ്ടു നിൽക്കാൻ കഴിയാതെ ലത മുഖം തിരിച്ചു.

അർദ്ധരാത്രിയിൽ എപ്പോഴോ വന്നു കയറിയ ഉടുമ്പുരാജനും പിന്നാലെ മധുവും മുറ്റത്തേക്കു വന്നു.

ഉടുമ്പുരാജന് തന്റെ ഹൃദയം പറഞ്ഞു പോകുന്ന വേദന തോന്നി. അയാൾ മുട്ടുകുത്തിയിരുന്ന് കീച്ചിറുന്റെ നെറുകയിൽ തലോടി എല്ലാ സ്നേഹവും എടുത്ത് വിളിച്ചു.

'കീച്ചിറു.....'

ഇത്തവണ അവൻ തലയുയർത്താൻ പരമാവധി ശ്രമിച്ചു. പിന്നെ നിസ്സഹായതയോടെ ഉടുമ്പു രാജന്റെ മുഖത്തുനിന്ന് പതുക്കെ കണ്ണുകൾ താഴ്ത്തി.

അല്പം നേരം കഴിഞ്ഞതും കീച്ചറുവിന്റെ ശരീരം ശക്തിയോടെ ഒന്നു കൂടി ഉയർന്നു താണു.

ഉടുമ്പുരാജൻ എറയത്തെ തൂണിനോട് മുഖം ചേർത്ത് കണ്ണീരൊഴുക്കി. വിനോദന്റെയും മധുവിന്റെയും മുഖത്ത് ദു:ഖം തളം കെട്ടി നിന്നു.

പീടികയിലേക്ക് ഇറങ്ങിയ എൾമാനം നായര് വിവരമറിഞ്ഞ് മുറ്റത്തേക്ക് കയറി. വഴിയോരത്ത് ചിതറിക്കിടക്കുന്ന അവശിഷ്ടങ്ങളിൽ ഉറുമ്പുകളുടെ പ്രവാഹം കണ്ടപ്പോൾ നായര് പറഞ്ഞു.

'ആരോ ചതിച്ചതാ'.

പീടികയിലെത്തി കിട്ടനോട് നായര് തന്നെയാണ് ആ ദു:ഖവാർത്ത കൈമാറിയത്. തിളച്ച പാൽ അടുപ്പിൽ നിന്നിറക്കുന്ന നേരം കിട്ടന്റെ സ്വരമിടറി.

'ഓൻ സ്നേഹോള്ളൊനായിരുന്നു, നന്ദിയുള്ളോനായിരുന്നു.'

അതു കേട്ട് മുന്നിലെ കാഞ്ഞിരമരം ശക്തിയോടെ ഒന്നുലഞ്ഞു.

രണ്ടാം ദിവസവും ഉടുമ്പുരാജൻ പുറത്തേക്കിറങ്ങിയില്ല. ലതയും ഒന്നിനും വയ്യാതെ ഒരു മൂലയിൽത്തന്നെ ഇരിപ്പായി.

വിനോദനും മധുവും രാവിലെ വെറും വയറ്റിലിറക്കിയ കടും കാപ്പിയുടെ ബലത്തിൽ പകലിന്റെ പകുതിയോളം പിടിച്ചു നിന്നു.

ഉച്ച കഴിഞ്ഞ് വിനോദൻ അടുക്കളയിൽ കയറി ചെമ്പു പാത്രവും അടുപ്പിന് മുകളിലെ ചെരിഞ്ഞിയും പരിശോധിച്ചു. ഒടുക്കം നിരാശയോടെ മൺപാത്രത്തിലെ പച്ചവെള്ളം കുഞ്ഞിക്കിണ്ണം കൊണ്ട് മൂന്നു നാല് കവിളിറക്കി. വയറിന് മേൽ കൈയ്യമർത്തി ഈ കാഴ്ച്ചയും കണ്ടു നിന്ന മധുവും കുഞ്ഞിക്കിണ്ണം കൊണ്ട് വെള്ളം മുക്കിയെടുത്തു.

വെയില് നേർത്തൊന്ന് ശക്തി കുറച്ച സമയത്ത് ഇരുവരും ചേർന്ന് പുരളിമല കയറി. നടന്ന് നടന്ന് കാല് കഴച്ചിട്ടും വിനോദനും മധുവിനും ഒന്നും ഒത്തില്ല.

ശരീരം തീർത്തും തളർത്തി തുടങ്ങിയപ്പോഴാണ് വിനോദൻ താന്നിമരത്തിന്റെ ചുവട്ടിലെ അരമുറി ചക്ക കണ്ടത്. കുരങ്ങിനെ പിടിക്കാൻ ആരോ മുറിച്ച് വെച്ചതാണ്. മഴ നനഞ്ഞ് അതിന്റെ നിറം തന്നെ മാറിയിരുന്നു. ഉള്ളിലെ ശക്തമായ നീറ്റൽ ഇരുവരെയും അങ്ങോട്ട് നയിച്ചു.

മിഴാവ്കുന്നിൽ ചിലരുടെ ഉപായങ്ങളിലൊന്നാണ് ഈ ചക്ക പ്രയോഗം. മുറിച്ച ചക്കയിൽ നിറയെ കാന്താരിമുളകരച്ച് പുരട്ടി കുരങ്ങുകൾ വരുന്ന വഴിയിൽ വെച്ച് പതുങ്ങി ഇരിക്കും. കുരങ്ങുകൾ ചക്ക തിന്നുന്ന നേരം അരച്ചു തേച്ച കാന്താരിമുളക് കണ്ണിലും മൂക്കിലുമായി അവറ്റകൾ പിടയുമ്പോൾ വടിയുമായി ചെന്ന് അടിച്ചിടും.

വിനോദൻ ചക്കയിൽ തൊട്ട് നാവിൽ വെച്ചു. തലേന്നത്തെ മഴയിൽ കാന്താരിയെരിവെല്ലാം ഒലിച്ചുപോയിരുന്നു. കത്തലടക്കുക എന്നതിനപ്പുറം ഇരുവർക്കും മറ്റൊന്നും ആലോചിക്കാൻ ഉണ്ടായില്ല. അരനാഴിക കൊണ്ട് അരമുറി ചക്കയിൽ കുരുവും ചവിണിയും മടലും മാത്രം ശേഷിച്ചു. മുളപൊട്ടി തുടങ്ങിയ ചക്കക്കുരുവെല്ലാം തേക്കിൻചപ്പിൽ പൊതിഞ്ഞ് കെട്ടി. വയറ്റിൽ നേർത്തൊരു ആശ്വാസം നിറഞ്ഞപ്പോൾ മധു പാറയിൽ നീണ്ട് നിവർന്ന് കിടന്നു, അരികെ വിനോദനും.

തിരികെ മടങ്ങുമ്പോൾ വിനോദനാണ് ആ കാഴ്ച്ച മധുവിന് കാട്ടി

ക്കൊടുത്തത്.

ചന്ദ്രനും ദാസനും വലിയ പാത്രങ്ങളും ചുമന്ന് മുന്നിലും പിന്നാലെ വലിയൊരു ഇരുമ്പ് ടിന്നും താങ്ങി ചക്കരനാണുവും, പാട്ടക്കാരൻ നാരായണനും ചേർന്ന് കുന്നുകയറുന്നു.

56. രാത്രികാവൽ

സന്ധ്യയോടെ കാർത്ത്യായനി കുട്ടികൾക്ക് കഞ്ഞി വിളമ്പിയ ശേഷം എറയത്തിരുന്ന കുഞ്ഞാണന്റെ മുൻപിലേക്ക് കിണ്ണം നീക്കി വെക്കുന്നതിനിടയിൽ പറഞ്ഞു.

'മാസം എട്ടായീന്ന് വല്ല വിശാരോം ഇണ്ടാ ഇയാക്ക്. '

അതുകേട്ട് കുഞ്ഞാണൻ ചിരിച്ചു.

'എനക്ക് ദെവസം വരെ ഓർമ്മയ്ണ്ട് പെണ്ണേ'

അയാൾ കാർത്ത്യായനിയുടെ ഉയർന്നു നില്ക്കുന്ന വയറിലേക്ക് കാതു ചേർത്തു.

'ഓൻ നല്ല ഒറക്കാ'.

കാർത്ത്യായനി കുഞ്ഞാണന്റെ കവിളിൽ വേദനിപ്പിക്കാതെ ഒരു നുള്ളു കൊടുത്തു.

കാർത്ത്യായനിയുടെ അരയിലൂടെ കൈ ഇട്ട് കുഞ്ഞാണൻ തന്നിലേക്ക് ഒന്നുകൂടി ചേർത്ത് നിർത്തി.

'കഞ്ഞി ഒയിക്ക്, നേരൂല്ല.'

കിണ്ണത്തിൽ ഒഴിച്ച കഞ്ഞി ധൃതിയോടെ കുഞ്ഞാണൻ കോരിക്കുടിക്കുന്നത് അല്പനേരം നോക്കി കാർത്ത്യായനി ചോദിച്ചു.

'ഏത് കാലത്താവും ഈ ഒറക്കൊളിപ്പിന് ഒരറ്തി ഇണ്ടാകാ?'

കുഞ്ഞാണൻ കെട്ടിയോൾക്ക് നേരെ മുഖം തിരിച്ചു.

'എല്ലാം ഒന്ന് നേരെയാകും ബരെ, അതിനി അധികം ബൈകൂല.'

അയാൾ കിണ്ണത്തിൽ ശേഷിച്ച കഞ്ഞി വെള്ളം കൂടി ഒറ്റ വലിക്കകത്താക്കി എഴുന്നേറ്റു. മുഖം കഴുകി തലയിൽ ഒരു തോർത്തുമുണ്ടും ചുറ്റി മുറ്റത്തേക്കിറങ്ങി.

'വാതില് ചാരീറ്റ് കെടന്നോ'.

കാർത്ത്യായനി തലയാട്ടിയതും കുഞ്ഞാണൻ ഇരുട്ടിനെ മുറിച്ച് മുന്നോട്ട് നീങ്ങി.

രാത്രി കനപ്പെട്ടു.

മിഴാവ്കുന്നിലെ അധികപേരും പുരയ്ക്കുള്ളിൽ പുതച്ചുറങ്ങുന്ന നേരം കരിമ്പിലോട്ടെ പാറയിൽ അവർ മൂവരും കണ്ണും കാതും തുറന്നി

രുന്നു.

നേർത്ത മഞ്ഞുവീഴ്ച്ച ആ ശരീരങ്ങളെയാകെ നനവ് തൊട്ടു. കണ്ട ത്തിൽ നിന്ന് പോക്കാച്ചി തവള പ്രത്യേക ശബ്ദത്തിൽ ഇണയെ വിളിച്ചു.

ഈ കാവലിരിപ്പ് തുടങ്ങിയിട്ട് മാസങ്ങളോളമായീന്ന് കുഞ്ഞാണൻ ഓർത്തു.

തണുത്തൊരു കാറ്റ് ശരീരത്തെ തലോടി കടന്നുപോയപ്പോൾ അ മ്പിളിയുടെ സഞ്ചാര ദിശ നോക്കി രാമൂട്ടി ഊഹിച്ചു.

'നാഴിക ഒന്നു കയിഞ്ഞ് കാണും.'

'ഉം '.

മറുപടിയായി സുഗതൻ അമർത്തി മൂളി.

'ഈ നേരം ഓനും ഇണ്ടാവേണ്ടതല്ലേ മ്മളൊപ്പം, അല്ലേടാ രാമൂട്ടി'.

കുഞ്ഞാണനിൽ ഗോപാലൻകുട്ടിയുടെ മുഖം തെളിഞ്ഞു.

അത് തിരിച്ചറിഞ്ഞ രാമൂട്ടി പറഞ്ഞു.

'ഓന്റെ സ്വപ്നം ഈവലും ബെലുതേനു '.

'ഗോപാലൂട്ടി ഇപ്പോ എടെയായിരിക്കും ?'

സുഗതന്റെ ചോദ്യം കേട്ട് രാമൂട്ടി പുരളിമലയുടെ ഉയരങ്ങളിലേക്ക് നോക്കി.

പിന്നെയും നാഴിക ഒന്നു കഴിഞ്ഞപ്പോൾ അവർക്കിടയിലേക്ക് ശ്രീ നിവാസൻ കിതപ്പോടെ വന്നു. അയാൾ ശ്വാസമൊന്ന് നേരെയാക്കി.

'പൊരളിമലേമേല് ഒരു വെട്ടം, തീ കൂട്ടിയതാ. ഞായന്റെ മിറ്റത്തൂന്ന് കണ്ട്'

സുഗതനും കുഞ്ഞാണനും രാമൂട്ടിയും പിടഞ്ഞെഴുന്നേറ്റ് ഏത് ഭാഗ ത്താണെന്ന ചോദ്യം ഒരേ സമയം ആരാഞ്ഞു.

'ഏതാണ്ട് ഉണ്ണിക്കുണ്ടിന്റെ ആ ഭാഗത്താ ബെര്വാ'

ശ്രീനിവാസൻ പറഞ്ഞ് തീർത്തതും അവർ കാട്ട്യായല് വഴി പാത്തി ത്തോട് കടന്ന് കുതിച്ചു.

'വെളിച്ചം തെളിക്കണാ?'

നടത്തത്തിനിടെ ശ്രീനിവാസൻ പാനൂസ് വിളക്ക് നീട്ടി.

'ബേണ്ട, അയിറ്റങ്ങള് തിരിച്ചറിയും'.

ഒരു പാറയുടെ മുകളിലൂടെ അള്ളിപ്പിടിച്ച് കയറുന്നതിനിടെ സുഗ തൻ ശബ്ദം കുറച്ചു.

ഇരുളിലൂടെ തപ്പിത്തടഞ്ഞാണ് നാലുപേരും മുന്നോട്ടു നീങ്ങിയത്. ചീങ്കമുള്ളിൽ കുടുങ്ങി സുഗതന്റെ കാലാകെ പുകഞ്ഞു. ഒരു കാലത്ത് പുനം കൃഷിയുടെ ഈറ്റില്ലമായിരുന്ന നമ്പൂതിരിപ്പാടിന്റെ കാടുമൂടിക്കിട

ന്ന പറമ്പിൽ നിന്ന് ഒന്നൊന്നായി കുന്നുകയറി വരുന്ന മനുഷ്യരെ കണ്ട് കുറുക്കൻമാരുടെ കൂട്ടം എങ്ങോട്ടോടണമെന്നറിയാതെ ഒരു നിമിഷം പകച്ചു. പിന്നെ വാലുകൾ ഒന്നുകൂടി താഴ്ത്തി പടിഞ്ഞാറ് ഭാഗത്തെ കാടുകൾക്കിടയിലൂടെ നീങ്ങി.

ഒരു പാറയിൽ നിന്ന് മറ്റൊരു പാറയിലേക്ക് കാല് കവച്ചു വെയ്ക്കുമ്പോൾ രാമൂട്ടി ചോദിച്ചു.

'അന്നത്തെ പോലെയാകുമാ?'

'ഇല്ല, ഇത് തീ കൂട്ടിയത് തന്നെയാ'

ശ്രീനിവാസൻ ഉറപ്പ് കൊടുത്തു.

ഒരാഴ്ച്ച മുൻപ് പുരളിമലയിൽ വെളിച്ചം കണ്ട് രാമൂട്ടിയും കുഞ്ഞാണനും സുഗതനും ഇരുട്ടിലൂടെ തപ്പിത്തടഞ്ഞ് മല കയറിയതാണ്. വെളിച്ചം കണ്ടയിടത്ത് ചെല്ലുമ്പോൾ മുന്നിൽ പെട്ടത് തോക്കുമായി ഇര തേടിയിറങ്ങിയ കുഞ്ഞപ്പച്ചേട്ടനെ.

കിതപ്പോടെ നില്ക്കുന്ന മൂന്നുപേരെയും കണ്ടപ്പോൾ കുഞ്ഞപ്പച്ചേട്ടനും വല്ലാണ്ടായി. പിന്നെ നാലുപേരും ചേർന്ന് അല്പം കൂടി മുകളിലേക്ക് ചെന്ന് ചെറിയ മയിലാടുംപാറയിൽ നിന്ന് വയറ് നിറയെ വെള്ളവും കുടിച്ച്, കിതപ്പും മാറ്റി അരനാഴിക കഴിഞ്ഞാണ് തിരിച്ചിറങ്ങിയത്.

തട്ടൻ പറമ്പിലേക്ക് കയറുമ്പോൾ തന്നെ തീവെട്ടം രാമൂട്ടി മറ്റുള്ളവരെക്കൂടി ചൂണ്ടികാട്ടി. ഉറവയൊഴുകുന്ന ഉണ്ണിക്കുണ്ടിന്റെ മുകളിൽ തന്നെയായാണ് അടുപ്പ് കൂട്ടിയിരുന്നത്. വെളിച്ചം പെട്ടെന്ന് കാഴ്ച്ചയിൽപ്പെടാതിരിക്കാൻ ഒരു പാറയുടെ മറവ് കൂടിയുണ്ടായി.

സുഗതൻ മുന്നിലായി നാലംഗസംഘം കൂടുതൽ അടുത്തു. അടുപ്പിലെ ആളുന്ന തീ വെളിച്ചത്തിൽ വാറ്റുന്നവരെ നാലുപേരും തിരിച്ചറിഞ്ഞു. പതുക്കെ കുഞ്ഞാണൻ ഉരുളൻ കല്ലുകളൊന്ന് കാലുകൊണ്ട് പരതി കണ്ടെത്തി.

സുഗതൻ കുഞ്ഞാണനെ ഒന്ന് തോണ്ടിയതും ഒറ്റനിമിഷം അടുപ്പിലെ പാത്രത്തിലേക്ക് കല്ല് വന്ന് വീണു. വാഷാകെ അടുപ്പിലേക്കിറങ്ങി, ചുറ്റിലും ഇരുട്ടു പരന്നു. അടുപ്പിന്റെ ചുവട്ടിലിരുന്ന നാലു രൂപങ്ങൾ ചിതറിയോടി. തന്റെ മേലേക്ക് വന്ന് വീണ ഒരുവനെ കുഞ്ഞാണൻ കൈമടക്കി നെഞ്ചിനുനേരെ തുരുതുരെ ഇടിച്ചു. ഒരു നിലവിളിയോടെ ആ രൂപം കുതറി പാഞ്ഞു. കാടുകൾ ഇളക്കിമറിച്ച് നാലുരൂപങ്ങളും താഴേക്ക് പോയി. അല്പം കഴിഞ്ഞ് അന്തരീക്ഷമൊന്ന് ശാന്തമായ ശേഷം ശ്രീനിവാസൻ പാനൂസ് വിളക്ക് തെളിച്ചു.

പുരളിമലയിൽ നിന്ന് വീണ് പരിക്കേറ്റ ചന്ദ്രൻ പിന്നീട് പുറത്തിറങ്ങി

യില്ല. സ്വന്തമായി വാറ്റിയെടുക്കുക എന്ന പദ്ധതിയും പാളിയതോടെ ചാരായം കിട്ടാത്ത അസ്വസ്ഥതയിൽ ദാസൻ തലമുടിയിലൂടെയെല്ലാം വിരലോടിച്ച് എന്തൊക്കെയേ പിറുപിറുത്തു. ഇരുളിലൂടെയുള്ള ഓട്ടത്തിനിടെ വലതുകാലിന്റെ പെരുവിരലിലെ നഖമടർന്ന നാണു വേദന കടിച്ചമർത്തി. നെഞ്ചിൻകൂടും തടവി പാട്ടക്കാരൻ നാരായണൻ പുതിയ പദ്ധതികൾക്ക് തലപുകച്ചു.

ഒന്നു രണ്ട് ദിവസം കഴിഞ്ഞ് അവസാന പ്രതീക്ഷയെന്നോണം കുഞ്ഞനന്തൻ കുഞ്ഞാമന്റെ പുരയിലെത്തി. അയാൾ ചോദിച്ചു.

'വല്ലോം നടക്കുഅ കുഞ്ഞാമാ'.

'ഏട്ന്ന്, അയിറ്റോൾക്ക് ഊണും ഇല്ലാ ഒറക്കോം ഇല്ലാ. നാണും കൂട്ടരും നട്ടപ്പാതിരക്ക് പൊരളിമലേമല് തീ കൂട്ടിറ്റ് എന്തായി അയിറ്റോള് ആടേം എത്തീലേ? മൂന്നാലോസം പാത്തും പതുങ്ങീം ഒയലണത് അര നിമിഷം കൊണ്ട് അവര് പൊടിയാക്കും, അടീം ഇടീം ബേറെയും, ഞായൻ അന്റെ മൊഖം തെളിക്ക്ന്ന കത്തിയെട്ക്കലാ'

അതുംപറഞ്ഞ് കുഞ്ഞാമൻ ഷേവ് കത്തി വെളിച്ചെണ്ണ കൂട്ടി തുടച്ച് കല്ലിലുരസി.

57. നിരത്തിൻമേലുള്ള സംഘട്ടനം

ബീഡിയും പുകയിലയും വാങ്ങിയ പൈസ കണക്ക് കൂട്ടി അസൈനാർച്ച കോടാലി ചന്തൂനെ ഏൽപ്പിച്ചതും തുകയുടെ വലിപ്പം കണ്ട് അയാൾ ഒരു നിമിഷം ആലോചനയിൽ നിന്നു.

'അല്ല മാപ്പളെ, ഇത് ഞായൻ എങ്ങനാ തന്ന് തീർക്ക്വാ.

'ഓ ഇതിപ്പോം അന്നോടാ ചോയ്ക്ക്ന്ന്. ഇയ്യല്ലേ പറയല് മിഴാക്കുന്നുകാര് കടം മാങ്ങീറ്റ്ണ്ടേൽ വിറ്റിറ്റായാലും പെറുക്കീറ്റായാലും കൊടുത്തിരിക്കൂന്ന്'

അതുകേട്ട് ചന്തു തലയാട്ടി. പിന്നെ ഒരു നിമിഷം അമാന്തിക്കാതെ നേരേ പുരയിൽ ചെന്ന് പത്ത് സെന്റിന്റെ ആധാരം കൈയ്യിലെടുത്തു.

തിരികെ വന്ന് ആധാരം അസൈനാർച്ചയെ ഏൽപ്പിച്ച് തല അല്പമൊന്നുയർത്തി അയാൾ ഗർവോടെ പറഞ്ഞു.

'രണ്ട് കെട്ട് ബീഡീം ഒരു തീപ്പെട്ടിം'.

അസൈനാർച്ച ആധാരം മറിച്ചു നോക്കുന്നതിനിടെയാണ് തൈപറമ്പിന്റെ ഭാഗത്ത് നിന്ന് ചട്ടമ്പി വാസുവിന്റെ ഉച്ചത്തിലുള്ള ആക്രോശം കേട്ടത്.

മൂന്ന് നാല് ദിവസം നെരത്തിൻമേൽ അടിപിടിയൊന്നുമില്ലാതെ കട

ന്നു പോയതായിരുന്നു. ഇന്ന് ആർക്ക് നേരെയാണോ വാസുവിന്റെ കൈ പ്രയോഗം എന്നോർത്ത് ആധാരം മേശയ്ക്കുള്ളിൽ തിരുകി. അസൈനാർച്ച അങ്ങോട്ടേക്ക് എത്തി നോക്കി.

സ്കൂളൊഴിഞ്ഞ തൈപറമ്പിലെ കെട്ടിടത്തിൽ വായനശാലയുടെ നേതൃത്വത്തിൽ പ്രസംഗപരിശീലനം നടത്തുന്നുണ്ട്. മുകുന്ദന് പുറമെ രാമൂട്ടിക്കും സുഗതനും കുഞ്ഞാണനും ശ്രീനിവാസനുമായിരുന്നു അതിന്റെ മേൽനോട്ടം.

അന്നത്തെ ക്ലാസ് കഴിഞ്ഞ് ഇരിപ്പിടത്തിന് കൊണ്ടുവന്ന ബെഞ്ച് തിരികെയെടുക്കാൻ ശ്രീനിവാസൻ ചെന്നപ്പോൾ ബെഞ്ചിലേക്ക് കാലുകയറ്റി നില്ക്കുകയാണ് വാസു.

'വാസു, ബെഞ്ച് എടക്കട്ടെ. മാറ് '

ശ്രീനിവാസൻ ശബ്ദം താഴ്ത്തി തന്നെയാണ് പറഞ്ഞത്.

'മാറീല്ലേൽ ഞി എന്നാ ആക്വാ ?'.

തിരിച്ചൊരു ചോദ്യത്തോടെ വാസു ശ്രീനിവാസനെ തറപ്പിച്ചു നോക്കി. ശേഷം മീശ ഒന്നുകൂടി പിരിച്ചു വെച്ചു.

ഇടയിലേക്ക് സുഗതൻ കയറിവന്ന് ചട്ടമ്പി വാസുവിനെ തള്ളി മാറ്റി കൊണ്ട് ശബ്ദമുയർത്തി.

'വാസു, മാറി നിന്നോ, ഇന്റെ *തിമ്മിര്ട്ട് മ്മളോട് ബേണ്ട. മ്മക്ക് ബെഞ്ച് തിരിച്ച് കൊടുക്കണ്ടെയാന്നേ'

ചട്ടമ്പി വാസു പെട്ടന്ന് നീയാരെടാ എന്ന ചോദ്യത്തോടെ സുഗതന്റെ മുഖത്തേക്ക് കൈ വീശിയടിച്ചു.

ആ കാഴ്ച്ചയും കണ്ടു വന്ന രാമൂട്ടി വാസുവിന്റെ കഴുത്തിന് കുത്തിപ്പിടിച്ച് നിലത്തേക്ക് വീഴ്ത്തി.

വീണ വീഴ്ച്ചയിൽ വാസു അരയിൽ നിന്ന് കത്തിയെടുത്തു.

രാമൂട്ടിക്കും സുഗതനും ശ്രീനിവാസനും ഉൾപ്പെടെയുള്ളവർക്ക് ഓടി മാറേണ്ടി വന്നു.

അന്ന് രാത്രി കരിപ്പായി മന്ദന്റെയും രാമൂട്ടിയുടെയും പുരയിൽ വാസുവും കൂട്ടരും പരാക്രമം നടത്തി.

ദേവൂന്റെ മുടികുത്തിപ്പിടിച്ച് അയാൾ പുലഭ്യം പറഞ്ഞു. ചട്ടിയും കലവും എറിഞ്ഞുടച്ചു. മന്ദന്റെ പുരയ്ക്ക് തീ പടർന്ന് മേൽക്കൂര പാതിയും കത്തിയമർന്നു.

അടുത്ത ദിവസം നെരത്തിൻമേൽ നാടൻ വാറ്റുമെന്ന വെല്ലുവിളി കൂടി വാസു നടത്തി.

മുകുന്ദനും രാമൂട്ടിയും സുഗതനും കുഞ്ഞാണനും ശ്രീനിവാസനും സ്റ്റേഷനിൽ പരാതിയുമായി ചെന്നു.

*തിമ്മിര്ട്ട് - ഗുണ്ടായിസം

'ഇങ്ങള് അടിച്ച് കാലുമുറിച്ചാടെയിട്ടെ ബാക്കി മ്മള് നോക്കിക്കോളും'

ഹെഡ് കോൺസ്റ്റബിൾ കൈമൾ മുറുക്കാൻ ചണ്ടി പരത്തി തുപ്പി.

വാസു കാട്ടിയ തെമ്മാടിത്തത്തിന് പകരമായി അയാളുടെ കാല് അടിച്ച് മുറിക്കുമെന്ന് മിഴാവ്കുന്നിൽ പരസ്യമായി പ്രഖ്യാപിക്കപ്പെട്ടു.

ചട്ടമ്പി വാസുവിന്റെ നാടൻ വാറ്റുമെന്ന വെല്ലുവിളി കേട്ട് ചക്കരനാണുവും പാട്ടക്കാരൻ നാരായണനും പ്രതീക്ഷയോടെ മൂന്ന് ദിവസവും നെരത്തിൻമേൽ ഇരിപ്പുറപ്പിച്ചു.

മൂന്നാം ദിനമാണ് അയാൾ നെരത്തിൻമേൽ ഇറങ്ങിയത്. അനുയായികൾ ചെമ്പും പാത്രവും കൊണ്ടുവന്ന് വഴിയോരത്ത് തന്നെ അടുപ്പ് കൂട്ടാൻ തുടങ്ങി.

കത്തി ചുഴറ്റി നെരത്തിലൂടെ നെഞ്ചും വിരിച്ചു നടന്ന് വാസു അലറി.

'ഏട്ത്തുടാ ഈൗട്ത്തെ കമ്മൂണിസ്റ്റോള് '.

പറഞ്ഞു തീർന്നില്ല, കണ്ണടച്ചു തുറക്കുന്ന വേഗത്തിലാണ് രാഘവൻ നമ്പീശന്റെ കെട്ടിടത്തിന്റെ പിന്നിൽ നിന്ന് ഇരയുടെ മേലേ വിഴുന്ന നരിയെ പോലെ വാസുവിന്റെ മേലേക്ക് രണ്ടു പേർ വന്ന് വീണത്

മിന്നലാക്രമണത്തിന് മുന്നിൽ അയാൾ പതറി. കുഞ്ഞാണന്റെ ആദ്യ ചവിട്ടിൽ കത്തി തെറിച്ചു. പിടഞ്ഞെഴുന്നേൽക്കാൻ ശ്രമിച്ച വാസുവിന്റെ കഴുത്തിനു മേൽ രാമൂട്ടി തന്റെ രണ്ടു കൈയ്യും ശക്തിയോടെയമർത്തി. തൈപറമ്പിന്റെ ഭാഗത്ത് നിന്ന് ശ്രീനിവാസനും, സുഗതനും ചേർന്നതോടെ വാസു ഒരു വിധത്തിൽ രാമൂട്ടിയെ തട്ടി തെറുപ്പിച്ച് അസൈനാർച്ചയുടെ പീടികയിലേക്ക് ഓടിക്കയറി. പിന്നാലെ വന്ന നാലുപേരും ചേർന്ന് വാസുവിനെ എടുത്തുയർത്തി അരയാലിന്റെ ചുവട്ടിലേക്കു തന്നെയിട്ടു.

കുഞ്ഞാണന്റെ ഓരോ പ്രയോഗത്തിലും വാസുവിന്റെ നിലവിളി പൊന്തി. അനുയായികൾ പേരോത്തിടയിലൂടെ ഓടി മറഞ്ഞു. ചക്കരനാണുവും പാട്ടക്കാരൻ നാരായണനും നിരാശയോടെ തല കുനിച്ചു.

അരനാഴിക കഴിഞ്ഞിട്ടും ചട്ടമ്പി വാസുവിന് ബോധം വന്നില്ല. ഒടിഞ്ഞു തൂങ്ങിയ അയാളുടെ വലതുകാലിൽ നീര് കനം കെട്ടി. ഒടുക്കം കാക്കേങ്ങാട്ടേക്ക് പോകുന്ന ഒരു ജീപ്പിൽ മുകുന്ദനും സുഗതനും കുഞ്ഞാണനും രാമൂട്ടിയും ചേർന്ന് വാസുവിനെ എടുത്ത് കയറ്റി സ്റ്റേഷനിലേക്ക് പുറപ്പെട്ടു.

ഹെഡ് കോൺസ്റ്റബിൾ കൈമൾ ആ നിമിഷം തന്നെ കാലുമാറി. വാസുവിന് ആശുപത്രിയിൽ ബോധം തെളിഞ്ഞെങ്കിലും മുകുന്ദനും സുഗതനും കുഞ്ഞാണനും രാമൂട്ടിക്കും ശ്രീനിവാസനും കേസ് വന്നു.

പിറ്റേന്ന് പോലീസുകാര് നെരത്തിൻമേൽ വന്ന് അന്വേഷണം ആരംഭിച്ചപ്പോൾ അസൈനാർച്ച പറഞ്ഞു.

'അങ്ങനെ ഒരു സംഭവം ഞായൻ കണ്ടിറ്റേയില്ല.'

എന്തോ പറയാൻ ഓങ്ങിയ പാട്ടക്കാരൻ നാരായണനെ തടഞ്ഞ് ചക്കരനാണു ഇടപ്പെട്ടു.

'ഞാളന്ന് നെരത്തിൻമേല് ഇല്ലേനു'.

58. കണ്ണൻ വലിയ സ്കൂളിലേക്ക്

'ഓനോട് ഞാനത് ചെയ്യറേനു രാജാ, അന്റെ പൈപ്പ് മാറ്റിയോനാ ഓൻ. എന്നിറ്റും ഞാനയിന് കൂട്ടുനിന്നു.'

നാണു ഉടുമ്പുരാജന്റെ കൈകൾ ചേർത്ത് പിടിച്ച് വിതുമ്പി.

ഉടുമ്പുരാജന്റെ കണ്ണുകളിൽ രക്തം കലർന്നു. നാണു പുരയിൽ നിന്ന് ഇറങ്ങിയ ഉടൻ കഴുക്കോലുകൾക്കിടയിൽ നിന്ന് വേട്ടയ്ക്ക് പോകുമ്പോൾ മാത്രം കൈയ്യിൽ കരുതാറുള്ള നീളമുള്ളൊരു പീശാത്തി അരയിൽ തിരുകി അയാൾ ചായകപ്പീടിക ലക്ഷ്യമാക്കി നീങ്ങി.

പീടികയിലേക്ക് കയറുമ്പോൾ പാട്ടക്കാരൻ നാരായണൻ എശ്മാനം നായരോട് ഉച്ചത്തിൽ എന്തോ പറഞ്ഞ് ചിരിക്കുകയായിരുന്നു.

നോട്ടം ഉടുമ്പുരാജനിൽ തട്ടിയതും ചിരി മുറിഞ്ഞു. അയാളിലെ രൂക്ഷതയും പതിവില്ലാത്തൊരു ഭാവവും പാട്ടക്കാരൻ നാരായണനിൽ നേരിയ പരിഭ്രമം ഉണ്ടാക്കി.

കിട്ടന്റെ പതിവ് ചോദ്യത്തിന് ഉടുമ്പുരാജൻ മറുപടി പറഞ്ഞില്ല പകരം നാരായണന്റെ മുൻപിലെ മേശയ്ക്ക് മേലെ അയാൾ ഒരു ചവിട്ട് കൊടുത്തു. മേശയും ബെഞ്ചും ഉൾപ്പെടെ നാരായണൻ മുറ്റത്തേക്ക് തെറിച്ചു.

അരയിൽ നിന്ന് കത്തി ഊരി ഉടുമ്പുരാജൻ പാട്ടക്കാരൻ നാരായണന്റെ നെഞ്ചിനു നേരെ കുത്തി. പിന്നിലേക്ക് മാറി അയാൾ ഒഴിഞ്ഞുമാറിയെങ്കിലും അടുത്ത വീശലിൽ വലതുകൈയുടെ മസിലിൽ നീളത്തിൽ ചുവന്ന വരവീണു. രക്തം ഒഴുകിയിറങ്ങി. അടുത്ത ഓങ്ങലിനു മുൻപേ നാരായണൻ ഉടുമ്പുരാജനെ തള്ളി മാറ്റി ഒരു നിലവിളിയോടെ വയൽ വരമ്പിലേക്ക് മറിഞ്ഞു.

ഉടുമ്പുരാജൻ ആക്രോശിച്ച് പിന്നാലെ ചെന്നതും അയാൾ വയലുകളിലൂടെ തലങ്ങും വിലങ്ങും പാഞ്ഞു നടന്നു. എശ്മാനം നായരും കിട്ടനും സുഗതനും ചേർന്ന് ഒരു വിധത്തിലാണ് ഉടുമ്പുരാജനെ അടക്കി നിർത്തിയത്.

വിറച്ച് തുള്ളുന്ന അയാളുടെ തോളിൽ രണ്ടു കയ്യും അമർത്തി കിട്ടൻ ചോദിച്ചു.

'എന്നാടാ, ഇനിക്ക് പിരാന്തായാ'.

പാട്ടക്കാരൻ നാരായണൻ ഓടി മറഞ്ഞ വഴിയിലേക്ക് നോക്കി സങ്കടവും ദേഷ്യവും കലർന്ന സ്വരത്തിൽ ഉടുമ്പുരാജൻ പറഞ്ഞു.

'ഓനാ, ഓനാന്ന് ഇന്നാട്ടിന്റെ ശാപം'.

എശ്മാനം നായരുടെയും കിട്ടന്റെയും കണ്ണുകളുടക്കി. ഉടുമ്പുരാജനിൽ നിന്ന് സുഗതൻ കത്തി അല്പം ബലം പ്രയോഗിച്ച് തന്നെ വാങ്ങിയെടുത്തു.

ബെഞ്ച് നേരേയെടുത്തിട്ട് അതിലേക്ക് രാജനെ എശ്മാനം നായര് കൊണ്ടിരുത്തി.

കിട്ടൻ വേഗത്തിൽ ഒരു ചായ നീട്ടിയടിച്ച് മുന്നിൽ വെച്ചു.

'ഇത് കുടിക്ക്, ഒരു ഉഷാറ് ബെരട്ടെ'

ഉടുമ്പു രാജൻ ചായഗ്ലാസിന് നേരെ നോക്കിയില്ല. എല്ലാമൊന്ന് ശാന്തമായശേഷം എശ്മാനം നായര് പറഞ്ഞു.

'രാജാ എല്ലാരിക്കും തെറ്റ് പറ്റും, പക്ഷേ ചെയ്തത് തെറ്റാന്ന് അറിഞ്ഞ് കഴിയുമ്പം തിരുത്തണം, അന്നേരെ മനുഷ്യൻ മനുഷ്യനാകൂ'.

നായര് നിർത്തിയ ഇടത്ത് കിട്ടൻ ചേർന്നു.

'നാടും പൊരേം മറന്ന് മ്മളെ നാട്ടിലെ ആളോള് കളിച്ച കളി എത്ര ബെല്താന്ന് അറിയാലോ ഇനിക്ക്?. ബണ്ണം വെച്ച് ബെർന്ന പിള്ളറില്ലേ, അവരിക്ക് വഴി കാട്ടണ്ടോരല്ലേ മ്മള് '

അത് കൂടി കേട്ടതോടെ എണ്ണ തട്ടാത്ത മുടിയിഴകളിലൂടെയെല്ലാം വിരലോടിച്ച് അസ്വസ്ഥതയോടെ ഉടുമ്പുരാജൻ പറഞ്ഞു.

'വേലേം കൂലിം ഇല്ലാണ്ട് എത്ര നാളാ ഇങ്ങനെ കയ്യാ ?'

അയാൾ ബെഞ്ചിൽ നിന്നും തളർച്ചയോടെ എഴുന്നേറ്റു.

'ആര് പറഞ്ഞ് വേലയില്ലാന്ന്.?'

കിട്ടൻ ചോദിച്ചു.

പീടികയിൽ നിന്ന് പുറത്തേക്ക് ഇറങ്ങാൻ തുടങ്ങിയ രാജൻ പ്രതീക്ഷയോടെ തല തിരിച്ചു.

'ഇന്നലേം പരമുനായര് ബന്നിന്, ഇല്ലപറമ്പില് തേങ്ങയിടാൻ ആളെ അന്വേശിച്ച്, കയ്യൂങ്കിൽ ഞി ഒന്നാടെ ബരെ പോയി നോക്ക്. കൊറഞ്ഞത് മൂന്നാലൂസത്തെ പണി തരപ്പെടും.'

ഒന്നു രണ്ടു ദിവസങ്ങൾ കഴിഞ്ഞ് ചക്കരനാണു ഏറ്റുകാരൻ അന

ന്തനെ തിരഞ്ഞ് വന്നു.

'അന്താ, നാളെ മുതല് കള്ള് ബേണം'

അനന്തൻ തലയാട്ടി.

നാണു വട്ടക്കണ്ണി തീർക്കാൻ പനയോല തേടിച്ചെന്നു.

സന്ധ്യയോടെ നാണു തിരികെയെത്തുമ്പോൾ കണ്ണനെ മാത്രമേ എറയത്ത് കണ്ടുള്ളു. അയാൾ മകന് മുഖം കൊടുക്കാതെ നേരെ പിന്നാമ്പുറത്തേക്ക് ചെന്ന് ചായ്പ്പിൽ പനയോല അടുക്കി വെച്ചു. കിണറ്റിൻകരയിൽ നിന്ന് തൊട്ടിയോടെ തന്നെ രണ്ടു മൂന്ന് കവിൾ വെള്ളമിറക്കി. ശ്വാസമൊന്ന് നേരെയാക്കിയ ശേഷം ഏറെ നേരം ഇരുകൈ കൊണ്ടും വെള്ളം കോരി അയാൾ മുഖത്തേക്ക് സ്വയമൊഴിച്ചു.

തിരിച്ച് ഇറയത്തേക്ക് കയറുമ്പോളും നാണു മകന് മുഖം കൊടുത്തില്ല.

അവന്റെ മുന്നിലൂടെ തലയും താഴ്ത്തി അകത്തേക്ക് കടക്കാൻ ശ്രമിച്ചതും പിന്നിൽ വിളി കേട്ടു.

'അച്ഛാ'

വിളി കേട്ട് നാണു നിന്നു.

'അച്ഛനെന്നാ ഇപ്പം അന്നോട് മിണ്ടാത്തേ?'

തന്റെ ഹൃദയത്തിലേക്ക് ഒരായിരം മുള്ളുകൾ ഒരുമിച്ച് തറിക്കുന്നത് നാണു അറിഞ്ഞു. നാവിറങ്ങിപ്പോയ മനുഷ്യനെപ്പോലെ അയാൾ വാതിൽപ്പടിയിൽ പിടിമുറുക്കി.

'ഞായൻ അച്ഛനോട് ഒരു കാര്യം പറഞ്ഞിനേനു. ഓർമ്മേണ്ടാ?'

ഇത്തവണ നാണു മകന്റെ നേർക്ക് പതുക്കെ മുഖം തിരിച്ചു.

'അച്ഛൻ മറന്നൂല്ലേ?'

അയാൾ തലയനക്കി.

'ഞായൻ എഴാം തരം കടന്ന്. നിക്ക് ഇനീം പഠിക്കണം, ഹൈസ്ക്കൂളിൽ ചേരണം.'

കണ്ണൻ ഒന്നു നിർത്തി.

'അച്ഛന് കൂട്ട്യാ കൂടോങ്കിൽ മതി, ഇല്ലേൽ സാരൂല്ലാ'

മകന്റെ കണ്ണുകൾ നിറഞ്ഞിരിക്കുന്നത് നാണു കണ്ടു.

കണ്ണൻ ഏഴാംതരം കടന്ന കാര്യം അയാളുടെ ഓർമ്മകളിലെ ഇല്ലായിരുന്നു. നാണു മകന്റെ അരികെ വന്ന് നെറുകയിൽ തലോടി. പതുക്കെ അവനെ തന്നോട് ചേർത്തു.

'മോന് ഈ അച്ഛനോട് ദേഷ്യണ്ടോ? '

ആ ശബ്ദമിടറി.

'ഇല്ല'.

അയാൾ അവനെ ഒന്നുകൂടി പുണർന്നു. റേഷൻഷാപ്പിൽ നിന്ന് കെട്ടും തലയിലേറ്റി മാലതിയും പിന്നാലെ ജനകനും ആ കാഴ്ച്ചയും കണ്ടാണ് മുറ്റത്തേക്ക് കയറി വന്നത്.

ഏറെ നാളുകൾക്ക് ശേഷം മാലതി വിളമ്പിക്കൊടുത്ത കഞ്ഞിയും പുഴുക്കും നാണു മക്കൾക്കൊപ്പമിരുന്നു കഴിച്ചു.

രാത്രി കിടക്കപ്പായയിൽ കണ്ണു തുറന്നിരുന്ന അയാളോട് മാലതി തിരക്കി.

'എന്തേ ആലോയിക്കണെ?'

'ഒന്നൂല്ല'.

മാലതി നാണുവിന്റെ മുഖത്ത് നിന്ന് കണ്ണെടുക്കാതെ അയാളുടെ നെഞ്ചിൽ കൈചേർത്തു.

'കയിഞ്ഞതൊന്നും നിരീച്ച് നൊമ്പലപ്പെടണ്ട, എല്ലാം മറന്നാള'.

'ഉം'

നാണു പതുക്കെ മൂളി.

'എന്നാ, ബെളക്ക് ഊതട്ടെ?'

അയാൾ സമ്മതം പറഞ്ഞു.

പിറ്റേന്ന് വെളുപ്പിന് നാണു ഉമ്മറ്ഹാജിയുടെ പുരയിലെത്തി.

'ഇത് ഏത് കണക്കിലാ ഞാൻ പെട്ത്ത്വാ നാണു?'.

'ഏല് പെട്ത്തിയാലും എനക്ക് ഒരഞ്ചുറുപ്പിക ഇങ്ങള് തന്നേ മതിയാവൂ ഹാജിയാരെ, എങ്ങനേം ഞായത് വീട്ടിക്കോളാം. '

നാണുവിന്റെ ശബ്ദം വല്ലാതെ താഴ്ന്നു.

ഉമ്മറ്ഹാജി അകത്തേക്ക് കയറിപ്പോയി. തിരികെ വരുമ്പോൾ അയാളുടെ കയ്യിൽ അഞ്ച് ഉറുപ്പികയുടെ ഒരു നോട്ട് ഉണ്ടായിരുന്നു.

വൈകുന്നേരത്തോടെ പുരയിലെത്തി നാണു കൈയിലെ കടലാസ് പൊതിയഴിച്ചു. കണ്ണന്റെയും ജനകന്റെയും കണ്ണുകൾ തിളങ്ങി.

'ഇപ്പം തന്നെ പൊയ്ക്കോ, പപ്പു മേസ്ത്രിയോട് നാളെ തന്നെ കുപ്പായം തുന്നി തരാൻ പറേണം'

അയാൾ ഒന്നു നിർത്തി. കണ്ണനെ തന്നിലേക്ക് ചേർത്ത് പിടിച്ചു.

'എന്നിറ്റ് അടുത്തീസം തന്നെ ബെല്യ ഉസ്ക്കൂളിൽ ചേരാൻ പോകാം.'

59. വായനശാല

പുസ്തകങ്ങളടുക്കിയ ഇടുങ്ങിയ മുറിയിലിരുന്ന് അപ്പുവൈദ്യരും നാരായണവാര്യറും കെ.എം മാഷും ആർ.ജിയും ചേർന്ന് കാര്യമായ സം

ഭാഷണത്തിലായിരുന്നു. കുഞ്ഞമ്പു ആശാരിയെയും കൂട്ടി അവർക്കിട യിലേക്ക് കയറി വന്ന മുകുന്ദൻ മുഖവരയില്ലാതെ പറഞ്ഞു.

'നമുക്ക് വായനശാല ഒന്നൂടെ മെച്ചപ്പെടുത്തണം. ഇപ്പറഞ്ഞ നിർദ്ദേ ശം അന്റെയല്ല കുഞ്ഞമ്പേട്ടന്റെയാ,'

മുകുന്ദൻ ഒന്നു നിർത്തി.

മുമ്പ് ഗോപാലൻകുട്ടിക്കേനു ഈയൊരാഗ്രഹം, ഓനിപ്പം ഏടെയാ ഇള്ളേന്ന് ഒരു അറിവും ഇല്ല"

അയാളിൽ ഒരു ദീർഘനിശ്വാസമുണ്ടായി.

കൂടി നിന്നവരുടെ ഓർമ്മ ഗോപാലൻകുട്ടിയിലേക്ക് ചെന്നു.

ഏറെക്കഴിഞ്ഞ് കെ.എം മാഷ് അഭിപ്രായപ്പെട്ടു.

'കുഞ്ഞമ്പു പറഞ്ഞത് പ്രധാനപ്പെട്ട കാര്യാന്ന്. അയിന് സ്വന്തായിറ്റ് ഒരു കെട്ടിടാണ് ആദ്യം വേണ്ടത്.'

'മേലെ പണിതാലോ സ്കൂളിന് ഇപ്പുറത്തായി എന്താ?'.

വാര്യരാണ് സ്ഥലം കണ്ടെത്തിയത്.

മറ്റുള്ളവർക്കും അത് നല്ലൊരു ആശയമായി തോന്നി. പിന്നെ കാര്യ ങ്ങൾക്കൊക്കെ പതിവുള്ള വേഗത കൈവന്നു.

കെട്ടിട നിർമ്മാണത്തിനായി ഒരു വിപുലമായ കമ്മിറ്റി തന്നെ രൂപി കരിച്ചു. അമ്പുമാഷ് അതിന്റെ സെക്രട്ടറിയായി.

പുറംനാട്ട്ന്ന് വന്നു കൂടിയ തങ്കപ്പനെ കൂട്ടി പേരോത്തിടയിൽ നിന്ന് കരിങ്കല്ല് മുറിച്ചു. വൈകുന്നേരങ്ങളിൽ മൂന്നും നാലും ചുമടുകളായി മു റിച്ച കല്ലൊക്കെ സുഗതനും കുഞ്ഞാണനും ശ്രീനിവാസനും ചേർന്ന് മേലേപറമ്പിൽ എത്തിച്ചു.

തറ കെട്ടി തുടങ്ങും മുൻപേ കട്ടമുറിക്കാൻ കേളൻ വന്നു. നമ്പൂരി പ്പാട് സഹായവുമായി എത്തി. ഓരോ കട്ടയും ചുമലിൽ താങ്ങി കെ.എം മാഷും, ആർ.ജിയും, രാമൻ മാഷും, അമ്പുമാഷും മറ്റ് ചെറുപ്പക്കാരും ചേർന്ന് കൊണ്ടുവന്നു.

തോലൂട്ടി മേസ്ത്രിക്കൊപ്പം സുഗതനും കുഞ്ഞാണനും ശ്രീനിവാ സനും ചളി കുഴച്ച് ചുമരു കെട്ടാൻ കൂടി.

പുരളിമലയുടെ അല്പം താഴെ നിന്നായി കോടാലി ചന്തു വീഴ്ത്തി യ ആയിനി മരത്തെ ഉരുപ്പടിയാക്കി മാറ്റാൻ അബുവിനും കൂട്ടർക്കും നാല് ദിവസം വേണ്ടി വന്നു.

പിറ്റേന്ന് തന്നെ മുകന്ദനും അമ്പുമാഷും പുരളിമല കയറി. നീള ത്തിലുള്ള മോന്തായവും ചുമലിലേറ്റി കുട്ടങ്ങാട് വഴി നെരത്തിൻമേൽ എത്തുമ്പോഴേക്കും ഇരുവരും വിയർപ്പിൽ മുങ്ങി, ശ്വാസമെടുക്കാൻ പോ

ലും പ്രയാസപ്പെട്ടു.

അധികനേരമൊന്നും തളർച്ച മാറ്റാൻ അവരിരുന്നില്ല. ഹൃദയമിടിപ്പ് അല്പമൊന്ന് താഴ്ന്നതും വീണ്ടും പുരളിമല കയറിച്ചെന്ന് ബാക്കിയുള്ള മരയുരുപ്പടിയും താങ്ങി തിരിച്ചിറങ്ങി.

കഴുക്കോലും ഉത്തരവും എത്തിയതും കുഞ്ഞമ്പുആശാരി മകനെയും കൂട്ടി ഉളിതേച്ച് മിനുക്കി. കുഞ്ഞമ്പുആശാരി അളവിട്ട് മകൻ പണിതൊരുക്കിയ കഴുക്കോലിൽ ഓടുകയറ്റുന്ന അന്ന് മിഴാവ്കുന്നിലെ ആണുങ്ങളിൽ വലിയൊരു പങ്ക് നെരത്തിൻമേൽ കൈകോർത്തു.

പിന്നീടുള്ള ദിവസങ്ങളിൽ പുതുതായി ഒരുക്കിയ കെട്ടിടത്തിന് മുൻപിലെ വലിയ അക്ഷരങ്ങളിലേക്ക് എല്ലാവരും കണ്ണോടിച്ചു.

'ഗ്രാമീണ വായനശാല, ഗ്രന്ഥാലയം, മിഴാവ്കുന്ന്'.

പുലർച്ചെ കൂട്ടിൽ കിടന്ന് പൂവൻ കൂവിക്കരഞ്ഞപ്പോൾ ആദ്യം കുഞ്ഞാണനും പിന്നെ രാമൂട്ടിയും എഴുന്നേറ്റു.

അരനാഴികയ്ക്ക് ശേഷം കുഞ്ഞാണന്റെ പിന്നിൽ നടന്ന് രാമൂട്ടി ചൂട്ട് വീശി. കുട്ടങ്ങാട് എത്തുമ്പോഴേക്കും ഉടുമ്പുരാജനും ചക്കരനാണുവും ചേർന്നു. കുഞ്ഞനന്തന്റെ പുരയിലേക്ക് തിരിയുന്ന വഴിവക്കിൽ നിന്ന് ഉടുമ്പുരാജൻ ഒരു പ്രത്യേക ഈണത്തിൽ ശബ്ദമുണ്ടാക്കി.

ആ നിമിഷം കുഞ്ഞനന്തന്റെ പുരയിലും ചൂട്ട് തെളിഞ്ഞു.

കുന്നുകയറുന്നതിനിടെ ഉടുമ്പു രാജൻ ചോദിച്ചു.

'ലീലേന്റെ ഒറപ്പ് കൊട്ക്കല് എപ്പാ കുഞ്ഞനന്തേട്ടാ? '

'മകരം പത്തിന് '

'കാര്യങ്ങള് എങ്ങനാ നീട്ടി ബെക്ക്ന്ന്ണ്ടാ '

'ഇല്ല, ആണ്ടുത്സവം കയിഞ്ഞ പാടെ മംഗലാ'

അതും പറഞ്ഞ് കുഞ്ഞനന്തൻ ചൂട്ട് ചെറുതായി വീശി. വെളിച്ചം ഒന്നുകൂടി ഒഴുകി പരന്ന് മിഴാവ്കുന്നിന്റെ ഹൃദയങ്ങളെയാകെ തൊട്ടു.

നമ്പൂരിപ്പാടിന്റെ അഞ്ചേക്കർ പറമ്പിലാണ് അവരുടെ യാത്ര ചെന്നു നിന്നത്.

ഏഴാംനാൾ കാടുവയക്കിയ ശേഷം തൊടക്കാരമടിച്ച് തീ കൊടുക്കാൻ നേരത്ത് വീരവാദം ഗംഗനും കരിപ്പായി മന്ദനും ശ്രീനിവാസനുമൊക്കെ സഹായവുമായി എത്തി.

വിത്തെറിഞ്ഞതിന് പിന്നാലെ കരിപ്പായി മന്ദന്റെ പാട്ട് പുരളിമലയിൽ വീണ്ടും മുഴങ്ങി കേട്ടു. വേനൽ മഴ മിഴാവ്കുന്നിനെയാകെ കുളിർപ്പിച്ചു. പുനംപാളിയയിടങ്ങളിലെല്ലാം വേരുകൾ മണ്ണിലേക്ക് ആഴ്ന്നിറങ്ങി

പുതിയ ഇലപ്പടർപ്പുകൾ ആകാശത്തെ ലക്ഷ്യം വെച്ചു.

60. തിരിച്ചുവരവ്

'ഗോപാലൂട്ടിയാട്ടാ'

സുലോചനയുടെ മധുരമായ വിളിയൊച്ച.

'ഓ'

'മ്മക്ക് എത്ര കുട്ട്യോള് വേണം?'

'മൂന്ന്'.

'മൂന്നാ'

'ആം'

'പോരാ'

'പിന്നെ'

സുലോചന ചിരിയോടെ രണ്ടുകൈയിലേയും വിരലുകൾ ഉയർത്തി കാട്ടി.

ഗോപാലൻകുട്ടിയുടെ ചുണ്ടിലും ചിരി പടർന്നു.

കപ്പയുടെ ഇലത്തണ്ട് കൊണ്ട് സുലോചന വേഗത്തിലൊരു മാല തീർത്ത് ഗോപാലൻകുട്ടിയുടെ കഴുത്തിലണിഞ്ഞു.

പിന്നെ തണൽ വിരിച്ചു നില്ക്കുന്ന മാവിൻ തോപ്പിലേക്ക് നടന്നു.

'നമുക്കൊരു പൊര കെട്ടണം ഗോപാലൂട്ടിയാട്ടാ.'

'ഉം'

'നമ്മളും നമ്മുടെ കുറുമ്പൻമാരും കുറുമ്പികളും മാത്രമുള്ള ഒരു കുഞ്ഞുലോകം അല്ലേ'.?

'അതെ'.

'നമ്മക്ക് സ്വന്തായിറ്റ് പൊനം കൊത്തണ്ടെ ഗോപാലൂട്ടിയാട്ടാ.'?

'വേണം'.

'എന്നിറ്റ് മോന്തിക്ക് കാവലിരിക്കാൻ എന്നേം കൂട്ട്വോ?'

'കൂട്ടാലോ'.

'ആകാശത്തിലെ അമ്പിളിയെയും നക്ഷത്രങ്ങളെയും നോക്കിയിരിക്കാൻ എന്ത് രസായിരിക്കും അല്ലേ?'

'അതെ'

ഗോപാലൻകുട്ടിയുടെ ശബ്ദം ദൂരത്തെന്ന പോലെ സുലോചന കേട്ടു.

ശംഖുപാറയിൽ എത്തുമ്പോൾ നിറയെ പല വർണ്ണത്തിലുള്ള പൂക്കൾ വീണു കിടന്നിരുന്നു.

പൂക്കളുടെ ഗന്ധങ്ങൾ സുലോചനയുടെ ഉള്ളറിഞ്ഞു. എങ്ങു നിന്നോ

ഒരു കുയിലിന്റെ പാട്ട് കേൾക്കാം. അവൾ കാതു കൂർപ്പിച്ചു, അത് അകന്നകന്ന് പോവുകയാണ്.

വെയില് മാഞ്ഞു. മാവിൻതോപ്പിൽ, ശംഖുപാറയുടെ ഏകാന്തതയിൽ സുലോചന ഗോപാലൻകുട്ടിയുടെ നെഞ്ചിലേക്ക് ചേർന്നു.

നെറ്റിയിലമരുന്ന ചുണ്ടുകളുടെ നനവ്, പിന്നെയത് ഇരുകണ്ണുകളിലും തൊട്ട് കവിളിലൂടെ ചെന്ന് സുലോചനയുടെ ചുണ്ടുകളിൽ വിശ്രമിച്ചു.

സുലോചന ഗോപാലൻകുട്ടിയെ ഇറുകെ പുണർന്നു.

ഒരു വേള ആകാശം കറുത്തു. മരങ്ങൾ വിറപൂണ്ടു, പൂക്കളെ കാറ്റെടുത്തു. കാണാപ്പുറങ്ങളിൽ നിന്ന് ഒരു തീഗോളം ഭൂമിയിലേക്ക് ഇറങ്ങി വന്ന് ശംഖുപാറയെ ഒന്നാകെ വിഴുങ്ങി.

ഒരു ആർത്തനാദം സുലോചനയുടെ തൊണ്ടയിൽ പിടഞ്ഞു. കിടക്കപ്പായയിൽ ഏറെനേരം അവൾ കണ്ണുകൾ തുറന്നിരുന്നു. പുറത്തെ മഞ്ഞ് വീഴ്ച്ചയിലും ശരീരം വിയർത്തൊഴുകാൻ തുടങ്ങി.

പുലരുമ്പോഴേക്കും ചില തീരുമാനങ്ങളിലേക്ക് സുലോചനയെത്തി.

മിഴാവ്കുന്നിൽ വന്നിറങ്ങുമ്പോൾ കിട്ടന്റെ ചായപ്പീടിക അടഞ്ഞു കിടന്നിരുന്നു.

പുരയിൽ നിന്ന് എണ്ണയിൽ പൊരിയുന്ന വട്ടയുടെ മണം സുലോചന പ്രതീക്ഷിച്ചതാണ് അതുണ്ടായില്ല.

മുറ്റത്ത് നിന്ന് ചാരി വെച്ച വാതിലിനു മുന്നിൽ സുലോചന നിന്നു.

പിന്നെ തിരിച്ചിറങ്ങി വയൽ വരമ്പിലൂടെ നടന്ന് കാനത്തെ തോട്ടുവരമ്പിലെത്തി. ചൂണ്ടലിനറ്റത്ത് പിടയുന്ന ഒരാരലുമായി ഒരു നനുത്ത മീശക്കാരന്റെ മുഖം അവൾ ചുറ്റുപാടും തിരഞ്ഞു.

ഒടുവിൽ വയൽ വരമ്പും കൈത്തോടും കടന്ന് രാഘവൻ നമ്പീശന്റെ ശംഖുപാറയിലേക്ക് ചെന്ന് അല്പനേരം ഇരുന്നു.

അരനാഴികയ്ക്ക് ശേഷം സുലോചന ഗോപാലൻകുട്ടിയുടെ പുര ലക്ഷ്യം വെച്ച് നീങ്ങി.

ദൂരെ നിന്നേ മുറ്റത്ത് നിറഞ്ഞ് നില്ക്കുന്ന ആൾക്കൂട്ടത്തെ സുലോചന കണ്ടു. ദാമു വേഗം സുലോചന വരുന്ന വഴിയിലേക്ക് ഇറങ്ങിച്ചെന്നു.

ഒരു നിമിഷം മുറ്റത്ത് കൂടി നിന്ന കണ്ണുകളെല്ലാം സുലോചനയിലേക്കായി. മീനാക്ഷിയും ലതയും വേഗം അവൾക്കരികിലേക്ക് വന്നു. മീനാക്ഷിയുടെ കൈയിൽ താങ്ങിയാണ് സുലോചന എറയത്തേക്ക് കയറിയത്.

അര മുറി തേങ്ങയിലെ തീ നാളം വല്ലാതെയൊന്നുലഞ്ഞു.

വിളക്കിനോട് ചേർന്ന വെള്ള പുതച്ച ശരീരത്തിലേക്ക് സുലോചന നോക്കി. കണ്ണുകളിൽ ഇരുൾ മൂടുന്നതിനിടെ അവൾ നേർത്ത് വിളിച്ചു. ആ വിളിയൊച്ച പുരളിമലയുടെ ഉയരങ്ങളിലേക്ക് ചെന്നു. ശംഖുപാറയിലെ മാവിൻകൊമ്പിൽ നിന്ന് പക്ഷികൾ ദൂരേക്ക് പറന്നു. അണ്ണാറക്കണ്ണന്മാർ കണ്ണും കാതുമടച്ച് പൊത്തുകളിലേക്ക് ഒതുങ്ങി.

നാഴിക ഒന്ന് പിന്നിട്ടതും കേളൻ മുകന്ദനോട് തിരക്കി.

'കാര്യങ്ങള് നീക്കണ്ടെ'?

'ഉം'

അയാൾ മൂളി.

കുളിപ്പിക്കാൻ നേരം മുകുന്ദനാണ് തണുത്തുറഞ്ഞ ശരീരത്തിന്റെ കാൽവള്ളയിൽ അടർന്നു മാറിയ തൊലി കണ്ടത്. ദേഹാശകലം നീലിച്ച പാടുകൾ ഉണ്ടായിരുന്നു. വലതുകൈയുടെ നാലു വിരലുകളിൽ നഖം മാംസത്തിൽ നിന്ന് വേർപ്പെട്ടിരുന്നു.

പഴയ ഓർമ്മകളിൽ മുകുന്ദൻ തീപ്പൊള്ളലേറ്റതുപോലെ പുളഞ്ഞു.

കുളി കഴിച്ചതും അപ്പു വൈദ്യർ മുകുന്ദനെ തൊട്ടു വിളിച്ചു.

'മാതൂനെ കാണിച്ചൂടെ'?

'ഉം'

മുകുന്ദൻ തലയനക്കി.

കുഞ്ഞാണനും രാമൂട്ടിയും ചേർന്ന് മാതുവിനെ എറയത്തേക്ക് കൊണ്ടുവന്നു.

രാമൂട്ടി മാതുവിന്റെ വലതുകൈയെടുത്ത് ഗോപാലൻകുട്ടിയുടെ നെറുകയിൽ തൊടുവിച്ചു. മാതു അപ്പോഴും എന്തോ ഓർത്ത് ചിരിച്ചുകൊണ്ടിരുന്നു. ഇടയ്ക്ക് മുറ്റത്ത് കൂടി നിന്നവരുടെയിടയിൽ ആ കണ്ണുകൾ മകനെ തിരഞ്ഞിറങ്ങി.

അന്ന് രാത്രി ഇരുട്ടിന്റെ മറപറ്റി രണ്ടു പേർ മുകുന്ദനെ തേടിവന്നു.

എല്ലാം കേട്ട് കഴിഞ്ഞപ്പോൾ മുകുന്ദൻ ചോദിച്ചു.

'ബാലൻ?'

'പാലക്കാടെന്ന മേൽവിലാസത്തിലാണ് കൊണ്ടുപോയത് '

'ഉം'.

മുകുന്ദൻ നേർത്ത് മൂളി.

'ധീരരായിരുന്നു രണ്ടുപേരും, ഒന്നാമത്തെ ഓപ്പറേഷൻ പ്രതീക്ഷിച്ച വിജയം കാണാതെ വന്നപ്പോൾ പലരിലും മാനസികമായി തളർച്ച ഉടലെടുത്തിരുന്നു. വിശപ്പും വയനാടൻ ഉൾക്കാട്ടിലെ കൊടുംതണുപ്പും അതിന്റെ ആക്കം കൂട്ടി. ഒടുക്കം മടങ്ങേണ്ടവർക്ക് മടങ്ങാം എന്ന തീരുമാ

നമാണ് യോഗത്തിലുണ്ടായത്. പലരും പോരാട്ടം അവസാനിപ്പിച്ച് പിന്തിരിഞ്ഞപ്പോൾ രണ്ടുപേരും ഉറച്ച് നിന്നു. പോലീസിന്റെ പിടിയിൽ അകപ്പെട്ടതിനു ശേഷം പിന്നെയൊരു വിവരവും ഞങ്ങൾക്ക് കിട്ടിയിരുന്നില്ല.'

കൂട്ടത്തിലൊരാൾ പറഞ്ഞുകൊണ്ട് മുഖം താഴ്ത്തി.

മുകുന്ദന്റെ കണ്ണുകളിലെ ഉരുണ്ടുകൂടിയ നിർത്തുള്ളികളിൽ വിളക്കിൽ തെളിഞ്ഞ തീനാളങ്ങൾ പ്രതിധ്വനിച്ചു. അയാൾ ചുമരിലെ ചോരപുരണ്ട കൊടിയിലേക്ക് അല്പനേരം നോക്കി.

പിറ്റേന്ന് വെളുപ്പിന് കാർത്യായനിയും ദേവുവുമാണ് കുഴിമാടത്തിന് മുകളിൽ വിരിച്ച ചുവന്ന പട്ട് ആദ്യം കണ്ടത്.

ചായപ്പീടികയിലിരുന്ന് കിട്ടൻ ദൃഢതയോടെ പറഞ്ഞു.

'ഗോപാലൂട്ടിയും കമ്മൂണിസ്റ്റാ, ഓൻ മറ്റുള്ളോർക്ക് വേണ്ടി പ്രാണൻ കൊടുത്തോനാ'

ആഴ്ച ഒന്ന് കഴിഞ്ഞ് സന്ധ്യയോടെ മാതുവിന്റെ മുറ്റത്തെ കരിയിലകളെല്ലാം മൂലയിലേക്കൊതുക്കി തിരിച്ചിറങ്ങാൻ തുടങ്ങിയതും ഗോപാലൻകുട്ടിയെ അടക്കിയയിടത്ത് ഒരു നിഴലനക്കം കണ്ട് രാമൂട്ടി അങ്ങോട്ട് കയറിച്ചെന്നു.

മൺകൂനയ്ക്കുനേരെ നോട്ടമയച്ചുനിന്ന ആൾരൂപത്തെ നോക്കി അയാൾ വിളിച്ചു.

'കണ്ണാ'

വിളികേട്ട് കണ്ണൻ മുഖംതിരിച്ചു.

അവന്റെ കണ്ണുകളിലും മുൻപ് കണ്ടുമറന്ന ഒരു പ്രത്യേക തിളക്കം രാമൂട്ടിക്ക് വേഗത്തിൽ തിരിച്ചറിയാൻ കഴിഞ്ഞു.

ആണ്ടുത്സവത്തിന്റെ തലേന്ന് തന്റെ പുരയിലേക്ക് കയറി വന്ന സുലോചനയെ ജാനു അകത്തേക്ക് കൊണ്ടിരുത്തി.

'കയിഞ്ഞതൊന്നും ഓർക്കണ്ട മോളേ '

ജാനു സുലോചനയുടെ കയ്യിൽ അമർത്തിപ്പിടിച്ചു.

'അമ്മയോട് മംഗലം കയിക്കാൻ ഓൻ സമ്മതം കൊടുത്തയാ, അയിന്റെ പിറ്റേന്നാ ഓൻ ഈടന്ന് പോയത്'.

ഒന്നു നിർത്തി ജാനു തുടർന്നു.

'മുകുന്ദേട്ടൻ പറഞ്ഞ്, ഗോപാലൂട്ടി മറ്റുള്ളോലുടെ കണ്ണീരൊപ്പാൻ എറങ്ങി പോയോനാന്ന്. അങ്ങനത്തെ മനുഷ്യൻമാര് ഈ ഭൂമീല് അധികം ഇണ്ടാവൂലാന്നും'.

ഒരു നിമിഷം സുലോചന പുരളിമലയിലേക്ക് കണ്ണയച്ചു.

'അപ്പോ, ഗോപാലൂട്ടിയാട്ടൻ ശെരിക്കും ദൈവാ അല്ലേ ജാനേടത്തി'?

‘ഉം. ദൈവം’

ജാനു സുലോചനയെ തന്നിലേക്ക് ചേർത്തു.

ഏറെ നേരങ്ങൾക്ക് ശേഷം ജാനു ചോദിച്ചു.

‘ഇത്തോണ ഇനിക്ക് അരിച്ചൽ മുറ്റത്ത് പോണോന്ന് ഇല്ലേ’ ?

‘ഉം’

അവൾ നേർത്ത് മൂളി.

‘ചെല്ല് കുളിച്ച് ഒരുങ്ങി നിന്നോ. ഞാനും ബെരാം മ്മക്ക് ഒരുമിച്ച് പോകാം.’

സുലോചന തലയാട്ടി.

സന്ധ്യയോടെ അരിച്ചൽ മുറ്റത്ത് മുമ്പെങ്ങുമില്ലാത്ത തിരക്കേറിയത് കണ്ട് കേളൻ സമാധാനിച്ചു. ദൈവത്തെ മലയിറക്കിയതിന് പിന്നാലെ കുഞ്ഞൂട്ടി പെരുവണ്ണാൻ മേത്ത് തേപ്പിന് ഇരുന്നു.

പുരളിമലയുടെ ഉയരങ്ങളിൽ നിന്ന് ഒരിളംകാറ്റ് താഴേക്ക് ഒഴുകിയിറങ്ങി. മടപ്പുരവാതിൽപ്പടിയിൽ തെളിഞ്ഞ് കത്തിയ എണ്ണത്തിരി വെളിച്ചത്തിൽ തൊഴുതു നിന്ന പെൺമുഖം കണ്ട് മുകുന്ദൻ ഗോപാലൻകുട്ടിയെ ഓർത്തു.

നാഴിക ഒന്നു കഴിഞ്ഞതും കാൽചിലമ്പിന്റെ താളത്തിൽ വെള്ളാട്ടം പീഠത്തറയ്ക്ക് അരികിൽ വന്നു. ചെണ്ടമേളങ്ങളുടെ ലഹരിയിലേക്ക് മിഴാവ്കുന്ന് പതുക്കെ പതുക്കെ അലിഞ്ഞു ചേരാൻ തുടങ്ങി.

○

www.ingramcontent.com/pod-product-compliance
Lightning Source LLC
LaVergne TN
LVHW090316051026
849518LV00005B/1805
* 9 7 8 9 3 4 9 7 2 7 9 0 8 *